ചെങ്ങന്നൂ കുഞ്ഞാതി
ഒരു പുരാവൃത്തം

Chegannoo Kunjathi Oru Puravritham
Folklore

Dr. Cheravalli Sasi

CHINTHA PUBLISHERS
Thiruvananthapuram

First Edition
December 2023

Published
Chintha Publishers, Thiruvananthapuram

Typesetting
Star Communications, Thiruvananthapuram

Printed at
Repro India Ltd, Mumbai

Cover Design
Vinod Mangoes

ISBN : 978-81-19131-83-9

CO - 3423 / 6812

Email: chinthapublishers@gmail. com
Website: www. chinthapublishers. com

A version is available at National Libraries
Kolkata, Mumbai, Chennai and Delhi

Distribution
DESHABHIMANI BOOKHOUSE
H O Thiruvananthapuram 695035

Branch
Head Office Kunnukuzhi • Statue Thiruvananthapuram
KSRTC Bus Terminal Thampanoor • Saphalyam Complex Thiruvananthapuram
KSRTC Bus Station Alappuzha • KSRTC Bus Station Ernakulam
Machingal Lane Thrissur • IG Road Kozhikode
Mavoor Road Kozhikode • NGO Union Building Kannur
Central Bus Terminal Complex Thavakkara Kannur

ചെങ്ങന്നൂ കുഞ്ഞാതി
ഒരു പുരാവൃത്തം

ഡോ. ചേരാവള്ളി ശശി

ചിന്ത പബ്ലിഷേഴ്സ്
തിരുവനന്തപുരം-695 035

ഡോ. ചേരാവള്ളി ശശി

കായംകുളം ചേരാവള്ളി ഗ്രാമത്തിൽ ജനനം. അച്ഛൻ: കൊച്ചുപുരയ്ക്കൽ എൻ മാധവൻപിള്ള. അമ്മ: ജി സരസ്വതിയമ്മ. എം എ, ബി എഡ്, പി എച്ച് ഡി ബിരുദങ്ങൾ നേടി. മൂന്നുപതിറ്റാണ്ടോളം കോട്ടയം സി എം എസ് കോളേജ് മലയാളവിഭാഗം അദ്ധ്യാപകനായിരുന്നു. റീഡറും വകുപ്പുമേധാവിയുമായി പ്രവർത്തിച്ചു പിരിഞ്ഞു. എം ജി സർവ്വകലാശാല പാഠപുസ്തക കമ്മിറ്റിയിലും എ ആർ സ്മാരകത്തിലും അംഗമായിരുന്നു. മലയാളത്തിലെ ആനുകാലികങ്ങളിൽ കവിതകളും ലേഖനങ്ങളും ഫീച്ചറുകളും പ്രസിദ്ധീകരിച്ചുവരുന്നു. ആകാശവാണിയുടെ ലളിതഗാന മേഖലയിലും ബാലസാഹിത്യവേദിയിലും സജീവമാണ്. 2005 ലെ ഭീമാ ബാലസാഹിത്യ അവാർഡ് (*മഴമായുംനേരം*), കേരള സാഹിത്യ അക്കാദമിയുടെ തുഞ്ചൻ അവാർഡ്, കാരൂർ സ്മാരക പുരസ്കാരം, ഉള്ളൂർ അവാർഡ്, സദസ്യതിലകൻ പുരസ്കാരം, സംസ്ഥാന ഗവൺമെന്റിന്റെ നല്ല ബാലസാഹിത്യകൃതിക്കുള്ള അവാർഡ്, 2008 ലെ ഏറ്റവും മികച്ച ഗാനരചയിതാവിനുള്ള കേരള സംഗീത നാടക അക്കാദമി അവാർഡ്, മികച്ച ജീവചരിത്രത്തിനുള്ള 2015 ലെ ബാലസാഹിത്യ ഇൻസ്റ്റിറ്റ്യൂട്ട് അവാർഡ് എന്നിവ ലഭിച്ചിട്ടുണ്ട്.

കൃതികൾ: *കാലതാണ്ഡവം, നേരിന്റെ മുൾമുനകൾ, ചരമസന്ധ്യകൾ, ശ്യാമമുഹൂർത്തം, സഹനം* (കവിതകൾ), *മഴ മായുന്നേരം, പൂവാടി, ഇത്തിരിത്തേൻ, കുഞ്ഞിക്കാലടികൾ, ഉണ്ണിക്കുട്ടൻ, ഓമനക്കുട്ടന്റെ ഊഞ്ഞാൽ, ചതിക്കു ചതി, കാന്തിത്തുടിപ്പുകൾ, വടക്കൻ വീരകഥകൾ, നക്ഷത്രക്കുട്ടൻ, മഴവില്ല് പൂക്കുമ്പോൾ* (ബാലസാഹിത്യം), *കീഴാളജനതയും ജനകീയ നാടകവും, കാലത്തിന്റെ ഇടനാഴിയിൽ, അന്വേഷണമേഖല, ഓടനാടിന്റെ ഉൾത്തുടിപ്പുകൾ* (പഠനങ്ങൾ), *അഴകത്ത് പത്മനാഭക്കുറുപ്പ്, പി ഭാസ്കരൻ, തോപ്പിൽഭാസി, എസ് എൽ പുരം സദാനന്ദൻ, കെ എസ് ജോർജ്, മുതുകുളം രാഘവൻപിള്ള* (ജീവചരിത്രം), *മീനകേതനചരിതം നാടകം* (എഡിറ്റർ).

ഭാര്യ : അനിത

മക്കൾ : ശശികാന്ത്, ശശികിരൺ

വിലാസം: പാർവണേന്ദു
കായംകുളം 690 502

ഉള്ളടക്കം

ആമുഖം
ചരിത്രം, കവി, കാലം 9

I
ചെങ്ങന്നൂ കുഞ്ഞാതി ഒരു പുരാവൃത്തം

II
ചെങ്ങന്നൂ കുഞ്ഞാതി
നാടോടികഥാകാവ്യം
ചെങ്ങന്നൂരാതിയുടെ ജനനം വിദ്യാഭ്യാസം 156
കുഞ്ഞാതിയുടെ യാത്രകൾ 160
വഴിയാത്രയും പാലുവംകോയിയും 164
ചെങ്ങന്നൂ കുഞ്ഞാതിയും
പാലുവംകോയിയും തമ്മിലുള്ള അങ്കം 167
പാലുവം പെണ്ണുമായുള്ള വിവാഹം 170
കുന്നുവനച്ചനുമായുള്ള പോര് 173
കരടിയാങ്കോട്ടയിൽ കണ്ടത് 177
പുനഃസമാഗമം 179
പൂവിങ്കത്തറവാട് 181
പൂവിങ്കൽ വീട്ടിലെ പെൺകെട്ട് 183
പാണ്ടിക്കളരിയും ചെങ്ങന്നൂരാതിയും 185
കുന്നുവംമാണിയുടെ വിവാഹം 188
കുന്നുവം മുകളിലെ തെണ്ണിപ്പ് 191
കുന്നുവംമാണി പെണ്ണിനെ കാണുന്നതും, പെൺകൊടയും 192
കുഞ്ഞാതിയും അതിരമ്പുഴക്കോട്ടയും 194
തെക്കുംകുറ്റിത്തമ്പുരാനും പാണ്ടിക്കുറുപ്പും പാണ്ടിപ്പെരുമരവും 197
പാണ്ടിപ്പെണ്ണിനെ കുരുതികൊടുക്കുന്നത് 199
മലനാടന്മാരും പാണ്ടിക്കുറുപ്പും 200
ചെങ്ങന്നൂരാതിയും മങ്കൊമ്പിലച്ചനും 202
ഉലുവന്തുപെണ്ണും-ഉലുവന്തുക്കോട്ടയും 204
കലിമല്ലൂരാതിയും കരിമല്ലൂക്കോട്ടയും 205
തെക്കുംമേലുണ്ണി 206
ചെങ്ങന്നൂ കുഞ്ഞാതിയുടെ അവസാനനിമിഷങ്ങൾ 208

പ്രസാധകക്കുറിപ്പ്

മധ്യതിരുവിതാംകൂറിൽ പ്രചരിച്ചിരുന്ന പാട്ടുകാവ്യത്തിന്റെ പുനരാഖ്യാനമാണ് *ചെങ്ങന്നൂ കുഞ്ഞാതി ഒരു പുരാവൃത്തം*. എഴുത്തിന്റെയും വായനയുടെയും പൊതു മണ്ഡലത്തിൽ പ്രവേശനം കിട്ടാതെ മാറ്റിനിർത്തപ്പെട്ട ജനതയുടെ ആത്മാവിഷ്കാരങ്ങളായ നാടൻ പാട്ടുകൾ ഉയിർത്തെഴുന്നേൽക്കുകയാണ്. നാടുവാഴിത്ത കാലത്ത് പടവെട്ടി മുന്നേറിയ കുഞ്ഞാതിയുടെ ധീരോദാത്തമായ കഥ പുതിയ തലമുറയ്ക്ക് നാം പിന്നിട്ടുവന്ന വഴികളെപ്പറ്റി മനസ്സിലാക്കാൻ പര്യാപ്തമാണ്. പുരാവൃത്തത്തിന്റെ പദ്യരൂപം ഉൾച്ചേർത്തിട്ടുള്ളത് പഠിതാക്കളെ ലക്ഷ്യമാക്കിയാണ്. ജാതിവെറിയും അസ്പൃശ്യതയും നടമാടിയ കാലത്ത് പറയ സമുദായത്തിൽനിന്നും ഉയർന്നു വന്ന കുഞ്ഞാതിയുടെ പോർവീര്യം സമൂഹത്തിന് പകർന്നുനൽകാൻ ഈ കൃതിക്ക് കഴിയും.

ചിന്ത പബ്ലിഷേഴ്സ്

ചരിത്രം, കവി, കാലം

ഡോ. ചേരാവള്ളി ശശി

ആയിരത്തിത്തൊള്ളായിരത്തി എൺപതുകളുടെ തുടക്കത്തിലെന്നോ ആണ് കായംകുളം വാരിയേഴ്സ് ബുക്ക് ഹൗസിൽ നിന്ന് 'ചെങ്ങന്നൂ കുഞ്ഞാതി'യുടെ ഒരു പ്രതി എനിക്കു കിട്ടിയത്. പിന്നീടൊരു പത്തു വർഷത്തിനുശേഷം കേരള സാഹിത്യ അക്കാദമി പ്രസിദ്ധീകരിച്ച മറ്റൊരു പതിപ്പും ലഭിച്ചു. മദ്ധ്യതിരുവിതാംകൂറിലെ ചെങ്ങന്നൂർ ദേശം ഓണാട്ടുകരയോട് ചേർന്ന പ്രദേശമായതുകൊണ്ടും, ഫോക്‌ലോറിലുള്ള താല്പര്യം കൊണ്ടുമാണ് 'ചെങ്ങന്നൂ കുഞ്ഞാതി'യിൽ, എനിക്കൊരു സവിശേഷമോഹം തോന്നിയത്. എങ്കിലും, വായിച്ചുനോക്കിയപ്പോൾ കനത്ത നിരാശയാണ് അനുഭവപ്പെട്ടത്. 'പക്ഷിപ്പുറാക്കൾ' തമ്മിൽ കൊത്തുകൂടുന്നതും, മുറിവേറ്റുവീണ അവയിലൊന്നിനെ പിടിച്ചെടുത്ത് മച്ചിന്മേലാക്കി പുഴുവും വിട്ടിലും കൊടുത്ത് ആറ്റി പോറ്റുന്നതും, പറന്നു തുടങ്ങിയ കരിയാത്തും പുള്ള് ചെങ്ങന്നൂരാതിയെ കുരുവിദ്യ അഭ്യസിപ്പിക്കുന്നതുമൊക്കെയായി തുടരുന്ന കഥ എന്നെ ശരിക്കുംമടുപ്പിച്ചു. അതുകൊണ്ടുതന്നെ ഞാൻ ആ പുസ്തകം ദൂരേക്കു മാറ്റിവെച്ചു.

സമീപകാലത്ത് "മുമ്പേ നടന്ന വേലായുധൻ" എന്ന എന്റെ ആഖ്യായിക ഖണ്ഡശ്ശയായി പ്രസിദ്ധീകരിക്കുകയും പുസ്തകരൂപത്തിലാക്കുകയും ചെയ്തപ്പോൾ, വായനക്കാരിൽനിന്നുണ്ടായ ആവേശകരവും ഗുണപരവുമായ ഒരു പ്രതികരണമാണ് എന്നിൽ അമ്മട്ടിൽ വീണ്ടുമൊരു ആഖ്യായികകൂടി എഴുതണമെന്ന തോന്നൽ ഉദിപ്പിച്ചത്. പുരോഗമന സ്വഭാവമുള്ള ഒരു പ്രാദേശിക നേതാവിന്റെ കഥയാകണം അതെന്ന നിർബ്ബന്ധം കൂടി എനിക്കുണ്ടായിരുന്നു. അങ്ങനെ ചിന്തിച്ചപ്പോൾ വേലായുധപ്പണിക്കരെക്കാൾ അജ്ഞാതനായ ഒരാളാണ് (സിനിമയുടെ പ്രചാരണത്തോടെ ആറാട്ടുപുഴ വേലായുധപ്പണിക്കർ ഇന്ന് പരക്കെ അറിയ

പ്പെടുന്നു) ചെങ്ങന്നൂർ കുഞ്ഞാതിയെന്ന് എനിക്കുതോന്നി. വേലായുധ പ്പണിക്കർ 19-ാം നൂറ്റാണ്ടിൽ ജീവിച്ചിരുന്ന ഒരു ധീര നായകനായിരുന്നു. അദ്ദേഹത്തിന്റെ നാലാം തലമുറയിൽപ്പെട്ട ചെറുമക്കൾ എന്റെ അടുത്ത അയൽക്കാരായിത്തന്നെയുണ്ട്. ചെങ്ങന്നൂർ ആതിയുടെ കഥ അതല്ല. ആതി കഴിഞ്ഞ നൂറ്റാണ്ടിൽ ജീവിച്ചിരുന്ന ആളാണോ? എങ്കിൽ, ഏതു കാലത്ത്? അതിനുള്ള സ്പഷ്ടമായ തെളിവുകൾ എന്തെല്ലാം? അങ്ങനെ യൊരു ചോദ്യമുയർന്നാൽ, നമുക്ക് മുന്നോട്ടുവെക്കാൻ ഈ പാട്ടുകൃതി യല്ലാതെ മറ്റെന്തുണ്ട്? ഈ കൃതി ഇല്ലായിരുന്നെങ്കിൽ, ചെങ്ങന്നൂ രാതിയെപ്പറ്റി ഒരാളും ചിന്തിക്കുകകൂടി ഇല്ലായിരുന്നല്ലോ. അതിനാൽ, ചെങ്ങന്നൂരാതിയുടെ ജീവിതകഥയ്ക്ക് ഏകാവലംബമായ ഈ കൃതി യുടെ പശ്ചാത്തലവും വസ്തുതകളും അന്വേഷിക്കണമെന്നുറച്ചു. അതി നായി മാറ്റിവെച്ച പുസ്തകം കൈയിലെടുത്ത് വീണ്ടും വീണ്ടും വായിച്ചു.

വാസ്തവത്തിൽ ഈ കഥാഗാനത്തിന് (ballad) ആധാരപുരുഷനായ ചെങ്ങന്നൂർ കുഞ്ഞാതി ഒരു നാട്ടുകവിയുടെ സങ്കല്പപാത്രമാകാനിട യില്ല. ജീവിച്ചിരുന്ന വ്യക്തിയുടെ അപദാനമെന്നമട്ടിലാണ് കഥാവതര ണം. ജീവിച്ചിരുന്നെങ്കിൽ അത് ഏതു നൂറ്റാണ്ടിലാകാം? അയാൾ മാത്രമ ല്ല, പാട്ട് കെട്ടിച്ചമച്ച കവിയും! ഇതിനൊക്കെ വ്യക്തമായൊരു ഉത്തരം നല്കേണ്ടത് ഭാവി ഗവേഷകരാണ്. അക്കാരണത്താൽ, അത് അവർക്ക് വിട്ടുകൊടുത്തുകൊണ്ട് ഒരു ആസ്വാദകനെന്ന നിലയിൽ ഈയുള്ളവന് അനുഭവപ്പെട്ട ചില കാര്യങ്ങൾ ഇവിടെ പങ്കുവെയ്ക്കാം!

ചെങ്ങന്നൂരാതി പറയസമുദായത്തിൽപ്പെട്ട ഒരു ദളിത് വീരനായകൻ എന്ന നിലയിലാണ് കവി ഭാവന ചെയ്യുന്നത്. "പാലുവംകോയി, തൊഴു കവേണ്ട/ ഞാനൊരു പറയിപെറ്റ പറക്കിടാത്തനാണേ..." എന്ന് അയാൾ വിനയ പുരസരം അക്കാര്യം വെളിപ്പെടുത്തുന്നുണ്ട്. എന്നാൽ നായകന്റെ ചിത്രീകരണത്തിൽ നാം ഇന്ന് ചർച്ച ചെയ്യാറുള്ള ദളിത് പ്രശ്നങ്ങളോ, സാമുദായിക സമസ്യകളോ കാര്യമായിട്ടില്ല. പറയവിഭാഗത്തിൽ എന്ന ല്ല, അവർണ്ണസമുദായത്തിൽപ്പെട്ട ഏതൊരു വീരനും ഇണങ്ങുംമട്ടിലാണ് നായകാവിഷ്കരണം. പറയസമുദായം അന്ന് അനുഭവിച്ചിരുന്ന ഹീനവും മനുഷ്യത്വരഹിതവുമായ ജാതിപ്പകയുടെ തീവ്ര ചിത്രങ്ങളൊന്നും ഈ പാട്ടിലില്ല. ഒരുകാലത്ത് ഏറ്റവും അയിത്തമുണ്ടായിരുന്ന പറയർ അന്ന് നേരിട്ടിരുന്ന ജാതീയമായ വേർതിരിവുകളും വെല്ലുവിളികളും ശക്തമായി പ്രതിപാദിക്കാൻ കവി ശ്രമിച്ചിട്ടില്ല.

"പട്ടിക്കഴുവേറി-പറക്കഴുവേറി
നിന്നെ ഞാൻ തൊഴുന്നോടാ പറക്കഴുവേറി..."

എന്നെല്ലാം സവർണ്ണജന്മിയായ പാലുവം കോയി ആക്രോശിച്ച് കുഞ്ഞാതിയെ "അയ്ക്കരണം പൊയ്ക്കരണം" അടിക്കുന്നുണ്ടെങ്കിലും, അടുത്ത ക്ഷണംതന്നെ ആ ജന്മിക്ക് അതിന്റെ തിക്തഫലം കുഞ്ഞാതി യിൽനിന്ന് അനുഭവിക്കേണ്ടിവരുന്നു. മേലാളനെ അടിപണിയിക്കുന്ന ഏതൊരു ധീരയോദ്ധാവിന്റെയും സുധീരചിത്രമായി ഇത് കാണാവുന്ന

താണ്. ഇതുപോലെ, കുഞ്ഞാതിയുടെ മുഷ്ടിബലത്തിന് മുന്നിൽ പരാജിതരും വധിക്കപ്പെടുന്നവരുമായ നിരവധി മാടമ്പിമാരുടെ ചിത്രങ്ങൾ തുടർന്നും നാം കാണുന്നു. ഇതെല്ലാം ശിഥിലമായി ആവിഷ്കരിക്കാനല്ലാതെ കീഴാളന്റെ ആധികളും വ്യഥകളും ദൈന്യതകളും മറ്റും കവി, ഇവിടെ വിഷയമാക്കുന്നില്ല. സഞ്ചാരസ്വാതന്ത്ര്യത്തിന് നേരെയുള്ള വിലക്കുകളോ, ദാരിദ്ര്യത്തിന്റെ കെടുതികളോ, കുടിയിറക്കലിന്റെ ദുരിതങ്ങളോ, അക്ഷരജ്ഞാനത്തിന്റെ വിഘ്നങ്ങളോ, കാർഷികവൃത്തിയുടെ ക്ലേശങ്ങളോ തൊഴിൽക്കൂലിയില്ലാത്തതിന്റെ വേദനകളോ, ദളിത് സ്ത്രീക്കുണ്ടാകാവുന്ന അപമാനങ്ങളോ, ഉടുതുണി ആഭരണ വ്യസനങ്ങളോ ഒന്നും കാതലായ പ്രശ്നങ്ങളാകുന്നില്ല. പിന്നെയല്ലേ, മടമുറിയാതിരിക്കാനും പാലം തകരാതിരിക്കാനും ദളിതന്റെ കുരുതിച്ചോരതർപ്പണം ചെയ്യുന്ന കഥയ്ക്കുള്ള പ്രസക്തി? അതൊന്നും കവിയെ അലട്ടുന്ന പ്രശ്നങ്ങളല്ല. ഭൂതകാലത്തിലെ കടുത്ത യാഥാർത്ഥ്യങ്ങളും കണ്ണീർ മുഖങ്ങളും, അധമബോധങ്ങളും അനാവരണം ചെയ്യാനല്ല-നിലവിലെ യാഥാസ്ഥിതിക വ്യവസ്ഥിതികളോട് ഏറ്റുമുട്ടി വിജയിക്കുന്ന ആദർശവാനും, ത്യാഗോജ്ജ്വലനുമായ ഒരു ദളിത് ധീരനായകനെ സൃഷ്ടിച്ചെടുക്കുക ആയിരുന്നു കവിയുടെ ലക്ഷ്യം. മറ്റുള്ള അരക്ഷിത സത്യങ്ങളും ദൈന്യതകളുമൊക്കെ പിന്നിൽനില്ക്കട്ടെ എന്നായിരുന്നു അദ്ദേഹത്തിന്റെ വിചാരം. എന്തിന്? നാട്ടിൻപുറ പ്രകൃതി ചിത്രീകരണങ്ങൾക്കുപോലും കവി വലിയ പ്രാധാന്യം കൊടുക്കുന്നില്ല.

അപ്പോൾപ്പിന്നെ കവി ഉന്നം വെയ്ക്കുന്നതെന്താണ്? അത് വ്യക്തം. ഉപരിവർഗ്ഗത്തിലെ വീരനായകന് കല്പിക്കാറുള്ള പരിവേഷങ്ങളൊക്കെ തന്റെ ദളിത് നായകനും നല്കുക. അയാളെ മാതൃകയാക്കുക. ഇത് തീർച്ചയായും അക്കാലയാഥാസ്ഥിതിക സമൂഹത്തെ വിളറിപിടിപ്പിക്കും. അസ്വസ്ഥരാക്കും. ഉറക്കം കെടുത്തും. സത്യത്തിൽ, ധിക്കാരപൂർവ്വമായ ഒരു തന്റേടം തന്നെയല്ലേ ഇത്? ആ തന്റേടമാണ് കവിതയിലെങ്ങുമുള്ളത്. തിരസ്കാരങ്ങളും അപമാനങ്ങളും സവർണ്ണാധിപത്യവും അധീശവർഗ്ഗവും എല്ലാം നിറഞ്ഞ സാമൂഹിക ജീവിതത്തിൽ, അക്കാലത്തെ ഒരു ജന്മിതമ്പ്രാനെപ്പോലെ ദാരിദ്ര്യമെന്തെന്നറിയാതെ വിശിഷ്ടവസ്ത്രാഭരണങ്ങൾ അണിഞ്ഞ് ആത്മബോധവും അഭിമാനവും ഉൾക്കൊണ്ട് വീരപുരുഷകേസരിയായി ശിരസ്സുയർത്തി മുന്നേറുന്ന കുഞ്ഞാതി ഒരു കീഴാളനെപ്പറ്റിയുള്ള എല്ലാ സങ്കല്പങ്ങളും പൊളിച്ചെഴുതുകയാണ്. പ്രത്യേകിച്ച് “ചത്ത പശുവിന്റെ മാംസം തിന്നുന്നവൻ,” എന്ന് ആക്ഷേപിക്കുന്ന, ചെളിവയലിലെ കൃഷിയിലൂടെ ‘കൊല്ലാക്കൊല’ ചെയ്യപ്പെടുന്ന ‘കറുത്ത’ വർഗ്ഗക്കാരനെപ്പറ്റിയുള്ള പാരമ്പര്യ ചിത്രങ്ങളിൽ നിന്ന്. കറുപ്പിന്റെ ആ സൗന്ദര്യശാസ്ത്രത്തെ ഉയർത്തിപ്പിടിക്കുന്ന ഈ കൃതി നായകനെമാത്രമല്ല, നായികമാരെപ്പോലും ഉശിരുള്ളവരായിട്ടാണ് വരച്ചെടുത്തിരിക്കുന്നത്. കൈക്കരുത്തിലൂടെ അവർ നേരിടുന്നത് മാടമ്പിമാരെയും ജന്മിമാരെയും മാത്രമല്ല കള്ളന്മാരെയും കൊള്ളക്കാരേയും, മുറാളരായ നാടു

വാഴികളെയും ദുഷ്പ്രഭുക്കളെയും മറ്റുമാണ്. അങ്കപ്പയറ്റിലൂടെയും മാന്ത്രികവിദ്യയിലൂടെയും എല്ലാവരേയും ജയിച്ചുയരുന്ന കുഞ്ഞാതിയിലൂടെ പിന്തള്ളപ്പെട്ട ഒരു സമൂഹത്തിന്റെ ഉയിർത്തെഴുന്നേല്പും പറയനെപ്പറ്റിയുള്ള പൊതുധാരണയ്ക്കൊരു കൊടുംതിരുത്തും, നല്കാനാണ് കവിയുടെ ഉദ്യമം. അതിലുപരി, അന്നുവരെ ആർക്കും അപരിചിതമായൊരു ജീവിതകഥയ്ക്ക് പ്രാണശ്വാസമേകി, നവീനമായൊരു കേരള ചരിത്രമുഖം പകരാനുമാണ് കവിയുടെ ശ്രമം. ആയത്നം എത്രകണ്ട് സഫലമായെന്ന് ഭാവിചരിത്രം തീരുമാനിക്കട്ടെ!

കുഞ്ഞാതിക്കഥയ്ക്ക് ചരിത്രത്തിന്റെ പിൻബലമുണ്ടെന്ന് നിരീക്ഷിക്കുന്ന പഠിതാക്കളുണ്ട്. വേദാന്തിയും, അത്ഭുതകർമ്മനിപുണനുമായിരുന്ന പാക്കനാരുടെ ദിവ്യപരിവേഷമൊന്നും കുഞ്ഞാതിക്കില്ലെന്ന് ഓർമ്മിപ്പിച്ചുകൊണ്ട് അവർ എഴുതുന്നു. വേലപ്പറയൻ, മീനപ്പറയൻ, പെരുമ്പറയൻ, പണിപ്പറയൻ തൊട്ടുള്ള എട്ടുവിഭാഗങ്ങളിൽ വേലപ്പറയരിൽപ്പെട്ട മുപ്പത്തിരണ്ട് കുടുംബക്കാർ പ്രാചീനകാലം മുതൽ വലിയ ജന്മികളും പ്രമാണിമാരുമായി കേരള ചരിത്രത്തിൽ ഉണ്ടായിരുന്നു. അവർക്ക് നിരവധി ഏക്കർ മലമ്പുരയിടങ്ങളും നിലങ്ങളും കരമൊഴിവായി ലഭിച്ചിരുന്നു. കായംകുളം രാജാവിന് ചെയ്തുകൊടുത്ത സേവനസഹായങ്ങളുടെ ഫലമായിട്ടാണ് ഇവർക്കിതെല്ലാം ലഭിച്ചത്. ഇവർക്ക് വലിയ വീടും ആ വീട്ടിൽ ഏഴണി മച്ചുംപുറവും കളരിയും കച്ചകെട്ടും മറ്റും ഉണ്ടായിരുന്നു. മദ്ധ്യതിരുവിതാംകൂറിലെ പറയസമുദായത്തിനാണ് ഇങ്ങനെയൊരു സൗഭാഗ്യം ലഭിച്ചിട്ടുള്ളത്. "ചെങ്ങന്നൂകുഞ്ഞാതി" എന്ന നാടൻപാട്ടിന്റെ സമ്പാദകനായ വെട്ടിയാർ പ്രേംനാഥ് ഇങ്ങനെയൊരു കുടുംബത്തിൽപ്പെട്ട ആളായിരുന്നത്രേ. താൻ പിറന്ന കുടുംബത്തിലെ കനമാർന്ന നിരപ്പലകയോടുകൂടിയ കമനീയമായ വല്യപുരയ്ക്കു തുല്യമുള്ള മറ്റൊരു കെട്ടിടവും തന്റെ ഗ്രാമത്തിൽ (വെട്ടിയാർ) ആർക്കുമില്ലായിരുന്നുവെന്ന് അദ്ദേഹം അഭിമാനിക്കുന്നു. ഈ അഭിമാനം കുഞ്ഞാതി എന്ന പൂർവ്വികനെപ്പറ്റിയുമുണ്ട്. കുഞ്ഞാതിയുടെ കാലത്ത് അങ്കക്കളരിയും, അങ്കംപിടിക്കലും പറയസമുദായത്തിലെ അപൂർവ്വ കുടുംബങ്ങൾക്കും പതിവായിരുന്നു. സമ്പന്നരായ ഇരുപത്തൊന്ന് 'ആതി'മാർ ഉണ്ടായിരുന്നതിൽ, ചെങ്ങന്നൂരാതി ഇത്തരമൊരു കുടുംബത്തിന്റെ സന്തതി ആയിരുന്നു. ഇതേക്കുറിച്ചുള്ള ഐതിഹ്യങ്ങൾക്കപ്പുറത്തെ വാസ്തവത്തെപ്പറ്റി ഗവേഷകർ അന്വേഷിക്കട്ടെ. ഒപ്പം, നാടുവാഴികയ്മൾമാർക്കും മാടമ്പിമാർക്കും മറ്റുമുണ്ടായിരുന്ന 18 കോട്ടകളെപ്പറ്റിയും 19 കളരികളെപ്പറ്റിയും മറ്റുമുള്ള സത്യസന്ധമായ വസ്തുതകളും പുറത്തുവരട്ടെ.

ഗവേഷകരുടെ അന്വേഷണഫലങ്ങൾ എന്തുതന്നെ ആയാലും കുഞ്ഞാതിക്കഥ പാടിയ നാടൻകവിക്ക് അദ്ദേഹം വില്ലാളിയായി ജീവിച്ചിരുന്ന ഒരു "അങ്കച്ചേകവർ" തന്നെ ആയിരുന്നു. ചെങ്ങന്നൂർ ആയിരുന്നു ആ വീരന്റെ പിറവി. ചെങ്ങന്നൂർ എന്ന സ്ഥലനാമവും, ചെങ്ങന്നൂർ ക്ഷേത്രവും അതിന്റെ തെക്കുഭാഗത്തെ ചെമ്പിട്ടപാലവും, പടിഞ്ഞാ

റുഭാഗത്തെ 'ഇരുമ്പിട്ട പാലവും' ആറന്മുളക്ഷേത്രവും പിന്നെയങ്ങോട്ടുള്ള അതിരമ്പുഴയും മറ്റും നായകൻ ഒരു യാഥാർത്ഥ്യമായിരുന്നുവെന്ന് വായനക്കാരനെ ബോദ്ധ്യപ്പെടുത്തുകയാണ്. കളരിയുമായി ബന്ധപ്പെട്ട അഭ്യാസികൾക്കുള്ള 'പണിക്കർ' സ്ഥാനവും (കരിയാപ്പണിക്കൻ/എരിയാപ്പണിക്കൻ - ദളിതനായതിനാലാകാം "ർ" എന്ന പൂജക ബഹുവചനം നല്കാതിരുന്നത്) ആ വാസ്തവത്തോട് ചേർന്നു നില്ക്കുന്നു. പറയസമുദായത്തിൽപ്പെട്ട ദളിത് ധീരന്റെ അപദാനങ്ങളെ വർണ്ണിക്കുന്ന കവി ഉറപ്പായും ഒരു ദളിതനാണ്. അല്ലെങ്കിൽ കുഞ്ഞാതിക്കഥ മുഖ്യധാരാ സാഹിത്യത്തിൽ ഉൾപ്പെടുമായിരുന്നു. ഇത് സവിശേഷ ഭാഷയും പ്രയോഗങ്ങളും ചേർന്ന വായ്മൊഴിപ്പാട്ടായിത്തീർന്നതിന് കാരണം വേറൊന്നുമല്ലല്ലോ. അതുകൊണ്ട്, "ദളിതനെക്കുറിച്ച് ദളിതർ എഴുതുന്ന (പാടുന്ന) ദളിതാവബോധത്തോടെയുള്ള" (ശരൺകുമാർ ലിംബാലെ) കേരളത്തിലെ ആദ്യത്തെ സുദീർഘമായ കഥാഗാനമാണ് 'ചെങ്ങന്നൂ കുഞ്ഞാതി.' ദളിതാവബോധം കുറവാണെങ്കിലും പ്രതിഷേധവും പ്രത്യാക്രമണവും ഒട്ടും കുറവല്ല. എന്നാൽ നവനിരൂപകർ സൂചിപ്പിക്കുന്ന ജന്മി-നാടുവാഴി അധികാരികൾക്കെതിരെയുള്ള പ്രതിഷേധം കുഞ്ഞാതിയിൽ കുറവാണ്. അവഗണിതനെങ്കിലും പ്രതിഷേധിക്കുന്ന ആൾ നിരാലംബനും നിസ്വനും അടിച്ചമർത്തപ്പെട്ടവനുമല്ല. അയാളുടെ ഭാഷ പരമ്പരാഗതശൈലിയിലുള്ള ആചാരബദ്ധമായ ഭാഷയുമല്ല. തത്ഭവപ്രയോഗങ്ങളും, അസംസ്കൃത സംബുദ്ധികളും ഒക്കെയുണ്ടെങ്കിലും (ദേശം-തേയം/വേഗം-വേകം/ആദ്രിക്ക്-അത്തിക്ക്/വാസം-വാതം/വാദ്യം-വാത്തിയം/പ്രാവ്-പുറാവ്/സ്ത്രീധനം-തിരുതനം/മാനസപ്പന്തൽ-മാനതപ്പന്തൽ. തെക്കുംകൂർ-തെക്കുംകുറ്റി... തുടങ്ങി) നായകനെ സവർണ്ണമൂല്യങ്ങളും ഭാവുകത്വങ്ങളുമുള്ള ഒരു ധീരോദാത്തനായിട്ടാണ് അവതരിപ്പിക്കുന്നത്. ഇത് ദളിതനെക്കുറിച്ചുള്ള വരേണ്യവർഗ്ഗത്തിന്റെ ആക്ഷേപങ്ങൾക്ക് കടകവിരുദ്ധമാണ്. ദളിതർ വരേണ്യരുടെ കണ്ണിൽ വൃത്തിയും ശുദ്ധിയും ബുദ്ധിയുമില്ലാത്തവനും, യുക്തിരഹിതനും നിസ്വനും, നിരക്ഷരനും നിരാലംബനും, ആത്മാഭിമാനഹീനനും, വിധേയനും, ഭീരുവും ഭൂരഹിതനും സർവ്വശകാരാധിക്ഷേപങ്ങൾക്ക് പാത്രവും ഒക്കെയാണ്. ഇവയ്ക്കെല്ലാം എതിരാണ് കുഞ്ഞാതി. അയാളെ ഇവയൊന്നും ബാധിക്കുന്നില്ല. ജീവിതവഴിയിലെ ഒരു വീഴ്ചയിലല്ലാതെ (പാലുവം പെണ്ണുമായുള്ള വിയോഗം) അയാളെ പ്രാകൃതത്വം തീണ്ടുന്നുപോലുമില്ല. കുഞ്ഞാതി അക്ഷരജ്ഞാനിയും രണവീരനും ശുചിയും കുശാഗ്രബുദ്ധിയും ധനികനും ത്യാഗഭരിതനും, ആദർശവാനും ആൺകോയ്മ പുലർത്തുന്നവനും, അരചനെപ്പോലെ കഴിയുന്നവനും ഒക്കെയായ നായകനാണ്. ആ നായകൻ സദാസഞ്ചാരപ്രിയനുമാണ്. പഴയ സഞ്ചാരസ്വാതന്ത്ര്യക്ലേശങ്ങൾ അയാൾക്കില്ല. പുരുഷാധിപത്യം നിറഞ്ഞ കാലഘട്ടത്തിൽ തന്റേടിയായ ഏത് ധനികയുവാവിനും ചേർന്നമട്ടിലുള്ള പരസ്ത്രീബന്ധം കുഞ്ഞാതിയിലും കാണാം.

"മങ്കൊമ്പിലച്ചൻ നാലു പെണ്ണുകെട്ടി
ചെങ്ങന്നൂ കുഞ്ഞാതി ഏഴു പെണ്ണുകെട്ടി"

എന്ന കവി വാക്യം ഇക്കാര്യം വെളിപ്പെടുത്തുന്നു. എങ്കിലും നോവലിൽ കുഞ്ഞാതിയെ ഞാൻ കുറച്ചുകൂടി അച്ചടക്കമുള്ളവനാക്കാണ് ശ്രമിച്ചിട്ടുള്ളത്. വ്യക്തമായ ലക്ഷ്യവും ആദർശവുമൊക്കെയുള്ള ഒരാൾക്ക് സ്ത്രീലമ്പടത്തം ഉചിതമല്ലെന്നൊരു ധാരണയാണ് എന്നെ അതിന് പ്രേരിപ്പിച്ചത്. പക്ഷേ, കുഞ്ഞാതിയുടെ സാഹസികതത്വവും താൻപോരിമയുമൊന്നും അശേഷം ഒഴിവാക്കിയിട്ടുമില്ല.

"ചെങ്ങന്നൂ കുഞ്ഞാതി' എന്ന നാടൻ പാട്ടിന്റെ കർത്താവ് വലിയ ഭാവനാധനനെന്ന് പറയാനാവില്ല. ജാതീയത ജീവിതത്തിൽ സകല വേർതിരിവും സൃഷ്ടിക്കുന്ന മുൾക്കുരിശാണെന്ന് അറിയുകയും അംഗീകരിക്കുകയും ചെയ്യുന്ന ആളാണെങ്കിൽക്കൂടി 'അയിത്തം' ബഹുഭൂരിപക്ഷത്തിനും ബാധകമാണല്ലോ എന്ന വിചാരം അദ്ദേഹത്തിനുണ്ടെന്നു വേണം കരുതാൻ. അതുകാരണമാകാം ജാതിവിരുദ്ധത ഈ ദളിത് കൃതിയുടെ കാതലായ പ്രശ്നമായി തീരാതിരുന്നത്. അതിനുപരി കവി ആഗ്രഹിച്ചത് കള്ളപ്രമാണിമാരുടെയും കൊള്ളക്കാരുടെയും കാപട്യവും ധാർഷ്ട്യവും തകർത്ത് സമൂഹത്തിൽ ശാന്തി സമാധാനങ്ങൾ കൈവരുത്തുക എന്നതാണ്. ഒപ്പം, തുകൽവാദ്യങ്ങളുടെ സ്രഷ്ടാവായ പറയന്റെ 'ഒടി' എന്ന കൂടുവിട്ടു കൂടുമാറാനുള്ള അത്ഭുതസിദ്ധി പൊതുസമൂഹത്തെ ബോദ്ധ്യപ്പെടുത്തുകയും! ഇതോടുചേർന്ന് അങ്കപ്പയറ്റിലും കളരി അഭ്യാസത്തിലും അത്ഭുതമാന്ത്രിക സിദ്ധികളിലും അവനുള്ള വൈഭവം വെളിപ്പെടുത്തി കേൾവിക്കാരുടെ അംഗീകാരം നേടുകയുമാണ്. മാന്ത്രിക കഥപറയുമ്പോൾ യുക്തിയും ബുദ്ധിയും അല്പമൊന്ന് അമർത്തിവെച്ചേ മതിയാകൂ. അക്കാര്യം പാട്ടുകവിക്കറിയാം. പുരാണകഥാപാത്രങ്ങളിലും സംഭവങ്ങളിലും ഇത്തരം യുക്തിഹീനതകൾ പതിവാണല്ലോ എന്നാകാം അദ്ദേഹത്തിന്റെ പക്ഷം. പുരാണകഥകളിൽ (പ്രത്യേകിച്ച്, മഹാഭാരതത്തിലെ നളചരിതം കഥ) കവിക്കുള്ള സാമാന്യപരിജ്ഞാനം കുഞ്ഞാതിക്കഥയിൽ പ്രയോഗിച്ചിട്ടുമുണ്ട്. നളദമയന്തിമാരുടെ വിയോഗവും, കാട്ടാളന്റെ കടന്നുകയറ്റവും, ദമയന്തിയുടെ പാതിവ്രത്യവും, പുനഃസമാഗമവും ഒക്കെ ഓർമ്മിപ്പിക്കുന്ന സന്ദർഭങ്ങൾ കുഞ്ഞാതിക്കഥയിലും കാണാം ദ്രൗപതീ സ്വയംവരത്തിൽ അർജ്ജുനൻ നേരിടുന്ന വെല്ലുവിളികൾപോലെയൊന്ന് പാലുവം പെണ്ണിന്റെ അപ്പനിൽ നിന്ന്, അവളെ മാല ചാർത്താൻ കൊതിക്കുന്ന കുഞ്ഞാതിയും നേരിടുന്നുണ്ട്. അർജ്ജുനനെപ്പോലെ വില്ലാളിയും ബഹുഭാര്യാസക്തനുമായിട്ടാണ് കുഞ്ഞാതിയുടെയും പോക്ക്. കിണറിനടിയിലെ മോതിരം തന്ത്രപൂർവ്വമെടുക്കുന്ന ദ്രോണകഥയുടെ സ്വാധീനം പാലുവം പെണ്ണിന്റെ പട്ടുറുമാൽ മാന്ത്രികത്തിലുമുണ്ട്. എല്ലാറ്റിലും മീതെ വടക്കൻ പാട്ടിന്റെ പ്രചോദനവും എടുത്തു പറയാതെ വയ്യ. പ്രത്യേകിച്ച്, കുഞ്ഞാതിയുടെ യാത്രയ്ക്കുള്ള തയ്യാറെടുപ്പ് വർണ്ണനയിൽ "എന്നെ പെറ്റമ്മേ നിങ്ങള് കേൾക്കുക വേണം..." എന്ന രീതിയിലുള്ള ശൈലിയിൽ മാത്രമല്ല,

"ഒന്നല്ലോമുങ്ങിയവൻ മുട്ടിയൊന്നുലർത്തി

രണ്ടല്ലോ മുങ്ങിയവൻ മെയ്യും തടവി
നാലല്ലോ മുങ്ങിയവൻ വടക്കേല്ലേക്കേറി
മുടിതോർത്തും മുണ്ടെടുത്താണേ മുടിയും തുവർത്തി
മെയ്തോർത്തും മുണ്ടെടുത്താണേ മെയ്യും തുവർത്തി
അവിടുന്നും പോരുകയാണേ ചെങ്ങന്നൂരാതി
ഇടിപൊടിപടിപ്പുര മുറ്റത്തു വന്നിങ്ങുകേറി...

എന്നിങ്ങനെ വാർന്നൊഴുകുന്ന ശീലുകളിലും, പദ പ്രയോഗങ്ങളിലുമെല്ലാം വടക്കൻപാട്ടിന്റെ നിഴൽപ്പാടുകൾ പ്രത്യക്ഷമാണ്. എങ്കിലും വടക്കൻ പാട്ടുകളുടെ ശില്പസൗന്ദര്യം ആദ്യന്തം പാലിക്കാൻ കുഞ്ഞാതിയുടെ ശില്പിക്ക് കഴിഞ്ഞില്ല. വിശിഷ്യാ കഥയുടെ പുരോഗതിയിലും അന്ത്യത്തിലും മറ്റും. അഥവാ, സുദീർഘമായ ഈ കഥാഗാനം ഒടുക്കം വരെ ശരിയായി ഓർത്തുവെക്കാൻ കൃഷിപ്പണിക്കാരായ പാട്ടുകാർക്ക് കഴിയാതെ പോയി. അതെന്തായാലും വടക്കൻ പാട്ടുകളുടെ പരക്കെയുള്ള പ്രചാരണത്തിന് ശേഷമാണ് (18-ാം നൂറ്റാണ്ടിന്റെ മദ്ധ്യത്തോടെ) ചെങ്ങന്നൂർ കുഞ്ഞാതിയുടെ പിറവിയെന്ന് വ്യക്തം. വടക്കൻ പാട്ടുകൾ പൊതുവേ 15 മുതൽ 18 വരെയുള്ള കാലത്തുണ്ടായതാണ്. അവ പല കവികളാൽ പാടപ്പെട്ടവയാണ്. പക്ഷേ, കുഞ്ഞാതിക്കഥ ഒരു പ്രതിഭയുടെ മാത്രം സന്തതിയാണ്. ഏറ്റുപാടിയവർ പലതരം മാറ്റങ്ങൾ വരുത്തിയിട്ടുണ്ടെങ്കിലും കഥാപഞ്ജരത്തിൽ കാതലായ വ്യത്യാസങ്ങളുണ്ടാക്കിയിട്ടില്ല. വടക്കൻ പാട്ടിലെ നായികാനായകന്മാരെപ്പോലെ ഉശിരും തന്റേടവും അങ്കപ്പയറ്റിൽ പ്രാഗത്ഭ്യമുള്ള നായികാനായകന്മാരെ സ്വസമുദായത്തിൽനിന്നു കണ്ടെത്തി ഒരു പരിധിയോളം യാഥാർത്ഥ്യബോധത്തോടെ ചിത്രീകരിക്കാനാണല്ലോ ഗായകകവിയുടെ ശ്രമം. അതിലദ്ദേഹം പ്രതീക്ഷിച്ച വിജയം കൈവരിച്ചുവെന്ന് പറയാനാവില്ല.

അഗ്നിവീഥികൾ താണ്ടി ഒരു മലയാള റോബിൻഹുഡ്ഡിനെപ്പോലെ കടന്നുവരുന്ന സാഹസികനായ കുഞ്ഞാതിക്ക് ജാതിക്കതീതമായ (?) ഒരു പ്രാമാണ്യം ലഭിച്ചിട്ടുണ്ടെങ്കിൽ അതിന് കാരണം അങ്കത്തട്ടിലെ തിളക്കമാണ്. അങ്ങ് തെക്കുനിന്ന് വടക്കുവരെ ഒരിക്കൽ ധാരാളമായി ഉണ്ടായിരുന്ന അങ്കക്കളരികൾ മേൽജാതിക്കാർക്ക് മാത്രമല്ല, ചേകവന്മാർക്കും (തീയർക്കും) ദളിതർക്കും ഉണ്ടായിരുന്നു. തോക്കിന്റെയും പീരങ്കിയുടെയും ആധിപത്യത്തോടെ-പുതിയ ആയുധങ്ങളുടെ വരവോടെ-ബ്രിട്ടീഷുകാരാണ് അങ്കക്കളരികൾക്ക് തടയിട്ടത്. കളരികൾപോലെ കോട്ടകളെപ്പറ്റിയും കവി പ്രതിപാദിക്കുന്നുണ്ട്. പക്ഷേ, ആ കോട്ട സങ്കല്പം കവിക്ക് പുരാണപരിചയത്തിൽനിന്ന് (രാവണൻകോട്ട) ലഭിച്ചതാകാം. പോർച്ചുഗീസും ഡച്ചും, ഇംഗ്ലീഷുകാരുമടക്കമുള്ളവർ മലയാളക്കരയിൽ കോട്ടകൾ കെട്ടും മുമ്പേ പുരാണത്തിൽ ദുർഗ്ഗങ്ങളുണ്ടല്ലോ. അവയുടെ പ്രേരണയാകാം അതിരമ്പുഴ അച്ചന്റെ കോട്ടയ്ക്കും മറ്റുമുള്ളത്. എന്നുകരുതി കുഞ്ഞാതിയുടെ സാഹസിക കാലത്ത് വൈദേശികാധിപത്യം ഇവിടെ അരങ്ങേറിയിട്ടില്ലെന്ന് പറയാനാവില്ല. തോക്കും, അത് പ്രയോഗിക്കാൻ സമർത്ഥ

നായ തൊമ്മിയും മറ്റുമാണ് ഇതിന് ദൃഷ്ടാന്തം. ഒപ്പം, അതിരമ്പുഴഅച്ചൻ തന്റെ "തോക്കെടുത്താണേ വെടിയെഴുംവെച്ചേ..." എന്ന പാട്ടു പ്രയോഗവും ഓർക്കാം. ഇതുപോലെ, സിലോണുമായുള്ള കേരളത്തിന്റെ വ്യാപാരബന്ധം ശക്തമായിരുന്ന ഒരു കാലമാണ് കുഞ്ഞാതിക്കാലമെന്നും ധരിക്കാം. "ചാപ്പാണം പൊയില"യെപ്പറ്റിയുള്ള പരാമർശം തന്നെ ധാരാളം. (ചാപ്പാണം തെരുവിലെ പൊയില/പുള്ളിപൊയില...) ജാഫ്നയിലെ പുകയില മലയാളിയെ ഹരം കൊള്ളിച്ച ഒന്നാണ്. അതുപോലെ മുക്കവലയിൽ കള്ളുകച്ചവടം നടത്തുന്ന ചെത്താളിമാരും (ചെത്തുകാർ) അത് കുടിക്കാനെത്തുന്നവരുമൊക്കെയുള്ള കാലം അതി വിദൂരമാണെന്ന് കരുതാൻ വയ്യ. കുഞ്ചൻനമ്പ്യാരുടെ തുള്ളലിലും മറ്റും "കള്ളുകുടിക്കും കള്ളൻമാരെപ്പറ്റി"യൊക്കെ പരാമർശിക്കുന്നതുകൊണ്ട്, അദ്ദേഹത്തിന്റെ കാലമാകണം കുഞ്ഞാതിക്കഥയുടെ കാലം (18-ാം നൂറ്റാണ്ട്) എന്ന് ഊഹിക്കാനാവും. ഈ കഥാഗാനത്തിന് ഹ്രസ്വമായ അവതാരിക എഴുതിയ ശൂരനാട്ട് കുഞ്ഞമ്പിള്ളയെപ്പോലെ "ഈ കൃതി വളരെ പഴയതെന്നു പറയുവാൻ" നമുക്കും സാധിക്കില്ല.

എങ്കിലും കുഞ്ഞാതിക്കാലം സമാധാനപൂർണ്ണമായിരുന്നില്ല. മറിച്ച് ശൈഥില്യപൂർണ്ണമായിരുന്നു. മാടമ്പിമാരും ജന്മിമാരും കാട്ടുകള്ളന്മാരും കൊള്ളക്കാരും മന്ത്രവാദികളും ഒക്കെ സാധുക്കളെയും സ്ത്രീകളെയും അടിച്ചമർത്തി മേൽക്കൈ നേടിയിരുന്ന കാലം. കുഞ്ഞൻനമ്പ്യാർ പരാമർശിക്കുന്ന

"അവനിയിലുള്ള മാനുഷരുടെ നാടുകളും വീടുകളും
കൊള്ളിവെച്ചങ്ങെരിക്കുന്നൂ നീളെ സഞ്ചരിക്കുന്നു..."

എന്ന മട്ടിൽ വെട്ടിപ്പിടിക്കലിന്റെയും ചുട്ടെരിക്കലിന്റെയും കാലം. വിദേശിയരുടെ മതപരിവർത്തനം വ്യാപകമായില്ലെങ്കിലും 'മാപ്പിള തൊമ്മിയും' മുസ്ലീം മുഹമ്മദും ഒക്കെ മാടമ്പിമാരെ തുണച്ചിരുന്ന കാലം. സർവ്വോപരി തെക്കുംകൂർ രാജാക്കന്മാരുടെ പിടിയിൽ ചെങ്ങന്നൂർ ഉൾപ്പെട്ടിരുന്ന കാലം. "തെക്കുംകൂറ്റി തമ്പുരാൻ" എന്ന് കീഴാളർ അവരെ ആദരപൂർവ്വം വിളിച്ചിരുന്ന കാലം. ആ തെക്കുംകൂർ രാജ്യം മാർത്താണ്ഡവർമ്മ പിടിച്ചെടുത്ത് വേണാടിനോട് ചേർക്കുംമുമ്പുള്ള (1754 ലാണ് തെക്കുംകൂർ പൂർണ്ണമായും വേണാടിനോട് ചേർന്നത്) കാലം. ആ കാലഘട്ടത്തിലാണ് 'ചെങ്ങന്നൂ കുഞ്ഞാതി' എന്ന ദളിത് യോദ്ധാവിനെ കവി അവതരിപ്പിക്കുന്നത്. "അടിക്കും പിടിക്കും അങ്കത്തിനും അഭ്യാസത്തിനും വന്നവനല്ല ഞാൻ..." എന്ന് സൗമ്യനാകുന്ന കുഞ്ഞാതിക്ക് പക്ഷേ, "ആരാന്റേം പുള്ളേരേം നീ കൊല്ലരുതെടാ.." എന്ന് എതിരാളികളോട് കർശനമായി പറയാൻ മടിയില്ല. ആ വാക്ക് നിഷേധിക്കുകയും തിരസ്കരിക്കുകയും ചെയ്തവരോട് ഒറ്റയ്ക്കുനിന്ന് പടപൊരുതി (ഏതു പുരാണ/സവർണ്ണ യോദ്ധാവിനെയും പോലെ) ജയിച്ചവനായിരുന്നു കുഞ്ഞാതി. ഇങ്ങനെയൊക്കെയുള്ള കുഞ്ഞാതിയെപ്പറ്റി പക്ഷേ, ചരിത്രരേഖകൾ ഒന്നുമില്ല. അത് എന്തുകൊണ്ടാകാം? ജാതീയമായ തമസ്കരണം കൊണ്ടുതന്നെ. (എന്റെ വംശത്തെപ്പറ്റി പാടാൻ ആരുമില്ലെന്ന് ഖേദിക്കുന്ന പൊയ്കയില

പ്പച്ചനെ ഓർക്കുക.) അതറിഞ്ഞുകൊണ്ടാകാം തന്റെ വംശത്തിൽപ്പിറന്ന പൂർവ്വികനായ വീരനായകന്റെ കഥ ഏറ്റുപാടാൻ പാട്ടുകവി മുന്നോട്ടുവന്നത്. ആ പാട്ടിൽ അദ്ദേഹം വേണ്ടത്ര വിജയിക്കുകയോ, പ്രശസ്തനാവുകയോ ചെയ്തില്ലെങ്കിൽ അതിനുള്ള കാരണങ്ങൾ പലതാണ്. പാമരനായ ഒരു കവിയുടെ ഭാവനാ പരിമിതിയും, അത്ഭുതാതിശയോക്തി പരങ്ങളായ സംഭവങ്ങൾ യുക്തിരഹിതമായി വർണ്ണിക്കാൻ കാട്ടിയ ആവേശവും, പാട്ട് മനപ്പാഠമാക്കി പാടിനടന്ന കുട്ടനാടൻ കൃഷിപ്പണിക്കാരുടെ പരാധീനതകളും എല്ലാം അതിൽപ്പെടും. എങ്കിലെന്ത്? പുരാണസവർണ്ണ വരേണ്യ വർഗ്ഗപ്രതിനിധികളും ഉജ്ജ്വലനായകന്മാരും വിലസിയിരുന്ന മലയാളസാഹിത്യത്തിൽ പാർശ്വവൽക്ക്യത സമുദായത്തിൽപ്പെട്ട ഒരുവനെ നായകനാക്കി പ്രതിഷ്ഠിച്ചുയർത്തി (അയാൾക്കും സവർണ്ണരെപ്പോലെയാകുമെന്ന് തെളിയിച്ച) സംഭവബഹുലമായ ഒരു നീണ്ടപാട്ടുകഥ കെട്ടിച്ചമച്ച ആ അജ്ഞാതകവിയെ അഭിനന്ദിക്കാതിരിക്കാൻ ആർക്ക് കഴിയാതെ പോകും? എന്തിന് മടിച്ചുനില്ക്കണം? മടിച്ചു നില്ക്കാനുള്ള മടി തന്നെയാണ് ഇങ്ങനെ ഒരു ആഖ്യാനത്തിന് ഈയുള്ളവൻ ഇപ്പോൾ മുതിരുന്നത്. ഇതിനെന്തെല്ലാം പരിമിതികളുണ്ടായാലും എനിക്ക് ഈ കൃതി അപരിമേയമായ സംതൃപ്തിയും ചാരിതാർത്ഥ്യവുമാണ് നല്കുന്നത്.

ചെങ്ങന്നൂർ കുഞ്ഞാതിയെ പഴയ കുട്ടനാടൻ കൃഷിക്കാരന്റെ നാവിൽനിന്നും ബുദ്ധിമുട്ടി പകർന്നെടുത്ത് ലിഖിത രൂപത്തിലാക്കി അച്ചടിപ്പിക്കാൻ ആദ്യം ശ്രമിച്ചത് നാടൻപാട്ട് സമ്പാദകനും, സാഹിത്യോപസാകനുമായ വെട്ടിയാർ എ പ്രേംനാഥാണ്. അദ്ദേഹത്തിന് ഇതിന്റെ പേരിൽ സവർണ്ണപ്രമാണിമാരുടെ രൂക്ഷമായ എതിർപ്പും ആക്ഷേപങ്ങളും നേരിടേണ്ടിവന്നു. പക്ഷേ, കാലം ചെന്നപ്പോൾ ആദ്യപതിപ്പിന് ശേഷം (പ്രഭാത് 1964 ൽ പ്രസിദ്ധീകരിച്ചു) കേരള സാഹിത്യ അക്കാദമി ഇതിന്റെ മറ്റൊരു പതിപ്പിറക്കി. കേരള ഭാഷാ ഗാനങ്ങളിൽ (1980) കുഞ്ഞാതിപ്പാട്ടുണ്ടെങ്കിലും, അത് അപൂർണ്ണവും അങ്ങിങ്ങ് വ്യത്യസ്തവുമാണ്. എന്നിരിക്കെ ഞാൻ ആദ്യന്തം ആശ്രയിച്ചത് പ്രേംനാഥിന്റെ കൃതി ഒന്നു മാത്രമാണ്. മൂലകഥയുടെ സഞ്ചാരവഴികളിൽ നിന്ന് മാറിനടക്കാതെ കഴിയുന്നത്ര ഭാസുരവും തിളക്കമാർന്നതുമായ പുതിയൊരു മുഖം കുഞ്ഞാതിക്ക് ലഭിക്കണം എന്ന ലക്ഷ്യത്തോടെയാണ് ഞാനിത് നോവൽരൂപത്തിൽ പുനരാഖ്യാനം ചെയ്തത്. കീഴാളസമൂഹത്തിന്റെ നടുവിൽ നിന്നുണ്ടായ ചേറിന്റെയും പോരിന്റെയും മണമുള്ള ഈ കഥയെ പുതിയതലമുറയ്ക്ക് പരിചയപ്പെടുത്തേണ്ടത് കാലഘട്ടത്തിന്റെ ഒരാവശ്യമായി തോന്നിയതുകൊണ്ടാണ് പഴയ നാടൻ പാട്ടിന് ഒരു നവീന സ്വത്വം നല്കാൻ തുനിഞ്ഞത്.

ഇനി ഈ പാട്ടിലൂടെയുള്ള യാത്രയിൽ എനിക്കനുഭവപ്പെട്ട ചില പ്രശ്നങ്ങൾ കൂടിയൊന്ന് സൂചിപ്പിക്കട്ടെ. അത്രകണ്ട് സമാകർഷകമല്ലെന്ന് തുടക്കത്തിലെ ഉളവാക്കിയ കവിത മുന്നോട്ടുപോകുംതോറും വിരസമാകുന്നൊരവസ്ഥ എനിക്കനുഭവപ്പെട്ടു. പാണ്ടിക്കുറുപ്പിനെ പരാജയപ്പെടുത്തുന്നിടംവരെ പാട്ടുകവി കാണിച്ച ശ്രദ്ധ ഒടുവിലൊടുവിൽ ആരോ

കീറിയെറിഞ്ഞ ശകലങ്ങൾപോലെ ചേർച്ചയറ്റതായി. കഥാന്ത്യത്തിലെത്തുമ്പോൾ സമ്പാദകൻ പ്രേംനാഥ് പാട്ടുകൾ അശേഷം ലഭിക്കാതെ കുഞ്ഞാതിക്കഥയ്ക്ക് തന്റേതായ ഭാഷ്യം ഗദ്യത്തിൽ ചമയ്ക്കുന്നു. അതാകട്ടെ, കൃത്രിമത്തം നിറയും വണ്ണവും. ഒരുവേള ഹൃദിസ്ഥമാക്കിയ പാട്ടുകൾ പലർക്കും കൃത്യമായും പൂർണ്ണമായും ഓർത്തെടുക്കാൻ കഴിയാത്തതിനാലാകാം വരികൾ ശ്ലഥവും ശുഷ്കവുമായി മാറിപ്പോയത്. അതുവരെയുള്ള പാട്ടിന്റെ വടിവുകളും മാറുന്നുണ്ട്. ഇതെല്ലാം ചേർന്ന് വായനയെ അസുഖകരവും അസ്വാഭാവികവുമാക്കി. അതിനാൽ എന്റെ ഭാവനയ്ക്കനുസരണമായി ഗദ്യാഖ്യാനത്തിൽ സ്വതന്ത്രമായ ചില മാറ്റങ്ങൾ വരുത്തി, യുക്തിസഹവും കാലോചിതവുമാക്കാൻ ശ്രമിച്ചു. മുഖ്യധാരയോട് ചേരാൻ മടിച്ചുനിന്ന യുക്തിരഹിതമായ ചില പാഴ്ക്കഥകൾ വിട്ടുകളഞ്ഞു. (ഉദാ. മങ്കൊമ്പിലച്ചന്റെയും ഉലുവന്തുപ്പെണ്ണിന്റെയും മറ്റും കഥകൾ). ചിലത്, സ്വാതന്ത്ര്യത്തോടെ വിശദമാക്കി. കഴിയുന്നത്ര വിശ്വസനീയമാക്കി. നാടൻ പാട്ടില്ലാതെ സമ്പാദകൻ ഗദ്യത്തിൽപ്പറഞ്ഞ ചില കഥാപാത്രങ്ങളും സംഭവങ്ങളും (മൂവിക്കലിട്ടി, മലനാടൻകുഞ്ഞ് തുടങ്ങി) കഥയ്ക്കിണങ്ങുംവിധം പരിഷ്ക്കരിച്ചു. എന്നാൽ കഥാഗതി അനാവശ്യമായി മാറ്റാനോ, പാത്രനാമങ്ങൾ നീക്കാനോ മുതിർന്നില്ല. ചില പാത്രങ്ങൾക്ക് (പാലുവംപെണ്ണ്/കരിയാപ്പണിക്കൻ/എരിയാപ്പണിക്കൻ...) ഉചിതമായി തോന്നിയ പേര് നല്കി. ധനികരായ ദളിതന്റെ മുഖവും ശരീരവും മാത്രമുള്ള മൂലകഥയ്ക്കുള്ളിൽ നെല്ലിൻ ചുവട്ടിൽ മുളയ്ക്കുന്ന ചില കളകളേയും അവതരിപ്പിച്ചു. നായകന്റെ സാമൂഹികവിപ്ലവ പരിവേഷം കൂടുതൽ മിനുക്കി. ചുരുക്കത്തിൽ, എനിക്ക് അനിവാര്യമെന്നു തോന്നിയ സ്വാതന്ത്ര്യമെടുത്ത് ചെങ്ങന്നൂർ കുഞ്ഞാതിയെ എത്രയും സ്വാഭാവികവും, കാലോചിതവും ആകർഷകവുമാക്കാൻ ശ്രമിച്ചു. അങ്ങനെയെങ്കിലും ഈ പഴയ നാടോടിക്കവിത ആസ്വാദകൻ തേടിപ്പിടിച്ചുവായിക്കട്ടെയെന്ന് ഞാൻ മോഹിച്ചു. "പഴയതായാലും പുതിയതായാലും സത്യമായാലും അസത്യമായാലും" അവരതിൽ നമ്മുടെ നാടിന്റെ ഹൃദയമിടിപ്പ് കേൾക്കുമെന്ന് ഞാൻ കൊതിച്ചു. പ്രതീക്ഷിച്ചു. ആ പ്രതീക്ഷകൾ പൂവിടുമെന്ന് വിചാരിക്കട്ടെ.

2019 ന്റെ തുടക്കത്തിൽ എഴുതി പൂർത്തിയാക്കിയ ഈ ആഖ്യാനം പല കാരണങ്ങളാൽ പുസ്തകരൂപത്തിലാക്കാൻ കഴിഞ്ഞത് ഇപ്പോൾ മാത്രമാണ്. അന്വേഷകർക്കും ആസ്വാദകർക്കും അധിക നിരീക്ഷണ പഠനങ്ങൾക്കായി പദ്യത്തിലുള്ള മൂലകഥയും നോവലിനൊപ്പം ഉൾപ്പെടുത്തിയിട്ടുണ്ട്. എല്ലാറ്റിനും എന്നെ സഹായിച്ചത് 'ചിന്ത'യാണ്. ചിന്ത പബ്ലിഷേഴ്സിനോടുള്ള എന്റെ അകൈതവമായ നന്ദിയും കടപ്പാടും (പ്രത്യേകിച്ച് പത്രാധിപസമിതി അംഗങ്ങളായ ശ്രീ. രാധാകൃഷ്ണൻ ചെറുവല്ലി, രഞ്ജിത്) നന്ദിപൂർവ്വം പ്രകാശിപ്പിച്ചുകൊണ്ട്, ഒട്ടുനീണ്ടുപോയ ഈ ഉപോദ്ഘാതത്തിൽനിന്നു ഞാൻ പിന്മാറട്ടെ. സ്നേഹാഭിവാദനങ്ങളോടെ...

ഒന്ന്

കനക്കുന്ന ഇരുട്ടിൽ മിന്നാമിന്നികൾ അങ്ങിങ്ങ് പാറിക്കളിക്കുംപോലെയാണ് ആദ്യം തോന്നിയത്. വളവുകളുള്ള വഴികളിലൂടെ ചൂട്ടുവെളിച്ചത്തിൽ അവർ നടന്നടുക്കുകയാണെന്ന് ഉറപ്പായി. ഇനിയുള്ള നിമിഷങ്ങൾ ഏറെ പ്രധാനമാണ്. ജാഗ്രതയും കരുതലും കൂടുതൽ വേണം. അടുത്തെത്തും വരെ ക്ഷമയോടെ കാത്തുനിൽക്കുക.

കൈതപ്പൊന്തയുടെ അരികിലേക്ക് ഒന്നുകൂടി ചേർന്നു നിന്നു.

തണുത്തകാറ്റ് ഇടയ്ക്കിടെ ആഞ്ഞുവീശുന്നുണ്ടായിരുന്നു. വകവെച്ചില്ല. ധനുമാസത്തിന്റെ അവസാനമല്ലേ? സൂചികുത്തിക്കയറുംപോലെ കാറ്റ് നഖം താഴ്ത്താൻ എത്തുന്നതിൽ അതിശയിക്കാൻ എന്തുണ്ട്? ആകാശത്തിന്റെ കോണിലെങ്ങോ പേടിച്ചു വിളറിയ ഒരു ചന്ദ്രൻ കാർമേഘങ്ങൾക്കിടയിൽ കാൽതെറ്റിവീണുകിടക്കുന്നത് നക്ഷത്രങ്ങൾ ഭയന്ന കണ്ണോടെ നോക്കുന്നു. നോക്കട്ടെ. ഇതുതന്നെ അവസരം. ഇന്നോടെ അവന്റെ കഥ അവസാനിക്കണം. എത്രനാളായിട്ടുള്ള ശ്രമമാണ്. ഇനിമേലാൽ അവൻ എന്റെ നേർക്ക് അസൂയയും പകയുമായി നടക്കരുത്.

അവർ അടുത്തെത്തുന്നുണ്ടായിരുന്നു. കൈതപ്പൊന്തകൾക്കിടയിലൂടെ കണ്ണുകൾ പായിച്ചു. എങ്ങനെവേണം ചാടിവീഴേണ്ടത്? ഏതുവശം തിരിഞ്ഞ്? അപ്രതീക്ഷിതമായ ആക്രമണത്തിൽ അവൻ നിലംപരിശാകണം. കൂർത്ത കൊമ്പുകൾ അവന്റെ നെഞ്ചിലേക്ക് ആഴ്ന്നിറങ്ങണം. ചൂട്ടുവെളിച്ചം അടുത്തെത്തിക്കഴിഞ്ഞു. ഇനി വൈകിക്കൂടാ. അപ്പോഴാണ് ഭയന്നുവിറയ്ക്കുന്ന ഒരൊച്ച കാതുകളിൽ വന്നു വീണത്.

"ആശാനേ.... ഒരു കണ്ണ്..."

"കണ്ണോ? എവിടെ...?"

"ദാ, നോക്ക് ആ കൈതപ്പൊന്തയ്ക്കിടയിൽ. തിളങ്ങുന്ന രണ്ട് പച്ച ക്കണ്ണുകൾ...."

"എവിടെ? എവിടെ? എങ്കിൽ അത് അവനാ. ആ ചേന്നൻ...."

പറഞ്ഞു മുഴുപ്പിച്ചില്ല. അതിനനുവദിച്ചില്ല. അതിനു മുമ്പ് സ്വയം മറന്ന് സർവ്വശക്തിയുമെടുത്ത് ഒറ്റച്ചാട്ടമായിരുന്നു. നെഞ്ചുനോക്കി ആഞ്ഞുകുത്താൻ തുടങ്ങും മുൻപേ അവന്റെ കഠാര എന്റെ തുടയ്ക്കു കയറി. അവൻ വഴുതിമാറി. എങ്കിലും തലകൊണ്ടുള്ള ഇടിയേറ്റ് കുറ്റി ച്ചെടികളിലേക്ക് പിടഞ്ഞു വീണിരുന്നു. കടുത്ത വേദന വകവെക്കാതെ, വീണുകിടന്ന അവന്റെ നെഞ്ചിലേക്ക് വീണ്ടും തലകൊണ്ട് ഇടിച്ച് കൊമ്പു കൾ പൂഴ്ത്താൻ തുടങ്ങുമ്പോഴായിരുന്നു ദേഹത്ത് വെള്ളം തെറിച്ചു വീണത്. നനവ് പടർന്നതോടെ സകലതും കഴിഞ്ഞു. എന്റെ യഥാർത്ഥ രൂപം വെളിവായി. കാട്ടുപോത്തിന്റെ മായാരൂപം ഓടിമറഞ്ഞു. ഒടിവിദ്യ യുടെ മറയെല്ലാം പൊളിഞ്ഞു.

ശത്രുവിന്റെ ശിഷ്യൻ കോരന്റെ ബുദ്ധിയായിരുന്നു അത്. മൊന്ത യിൽ കരുതിയിരുന്ന വെള്ളം ജപിച്ചെറിയുക. അതവന് ഗുരു പഠിപ്പിച്ചു കൊടുത്തിരിക്കണം.

എന്റെ കൈയിൽ ആയുധങ്ങളില്ല. അവർ ഇരുവരാണുള്ളത്. മാത്ര മല്ല, കൈയിൽ മന്ത്രവാദത്തിന് കൊണ്ടുപോയിരുന്ന നെടും ചൂരലും കഠാരയുമുണ്ട്. ഇനി നിന്നാൽ അപകടമാണ്. പരുക്കേറ്റ് അവശനായി വീണുകിടക്കുകയാണെങ്കിലും, കരുത്തനായ ശത്രു ആഞ്ഞുശ്രമിച്ചാൽ നിരായുധനായ എന്റെ നില പരുങ്ങലിലാവും. അതിനാൽ ഇനി ഓടി രക്ഷപ്പെടുക. അതാണ് മാർഗ്ഗം.

–അങ്ങനെ എന്റെ നാലാമത്തെ പരിശ്രമവും ദയനീയ പരാജയത്തിൽ കലാശിച്ചു.

പിന്നെ അമാന്തിച്ചില്ല, ഓടി. പിന്തിരിഞ്ഞു നോക്കാതെ പ്രാണന ടക്കി ഇരുട്ടുമൂടിയ ഇടവഴികളിലൂടെ ഓടി. കരിമ്പനകളുടെ മറവ് പറ്റി കുന്നുകയറി വളവ് തിരിഞ്ഞ് ഓടി. ഓടുമ്പോഴൊക്കെയും ആവർത്തി ച്ചുവരുന്ന പരാജയങ്ങളോർത്ത് ഉള്ളിൽ പിന്നെയും തേങ്ങലുകൾ പൊങ്ങി. നെടുവീർപ്പുകൾ ഉയർന്നു. അപ്പോൾ ദൂരെ, ചെമ്മൺനിരത്തിൽ നിന്നെ ന്നോണം കേട്ടു.

"ചാകാൻ നീ ഒരുങ്ങിക്കോടാ ചേന്നാ..."

ഠഠഠഠഠ

– "അങ്ങനെ ഭീഷണിമുഴക്കിയ, പ്രതികാരദാഹിയായ അവൻ വെറുതെ ഇരിക്കുമോ? ഇരുന്നില്ല. ഒളിഞ്ഞും തെളിഞ്ഞും പലവട്ടം എന്നെ അവൻ കുരുക്കാൻ ശ്രമിച്ചു. അവിടുന്നെല്ലാം ഞാൻ പോറൽപോലു മേൽക്കാതെ രക്ഷപ്പെട്ടു. പക്ഷേ, ഇത്തവണ എന്നെ അവൻ തന്ത്രപൂർവ്വം പൂട്ടി. ഞാൻ ചത്തെന്നു കരുതി ആശ്വസിച്ച് പോയിരിക്കുകയാണ് അവൻ. ഇപ്പോഴും ഞാൻ പച്ചജീവനോടെ ഇരിക്കുന്നുണ്ടെന്ന് ആ ചതിയന് അറി ഞ്ഞൂടാ..."

അത്രയും പറഞ്ഞു നിർത്തി ഒന്നു നിശ്വസിച്ച് അടുത്തിരുന്ന ഓട്ടു മൊന്തയിൽ നിന്ന് ചുക്കുവെള്ളമെടുത്ത് അദ്ദേഹം ഒരു കവിൾ കുടിച്ചു.

എല്ലാം ശ്രദ്ധാപൂർവ്വം കേട്ടിരിക്കുകയായിരുന്നു കുഞ്ഞാതി.

"ഗുരുനാഥാ, ഇക്കഥകളെല്ലാം അങ്ങ് മുൻപും പറഞ്ഞിട്ടുണ്ട്. എന്തിനാണ് അങ്ങ് ശത്രുവായ എരിയാപ്പണിക്കരെ ഇത്രയും പേടിക്കുന്നത്? അയാൾ ഇനി പകയുമായി വരികയാണെങ്കിൽ ഗുരുനാഥൻ ഒറ്റയ്ക്കല്ലെന്ന് ഓർക്കണം. അങ്ങയോടൊപ്പം ഈ ഞാനുമുണ്ടാകും. അങ്ങയെ രക്ഷിക്കാൻ കൂടിയുള്ളതാണ് എന്റെ ഈ ശരീരം..."

കുഞ്ഞാതി ഗുരുനാഥന്റെ കാൽക്കലിരുന്ന് കഥ കേൾക്കുകയായിരുന്നു. അദ്ദേഹം പലവട്ടം ആവർത്തിച്ചിട്ടുള്ള കഥ. അതുകൊണ്ട് തന്നെ വിരസം. എങ്കിലും ഗുരുവിന് അനിഷ്ടം തോന്നണ്ടായെന്നു കരുതി വിരസതയെ മനഃപൂർവ്വം മറച്ചുവെച്ചു. അവന് സത്യത്തിൽ അറിയേണ്ടത് ഇതൊന്നുമല്ല. അത് ഒടിവിദ്യയെപ്പറ്റിയാണ്. ഗുരുനാഥനും ശത്രുവും തമ്മിൽ നടത്തിയ അങ്കത്തിൽ അവർ ഇരുവരും ഒരുപോലെ ഉപയോഗിച്ച ഒടിവിദ്യ. അതറിയാൻ എത്രനാൾകൊണ്ട് ആഗ്രഹിക്കുന്നു. ഒടുവിൽ ജിജ്ഞാസയടക്കി ചോദിച്ചു.

"ഗുരുനാഥാ, ഒടിവിദ്യയെക്കുറിച്ച് എന്നോട് ഇപ്പോഴും ഒന്നും പറഞ്ഞില്ല. അങ്ങേക്ക് നന്നായി അറിയാവുന്ന ഒടിവിദ്യ..."

"പറയാം. സമയമാകട്ടെ."

ഗുരുനാഥൻ ഗൂഢമായി മന്ദഹസിച്ചു. "പറയണം ഗുരുനാഥാ. എന്തായാലും ഞാൻ അറിയേണ്ടതല്ലേ? ഇത്രയും നാൾ എന്നെ പലവിദ്യകളും അഭ്യസിപ്പിച്ച സ്ഥിതിക്ക് അങ്ങ് അതുകൂടി എനിക്ക് പറഞ്ഞു തന്നില്ലെങ്കിൽ..."

–കുഞ്ഞാതിയുടെ സ്വരത്തിൽ അറിയാതെ അൽപ്പം നിരാശ കലർന്നിരുന്നു. ഗുരുനാഥൻ അത് മനസ്സിലാക്കിയെന്ന് തോന്നുന്നു.

"ശരിയാണ്. നിനക്കു ഞാൻ ഇതുവരെ ഒടിവിദ്യ പറഞ്ഞു തന്നിട്ടില്ല. നിന്നെ അത് അഭ്യസിപ്പിക്കുന്നതിൽ എനിക്ക് സന്തോഷമുണ്ട്. നീ അത് നല്ല രീതിയിൽ പ്രയോജനപ്പെടുത്തുമെന്നാണ് എന്റെ വിചാരം; ഇരിക്കട്ടെ - നിനക്കിപ്പോൾ എത്ര വയസ്സായി...?"

"പതിനെട്ട് തികഞ്ഞു."

"ഓ... അത്രയും ആയി. അല്ലേ?" - ഗുരുനാഥൻ അത്ഭുതം കൂറി. ആ അത്ഭുത ഭാവത്തോടെ തുടർന്നു: "നിന്നെ ഞാൻ ആയുധവിദ്യ പഠിപ്പിക്കാൻ തുടങ്ങിയിട്ട് അപ്പോൾ പത്തു വർഷമാകുന്നു അല്ലേ? തുടർച്ചയായി പഠിപ്പിക്കാനായില്ല. പക്ഷേ, സമർത്ഥനായതുകൊണ്ട് നീ കാര്യങ്ങളെല്ലാം ഒന്നിനിരട്ടിയായി ഗ്രഹിച്ചു. സംതൃപ്തിയുണ്ട് കുഞ്ഞേ.... ഒരു ആചാര്യൻ എന്ന നിലയിൽ എനിക്ക് നിന്നിൽ വലിയ സംതൃപ്തിയുണ്ട്..."

ഗുരുനാഥന്റെ മുഖത്തെ ആലസ്യം അകന്നു. ഒരു നിമിഷം അദ്ദേഹം എന്തോ ചിന്തിച്ചിരുന്നു. എന്നിട്ട്, ആത്മഗതമെന്നോണം പിറുപിറുത്തു:

"നീ ഒടിവിദ്യ പഠിക്കേണ്ടത് എന്റെയും ആവശ്യമാണ്. എപ്പോൾ, എവിടെവെച്ച്, എങ്ങനെ ഒരു സഹായം വേണ്ടിവരുമെന്ന് പറയാനാവില്ല ല്ലോ. ആകട്ടെ, നീ ആദ്യം ആ വെറ്റിലച്ചെല്ലം ഒന്നു കൊണ്ടുവരൂ..."

കിളിവാലൻ വെറ്റിലയും ജാപ്പാണം പൊയില അരിഞ്ഞതും മണ മുള്ള അടക്കയും ചുണ്ണാമ്പും അടങ്ങിയ ചെല്ലം ഗുരുവിന്റെ മുന്നിലേക്ക് എത്തിച്ചു. പിറകെ, പിച്ചളക്കോളാമ്പിയും. സാവകാശം ഗുരുനാഥൻ ആസ്വദിച്ച് മുറുക്കി കോളാമ്പിയിലേക്ക് തുപ്പി ചോന്നു തുടുത്ത ചുണ്ടു കൾ തുടച്ച് പീഠത്തിൽ ഒന്നമർന്നിരുന്നു. ആ മുഖത്ത് ഒരു മന്ദഹാസം വിടർന്നു. പ്രചോദനമാർന്ന മട്ടിൽ അദ്ദേഹം വാത്സല്യപൂർവ്വം വിളിച്ചു.

"കുഞ്ഞാതീ...."

കുഞ്ഞാതി ആകാംക്ഷയോടെ ഗുരുമുഖത്തേക്കു നോക്കി. അപൂർവ്വ മായ ഒരു ആദരവും ശ്രദ്ധയും അവനിൽ പ്രകടമായിരുന്നു.

"കുഞ്ഞാതീ, ഒടിവിദ്യയുടെ രഹസ്യങ്ങൾ ആരും തന്നെ പകർന്നു കൊടുക്കുന്നതല്ല. എങ്കിലും നിനക്കായി ഞാനത് പകരാം. ഒടിവിദ്യയെ പ്പറ്റി പറയുമ്പോൾ നീ നമ്മുടെ പുരാണത്തിലെ ചില കഥാപാത്രങ്ങളെ ഒന്നോർക്കണം. ഒടിപോലെ മായാവിദ്യകൾ അറിയാവുന്ന രാക്ഷസന്മാർ.... അസുരന്മാർ...."

"എനിക്കറിയാം ഗുരുനാഥാ. ഞാൻ ചിന്തിക്കാറുണ്ട്. പൊൻമാനായി മാറി സീതാദേവിയെ മോഹിപ്പിച്ച മാരീചനെപ്പറ്റി.... കാട്ടുപോത്തിന്റെ രൂപം ധരിച്ച് ബാലിയെ വെല്ലുവിളിച്ച ദുന്ദുഭിയെപ്പറ്റി....മഹിഷത്തിന്റെ വേഷത്തിൽ അയ്യപ്പനെ എതിർത്ത അസുരനെപ്പറ്റി.... പുള്ളിന്റെ രൂപമെ ടുത്ത് ഉണ്ണിക്കണ്ണനെ കൊല്ലാൻ ചെന്ന കംസന്റെ ദൂതനെപ്പറ്റി... അങ്ങനെ പറയുകയാണെങ്കിൽ ഇനിയും ഏറെയുണ്ട്..."

"ആഹാ! നീ മായാവികളായ രാക്ഷസന്മാരെപ്പറ്റിയൊക്കെ വിശദ മായി ഓർത്തുവെച്ചിരിക്കുകയാണല്ലോ. കുഞ്ഞാതീ, ഒരർത്ഥത്തിൽ നമ്മ ളെപ്പോലെ കീഴാളരാണ് പുരാണത്തിലെ ഈ രാക്ഷസന്മാരും അസു രന്മാരും ഒക്കെ. നീ എന്തുപറയുന്നൂ?..."

"ശരിയാണ് ഗുരുനാഥാ. പുരാണത്തിലെ കീഴാളർ തന്നെയാണ് ഈ അസുരന്മാരും രാക്ഷസന്മാരും. അവരെ അടിച്ചമർത്താനാണല്ലോ മേലാ ളരായ സകല ദേവന്മാരുടെയും ശ്രമം...."

"അക്കഥകളിലേക്കൊന്നും ഇപ്പോൾ കടക്കണ്ടാ. അതൊന്നും പറ ഞ്ഞാൽ ഒരു അവസാനവുമില്ല. പിന്നെ, രൂപം മാറ്റുന്ന മായാവിദ്യ പുരാ ണത്തിലെ രാക്ഷസന്മാർക്കു മാത്രമല്ല, അവരുടെ ശത്രുക്കളായ ദേവ ന്മാർക്കും ഭംഗിയായി അറിയാമായിരുന്നു.... എന്തിന്? ദേവമഹത്വമില്ലാത്ത ജയന്തൻപോലും കാക്കയുടെ രൂപമെടുത്തല്ലേ സീതയെ ഉപദ്രവിക്കാൻ ചെന്നത്."

"അതേ ഗുരുനാഥാ. പുരാണപാത്രങ്ങളൊക്കെ ഒരുതരം മായാവി കളാണ്. തോന്നുമ്പോൾ രൂപം മാറ്റാം. അഴിക്കാം. പക്ഷേ, നമ്മുടെ കഥ അങ്ങനെയല്ലല്ലോ..."

"തീർച്ചയായും നമ്മുടെ രൂപമാറ്റം അത്ര ക്ഷിപ്രസാദ്ധ്യമായ ഒരു കാര്യമല്ല. അതൊരു സാഹസമാണ് കുഞ്ഞേ... ഒരു തരം കടുംകൈ.... ആ കടുംകൈ ചെയ്യാൻ നിനക്ക് ധൈര്യമുണ്ടോ കുഞ്ഞാതി..?"

-ഗുരുനാഥൻ കൗതുകപൂർവ്വം ശിഷ്യന്റെ മുഖത്തേക്ക് നോക്കി. അവന്റെ മുഖത്ത് യാതൊരു ഭാവമാറ്റവുമില്ല.

"അങ്ങ് പറയണം. ആവശ്യമെങ്കിൽ എന്തു സാഹസത്തിനും ഞാൻ തയ്യാറാണ്...."

"കുഞ്ഞാതീ, ഒടിവിദ്യ ചെയ്യാൻ വേണ്ടത് പിള്ളത്തൈലമാണ്. ആ പിള്ളത്തൈലം തയ്യാറാക്കുക എന്നത് ഏറ്റവും ശ്രമകരമാണ്. അതൊരു മാരണ ക്രിയയാണ്. അതിന് നമ്മൾ ഒരു കൊല നടത്തിയേ പറ്റൂ. ഒരു കൊലയല്ല... രണ്ടു കൊലകൾ..."

- ഗുരുനാഥന്റെ ശബ്ദം തീരെ താണു താണു വന്നു.

"ആ ചരിത്രമൊന്നും എനിക്കറിഞ്ഞുകൂടാ ഗുരുനാഥാ...."

-കുഞ്ഞാതിയുടെ സ്വരത്തിൽ ഒരു ശുദ്ധന്റെ മട്ടുണ്ടായിരുന്നു.

"എങ്കിൽ അതേപ്പറ്റി പറയാം. ഒടിവിദ്യയുടെ മരുന്നെടുക്കേണ്ടത് ഒരു ഗർഭസ്ഥശിശുവിൽ നിന്നാണ്. ആറേഴുമാസം പ്രായമുള്ള ഗർഭസ്ഥ ശിശു... ആ ശിശുവും അതിന്റെ അമ്മയും നമ്മുടെ ജാതീൽപ്പെട്ടവരാകരുത്. അത് മേൽ ജാതിയിൽ നിന്നുതന്നെ വേണം. അതിന് ആദ്യം വേണ്ടത് സുന്ദരിയും ഗർഭിണിയുമായ ഒരു മേൽ ജാതിപ്പെണ്ണിനെ വശീകരിക്കുക എന്നതാണ്. വെറും ഗർഭം പോരാ- കടിഞ്ഞൂൽ ഗർഭമാകണം. അതിന് നമ്മൾ ഒരുപാടൊരുപാട് ചുറ്റിക്കറങ്ങണം. അങ്ങനെ ഒടുവിൽ നമ്മളൊരു കടിഞ്ഞൂൽ ഗർഭക്കാരിപ്പെണ്ണിനെ കണ്ടെത്തണം. കണ്ടെത്തിയാൽപ്പിന്നെ അവളെ വശപ്പെടുത്തുന്ന പണിയാണ്. മറ്റാരും അറിയാതെവേണം വശപ്പെടുത്തൽ. അവളുടെ വീട്ടിൽ വല്ല കൃഷിപ്പണിക്കാരനായോ കന്നാലിക്കാരനായോ ഒക്കെ തൽക്കാലം പറ്റിക്കൂടണം. അവളുടെ പ്രീതി സമ്പാദിക്കണം. വശീകരണമന്ത്രങ്ങൾ അതിന് നമുക്കറിയണം. അയക്കോൽ മരത്തിലെ കന്നിപ്പഴത്തിന്റെ ചാറ് അറിയാതെ അവളെക്കൊണ്ട് കുടിപ്പിക്കണം. കല്ലടിക്കോട്ട് നീലിയുടെ മന്ത്രം ജപിച്ചുനടക്കണം. അങ്ങനെ അവൾ ഒടുവിൽ വശപ്പെടും. പിന്നീട് ഒരു ദിവസം നമ്മൾ അവളെ ക്ഷണിക്കണം. എവിടേക്ക്? അത്ര വിജനവും നിഗൂഢവുമായ ഒരു കുറ്റിക്കാട്ടിലേക്ക്. എപ്പോൾ? അമാവാസിപോലെ കൂരാകൂരിരുട്ടുള്ള ഒരു നട്ടപ്പാതിരായ്ക്ക്. ക്ഷണിച്ചാൽ അവൾ വരണമെന്നുണ്ടോ? ഇല്ല. അതിന് ഒരു ക്രിയയുണ്ട്. അന്നേ ദിവസം പകൽ അവളുടെ വീടിന് ചുറ്റും ഒരു മൂന്നു പ്രാവശ്യം ആരും കാണാതെ നമ്മൾ പ്രദക്ഷിണം വെക്കണം. വെറുതെയുള്ള പ്രദക്ഷിണമല്ല. ഗുരുതിക്കുടുക്ക കലക്കി കൊണ്ട്, നിലത്ത് ചക്രം വെട്ടി, നീലിമന്ത്രം ധ്യാനിച്ച് ജപിച്ച് കൊണ്ടുള്ള പ്രദക്ഷിണം. ഇടയ്ക്കാരെങ്കിലും കണ്ട് സംശയിച്ച് ശകുനപ്പിഴയായാൽ കാര്യം മറ്റൊരു ദിവസത്തേക്ക് മാറ്റി വെക്കണം. ആരും കണ്ടില്ലെങ്കിൽ കാര്യം എളുപ്പമായി. വീട്ടിലേക്ക് മടങ്ങാം. പാതിരാത്രിയോടടുക്കുമ്പോൾ

നമ്മൾ വീണ്ടും അവളുടെ വീടിന്റെ പരിസരത്തെത്തണം. ആരും കാണാതെ തൊടിയിലെ മരത്തിന് മറവിൽ ഒളിഞ്ഞിരിക്കണം. വശീകരണമന്ത്രം ആയിരത്തൊന്ന് തവണ ജപിക്കണം. അപ്പോഴേക്കും അവൾ ഏതുറക്കത്തിലാണെങ്കിലും ഞെട്ടിയുണരും. കിടക്കവിട്ടെഴുന്നേൽക്കും. മന്ത്രശക്തികൊണ്ട് ഭവനത്തിന് പുറത്തേക്ക് വരും. പുറത്തുനിന്ന് വല്ല കതകും ബന്ധിച്ചിട്ടുണ്ടെങ്കിൽ പതുക്കെച്ചെന്ന് നാം തലയൊന്ന് മുട്ടിച്ചാൽ അത് തുറന്നുകൊള്ളും. പിന്നെ ഒരു സ്വപ്നാടകയെപ്പോലെ അവൾ നമ്മുടെ പിന്നാലെ കൂടിക്കൊള്ളും. ഇരുട്ടും കാറ്റും മഞ്ഞും ഒന്നും അറിയുകില്ല. വിജനസ്ഥലത്തെത്തിയാൽ അവളുടെ തുണിയെല്ലാം ഉരിഞ്ഞു മാറ്റും. നഗ്നരൂപത്തിലങ്ങനെ മലർത്തിക്കിടത്തും. ചെറിയ തിരിവെളിച്ചത്തിൽ ഭാണ്ഡത്തിൽ നിന്ന് ചോരക്കിണ്ടിയെടുത്ത് ഗർഭപാത്രത്തിന് നേരെയങ്ങ് പിടിക്കും. നിറവയറ്റിന് മീതെ അയക്കോൽതൈലം മെല്ലെ പൂശും. മന്ത്രം ജപിക്കും. അപ്പോൾ ഗർഭപാത്രം വിടർന്ന് ശിശുവിന്റെ ഭ്രൂണം പതുക്കെപ്പുറത്തുവരും. ആ ഭ്രൂണത്തെ നിലംതൊടാതെ ചുരയ്ക്കയിലെടുക്കും. നിലംതൊട്ടുപോയാൽ ഫലം കുറയും. ഭ്രൂണമെടുത്താൽപ്പിന്നെ മറുമരുന്നിട്ട് ഗർഭപാത്രം പഴയനിലയിലാക്കും. മറുമരുന്നായി ഉപയോഗിക്കുന്നത് മലവാരത്തെ കാട്ടുചെടിയുടെ ഇലയാണ്. ചിലപ്പോൾ ഇലയിട്ട് ഗർഭപാത്രമങ്ങ് നിറയ്ക്കും. എന്തായാലും ഇരയാകുന്ന പെണ്ണ് ആ സ്വപ്നമയക്കത്തിൽത്തന്നെ അതോടെ മരിച്ചുപോകും. നമ്മൾ അവളെ കാട്ടിലുപേക്ഷിച്ച് രക്ഷപ്പെടണം. പിറ്റേന്ന് രാവിലെ തൊട്ട് ഗർഭിണിയെ അന്വേഷിച്ചിറങ്ങുന്നവർക്ക് ഏതോ കാട്ടുമൃഗം കൊന്നുകീറിയ അവളുടെ മൃതദേഹം കണ്ടെത്താം. അതൊന്നും നമ്മൾ കണക്കാക്കണ്ട. കിട്ടിയ ഭ്രൂണം ഒട്ടും വൈകാതെ ഭദ്രമായി മറ്റേതെങ്കിലും നിഗൂഢസങ്കേതത്തിലെത്തിക്കണം. അവിടെയിരുന്ന് ഭ്രൂണം കഷണം കഷണമായങ്ങ് നുറുക്കണം. പിന്നീടത് ചെറുചൂടിൽ ഉണക്കി പുകയത്ത് വെക്കണം. അതിനുശേഷം ഒന്നോ രണ്ടോ ദ്വാരമുള്ള ഒരു പാത്രത്തിലാക്കി അതിനു ചുവടെ മറ്റൊരു പാത്രവും വെക്കണം. ഇതു രണ്ടും കൂടി വെള്ളം നിറച്ച ഒരു വലിയ ചെമ്പുപാത്രത്തിലിറക്കി അടുപ്പിൽ വെച്ച് വേവിക്കണം. മാംസക്കഷണങ്ങൾ നല്ലവണ്ണം വേകത്തക്കവിധം പുകകുറഞ്ഞ വിറകാണ് അടുപ്പിൽ വെയ്ക്കേണ്ടത്. പിഞ്ചുമാംസമുരുകി ദ്രവരൂപത്തിലായി തുളയുള്ള പാത്രത്തിൽ നിന്ന് ചുവട്ടിലെ വലിയ പാത്രത്തിലേക്ക് ഇറ്റിറ്റ് വീഴും. അതെടുത്ത് മൂടിക്കെട്ടി മൂന്നു ദിവസം പരണത്തു വെക്കുമ്പോൾ അത് പിള്ളതൈലമായി മാറിക്കഴിയും. പിന്നീടതിൽ മനുഷ്യന്റെ തലച്ചോറ് ഉണക്കിപ്പൊടിച്ചെടുത്ത സൂക്ഷ്മ ചൂർണ്ണം കലർത്തി ഒരു കൂട്ടാക്കി വെക്കും. ആ തൈലമെടുത്ത് ആദ്യം നെറ്റിയിലൊരു പൊട്ടുതൊട്ട് കണ്ണെഴുതി ദേഹമാകെ പുരട്ടിയാൽപ്പിന്നെ, നമ്മളെ ആരും കാണില്ല. നമുക്ക് ഇഷ്ടമുള്ള രൂപം ധരിക്കാം. കാട്ടുപോത്തായും, കാളക്കൂറ്റനായും, കാട്ടുനായായും, പൂച്ചയായും, കുറുക്കനായും പക്ഷികളായും ഒക്കെ നമുക്ക് രൂപം മാറാം. ഒരാളും തിരിച്ചറിയില്ല. ഇരുട്ടിൽ വഴിയോരത്ത് മറഞ്ഞുനിന്ന് ശത്രുവിനു

മേൽ ചാടിവീണ് അവനെ നമുക്ക് നിർദ്ദയം വകവരുത്താം. ആവശ്യക്കാരിൽ നിന്ന് ചോദിക്കുന്ന പണം മുൻപേറ് വാങ്ങി അവർ ചൂണ്ടിക്കാട്ടുന്ന ശത്രുക്കളെയും നമുക്ക് കൊല്ലാം. ഒരുത്തരും അറിയുകയില്ല. ആരും പിടിക്കില്ല. എല്ലാം കഴിഞ്ഞ് മറുമന്ത്രം ചൊല്ലിയാൽ നമ്മുടെ മായാരൂപം ചൂടത്ത് മഞ്ഞ് മായുംപോലെ അലിഞ്ഞുമാറും. നമ്മള് പഴയരൂപത്തിലാകും. ഇനി മന്ത്രമില്ലാതെ കുറച്ചുവെള്ളം ആരെങ്കിലും ദേഹത്തേക്ക് ഒഴിച്ചാലും മതി- നമ്മുടെ മായാരൂപം മാറാൻ. പലർക്കും പക്ഷേ, ആ മറുമരുന്ന് അറിഞ്ഞുകൂടാത്തത് ഒടിയന്റെ ഭാഗ്യം. അതുമല്ല, ഓർക്കാപ്പുറത്തുള്ള ആക്രമണമല്ലേ? അന്നേരം വെള്ളമെടുക്കാൻ എവിടെപ്പോകും? ശത്രു വെള്ളംകൊണ്ട് നടക്കുകയല്ലല്ലോ....”

ഗുരു ഒടിവിദ്യയുടെ രഹസ്യങ്ങൾ പറഞ്ഞുനിർത്തി നെടുതായി നിശ്വസിച്ചു. ആ മുഖത്ത് എന്തോ ഒരു ആശ്വാസം പരന്നതുപോലെ. കഥ സശ്രദ്ധം കേട്ടുകൊണ്ടിരുന്ന കുഞ്ഞാതിയെ അദ്ദേഹം ആർദ്രമായൊന്ന് നോക്കി. ചെറുതായി മന്ദഹസിച്ചു.

“കഥകൾ കേട്ടിട്ട് കുഞ്ഞാതീ, നിനക്കെന്തു തോന്നുന്നു....?”

“നിഗൂഢമായ കഥകൾ പറഞ്ഞുതന്നതിന് വലിയ ഉപകാരമുണ്ട്. ഗുരുനാഥാ, എനിക്കും ഒടിവിദ്യ പരീക്ഷിക്കണമെന്നുമുണ്ട്. പക്ഷേ....”

“എന്തു പക്ഷേ...? എന്തുകൊണ്ട് കുഞ്ഞാതിക്ക് ഇത് ചെയ്തുകൂടാ...?”

“ആഗ്രഹമില്ലാതല്ല ഗുരുനാഥാ. പക്ഷേ, നിരപരാധിയായ ഒരു ഗർഭിണിയെ വശത്താക്കി വയറുകീറി വധിച്ച് ആ പിഞ്ചുകുഞ്ഞിനെ നുറുക്കി പിള്ളതൈലം ഉണ്ടാക്കുന്ന കർമ്മം....ഹോ! അതെനിക്ക് തീർച്ചയായും പ്രയാസമാണ് ഗുരുനാഥാ...”

-കുഞ്ഞാതിയുടെ സ്വരത്തിൽ നിരാശ പൊടിഞ്ഞിരുന്നു. “അങ്ങനെ വിചാരിച്ചാൽ ജീവിതത്തിൽ ഒന്നും നേടാനാവില്ല കുഞ്ഞാതീ. ചിലപ്പോഴെങ്കിലും നാം കഠിനഹൃദയരാകണം. പലതും കണ്ടില്ലെന്നും കേട്ടില്ലെന്നും നടിക്കണം. എങ്കിലേ നമുക്ക് പലതും മറികടക്കാനാകൂ. നേടിയെടുക്കാനാവൂ....”

ഗുരുനാഥന്റെ സ്വരം ഗൗരവഭാവത്തിലുയർന്നു.

“ഒക്കെ ശരിയാ... എങ്കിലും....”

കുഞ്ഞാതി വിശദീകരിക്കാതെ നിർത്തി.

“അങ്ങനൊരു എങ്കിലുമില്ല കുഞ്ഞാതീ... നിനക്കറിയാമോ ഒടിവിദ്യയുടെ രഹസ്യം ഞാൻ നിന്നോട് ഒട്ടും ആശങ്കയില്ലാതെ വിശദീകരിച്ചു. വാസ്തവത്തിൽ, ഇങ്ങനെയല്ല അതിന്റെ ഒരു രീതി. നിന്നോടുള്ള വാത്സല്യത്താൽ ഞാനൊരു ഔദാര്യം കാട്ടിയെന്നു മാത്രം. ഒടിവിദ്യ ഒരാൾ അഭ്യസിക്കാൻ ആകാംക്ഷ പൂണ്ടുവന്നാൽ ഒരു ഗുരുവും പൊടുന്നനെയങ്ങ് സമ്മതിക്കില്ല. ആവശ്യക്കാരനെ നല്ലവണ്ണമൊന്ന് പരീക്ഷിക്കും. ആദ്യം ഒഴിവ്കഴിവ് പറഞ്ഞ് അകറ്റാൻ നോക്കും. അവൻ വിടുന്നില്ലെങ്കിൽ വലിയൊരു തുക ദക്ഷിണയായി വാങ്ങും. പിന്നീട് നട്ടപ്പാതി

രായ്ക്ക് അവനെ ചുടലപ്പറമ്പിലോ കൊടുംകാട്ടിനുള്ളിലോ കൊണ്ടു പോയി ഒറ്റയ്ക്ക് നിർത്തും. ഏതെങ്കിലും കാട്ടുമൃഗമായി അവന്റെ മുന്നിൽ രാത്രിയിൽ ആകസ്മികമായി ഗുരു ചാടിവീഴും. ചാടിവീഴുമ്പോൾ ധൈര്യത്തോടെ അവൻ അതിനെ നേരിടണം. അങ്ങനെ രണ്ട്മൂന്ന് രാത്രികൾ കാട്ടിൽ മൃഗങ്ങൾക്കു നടുവിൽ പല അപകടങ്ങളും നേരിട്ട് കഴിയണം. ആ പരീക്ഷണത്തിൽ വിജയിച്ചാൽ ഗുരുശിഷ്യനാകും. പിന്നീട് പറ്റിയൊരു ശുഭമുഹൂർത്തത്തിൽ കല്ലടിക്കോട് നീലിക്ക് പൂജകഴിച്ച് മത്സ്യമാംസാദികൾ ഭക്ഷിച്ച് പിള്ളതൈലവും അങ്കോലതൈലവും ശേഖരിക്കാൻ ഗുരു അവനെ പഠിപ്പിക്കും."

വിശദീകരണം നിർത്തി ഗുരുനാഥൻ എഴുന്നേറ്റു. എന്തോ ഓർമ്മിച്ചിട്ടെന്നപോലെ അദ്ദേഹം പറഞ്ഞു.

"കുഞ്ഞാതീ, നിന്നോട് ഞാൻ പലതും പറഞ്ഞ് നേരം കളഞ്ഞു. പക്ഷേ, ഒരു പ്രധാനകാര്യം പറയാൻ മറന്നു..."

- മറന്നുപോയതു കേൾക്കാൻ കുഞ്ഞാതി ആകാംക്ഷയോടെ മുഖമുയർത്തി.

"ഞാനിനി ഈ നാട്ടിൽ അധികമുണ്ടാവില്ല കുഞ്ഞാതീ. എരിയാപ്പണിക്കൻ എന്ന കേളുവിന്റെ ദൃഷ്ടിയിൽ നിന്ന് മാറി നിന്നേ പറ്റൂ. എനിക്കിപ്പോൾ അല്പം സ്വൈരതയാണ് ആവശ്യം. അതിനു പറ്റിയ ഒരിടം ഞാൻ കണ്ടെത്തിയിട്ടുണ്ട്, അല്ലാ, അവിടേക്ക് എനിക്കൊരു ക്ഷണം തന്നെ കിട്ടിയിട്ടുണ്ട്. ഞാൻ മറ്റന്നാൾ പുലർച്ചെ അവിടേക്ക് പോകും...."

"എവിടേക്കെന്ന് പറഞ്ഞില്ല..."

"അത് തൽക്കാലം നീ അറിയേണ്ട. നീയെന്നല്ല, ആരും. വിധിയുണ്ടെങ്കിൽ നമുക്കു തമ്മിൽ വീണ്ടും കാണാനാവും...."

"ഗുരുനാഥാ, ചോദിക്കുന്നതിൽ അനൗചിത്യമുണ്ടെന്ന് തോന്നരുത്, ബുദ്ധിമുട്ടില്ലെങ്കിൽ അങ്ങ് എനിക്ക് ഒരു സഹായം ചെയ്യണം..."

- കുഞ്ഞാതി മടിച്ചു മടിച്ച് സങ്കോചം വിടാതെ പറഞ്ഞു.

"എന്തു സഹായം ?"

"അങ്ങ് പിള്ളതൈലം കരുതിവെച്ചിട്ടുണ്ടെങ്കിൽ അതിലൊരു പങ്ക് എനിക്ക് തരണം, ബുദ്ധിമുട്ടായി തോന്നരുത്... ഒടിവിദ്യ പരീക്ഷിക്കാൻ വലിയ മോഹമുണ്ട് ഗുരുനാഥാ. ആരെയും കൊല്ലാനല്ല, ജീവരക്ഷയ്ക്കുള്ള ഒരു കരുതൽ എന്ന നിലയിൽ..."

ആവശ്യം കേട്ട് ഗുരുനാഥൻ ഒട്ടൊന്നു പകച്ചു. ആ മുഖത്ത് ഒരു നിമിഷം ആലോചനയുടെ നിഴലുകൾ നിറഞ്ഞു.

"നിന്റെ ആവശ്യം വിചിത്രമായിരിക്കുന്നു കുഞ്ഞാതീ. ഒരാൾ സംഭരിച്ച പിള്ളതൈലം അങ്ങനെ മറ്റൊരാൾക്ക് കൊടുത്തുകൂടെന്നാണ് വെയ്പ്. ഫലിക്കായ്മകൊണ്ടല്ല, അതിന്റെ വില അത്ര വലുതാണ്. നിന്നോട് ഞാനൊരു രഹസ്യം പറയാം."

- ശബ്ദം താഴ്ത്തി ഗുരുനാഥൻ ചുറ്റും നോക്കി, ഒരു മാത്ര കഴിഞ്ഞ് തുടർന്നു: "പൂമംഗലത്തെ ഭാഗീരഥി തമ്പുരാട്ടിയെ വശീകരിച്ച് വകവരു

ത്തിയെടുത്തതാണ് എന്റെ പക്കലുള്ള പിള്ളത്തൈലം. അമ്മാവൻ ചാത്തൻ പണിക്കനാ ആ മാരണക്രിയ നടത്തി എനിക്കു തന്നത്. നിനക്കതിൽ കുറച്ചു തരുന്നതിൽ എനിക്കിപ്പോൾ വിരോധമില്ല. കാരണം നീ എന്റെ രക്ഷകനാണ്. എന്റെ ജീവിതം നിന്നോട് എന്നും കടപ്പെട്ടിരിക്കുന്നു. നിനക്ക് തൈലം കൂടിയേകഴിയൂവെങ്കിൽ ഒരു കാര്യം ചെയ്യൂ. നാളെ സന്ധ്യ ഇരുട്ടിയശേഷം എന്റെ വീട്ടുകളരിയിൽ എത്തുക. ഉള്ളിൽ കട ക്കാതെ പടിക്കൽ നിൽക്കുക. തൈലവുമായി നിനക്ക് മടങ്ങാം...."

അതു പറയുമ്പോൾ ഒരു കൃതാർത്ഥ ഭാവമായിരുന്നു ഗുരുനാഥ നിൽ. കുഞ്ഞാതിക്കാകട്ടെ, നിധി കിട്ടിയപോലെയുള്ള ഒരുസന്തോഷവും.

"വല്യ ഉപകാരം ഗുരുനാഥാ. വല്യ ഉപകാരം. നാളെ രാത്രി രണ്ടാം യാമത്തിൽ ഞാൻ അങ്ങയുടെ ഭവനത്തിലെത്തിക്കൊള്ളാം. ഇക്കാര്യം ആരും അറിയാതെ ശ്രദ്ധിച്ചോളാം..."

- കുഞ്ഞാതി കൃതജ്ഞതയോടെ കൈകൾ കൂപ്പി.

"എങ്കിൽ അങ്ങനെയാകട്ടെ. ഞാൻ നിന്നെ അഭ്യസിപ്പിച്ച വിദ്യക ളൊക്കെ നീ മനുഷ്യന്റെ നന്മയ്ക്കും രക്ഷയ്ക്കുമായി ഉപയോഗിക്കുക. നിരപരാധികളെ കൊല്ലാതിരിക്കുക. പിന്നെ-ഞാൻ പണ്ടുപറഞ്ഞത് ഒന്നു കൂടി ഓർമ്മിപ്പിക്കുന്നു. നീ പത്തൊൻപതാം കളരിയിൽ ഒരു കാരണവ ശാലും വരരുത്..."

ഗുരുവിന്റെ സ്വരം കൂടുതൽ ഗൗരവമാർന്നിരുന്നു.

"എല്ലാം ഞാൻ ശ്രദ്ധിച്ചുകൊള്ളാം ഗുരുനാഥാ."

"ഇനി ഞാൻ പോകട്ടെ. നേരം ഒരുപാട് വൈകി. വീട്ടിൽ എത്തി യിട്ടു വേണം മാടൻതമ്പുരാന് ഗുരുതി പൂജ ചെയ്യാൻ. ഞാൻ മടങ്ങി പ്പോയ കാര്യം നീ നിന്റെ അമ്മയോട് പറഞ്ഞേര്.."

പഴയ താളിയോലകളും പൂജാസാമഗ്രികളും അടങ്ങിയ തന്റെ ഭാണ്ഡം ഗുരു കൈയിലെടുത്തു. കുഞ്ഞാതി അദ്ദേഹത്തിന്റെ പാദം തൊട്ട് നമസ്കരിച്ചു. ഗുരു ശിഷ്യന്റെ തലയിൽ കൈവെച്ചനുഗ്രഹിച്ചു. എന്തോ മന്ത്രം ഉരുവിട്ടു. പിന്നെ ധൃതിയിൽ പുറത്തേക്ക് നടന്നു. പടിവാ തിലോളം കുഞ്ഞാതി ഗുരുവിനെ പിന്തുടർന്നു. സായാഹ്നത്തിൽ കൊഴിഞ്ഞ അരളിപ്പൂക്കൾ ചിതറിയ ചരൽപ്പാതയിലൂടെ അദ്ദേഹം തിടു ക്കത്തിൽ നടന്ന് വളവ് തിരിഞ്ഞുമറയും വരെ കുഞ്ഞാതി നോക്കിനിന്നു!!

രണ്ട്

ഇങ്ങനെയൊക്കെ വന്നുകൂടുമെന്നും ഇത്രയൊക്കെ കളരിവിദ്യ അഭ്യസിക്കാമെന്നും വിചാരിച്ചതല്ല. എല്ലാം ആകസ്മികം. സകലതും മാടൻ തമ്പുരാന്റെയും മുത്താലമ്മയുടെയും കാരുണ്യം. അവരുടെ അനുഗ്രഹമില്ലായിരുന്നെങ്കിൽ തനിക്ക് ഈ നിലയിൽ എത്താൻ കഴിയില്ലായിരുന്നു. അച്ഛനില്ലാതെ വളർന്ന തനിക്ക് അച്ഛന്റെ വാത്സല്യവും സുരക്ഷയും തന്ന് പഠിപ്പിച്ച് ഇത്രയുമാക്കിയത് അന്യനായ അദ്ദേഹമായിരുന്നു. തന്റെ ഗുരു. കരിയാപ്പണിക്കൻ എന്നറിയപ്പെടുന്ന ചേന്നൻ പണിക്കൻ. കുട്ടിക്കാലത്ത് അദ്ദേഹത്തിന്റെ ജീവൻ രക്ഷിക്കാൻ കഴിഞ്ഞത് തന്റെ ഭാഗ്യം. അനുഗ്രഹം. പൂർവ്വജന്മപുണ്യം. അതുപക്ഷേ, ജീവിതത്തിലെ വഴിത്തിരിവായി.

ചെറുപ്പത്തിലെ മരിച്ച അച്ഛന്റെ രൂപം അൽപ്പമൊക്കെ മനസ്സിലുണ്ട്. ഒത്തപൊക്കവും അതിനൊത്തവണ്ണവുമുള്ള ആൾ. വട്ടമുഖവും ഉയർന്ന മൂക്കും പിരിച്ചുവെച്ച കട്ടിമീശയും ചേർന്ന കരിവീട്ടിയുടെ നിറമുള്ള ആൾ. കൊച്ചുകണ്ടൻ എന്നായിരുന്നു പേര്. പറയ സമുദായത്തിലെ ഒരു പ്രമാണി. മേലാളരായ വലിയ തമ്പുരാക്കന്മാരെപ്പോലെ സമ്പന്നൻ. പാരമ്പര്യമായി കിട്ടിയതാണ് ഭൂമി. ഒപ്പം അച്ഛൻ സമ്പാദിച്ചതും. അപ്പൂപ്പൻമാർ തെക്കുംകൂർ രാജാവിന്റെ ഭടന്മാരായി ഇരുന്നിട്ടുണ്ടത്രേ. ഒരിക്കൽ വെമ്പലനാട്ടിൽവെച്ചുണ്ടായ ഒരു വലിയ പോരിൽ തെക്കുംകൂർ രാജാവിനെ ശത്രുവിൽ നിന്ന് സമർത്ഥമായി രക്ഷപ്പെടുത്താൻ അഴകനപ്പൂപ്പന് കഴിഞ്ഞു. അതിന്റെ പാരിതോഷികമായി കിട്ടിയതത്രേ അധികം പാടങ്ങളും കരഭൂമിയും. പക്ഷേ, അച്ഛന് മാടൻതമ്പുരാൻ അധികം ആയുസ്സ് നൽകിയില്ല. യൗവനത്തിൽത്തന്നെ അപ്രതീക്ഷിതമായി മരിച്ചു. ഏതോ ശത്രുക്കൾ ആഹാരത്തിൽ വിഷം കൊടുത്തുകൊന്നതാണെന്ന് രഹസ്യമായ ഒരു

പറച്ചിലുണ്ട്. അതാരാകാം? മങ്കൊമ്പിലച്ചനാണോ? പാലുവം കോയി എന്ന മാടമ്പിയാണോ? അതോ പാണ്ടിക്കുറുപ്പ് എന്നു വിളിപ്പേരുള്ള തുലുക്കനോ? ഒന്നും വ്യക്തമായി അറിഞ്ഞുകൂടാ. അവരൊക്കെയായും അച്ഛന് കച്ചവട ബന്ധമുണ്ടായിരുന്നു. അവർക്കൊക്കെ അച്ഛനോട് മത്സരമായിരുന്നു. അസൂയായിരുന്നു. ജാതിപറഞ്ഞ് രഹസ്യമായി അവഗണിച്ചിരുന്നു. ആരും പറഞ്ഞാൽ അങ്ങനെ പെട്ടെന്ന് കൂട്ടാക്കാത്ത, താൻപോരിമയാർന്ന, ആ തന്റേടിയെ തളയ്ക്കണമെന്ന് എതിരാളികൾ ഓരോരുത്തരും ഗൂഢമായി ആലോചിച്ചിരുന്നോ? അറിയില്ല. അവരിൽ ആരാകാം അച്ഛന്റെ ഘാതകർ? അമ്മയ്ക്കുപോലും അതേപ്പറ്റി വ്യക്തമായ അറിവില്ല. ഒരു രാത്രി വിരുന്നു കഴിഞ്ഞു വന്ന് അച്ഛൻ ഉറങ്ങാൻ കിടന്നതാണ്. ഉറക്കത്തിൽ ഞെട്ടിയുണർന്നു. ദുസ്സഹമായ വയർവേദനകൊണ്ട് പാമ്പുപോലെ പുളയുന്നതിനിടയിൽ, മൂന്നുവട്ടം ഛർദ്ദിക്കുന്നതിനിടയിൽ, പറഞ്ഞു: "എന്നെ അവന്മാർ ചതിച്ചൂ തേവി..."

ആര്? അതാര്? എന്നു ചോദിക്കുമ്പോഴേക്കും ആ നാക്ക് കുഴഞ്ഞു. കണ്ണുകൾ തുറന്നടഞ്ഞു. എന്തോപറയാൻ അച്ഛൻ വെമ്പിപ്പിടഞ്ഞെങ്കിലും വെപ്രാളത്തിൽ അമ്മയ്ക്കതൊന്നും വ്യക്തമായില്ല. ഉറങ്ങിക്കിടന്ന, കുട്ടിയായ തന്നെ അവസാനമായൊന്ന് വാരിയെടുക്കാൻ ശ്രമിക്കുന്നതിനിടയിൽ കാൽവഴുതി തലയടിച്ചു വീഴുകയായിരുന്നു. ആ കിടപ്പിൽ നിന്ന് അച്ഛൻ പിന്നീടുണർന്നില്ല....

അച്ഛൻ മരിക്കുമ്പോൾ തനിക്ക് ആറ് വയസ്സായിരുന്നു. അച്ഛൻ മരിച്ച ദുഃഖം തന്നെ ഒട്ടും അറിയിക്കരുതെന്ന് അമ്മ ഉറപ്പിച്ചിരുന്നു. അങ്ങനെതന്നെയാണ് വളർത്തിയത്. താഴത്തുവെച്ചാൽ ഉറുമ്പരിക്കും, തലയിൽ വെച്ചാൽ പേനരിക്കും എന്ന ആ പഴയമട്ടിൽ, അത്ര വാത്സല്യത്തോടെ. ഏതോ കാരണവന്മാർ അമ്മയെ പുനർവിവാഹത്തിന് നിർബ്ബന്ധിച്ചതാണ്. അമ്മ അവരോട് കട്ടായം പറഞ്ഞത്രേ; "കുഞ്ഞാതിയുടെ അച്ഛനല്ലാതെ മറ്റൊരാൾക്കും എന്റെ ജീവിതത്തിൽ ഇനി സ്ഥാനമില്ല..." എന്ന്. കാരണവന്മാർ അതോടെ പിൻമാറി. അവർ നിരാശപ്പെട്ടു.

"വാശിക്കാരിയാ തേവി. പറഞ്ഞാൽ പറഞ്ഞതുതന്നെ..."

ഏഴു വയസ്സുള്ള കാലത്തുണ്ടായ ആ സംഭവം എങ്ങനെ മറക്കും? അതാണല്ലോ തന്റെ ജീവിതത്തെ ഏറെ സ്വാധീനിച്ചത്.

മറക്കാനാവില്ല ആ സായാഹ്നം. വീട്ടുമുറ്റത്തെ പൂഴിമണലിൽ വെള്ളമൊഴിച്ചു നനച്ച് കോട്ടകെട്ടുകയായിരുന്നു താനും ചങ്ങാതിയായ കറുമ്പനും. ഏഴുനിലയുള്ള ഒരു കോട്ട. കറുമ്പൻ അമ്മയുടെ സഹായി ചക്കിയുടെ മകനാണ്. തന്നെക്കാൾ രണ്ടുമൂന്നു വയസ്സ് മൂത്തവൻ. കോട്ട കെട്ടുന്നതിൽ പെട്ടെന്ന് മടുപ്പുതോന്നി. എഴുന്നേറ്റിട്ട് അവൻ പറഞ്ഞു:

"കുഞ്ഞാതി, തെക്കേതൊടീലെ മണ്ടപോയ തെങ്ങിൽ ഞാനൊരു തത്തപ്പൊത്തു കണ്ടു. അതിലിപ്പോ തത്തമ്മ വന്നുകാണും. പറ്റുമെങ്കിൽ ഞാൻ പിടിച്ചോണ്ടുവരാം..."

"ഈ കോട്ടകെട്ടാൻ എന്നെയൊന്ന് സഹായിക്കടാ കറുമ്പാ... പിന്നെ

ങ്ങാനും തത്തേ പിടിക്കാൻ പാം."

"ഞാനിപ്പോ വരാം കുഞ്ഞാതി.."

പറഞ്ഞു മുഴുപ്പിക്കാതെ തന്നെ കറുമ്പൻ തൊടിയിലേക്ക് ഓടിക്കഴിഞ്ഞു. ശ്രദ്ധിക്കാൻ പോയില്ല. പറഞ്ഞാൽ കേൾക്കാത്തവൻ. കൂട്ടുകൂടാൻ ഇനിയിങ്ങു വരട്ടെ....

ശ്രദ്ധയെല്ലാം കോട്ടയ്ക്ക് ഗോപുരം കെട്ടുന്നതിലായിരുന്നു. ഗോപുരത്തട്ടുകൾ മിനുക്കിക്കൊണ്ടിരിക്കുമ്പോഴാണ് നടുക്കുന്ന ഒരു ശബ്ദം കേട്ടത്.

ഞെട്ടലോടെ നോക്കുമ്പോൾ രണ്ടു പക്ഷികളാണ്. അസാധാരണ വലിപ്പമുള്ള രണ്ട് പുള്ളുകൾ. കണ്ടാൽ ഭയന്നു വിറച്ചുപോകും. അത്ര ഭീകരമാണ് അവയുടെ ആകൃതി. രണ്ടുംകൂടി തെക്കുവശത്തെ വരിക്കപ്ലാവിന്റെ മണ്ടയിലേക്ക് പറന്നുവീഴുകയായിരുന്നു. രണ്ടും തമ്മിൽ കലഹം. ഒന്ന് മറ്റൊന്നിനെ പകയോടെ കൊത്തിക്കീറുന്നു. തോറ്റുപോയ പുള്ള് രക്തത്തിൽ കുളിച്ച് ഇലച്ചില്ലകളിൽ തട്ടി താഴേക്ക് വലിയ ശബ്ദത്തോടെ വീണു. താഴെ വീണ പക്ഷിയെ കൊക്കും നഖവുംകൊണ്ട് ഒന്നുകൂടി കീറിമുറിച്ച് എതിരാളി മരിച്ചെന്ന് ഉറപ്പാക്കി വിജയി ചിറകുകുടഞ്ഞ് താണു പറന്ന് പൊടുന്നനെ സായാഹ്ന നിഴലിലേക്ക് മറഞ്ഞു.

ജീവൻ നിലച്ചതുപോലെ മണ്ണിൽ നിശ്ചേഷ്ടമായി കിടക്കുകയായിരുന്നു മുറിവേറ്റ പക്ഷി. അതിന്റെ ശരീരത്തിൽ നിന്ന് അപ്പോഴും ചോര ഒഴുകി മണ്ണിൽ തളം കെട്ടുന്നുണ്ടായിരുന്നു. അതിന്റെ ചുണ്ടുകൾ വിവശതയോടെ തുറക്കുകയും അടയ്ക്കുകയും ചെയ്യുന്നുണ്ടായിരുന്നു. അടുത്തുചെന്ന് കുനിഞ്ഞുനോക്കി. പക്ഷി മരിച്ചിട്ടില്ല. അതിന്റെ പാതി തുറന്ന കണ്ണുകൾ എന്തോ അപേക്ഷിക്കുംപോലെ തോന്നി. ഇറ്റുവെള്ളത്തിനായി കൊക്കുകൾ തന്റെ നേർക്ക് പിളർത്തുന്നുണ്ടോ?

പക്ഷി മരിക്കുംമുമ്പേ ഇത്തിരി വെള്ളം അതിന്റെ കൊക്കിലേക്ക് ഇറ്റിച്ചുകൊടുത്താലോ? അതിനെ രക്ഷപ്പെടുത്താൻ ഒരുവേള കഴിഞ്ഞെങ്കിലോ? ആലോചിച്ചു നിൽക്കാൻ നേരമില്ല. വീട്ടിലേക്ക് ഓടുകയായിരുന്നു. ഓട്ടുകിണ്ടി നിറയെ പച്ചവെള്ളവുമായി വേഗമെത്തി. കിണ്ടിവാൽ പക്ഷിയുടെ തുറന്നടയുന്ന കനത്ത കൊക്കിലേക്ക് ചേർത്തുപിടിച്ച് വെള്ളമിറ്റിക്കാൻ ശ്രമിച്ചു. അബദ്ധത്തിൽ കിണ്ടി കൈയിൽനിന്ന് തെറിച്ചു. വെള്ളം പക്ഷിയുടെ ശരീരത്തിലേക്ക് കുത്തിയൊഴുകി. പിന്നെ കണ്ടത് ഞെട്ടിക്കുന്ന കാഴ്ചയായിരുന്നു. പക്ഷിയുടെ സ്ഥാനത്ത് ഒരു മനുഷ്യൻ. അമ്പതോളം വയസ്സുചെന്ന ഒരൊത്ത മനുഷ്യൻ. അയാൾ ദേഹമാസകലം മുറിവേറ്റ് ചോരയിൽക്കിടന്ന് പിടയ്ക്കുകയാണ്....

പേടിച്ച് അലറിവിളിച്ചുപോയി. അലർച്ചകേട്ടാണ് അമ്മയുടെ സഹായിയായ ചക്കി ഓടിവന്നത്. "എന്താ...? എന്തുപറ്റി? എന്തുപറ്റി കുഞ്ഞാതീ...." എന്നു ചോദിച്ച് മുറ്റത്തേക്ക് ചാടിയിറങ്ങിയ അവർ അവിശ്വനീയമായ, നടുക്കുന്ന കാഴ്ചകണ്ട് തൊടിയിലെ വരിക്കപ്ലാവിന്റെ ചോട്ടിലേക്ക് പാഞ്ഞെത്തി....

ദേഹമാകെ വെട്ടേറ്റ് രക്തത്തിൽ മുങ്ങിക്കിടക്കുന്ന മനുഷ്യൻ. അയാൾ മരിച്ചിട്ടുണ്ടായിരുന്നില്ല. അയാളുടെ ചുണ്ടുകൾ വെള്ളത്തിനെന്നോണം യാചിക്കുന്നതായി അവർക്ക് മനസ്സിലായി. ചക്കി തിടുക്കത്തിൽ വെള്ളവുമായി വന്ന് തല ഉയർത്തിപ്പിടിച്ച് ആ വരണ്ട വായിലേക്ക് കുടിനീർ ഒഴിച്ചുകൊടുത്തു. വെള്ളമിറക്കി കഴിഞ്ഞപ്പോൾ ആ അടഞ്ഞ കണ്ണുകൾക്ക് ഒരു തെളിച്ചം... ആ ചുണ്ടുകൾക്ക് ഒരു പുതുജീവൻ... അയാൾ അവ്യക്തമായി പറയുന്നു. അല്ല, യാചിക്കുന്നു:

"ന്നെ........ന്നെ....... രക്ഷിക്കണം...."

ഇതിനിടയിൽ ഒച്ചയും ബഹളവും കേട്ട് അമ്മ ഓടിവന്നു. കാര്യം മനസ്സിലാക്കി, എന്തോ പറഞ്ഞ് ചക്കിയെ വീടിനകത്തേക്ക് പറഞ്ഞയച്ചു. ചക്കി വേഗം രണ്ട് തഴപ്പായ കൊണ്ടുവന്നു. ഇരുവരും നിലത്ത് തഴപ്പായ വിരിക്കുമ്പോൾ തത്തയെ പിടിക്കാൻ പോയ കറുമ്പൻ എത്തി. അവർ മൂവരും കൂടി വളരെ ശ്രദ്ധിച്ച് പ്രയാസപ്പെട്ട് അയാളെ എടുത്ത് തഴപ്പായിൽ കിടത്തി. ചക്കി തൊടിയുടെ കിഴക്കേക്കോണിലേക്ക് ഓടി. അവിടെയാണ് ഔഷധച്ചെടികൾ സമൃദ്ധമായി നിൽക്കുന്നത്. എന്തൊക്കെയോ ഇലക്കൂട്ടുമായി നിമിഷത്തിനകം അവർ എത്തി. അമ്മ അപ്പോഴേക്കും അലക്കിവെച്ച വെള്ളത്തുണി കീറിക്കൊണ്ടുവന്നു കഴിഞ്ഞു. കറുമ്പൻ കൊണ്ടുവന്ന കരിങ്കല്ലിൽ വെച്ച് ഇലകളൊക്കെ ചതച്ച് നീരെടുത്ത് പ്ലാവിലക്കുമ്പിളിൽ ഒഴിച്ച് മുറിവായിലേക്ക് പുരട്ടി. ചതച്ച ഇലകൾ മുറിവുകളിൽ വെച്ച് തുണിയിട്ട് കെട്ടി. അസ്തമയത്തിന്റെ ഒടുവിലത്തെ വെളിച്ചത്തിൽ എല്ലാവരും ചേർന്ന് അയാളെ എടുത്ത് വളരെ ആയാസപ്പെട്ട് വീടിനുള്ളിലേക്ക് കൊണ്ടുപോയി. പടിക്കലേക്കെടുക്കുമ്പോൾ അയാൾ പിറുപിറുത്തു: "ഞാൻ രക്ഷപ്പെട്ട കാര്യം ആരും അറിയല്ലേ. ഞാനിവിടുണ്ടെന്ന കാര്യം ആരോടും പറയല്ലേ..."

പറഞ്ഞാലെന്തെന്ന് അമ്മയോ ചക്കിയോ അപ്പോൾ ചോദിച്ചില്ല. ജീവൻ രക്ഷപ്പെടുത്തുന്നതിലായിരുന്നു അവരുടെ ശ്രദ്ധ. എങ്കിലും അയാളുടെ അപേക്ഷ അവർ പരിഗണിക്കാതിരുന്നില്ല. അതുകൊണ്ട് പിറ്റേ ദിവസം മുതൽ മുറിവ് ഉണങ്ങും വരെ അയാളുടെ കിടപ്പ് വീടിന്റെ മുകളിലെ നിലയിലായിരുന്നു.

അമ്മയ്ക്ക് കുറച്ചൊക്കെ നാട്ടുവൈദ്യം വശമായിരുന്നു. അമ്മയുടെ അച്ഛനിൽ നിന്ന് കിട്ടിയതാണ്. അപ്പൂപ്പൻ അറിയപ്പെട്ടിരുന്നത് 'പറയവൈദ്യൻ' എന്ന പേരിലായിരുന്നല്ലോ. തെക്കുംകൂർ തമ്പുരാൻവരെ പറയവൈദ്യനെ കൊട്ടാരത്തിലേക്ക് കൽപ്പിച്ച് വിളിച്ചു വരുത്തിയിരുന്നത്രേ. അപ്പൂപ്പന്റെ കൈപ്പുണ്യം അമ്മയ്ക്കും കിട്ടിയിരുന്നതുകൊണ്ട് മുറിവേറ്റയാളുടെ ചികിത്സയ്ക്ക് മറ്റൊരു വൈദ്യനെ തേടിപ്പോകേണ്ടി വന്നില്ല.

രോഗിക്ക് സംസാരിക്കാനുള്ള കെൽപ്പ് കിട്ടിയപ്പോൾ, അമ്മ അയാളോട് ഒരുപാട് ചോദ്യങ്ങൾ ചോദിച്ചു.

"നിങ്ങൾ ആരാണെന്നും എന്താണെന്നും അറിയാതെ ഞാൻ നിങ്ങളെ ശുശ്രൂഷിച്ചത് ഒരു മനുഷ്യജീവൻ രക്ഷപ്പെടുത്തണമെന്ന

മോഹം കൊണ്ടാണ്. നിങ്ങൾ സാധാരണക്കാരനല്ലെന്ന് ആദ്യ കാഴ്ചയിൽത്തന്നെ എനിക്ക് മനസ്സിലായി. അപ്പോഴാണ് എന്റെ ഏഴുവയസ്സുള്ള മോൻ ഒരു രഹസ്യം പറഞ്ഞത്. അവൻ നിങ്ങളെ ആദ്യം കണ്ടത് വലിയൊരു പക്ഷിയുടെ രൂപത്തിലായിരുന്നത്രേ. അവൻ കൊണ്ടുവന്നവെള്ളം അബദ്ധത്തിൽ നിങ്ങളുടെ മെയ്യിൽ വീണപ്പോഴാണ് പക്ഷിരൂപം മാറി മനുഷ്യരൂപമായത്. പറയൂ.... നിങ്ങൾ ഒടിയനല്ലേ? ഒടിവിദ്യ അറിയാവുന്ന പറയൻ...?"

അമ്മയുടെ ശബ്ദം ഒരു സത്യാന്വേഷിയുടേതായിരുന്നു.

"ഞാൻ ഒന്നും ഒളിക്കുന്നില്ല സഹോദരി. നിങ്ങൾ സംശയിക്കുന്ന പോലെ ഞാൻ ഒടിവിദ്യ അറിയാവുന്ന പറയൻതന്നെ. ഒരുപക്ഷേ നിങ്ങൾ കേട്ടിട്ടുണ്ടാവും, കരിയാവും കോട്ടയിലെ കരിയാപ്പണിക്കൻ എന്ന ചേന്നൻ പണിക്കനെപ്പറ്റി. ആ ചേന്നൻ പണിക്കനാണ് ഞാൻ...."

അത്രയും ബുദ്ധിമുട്ടിപ്പറഞ്ഞ് അയാൾ നിർത്തി. മുറിവിലെ വേദന ആ മുഖത്ത് നീറിനിന്നിരുന്നു.

"കരിയാപ്പണിക്കനോ? ന്റെ മുത്താലമ്മേ.. അത് നിങ്ങളാണോ?" അത്ഭുതം കൂറിയ അമ്മയ്ക്ക് ആ അറിവ് അവിശ്വസനീയമായിരുന്നു.

"അതേ നിങ്ങൾ കേട്ടിരിക്കുന്ന ആ കരിയാപ്പണിക്കൻ ഞാൻ തന്നെ. അങ്കത്തിലും ഒടിവിദ്യയിലും കരിയാപ്പണിക്കൻ ഗുരുവാണെന്നു പറഞ്ഞിട്ട് എന്തുകഥ? വിധിയെല്ലാം എനിക്കെതിരാണ്....എന്റെ ശത്രുവിന്റെ മുന്നിൽ....അവന്റെ വ്യാജപ്പയറ്റിന് മുമ്പിൽ... ഞാൻ നിസ്സഹായനാണ്. നിസ്സാരനാണ്. ഇന്നും എനിക്കവനോളം കപടവിദ്യകൾ അറിഞ്ഞുകൂടാ...."

പണിക്കന്റെ കണ്ണുകൾ പരാജിതന്റേതെന്നപോലെ ജലാർദ്രങ്ങളായി.

"ആരാണ് അങ്ങയുടെ മാറ്റാൻ...?"

"മറ്റാരുമല്ല. എരിയാവും കോട്ടയിലെ എരിയാപ്പണിക്കൻ എന്ന കേളുപ്പണിക്കൻ.... അവനെപ്പറ്റിയും സഹോദരി കേട്ടിരിക്കുമല്ലോ...."

"ഇല്ലെന്നു പറയുന്നില്ല. നിങ്ങൾ ഇരുവരും പയറ്റിന്റെയും ഒടിവിദ്യയുടെയും സിദ്ധിയുള്ള ആചാര്യന്മാരെന്ന നിലയ്ക്കാണ് എന്റെ അറിവ്."

"ഒക്കെ ശരിയാണ്. ഞങ്ങൾ ഇരുവരും പയറ്റിന്റെയും ഒടിവിദ്യയുടെയും ഗുരുക്കന്മാർ തന്നെ. ഞങ്ങൾ ഇരുവർക്കുമുണ്ട് കളരിയും കച്ചകെട്ടും അഭ്യസനവും ശിഷ്യന്മാരും. കളരിയുള്ളതുകൊണ്ടാണല്ലോ ഞങ്ങൾ പറയരിലെ പണിക്കന്മാരാകുന്നത്. സഹോദരിക്ക് അറിഞ്ഞുകൂടാത്ത ഒരുകാര്യം ഞാൻ പറയാം. ഇന്നലെ കുരുത്തുവന്നവനാണ് ആ കേളു. എന്നെക്കാൾ ഇളയവൻ. തുളുനാട്ടിലോ, വയനാട്ടിലോ പോയി അഭ്യസനം കഴിച്ചു വന്നതിന്റെ ഹുങ്ക് അവന്റെ ഓരോ നോക്കിലും വാക്കിലുമുണ്ട്. എന്നെ തോൽപ്പിച്ച് പറയസമുദായത്തിലെ ഏക ആചാര്യനാകാനാണ് ആഭിചാരക്രിയകളുടെ രാജാവായ അവന്റെ ഉദ്യമം. അവനോളം സാമർത്ഥ്യവും കീർത്തിയും ആർക്കുമുണ്ടാകരുത്. അതാണവന്റെ അത്യാഗ്രഹം. പക്ഷേ, ഞാൻ അവനെ എന്റെ ചെറുവിരലോളവും വക

വെക്കാറില്ല. അതവനറിയാം. അതുകൊണ്ടുതന്നെ എന്നെ എങ്ങനെയും തോൽപ്പിച്ച് വകവരുത്തണമെന്ന ഒറ്റവാശിയിലാണ് അവൻ.

തീപ്പൊരികൾ പടരുംപോലെ ആ മുഖത്ത് വെറുപ്പും അമർഷവും പടരുന്നുണ്ടായിരുന്നു.

"എനിക്കിറ്റുവെള്ളം തരാമോ...? എന്റെ തൊണ്ട വരളുന്നു..."

കരിയാപ്പണിക്കൻ അസ്വസ്ഥപ്പെട്ടു. അമ്മ വെള്ളം മൺപാത്രത്തിലൊഴിച്ച് കുടിക്കാനായി നീട്ടി. അതുമുഴുവൻ ആർത്തിയോടെ വലിച്ചു കുടിച്ച് കരിയാപ്പണിക്കൻ ഒന്നു നിശ്വസിച്ചു. തന്റെ വ്യഥകൾ പറഞ്ഞു കേൾപ്പിക്കാനെന്നോണം അയാൾ തിടുക്കപ്പെട്ടു.

"അവനോളം വാശി എനിക്കുമുണ്ട്. സഹോദരി...അതുകൊണ്ട് തരം കിട്ടിയാൽ അവനെ തകർക്കണമെന്ന് ഞാനും ഉറച്ചു. ഞങ്ങൾ തമ്മിൽ പലേടത്തും വെച്ച് ഏറ്റുമുട്ടി. ആർക്കും ആരെയും തോൽപ്പിക്കാനായില്ല. ഒടുവിൽ ഒരു ദിവസം രാത്രി ഒരു കാട്ടുപോത്തായി ഞാൻ അവനെ കാത്തുനിന്നു. ചെറിയനാട്ടൊരു വീട്ടിലെ മന്ത്രവാദവും കഴിഞ്ഞ് അവൻ വരികയായിരുന്നു. കൂടെ ശിഷ്യൻ കാണുമെന്ന് ഓർത്തില്ല. വഴിയിലിട്ട് അവനെ ഞാൻ കുത്തിമലർത്തിയെങ്കിലും, ശിഷ്യൻ എന്റെ മേൽ വെള്ളമൊഴിച്ച് ഒടിവിദ്യ മായ്ച്ചുകളഞ്ഞു. അതോടെ എന്റെ ശക്തി ക്ഷയിച്ച പോലായി. അവിടുന്ന് രായ്ക്കുരാമാനം ഞാൻ രക്ഷപ്പെട്ടു. അവനെ മൃതപ്രായനാക്കിയാണ് അന്നു ഞാൻ അവിടം വിട്ടത്. അവൻ ജീവിച്ചാൽ പ്രതികാരം ചെയ്യുമെന്ന് എനിക്കുറപ്പായിരുന്നു. ഒരു മൂർഖനെയാണ് ഞാൻ നോവിച്ചു വിട്ടതെന്ന് എനിക്കറിയാമായിരുന്നു. എന്റെ കണക്കുകൂട്ടൽ തെറ്റിയില്ല. ഏതാനും മാസംകൊണ്ട് ഞാൻ ഏൽപ്പിച്ച അവന്റെ മുറിവുകളെല്ലാം ഭേദപ്പെട്ടു. അവൻ പൂർവ്വാധികം ശക്തനായി. അന്നുമുതൽ പകരം ചോദിക്കാൻ എന്റെ ഓരോ ചലനവും നോക്കി അവൻ പതുങ്ങി നടക്കുകയായിരുന്നു."

കരിയാപ്പണിക്കൻ വീണ്ടും വെള്ളം ആവശ്യപ്പെട്ടു. ഒരു കവിൾ കുടിച്ചശേഷം അയാൾ പിന്നെയും ഓർമ്മകളിൽ നിറഞ്ഞു.

"രണ്ടു ദിവസം മുമ്പായിരുന്നു ആ സംഭവം. തമ്പുരാൻ നടയിലെ ഉച്ചകാളിക്ക് ഒരു കുരുതിപൂജ നടത്താനുള്ള പഴങ്ങളും പൂക്കളും ശേഖരിക്കാൻ ഞാൻ ചെങ്ങന്നൂർ ചെമ്പുപാലത്തിനും ഇരുമ്പു പാലത്തിനും കിഴക്കുള്ള ചൂരൽക്കാട്ടിൽ നിൽക്കുകയായിരുന്നു. സന്ധ്യയാകാൻ ഒരു നാഴികയോളം വരും. കാടിന്റെ മറപറ്റി കാട്ടുതെച്ചിപ്പഴങ്ങൾ ശേഖരിക്കുമ്പോഴാണ് പുറത്തേക്ക് ഒരു പുള്ളുപക്ഷി പറന്നുവീണത്. ആരോ മനഃപൂർവ്വം എടുത്തെറിഞ്ഞപോലുള്ള വീഴ്ച. അതിന്റെ കൊക്കുകൊണ്ടും കാൽനഖം കൊണ്ടും എന്റെ പുറവും ചുമലും മുറിഞ്ഞു. ചിറകടിയേറ്റ് തലപെരുത്തു. കടുത്ത വേദനക്കിടയിൽ ഞാൻ സംശയിച്ചു. ഇത് വെറും പുള്ളാകില്ല. ഇത് അവനാകും. എരിയാവും കോട്ടയിലെ കേളു. അവൻ ഒടിവിദ്യയിലൂടെ പുള്ളായി മാറിയിരിക്കുകയാണ്. എന്റെ സംശയം ശരിയാണെന്ന് അടുത്ത നിമിഷം സ്പഷ്ടമായി. പുറത്ത് പറന്നുവീണു

മറഞ്ഞ പുള്ള്, രണ്ട് നിമിഷം കഴിഞ്ഞില്ല, എന്റെ തലക്കുമുകളിൽ വട്ട മിട്ട് കുത്തനെ താഴേക്ക് കുതിക്കുന്നു. എന്നെ റാഞ്ചിയെടുക്കുകയാണ് അതിന്റെ ലക്ഷ്യം. ഒപ്പം അന്തരീക്ഷത്തിൽ, കൊടുംകാറ്റിന്റെ മുഴക്കം പോലെയുള്ള വാക്കുകളും."

"ഇത് ഞാനാണ്. കേളു. നിന്റെ അന്തകൻ കേളു എന്ന എരിയാപ്പ ണിക്കൻ. ഇന്ന് നിന്നെയും കൊണ്ടേ ഞാൻ പോകൂ. ചാകാൻ നീ ഒരു ങ്ങിക്കോടാ കരിയാവും കോട്ടേ..."

നിലത്തുവെച്ചിരുന്ന ഭാണ്ഡത്തിൽ നിന്ന് ഞാൻ ഞൊടിയിടയിൽ ചുരിക വലിച്ചെടുത്തു താണുപറന്നുവന്ന പക്ഷിക്കെതിരെ ചുരിക ഉയർത്തി ആഞ്ഞുവീശി. അതിൽ പതറാതെ പക്ഷി വഴുതിമാറുമ്പോൾ ചുരികത്തലപ്പ് ചിറകിൽ തട്ടി. ഞാൻ ഉറക്കെ വിളിച്ചുപറഞ്ഞു.

"നിന്റെ മോഹം ഇന്നോടെ അവസാനിക്കുമെന്ന് നീ കരുതിക്കോ, എരിയാപ്പണിക്കനെന്ന നീചാ..."

മറുപടി ഉണ്ടായില്ല ചിറകിന് ചെറിയ പരിക്ക് പറ്റിയിരിക്കണം. അതിന്റെ നൊമ്പരത്തോടെ പക്ഷി ഉൾക്കാട്ടിലെങ്ങോ മറഞ്ഞു. ഒടിയ നായ ശത്രുവിനെ ഒടിയന്റെ രൂപത്തിൽത്തന്നെ നേരിടണം. എങ്കിലേ ഉശിരുള്ളൂ. അതിലേ രസമുള്ളൂ. അവനേക്കാൾ തന്റേടവും കരുത്തും തനിക്കുണ്ടെന്ന് തെളിയിക്കണം. അത് അനിവാര്യമാണ്. ഭാഗ്യത്തിന് ഭാണ്ഡത്തിൽ സൂക്ഷിച്ചുവെച്ചിരുന്ന പിള്ളത്തൈലത്തിന്റെ കുടുക്ക വേഗ മെടുത്തു. ഉച്ചകാളിയെ മനസ്സാ ധ്യാനിച്ച് മേലാസകലം ഞൊടിയിട കൊണ്ട് തൈലം പുരട്ടി. സങ്കൽപ്പിച്ചപോലെ അടുത്ത നിമിഷം ഞാൻ മറ്റൊരു പക്ഷിപ്പുള്ളായി മാറി. അപ്പോഴേക്കും വർദ്ധിച്ച ശൗര്യത്തോടെ ഒരു തീഗോളം പോലെ എരിയാപ്പണിക്കൻ എന്ന പുള്ള് എന്റെ നേരെ പാഞ്ഞടുക്കുന്നതു കണ്ടു. പിന്നെയങ്ങോട്ട് കൈ-മെയ് മറന്നുള്ള പോരാ ട്ടമായിരുന്നു. പക്ഷികൾ തമ്മിലുള്ള പൊരിഞ്ഞ പോര്. ചൂരൽക്കാട്ടിൽ നിന്നു തുടങ്ങിയ ആ പോര് ഇരുമ്പിട്ട പാലവും ചെമ്പിട്ട പാലവും ചെങ്ങ ന്നൂർ തിരുനടയും പിന്നിട്ട് അവസാനിച്ചത് നിങ്ങടെ വീടിന്റെ തൊടിയിലെ വരിക്കപ്ലാവിൻ ചോട്ടിലാണ്. ഇവിടെ എത്തുമ്പോഴേക്കും ഞാൻ കുഴഞ്ഞു തളർന്നുപോയിരുന്നു. സത്യം പറയട്ടെ. നിയമങ്ങൾ തെറ്റിച്ചുള്ള അവന്റെ കിരാതമായ ആക്രമണത്തിനു മുന്നിൽ ഞാൻ അടിയറവ് പറ ഞ്ഞുപോയി. ഞാൻ പരാജയപ്പെട്ടുപോയി. ഞാൻ മരിച്ചെന്നു കരുതി തൃപ്തനായി ആഘോഷിച്ച് മടങ്ങിയിരിക്കുകയാണ് അവൻ. ഞാൻ രക്ഷ പ്പെടുമെന്ന് അവൻ സ്വപ്നേപി വിചാരിച്ചിട്ടില്ല. ഇവിടെ ഞാൻ സംരക്ഷി തനാണെന്ന് അറിഞ്ഞാൽ അവൻ തീർച്ചയായും അടങ്ങിയിരിക്കുകയില്ല. മരണത്തിൽ നിന്ന് എന്നെ രക്ഷിച്ച നിങ്ങൾക്കുകൂടി അത് ആപത്താണ്. അതുകൊണ്ട് ഒരു കാരണവശാലും ഞാനിവിടെയുണ്ടെന്ന് നിങ്ങൾ ആരോടും പറയരുത്. ഇവിടെ എന്റെ വിവരം അറിഞ്ഞ ചക്കിയേയും കറുമ്പനേയും അത് നിർബ്ബന്ധമായി ഓർമ്മിപ്പിക്കണം. മുറിവുണങ്ങുന്ന നിമിഷം തന്നെ ഞാൻ ഈ വീടുവിട്ട് പൊയ്ക്കൊള്ളാം."

കരിയാപ്പണിക്കൻ പിന്നെയും കുടിവെള്ളം ആവശ്യപ്പെട്ടു. അമ്മ ഒഴിച്ചുകൊടുത്ത ചുക്കുവെള്ളം സാവധാനം ഇറക്കി എന്തോ ഓർത്ത് അയാൾ പതുക്കെ നിശ്ശബ്ദനായി. ആ മുഖത്ത് പലതരം ചിന്തകൾ അലയടിക്കുന്നുണ്ടായിരുന്നു. ഒരു യക്ഷിക്കഥ കേട്ടപോലെ എന്തുപറയണമെന്നറിയാതെ അമ്പരന്നു നിൽക്കുകയായിരുന്നു അമ്മ. കരിയാപ്പണിക്കൻ പറഞ്ഞതു മുഴുവൻ മനസ്സിലായില്ലെങ്കിലും, അമ്മയുടെ അരികിൽത്തന്നെ താനും അതെല്ലാം കേട്ടു നിൽക്കുകയായിരുന്നു. ചിന്താധീനനായി കിടന്ന കരിയാപ്പണിക്കന്റെ നോട്ടം മെല്ലെ മെല്ലെ തന്റെ നേർക്ക് തിരിഞ്ഞുവരുന്നതുകണ്ടു. കട്ടിലിൽ കിടന്നുകൊണ്ട് അയാൾ തന്നെനോക്കി പതുക്കെപ്പറഞ്ഞു.

"മോനിങ്ങുവന്നേ ... എന്റടുത്തേക്ക്...."

അമ്മയുടെ അനുവാദത്തിനായി കണ്ണുകളയച്ചപ്പോൾ, അമ്മ തന്നെ പിടിച്ച് കട്ടിലിനടുത്ത് അയാൾക്കരികിൽ ചേർത്തുനിർത്തി. അയാൾ, മരുന്നു വെച്ചുകെട്ടിയ മുറിവേറ്റ വലംകൈ പ്രയാസപ്പെട്ടുയർത്തി തന്റെ പുറം സാവകാശം തലോടി, വികാരാധിക്യത്തോടെ പറഞ്ഞു.

"ഈ കുഞ്ഞാതിയില്ലായിരുന്നെങ്കിൽ ഇന്നു ഞാൻ ഈ അവസ്ഥയിൽ എത്തുമായിരുന്നില്ല. ഇവനെനിക്ക് കുടിനീരുമായി വന്നില്ലായിരുന്നെങ്കിൽ....."

അയാളുടെ കണ്ണുകൾ നിറഞ്ഞുതുളുമ്പുന്നുണ്ടായിരുന്നു.

"സഹോദരീ, കരിയാപ്പണിക്കൻ നന്ദികെട്ടവനല്ല. സഹായിച്ചവരെ മറക്കുന്നവനല്ല. ഈ കിടപ്പിൽക്കിടന്ന് ഞാൻ ഒന്നു തീരുമാനിച്ചുകഴിഞ്ഞു. ഞാനീ കുഞ്ഞാതിയെ പഠിപ്പിക്കും. അക്ഷരവിദ്യയും ആയുധവിദ്യയും. എനിക്കറിയാവുന്ന സർവ്വവും ഇവന് നൽകും. നമുക്കിവിടെ ഈ കുടുംബത്ത്, ഒരു കളരിയുണ്ടാക്കണം. അനേകംപേർ ഒന്നിച്ചഭ്യസിക്കുന്ന ഒരു നെടുംകളരി. മറ്റു കുട്ടികളും ഇവിടെ വന്നു പഠിക്കണം. പക്ഷേ പ്രാധാന്യം കുഞ്ഞാതിക്കായിരിക്കും. നിങ്ങളും കുലദൈവങ്ങളും സഹായിച്ച് മുറിവ് ഭേദമായാൽ ഞാൻ ഇവിടെ നിന്ന് പോകും. എങ്ങോട്ടാണെന്ന ചോദ്യം ഒരിക്കലും പാടില്ല. ഇടയ്ക്കിടെ ഞാൻ ഇവിടെ വരും. അപ്പോഴൊക്കെ കളരിപഠനം നടക്കും. അത് ഒരു വർഷമല്ല... കുഞ്ഞാതിക്ക് കാര്യപ്രാപ്തി കൈവരും വരെ..."

അയാൾ കൈപ്പത്തി ഉയർത്തി തന്റെ ശിരസ്സിൽ വെച്ചു. അനുഗ്രഹിക്കുംമട്ടിൽ കണ്ണുകളടച്ചു. അറിയാതെ തന്റെ കൊച്ചു കരങ്ങൾ ആ മനുഷ്യനുനേരെ കൂപ്പിപ്പോയി. അപ്പോൾ ആ മുഖത്ത് ഉദയകിരണങ്ങൾ പോലെ ഒരു മന്ദഹാസം വിടരുന്നുണ്ടായിരുന്നു.

അമ്മ വിസ്മയലോകത്തെന്ന പോലെ അപ്പോഴും അമ്പരപ്പിൽത്തന്നെ. സ്വപ്നം കണ്ടത് പലതും സംഭവിക്കാൻ പോകുന്നു. തന്റെ മകനെ അക്ഷരവിദ്യ പഠിപ്പിക്കണമെന്നും ആയുധവിദ്യ അഭ്യസിപ്പിക്കണമെന്നുമൊക്കെ ഒരിക്കൽ ആശിച്ചിട്ടുണ്ടെങ്കിലും, അച്ഛന്റെ മരണം ആഗ്രഹങ്ങളുടെ കടയ്ക്കൽ കത്തിവെയ്ക്കുന്നതായിരുന്നു. ഇപ്പോൾ അതിനെല്ലാം

ഒരു മാർഗ്ഗം തെളിഞ്ഞുവരുന്നു. ഇരുണ്ട വഴിത്താരകളിൽ വെളിച്ചം വീശാൻ തുടങ്ങുന്നു...

രണ്ടുമൂന്നു മാസങ്ങൾ കടന്നുപോയതറിഞ്ഞില്ല. ചികിത്സയും പരിചരണവുംകൊണ്ട് കരിയാപ്പണിക്കൻ സുഖം നേടി. അതിനിടയിൽ അദ്ദേഹം കുടുംബത്തിലെ ഒരു കാരണവർ എന്നപോലെ പ്രധാനിയായി. വീട്ടിലെല്ലാവരും അദ്ദേഹത്തെ ഗുരുനാഥൻ എന്നു വിളിച്ചു. വീടിനോടു ചേർന്ന് കളരിയുണ്ടാക്കുന്നതിനെക്കുറിച്ച് അദ്ദേഹം ഒരു ദിവസം വിശദീകരിച്ചു. ആയുധങ്ങൾ സ്വയം കൊണ്ടുവരാമെന്നേറ്റു. എല്ലാം പറഞ്ഞു വെച്ചതിന്റെ പിറ്റേന്ന് അദ്ദേഹത്തെ പൊടുന്നനെ കാണാതായി. രാവിലെയുള്ള ധ്യാനജപം കേൾക്കാത്തതെന്തുകൊണ്ടാണെന്നന്വേഷിക്കാൻ അമ്മ ചെന്നപ്പോൾ ഗുരുനാഥൻ ഉപയോഗിച്ചിരുന്ന കട്ടിൽ ഒഴിഞ്ഞു കിടക്കുന്നു. അങ്ങനെയുള്ളൊരു പോക്ക് പ്രതീക്ഷിച്ചിരുന്നതുകൊണ്ട് അതേപ്പറ്റി തനിക്കോ അമ്മക്കോ ആശങ്കയുണ്ടായില്ല. പോയെങ്കിലും അദ്ദേഹം വരുമെന്ന് ഞങ്ങൾക്ക് ഉറപ്പായിരുന്നു.

ഗുരുനാഥൻ നിർദ്ദേശിച്ചതുപോലെ വീട്ടിൽ അങ്കക്കളരിയുണ്ടാക്കി. ഭൂനിരപ്പിൽ നിന്ന് രണ്ടുകോൽ താഴ്ത്തിയുള്ള തറയും ഓലമേഞ്ഞ മേൽക്കൂരയും ചുറ്റിനും മറയും ഒക്കെയുള്ള കളരി. കളരിയോട് ചേർന്ന് ചാമിക്കല്ല് നാട്ടി കളരിദേവതയ്ക്ക് ക്ഷേത്രവും പണിതു. കളരിപ്പണി തീർന്നപ്പോഴേക്കും ഗുരുനാഥൻ എത്തി. അദ്ദേഹത്തിന്റെ പക്കൽ അഭ്യസനത്തിനുള്ള ആയുധക്കെട്ടുകളുമുണ്ടായിരുന്നു. അതോടെ, ഞങ്ങളുടെ സന്തോഷം ഇരട്ടിച്ചു. ചക്കിയുടെയും കറുമ്പന്റെയും ശ്രമഫലമായി അടുത്തുനിന്നും ദൂരെനിന്നുമുള്ള കുറെ കുട്ടികൾ പഠിപ്പിനായും വന്നു. അതിൽ മേൽജാതിക്കാരുടെ മക്കളാരും ഉണ്ടായിരുന്നില്ല. “പണമില്ലെങ്കിലും പറയന്റെ വീട്ടിൽപ്പോയി അങ്കം പഠിക്കേണ്ട ഗതികേട് ഞങ്ങൾക്കില്ലെന്ന്” അവരിൽ ചിലർ ആക്ഷേപിച്ചു.

ഒരു മിഥുനമാസത്തെ തെളിവുള്ള പുലർച്ചയിൽ ദക്ഷിണവെച്ച് കളരിയഭ്യാസം ആരംഭിച്ചു. ഉച്ചവരെ പഠിപ്പും ഉച്ചക്കുമേൽ അഭ്യാസവും എന്നതായിരുന്നു ക്രമം. ഗുരുവിന് പണവും കോടിമുണ്ടും വെറ്റിലയും പാക്കും ദക്ഷിണവെച്ച് വന്ദിച്ചു. മെയ്യൊരുക്ക് എന്ന എണ്ണ തേച്ച് ഉഴിച്ചിലായിരുന്നു ആരംഭത്തിൽ. ഒപ്പം ചെറുതായ വ്യായാമ മുറകളും. ഉഴിച്ചിലിനു ശേഷം മെല്ലെ മെയ്യ് കണ്ണാകുംവിധത്തിലുള്ള മെയ്പ്പയറ്റ് തുടങ്ങി. നാലുതരം മെയ്പ്പയറ്റും കോൽത്താരിയും, ഒറ്റപ്പയറ്റും അങ്കത്താരിയും അടവുകളും പിടുത്തങ്ങളും അങ്കപ്പൊയ്ത്തും ഒക്കെ സാവകാശം പരിശീലിച്ചു. കോഴിപ്പോര് കണ്ടു ഗ്രഹിച്ചു. ഓരങ്കവും ഈരങ്കവും എലിയങ്കവും പുലിയങ്കവും വശപ്പെട്ടു. അപ്പോൾ, ആരെയും വെല്ലുവിളിക്കാൻ പോന്ന ശൂരനായൊരു പോരാളിയുടെ പാടവം തനിക്കു കൈവന്നു. എല്ലാം സാധിച്ചത് ഒരു ദിവസം കൊണ്ടോ, മാസം കൊണ്ടോ അല്ല. ഒരു ദശവർഷം തന്നെയെടുത്തു. ഇതിനിടയിൽ ഋതുഭേദങ്ങൾ പോലെ ഗുരു വരികയും പോവുകയും ചെയ്തു. എപ്പോഴാണ് അദ്ദേഹം പ്രത്യക്ഷപ്പെടുന്നതെന്നോ,

എത്രനാൾ കാണുമെന്നോ, എപ്പോൾ മറയുമെന്നോ ഒന്നും ആർക്കും പറയാനാകില്ല. വരുമ്പോൾ കുറച്ചുനാൾ പുതുവിദ്യകൾ പഠിപ്പിക്കും. എല്ലാവരും ചേർന്ന് പരിശീലനം നടത്താൻ നിർദ്ദേശിക്കും. ശിഷ്യരിൽ വേഗം ഗ്രഹിക്കുന്നവൻ താനായതുകൊണ്ട് എല്ലാ ചുമതലകളും തന്നെ ഏൽപ്പിച്ചാണ് അദ്ദേഹത്തിന്റെ യാത്രകൾ. പരിശീലനത്തിനിടയിൽ ഒരിക്കൽ അദ്ദേഹം ഞങ്ങളോട് പറഞ്ഞു: "പൊന്നും പണവും കൈപ്പറ്റി, അങ്കം വെട്ടി കുടിപ്പകയുള്ളവരുടെ കലഹത്തിന് പരിഹാരം കണ്ട് യശസ്സു നേടുന്ന ചേവകന്മാരല്ല നമ്മൾ. അതിനല്ല അങ്കവും പൊയ്ത്തും ഞാൻ പഠിപ്പിക്കുന്നത്. തിന്മയെ അമർച്ച ചെയ്യാനാകണം വാളെടുക്കേണ്ടത്. അതിനുള്ള കരുത്ത് നിങ്ങൾക്കുണ്ടാകണം."

ശിഷ്യരായ ഞങ്ങൾ ഇതെല്ലാം വിനയപൂർവ്വം കേൾക്കും. ഗുരുവിന്റെ വാക്ക് പാലിക്കും എന്ന് നിശ്ശബ്ദം മനസ്സിൽ കുറിച്ചിടും.

ഗുരുവിന് തന്നോട് പ്രത്യേക വാത്സല്യംതന്നെ ഉണ്ടായിരുന്നു. അദ്ദേഹം ചിലപ്പോഴൊക്കെ വ്യാകുലപ്പെട്ട് ചിന്താധീനനായി ഇരിക്കുന്നത് ശ്രദ്ധിച്ചിട്ടുണ്ട്. വ്യക്തിപരമായ ചോദ്യങ്ങൾ ചോദിക്കുന്നത് ഇഷ്ടമില്ലാത്തതിനാൽ ഞാൻ ചോദിക്കാറില്ല. അദ്ദേഹം പലപ്പോഴും അനാവശ്യമായി ഭയന്ന് നെടുവീർപ്പിടുന്നത് ഞാൻ കണ്ടിട്ടുണ്ട്. ആ ഭയം നിതാന്ത ശത്രുവായ എരിയാവും കോട്ടയിലെ കേളുപ്പണിക്കനെക്കുറിച്ചാണെന്ന് എനിക്കറിയാം. അയാളുമായി ഒടിവിദ്യ പ്രയോഗിച്ച് ഗുരു നടത്തിയ പോരിന്റെ കഥകൾ. അയാളെ തകർക്കാൻ ശ്രമിച്ച് പരാജയപ്പെട്ട കഥകൾ. ഗുരു പല ആവർത്തി പറഞ്ഞിട്ടുള്ളത് ഇന്ന് കാണാപ്പാഠമാണ്. ഒരിക്കൽ അദ്ദേഹം തന്നെമാത്രം മാറ്റിനിർത്തി ഉപദേശിച്ചത് മറക്കാനാവില്ല.

"കുഞ്ഞാതി, എന്റെ ശിഷ്യരിൽ ഏറ്റവും സമർത്ഥൻ നീയാണ്. നീ എന്റെ രക്ഷകനാണ്. അതുകൊണ്ടുതന്നെ നിന്നോടുള്ള വാത്സല്യവും എനിക്കേറെയാണ്. നീ പിടിച്ച വാള് നമ്മുടെ ജാതിയോട് അന്യർ കാട്ടുന്ന എല്ലാ അവഗണനക്കും എതിരായി പ്രയോഗിക്കാനുള്ളതാണ്. നമ്മളും മേൽജാതിക്കാരെപ്പോലെയുള്ള മനുഷ്യരാണെന്ന് അവരെ ബോദ്ധ്യപ്പെടുത്താനുള്ളതാണ്. നിനക്കതിന് കഴിയുമെന്ന് ഞാൻ വിശ്വസിക്കുന്നു...."

"എനിക്കാവുംപോലെ ഞാൻ പ്രവർത്തിക്കാം ഗുരുനാഥാ. അവിടുത്തെ അനുഗ്രഹം എന്നുമെന്നിൽ ഉണ്ടായാൽ മതി...."

ഗുരു കണ്ണടച്ച് ജപിച്ച് അനുഗ്രഹിച്ചു. മറ്റാർക്കും കിട്ടാത്ത ആ ഭാഗ്യത്തിൽ തനിക്ക് വലിയ അഭിമാനം തോന്നി. അങ്ങനെ അനുഗ്രഹിച്ചു പോയ ഗുരു പിറ്റേന്ന് അപ്രത്യക്ഷനായി. രണ്ടു മാസം കഴിഞ്ഞു വന്നപ്പോൾ വീണ്ടും എരിയാപ്പണിക്കരുമായുള്ള പോരിലെ പരാജയകഥ ആവർത്തിച്ചു. അപ്പോൾ, വളരെനാൾ മനസ്സിൽ സൂക്ഷിച്ച ആഗ്രഹം താൻ പുറത്തുവിട്ടു. ഒടിവിദ്യയുടെ രഹസ്യം. സ്വൽപ്പം മടിച്ചാണെങ്കിലും അദ്ദേഹം ഒടുവിൽ അതു വിശദമായിത്തന്നെ പറഞ്ഞുതന്നു. കളരിവിദ്യയിലെ "മയ്യും പൊടിയും" ഉപയോഗിച്ചുള്ള ആൾമാറാട്ടത്തിലൊന്നായി

ഗണിക്കാനും ഓർമ്മിപ്പിച്ചു. ഗുരു കരുതിവെച്ച പിള്ളതൈലം വാങ്ങാൻ ചെന്നപ്പോൾ ആൾമാറാട്ട പ്രയോഗ വിദ്യ ഒന്നുകൂടി വ്യക്തമാക്കി. പിന്നീട് അദ്ദേഹത്തെ കണ്ടിട്ടില്ല. മാസങ്ങൾ പലതു കഴിഞ്ഞെങ്കിലും അദ്ദേഹം ഞങ്ങളുടെ കളരിയിലേക്ക് മടങ്ങിവന്നിട്ടില്ല. തീർച്ചയായും എരിയാപ്പണിക്കരുടെ ദൃഷ്ടിയിൽ നിന്ന് എന്നേക്കുമായി അകന്ന് ക്ഷണിക്കപ്പെട്ട ഏതോ സ്ഥലത്തേക്ക് പോയതാകും. ആ സ്ഥലം എവിടെയാണ്? അങ്ങനെയൊരു സ്ഥലമുണ്ടോ? അതോ, തന്നോട് വെറുതെ പറഞ്ഞതാണോ? ഇനി ഒരിക്കലെങ്കിലും ആ പ്രിയപ്പെട്ട ഗുരുനാഥനെ തനിക്ക് നേരിൽ കാണാനാവുമോ? അതിനുവേണ്ടി അന്വേഷണം നടത്തണോ? ഇല്ല....ഇല്ല... ഒരു നിശ്ചയവുമില്ല!!

മൂന്ന്

"**കു**ഞ്ഞാതീ, നീ ആലോചിച്ചിട്ടുണ്ടോ നമ്മുടെ സമുദായത്തിന്റെ ദയനീയമായ അവസ്ഥയെപ്പറ്റി...?"

പയറ്റും അഭ്യാസവും ഇല്ലാതിരുന്ന ഒരു ദിവസം ഉച്ചയൂണു കഴിഞ്ഞ് നാലുംകൂട്ടി മുറുക്കി മന്ദഹസിച്ചുകൊണ്ട് ഗുരുനാഥൻ ചോദിച്ചു. ഇരിക്കാൻ അദ്ദേഹം അടുത്തേക്ക് പീഠം നീക്കിയിട്ടു.

"ആലോചിക്കാതിരുന്നിട്ടില്ല. പക്ഷേ, വെറുമൊരു ആലോചനകൊണ്ട് എന്തുഫലം എന്നാണ് അപ്പോഴൊക്കെ തോന്നിയത്...."

നിലത്തുവിരിച്ച പുൽപ്പായയിൽ ഇരുന്നുകൊണ്ട് മറുപടി പറഞ്ഞു.

"അങ്ങനെയല്ല, ആലോചനയ്ക്കു ഫലമില്ലെന്ന് കരുതുന്നത് തെറ്റ്. ആലോചനയിലൂടെ മാത്രമേ നമുക്ക് പ്രവൃത്തിയിലേക്ക് കടക്കാൻ കഴിയൂ... ആകട്ടെ, നീ എന്താണ് നമ്മുടെ സമുദായത്തെക്കുറിച്ച് ആലോചിച്ചത്?"

ഗുരുനാഥൻ രസം പിടിച്ച് ഏതോ ചർച്ചയ്ക്ക് വട്ടം കൂട്ടുകയാണെന്ന് ബോദ്ധ്യമായി.

"ഗുരുനാഥാ, നമ്മൾ ഒന്നോ രണ്ടോ വീട്ടുകാർ പണംകൊണ്ടും വിദ്യകൊണ്ടും അന്തസ്സോടെ, പ്രമാണിമാരെപ്പോലെ കഴിയുന്നുണ്ടെങ്കിലും നമ്മുടെ സമുദായത്തിലെ മുക്കാലെമുണ്ടാണിയും അടിമകളായ പട്ടിണിപ്പാവങ്ങളാണ്...."

"സത്യം. അതുമല്ല, എന്തെല്ലാം മോശപ്പെട്ട പ്രവൃത്തികളാണ് നാം തന്നെ വരുത്തിവെച്ചിട്ടുള്ളത്." ഒന്നുനിർത്തി, അദ്ദേഹം തുടർന്നു: "കുളിക്കത്തില്ല...നനയ്ക്കത്തില്ല... നാറ്റംകൊണ്ട് അന്യരെ അടുപ്പിക്കത്തില്ല... എന്തിന്? ചത്തളിഞ്ഞ പശുവിനെയല്ലേ ചിലർ അമൃതുപോലെ ഭക്ഷിക്കുന്നത്? അതൊക്കെ ഒരു അവകാശമായിട്ടാണ് അവരുടെ വെയ്പ്. 'ചമ്പ

പ്പറയര്..' എന്നൊരു വിളിപ്പേരും അക്കൂട്ടർക്ക് അതിന് കിട്ടിയിട്ടുണ്ട്."

ഗുരുനാഥന് ആരെയോ എന്തൊക്കയോ അറിയിക്കാനുള്ള ആവേശമുണ്ടായതുപോലെ. ശത്രുക്കളോടുള്ള അമർഷം കടിച്ചമർത്തും പോലെ ഭാവഹാവാദികളോടെ അദ്ദേഹം തുടർന്നു:

"നമ്മൾ അടിമകളാണ് കുഞ്ഞാതി. മേലാളരായ സകല തമ്പ്രാക്കന്മാരുടെയും യജമാനൻമാരുടെയും അടിമകൾ. മനുഷ്യരായി നമ്മൾ ജനിച്ചെന്നേയുള്ളു. നമുക്ക് ആ മേൽജാതിക്കാരെപ്പോലെ താമസിക്കാൻ നല്ല വീടുണ്ടോ? കഴിക്കാൻ നല്ല ഭക്ഷണമുണ്ടോ? ധരിക്കാൻ നല്ല വസ്ത്രമുണ്ടോ? ധൈര്യമായി വഴി നടക്കാൻ അവകാശമുണ്ടോ? മേലാളരുടെ ക്ഷേത്രങ്ങളിൽ പ്രവേശനമുണ്ടോ? അവരുടെ ദൈവങ്ങളെ പൂജിക്കാൻ അനുമതിയുണ്ടോ? ഇല്ല.. ഇല്ല.. ഒന്നിനും അവകാശമില്ല...അനുമതിയില്ല."

ആ ശബ്ദത്തിൽ രോഷവും സങ്കടവും നിറഞ്ഞു. അതു കണ്ടപ്പോൾ സമാധാനിപ്പിക്കാനെന്നവണ്ണം പറഞ്ഞു.

"എന്നെങ്കിലും ഈ അവസ്ഥ മാറാതിരിക്കില്ല ഗുരുനാഥാ..."

അതു കേൾക്കാത്ത താമസം; ഗുരുനാഥന്റെ മറുപടി ഉടനെ വന്നു.

"അങ്ങനെ ചുമ്മാ പറഞ്ഞതുകൊണ്ട് കാര്യമില്ല. മാറും മാറും എന്നു ജപിച്ചുകൊണ്ട് ഇരിക്കുന്നതിൽ എന്തർത്ഥം? മാറ്റാനായുള്ള പരിശ്രമമാണ് നമുക്കുണ്ടാകേണ്ടത്. ഞാൻ ചോദിക്കട്ടെ: കുഞ്ഞാതീ, നിനക്കതിന് ധൈര്യമുണ്ടോ..?"

ഗുരുവിൽ നിന്ന് അത്തരമൊരു ചോദ്യം പ്രതീക്ഷിച്ചതല്ല. സ്വന്തം സമുദായത്തിന്റെ ദുരിതങ്ങളെപ്പറ്റി ചിലപ്പോഴൊക്കെ ചിന്തിച്ചിട്ടുണ്ടെങ്കിലും, അതു മാറ്റാൻ താൻ മുൻകൈയെടുക്കണമെന്ന് വിചാരിച്ചിട്ടില്ല. എങ്കിലും പറഞ്ഞു.

"ഞാൻ ശ്രമിക്കാം ഗുരുനാഥാ. ആവുംപോലെ ശ്രമിക്കാം...."

"അതുമതി കുഞ്ഞേ. എനിക്കത്രയും മതി. പറയന്റെ ഇന്നത്തെ സങ്കടം മാറ്റാൻ ഒരാളെങ്കിലും ശ്രമിക്കുമെന്ന് പറഞ്ഞല്ലോ. കുഞ്ഞാതി, നിന്നെക്കൊണ്ട് എല്ലാം സാധിക്കുമെന്നല്ല. ഇന്ന് ഒരാളെങ്കിൽ നാളെ ഒരു നൂറ് പേര് വരും. തർക്കമില്ല. ഒന്നു തുടങ്ങിവെക്കാനാണ് പാട്. ഒരു മാറ്റത്തിന് തുടക്കമിടാൻ--അതിന് ബീജാവാപം ചെയ്യാൻ നിനക്ക് കഴിഞ്ഞാൽ – പിറകെ വരാൻ പലരുമുണ്ടാകും...."

ഗുരുനാഥൻ അതു പറയുമ്പോൾ അതുവരെ കൈവരാത്തൊരു ധൈര്യം; ഒരാത്മവിശ്വാസം. അദ്ദേഹം അങ്ങനെ പറയുന്നതിനുമുമ്പ് എത്രയോവട്ടം ചുറ്റുപാടുമുള്ളവരെക്കുറിച്ച് ആലോചിച്ചിട്ടുണ്ട്. വേദനിച്ചിട്ടുണ്ട്. ഗുരുനാഥൻ പറയുംപോലെ ഒന്നും പ്രവർത്തിക്കാതെ വെറുതെ വേദനിക്കുന്നതിൽ കാര്യമില്ല.

"കുഞ്ഞാതി, നീ കണ്ടിട്ടുണ്ടല്ലോ, നമ്മുടെ വർഗ്ഗക്കാർ ഏറക്കുറെ എല്ലാവരുടെയും പാർപ്പ് എവിടെയാ? വല്ല പാടവരമ്പിലോ, കാട്ടിലോ, ചതുപ്പിലോ, തമ്പ്രാന്റെ ചാണകക്കുണ്ടിലോ ഒക്കെ കെട്ടിയ മാടങ്ങളിലല്ലേ? ചാളകളിലല്ലേ? അവിടെ അവന്റെ സമ്പാദ്യമെന്തുവാ? ഒരു കീറ

വട്ടീം രണ്ടു മൂന്ന് പൊട്ടക്കലവും കീറത്തുണിയും പുല്ലുപായും... അവിടവന് തിന്നാനൊള്ളതോ? ചാമയും തിനേം മുളനെല്ലും മുതിരേം. പോലത്തേക്കും അത്താഴവും അവൻ കഴിച്ചാലായി, ഇല്ലെങ്കിലായി. പുഴുക്കും പഴങ്കഞ്ഞീം തിന്നോണ്ടല്ലേ അവൻ തമ്പ്രാനുവേണ്ടി പകലന്തിയോളം പണിയെടുക്കുന്നത്? അങ്ങനെ കഷ്ടപ്പെടുന്ന അവന് ഉടുക്കാൻ നല്ലതുവല്ലതുമുണ്ടോ? അരയിലൊരു കീറ തോർത്തല്ലാതെ. മാറുമറയ്ക്കാൻ അവന്റെ പെണ്ണിന് പറ്റുമോ? അപ്പോഴറിയാം തമ്പ്രാക്കന്മാരുടെ തനിക്കൊണം..."

ഗുരുനാഥന്റെ ഉള്ള് തിളയ്ക്കുന്നതുപോലുണ്ട്. അദ്ദേഹം സമുദായത്തെ നന്നായി പഠിച്ചിരിക്കുന്നു. എല്ലാം നോക്കിക്കണ്ടിരിക്കുന്നു. ഒക്കെ കേട്ടിരിക്കാനല്ലാതെ കുഞ്ഞാതിക്ക് ഒന്നും പറയാനുണ്ടായിരുന്നില്ല. അദ്ദേഹമാകട്ടെ, അടക്കിയ അമർഷത്തോടെ പറഞ്ഞുകൊണ്ടിരുന്നു.

"കുഞ്ഞാതി, നമ്മള് പറേൻമാരുടെ പ്രധാന പണിയെന്താ? അങ്കമാണോ? കച്ചവടമാണോ?"

തന്റെ നേർക്ക് വിരൽ ചൂണ്ടിക്കൊണ്ടാണ് ചോദ്യം. ഉത്തരം പറയാതെ വയ്യ. നിഷേധഭാവത്തോടെ പറഞ്ഞു:

"രണ്ടുമല്ല. പറേന്മാരുടെ പണി കൃഷിയാണ്. അതില്ലാത്തപ്പോൾ കിഴക്കൻമലേലെ കാട്ടീന്ന് ഈറ്റപ്പൊളികൊണ്ടുവന്ന് കുട്ടേം വട്ടീം പനമ്പും നെയ്യുക... രണ്ടും അവനു വേണ്ടിയല്ല. തമ്പ്രാക്കൻമാർക്കു വേണ്ടിയാ. തമ്പ്രാക്കൻമാരെ പോറ്റാൻവേണ്ടി. അവർക്കുവേണ്ടി മഞ്ഞും മഴേം ചൂടും തണുപ്പുമൊക്കെ അവൻ സഹിക്കും. രാവും പകലും വ്യത്യാസമില്ലാതെ പൂട്ടുകേം വിതക്കുകേം കെളക്കുകേം ചെയ്യും. മിക്കവാറും ഒരു നുകത്തിൽ കാളേം അവനേം വെച്ച് മറ്റുള്ളവർ പൂട്ടും. കലപ്പ വലിച്ചില്ലെങ്കിൽ കാളേം അവനേം ചാട്ടകൊണ്ട് ഒരുപോലടിക്കും."

എന്തോ ആലോചിച്ചിട്ടെന്നവണ്ണം ഗുരുനാഥൻ അൽപ്പം നിർത്തി, പിന്നെ പറഞ്ഞതിന്റെ തുടർച്ചയെന്നോണം തുടർന്നു:

"ന്റ കുഞ്ഞാതീ, നീ ശ്രദ്ധിച്ചിട്ടുണ്ടോ, മഴക്കാലത്തെ കുത്തൊഴുക്കിൽ പാടവരമ്പ് ഒലിച്ചുപോകും. അപ്പോ മടകെട്ടാതെ പറ്റില്ല. ചെളികൊണ്ട് മടകെട്ടിയാൽ അതുറയ്ക്കുമോ? ഇല്ലല്ലോ. അപ്പോപ്പിന്നെ, മട ഒറയ്ക്കാൻ ഒറ്റ വഴിയേ ഉള്ളു. പറയനെ കുരുതി ചെയ്യുക. അവന്റെ ചോര വീണാൽപ്പിന്നെ കാര്യമെല്ലാം ഭദ്രം. മട ഒറച്ചതു തന്നെ. അങ്ങനെ എത്ര ചെറുപ്പക്കാരെ കുരുതികഴിച്ചിട്ടുണ്ട്...."

ഗുരുനാഥന്റെ ശബ്ദത്തിൽ മുഴങ്ങുന്നത് അമർഷവും വേദനയുമാണ്. അദ്ദേഹം സ്വയം മറക്കുകയാണോ?

"കഞ്ഞികുടിച്ചില്ലേലും പറയന് അരത്തൊണ്ട് കള്ളുമതിയല്ലോ. കേട്ടിട്ടില്ലേ കുഞ്ഞാതീ, നീ ആ പാട്ട്? എന്റെ അപ്പന്റെ തലമുറേലൊള്ള ഏതോ പറയൻ പാടിയതാ. അരത്തൊണ്ട് കള്ളും തന്ന്, അരമുറി കരിക്കും തന്ന് കൊല്ലാകൊല കൊല്ലണിയോ..." എന്ന്. ആ പാട്ടു പാടിയോനെ ഏമാൻമാര് അടിച്ചെല്ലോടിച്ചെന്നാ കേട്ടത്...എന്തോവാ

കട്ടെ, അയാള് പാടിയത് കള്ളമാണോ? ആരായാലും ആ പാട്ടുപാടി യോൻ നട്ടെല്ലുള്ളവൻ തന്നെ...

"അയാളാകും ഒരുപക്ഷേ, പാവപ്പെട്ട പറയന്റേം പൊലയന്റേം കഷ്ട പ്പാടിനെപ്പറ്റി ആദ്യം വിളിച്ചു പറഞ്ഞ ആള്... അല്ലേ ഗുരുനാഥാ..."

ഗുരുവിന്റെ ചരിത്ര വായനയിൽ മുഴുകിയപ്പോൾ അറിയാതെ ചോദി ച്ചുപോയി.

"എന്നു പറയാനാവില്ല. അയാൾക്കു മുൻപും ആരെങ്കിലുമൊക്കെ സ്വന്തം കഷ്ടപ്പാടിൽ മനംനൊന്ത് പ്രതിഷേധം കാണിച്ചിരിക്കാം. അതെ ന്തായാലും കിട്ടുന്ന കൂലിക്ക് കള്ള് കുടിച്ചാൽ മാടം പട്ടിണിയായിപ്പോ കില്ലേ? ചിലപ്പോൾ ക്ഷാമകാലവും ഒണ്ടാവും. പട്ടിണി സഹിക്കാൻ വയ്യാതെ നൊന്തുപെറ്റ മക്കളെ ചില്ലിക്കാശിന് വിറ്റ പെറ്റമ്മമാര് നമ്മുടെ വർഗ്ഗത്തിലുണ്ട്. വന്ന് വിലപേശി തമ്പ്രാക്കൻമാര് വാങ്ങും. അവർക്ക് ഒരു കൊച്ചടിമയെ ചുളുവിന് കിട്ടുകയല്ലേ? പാവപ്പെട്ട നമ്മുടെ വർഗ്ഗ ക്കാര് എന്നും അടിമകളാണ്. അവരെ ഏമാൻമാർക്ക് എന്തും ചെയ്യാം. ചോരനീരാക്കുംവിധം കഴുതേപ്പോലെ പണിയെടുപ്പിക്കാം. വെറുപ്പ് തോന്നിയാൽ അടിച്ചുകൊല്ലാം. എന്നാലും ഏമാൻമാർക്ക് വേണ്ടി പോത്തോട്ടവും നടത്തി, പോത്തിനേം തിന്നും പോത്തുപോലെ ജീവി ക്കാൻ നമ്മുടെ ജാതിക്കാർക്ക് ഒരു മടീം ഇല്ല."

ഗുരുവിന്റെ കൈകൾ മെല്ലെ വെറ്റിലച്ചെല്ലത്തിലേക്ക് നീണ്ടു. അദ്ദേഹം വെറ്റിലയിൽ വാസനച്ചുണ്ണാമ്പ് തേക്കുമ്പോൾ വെറുതേ ചോദിച്ചു.

"ഇക്കൂട്ടത്തിൽ ആർക്കെങ്കിലും അക്ഷരം പഠിക്കാൻ പറ്റിയിട്ടുണ്ടോ ഗുരുനാഥാ?"

"നല്ല ചോദ്യം..." ഗുരുവിന്റെ മുറുക്കിച്ചുവന്ന ചുണ്ടിൽ പരിഹാസച്ചിരി വിടർന്നു.

"കൂട്ടത്തിൽ തമ്പുരാൻമാരെപ്പോലെ സമ്പന്നരായ നമ്മൾക്കുതന്നെ വേണ്ടവിധം വിദ്യ അഭ്യസിക്കാൻ കഴിഞ്ഞിട്ടുണ്ടോ കുഞ്ഞാതി? നമ്മ ളെപ്പോലുള്ളവർ അക്ഷരം പഠിക്കരുതെന്നാ മേലാളന്മാരുടെ ഒരു കൽപ്പന. പഠിച്ചുപോയാൽ നമ്മള് ചിന്തിക്കില്ലേ? പിന്നെ അവർക്കെതിരെ തിരിയില്ലേ? അതുകൊണ്ടാ പഠിപ്പൊക്കെ നിഷേധിച്ചിരിക്കുന്നത്. അല്ല, വല്യ കേമൻമാ രായ നമുക്കുതന്നെ പൊതുവഴിയിലൂടെ നടക്കാൻ പറ്റുമോ? ചന്തസ്ഥല ങ്ങളിൽ ധൈര്യത്തോടെ പോകാൻ പറ്റുമോ? മേലാളന്മാരുടെ ക്ഷേത്രപ രിസരത്തെങ്ങാനും കടക്കാൻ പറ്റുമോ? എന്തിന്? നമ്മുടെ വീട്ടിലൊരു കൊച്ചുണ്ടായാൽ വിവരമൊടനെ തമ്പ്രാക്കന്മാരുടെ പടിക്കൽച്ചെന്ന് അറി യിക്കണ്ടേ? ഒരു കെട്ട് വെറ്റേം പന്ത്രണ്ടടയ്ക്കേം അരപ്പണോം കാണിക്ക വെയ്ക്കേണ്ടേ? എന്നിട്ടോ, പടിക്കൽ കാത്തുനിന്ന് കൊച്ചിന്റെ തന്ത വിളി ച്ചുപറേം. "വല്യമ്പ്രാനേ...അടിയന്റെ പറയിപെറ്റേ. അടിയന്റെ ക്ടാത്തന് ഒരു പേരു ചൊല്ലി വിളിക്കണേ..."എന്ന്. തമ്പുരാനൊടനെ അദൃത്തിന് വായിത്തോന്നിയ ഒരു പേര് -കോരാന്നോ, ചാത്താന്നോ...അങ്ങ് വിളിച്ചു

പറേം. നമ്മളത് മാറ്റം വരാതെ കൊച്ചുങ്ങക്കിടും. ഇച്ചിരെ സൗകര്യമുള്ള നമ്മടെ കാര്യം ഇങ്ങനാണേൽ പഞ്ഞവും പട്ടിണിയും നിറഞ്ഞ പറയന്റെ സ്ഥിതി എന്താകും? നീ കണ്ടിട്ടില്ലേ കുഞ്ഞാതീ, തമ്പ്രാക്കന്മാര് വരുമ്പം "പോ പോ, ഏ- ഊഹ്, ഏ- ഊഹ്, ..." എന്നൊക്കെയുള്ള ഒച്ചയാട്ട്. അതു കേക്കുമ്പം ദൂരത്തേക്കോടി നിലത്തോളം പതിഞ്ഞ് കൈകൂപ്പി തമ്പുരാൻ കടന്നുപോകുന്നതുവരെ നോക്കാതെ, "വഴിയേ വഴിയേ" എന്നു വിനയത്തിൽ പറഞ്ഞുകൊണ്ട് ആ നിലയിൽ ഒറ്റ നിൽപ്പ് നിൽക്കുന്ന നമ്മുടെ കൂട്ടരെ.... അവർ അബദ്ധത്തിലെങ്ങാനം തമ്പുരാനെ തീണ്ടിപ്പോയാൽ അദ്യം നമ്മുടെ തല കൊയ്യില്ലേ..?

ഗുരുനാഥൻ മുറുക്കി കോളാമ്പിയിലേക്ക് ശബ്ദത്തോടെ തുപ്പുമ്പോൾ, അത് നാട്ടുനടപ്പുകളുടെ മുഖത്തേക്കുള്ള ഒരു കാറിത്തുപ്പലാണെന്ന് തോന്നി. തന്റെ മനസ്സിലുള്ള അമർഷം മുഴുവൻ ആരെയെങ്കിലും കേൾപ്പിക്കാതെ അദ്ദേഹം വീർപ്പുമുട്ടുകയാണോ?

"കീഴാളരായ പാവങ്ങൾക്ക് രോഗം വന്നാൽ നല്ല മരുന്നുണ്ടോ? ചികിത്സയുണ്ടോ? മരണം തന്നെയാണ് നമുക്ക് മരുന്ന്. അതാണവന്റെ വിധി. മറ്റൊരു വിധിയുമുണ്ട്. സഹനം,. ഭൂമിയിൽ തമ്പുരാൻ കൽപ്പിക്കുന്ന സകലതും സഹിക്കുക. ചോദിക്കാനും പറയാനും അവന് ആരുമില്ലല്ലോ. അവൻ വെറും അടിമ. തമ്പുരാന്റെ പശുവിനെ കാണാതായാൽ കന്നാലിക്കാരനായ അവന്റെ കണ്ണിലാകും ചുണ്ണാമ്പ് തേച്ചുവിടുന്നത്. കാര്യസ്ഥന്മാർ പണം മോഷ്ടിച്ചാൽ ചാട്ടവാറടിയേക്കുന്നത് അവന്റെ പുറത്താകും. ചെയ്യാത്ത കൊലയ്ക്കും ചിലപ്പോൾ മരച്ചോട്ടിലെ വിചാരണ കഴിഞ്ഞ് ശൂലത്തിൽ കൊരുത്ത് മരക്കൊമ്പിൽ തൂക്കും. ശിക്ഷകളെല്ലാം ഒടയോന്മാർ വിധിക്കുന്നു. അക്ഷരം ഉരിയാടാനാകാതെ പറയനും പുലയനും അത് സഹിക്കുന്നു. എന്തൊരു കാലം.... എന്തൊരു ജീവിതം...

ഗുരുവിന്റെ മുഖത്ത് നിരാശ പടർന്നിരുന്നു. അദ്ദേഹം ദീർഘമായൊന്ന് നെടുവീർപ്പിട്ടു.

"എക്കാലത്തും പറയന്റെ അവസ്ഥ ഇതായിരുന്നോ ഗുരുനാഥാ.....?"

മനസ്സിൽ അലയടിച്ചിരുന്ന ഒരു സംശയം പുറത്തുവന്നു.

"അല്ല.... ഒരിയ്ക്കലുമല്ല...."

അങ്ങനെ നിഷേധിച്ചുകൊണ്ട് ഗുരു എന്തോ ഓർക്കാൻ ശ്രമിച്ചു. ഒട്ടുനേരം അദ്ദേഹം ധ്യാനത്തിലെന്നപോലെ ഇരുന്നു. പിന്നെ വിദൂരതയിലേക്ക് കണ്ണയച്ച് പതുക്കെ വിസ്തരിച്ചു തുടങ്ങി.

"കുഞ്ഞാതി, പണ്ടത്തെ അവസ്ഥ ഇങ്ങനെ ആയിരുന്നുവെന്ന് പറഞ്ഞുകൂടാ. നിനക്കൊരു കാര്യം അറിയണോ? തൊണ്ണൂറ്റൊൻപത് യാഗം നടത്തിയ അഗ്നിഹോത്രി എന്ന ബ്രാഹ്മണനെ പ്രസവിച്ചതുപോലും നമ്മുടെ വർഗ്ഗത്തിൽപ്പെട്ട ഒരമ്മയാ. ആദി എന്ന പറയസ്ത്രീ. പറയി പെറ്റ പന്തിരുകുലത്തിന്റെ നാരായവേര്." - കുഞ്ഞാതിയെ നോക്കി അല്പസ്മിതം തൂകി ഗുരു കൂട്ടിച്ചേർത്തു.

"അക്കഥയൊന്നും ഞാൻ വിവരിക്കുന്നില്ല. അതൊക്കെ നിനക്കറി

യാമെന്ന് വിചാരിക്കുന്നു. എന്നാൽ നിനക്കറിയാത്ത ചില കാര്യങ്ങളുമുണ്ട്. അതു ഞാൻ പറയാം....

പണ്ടൊരിക്കൽ ബ്രാഹ്മണനെക്കാൾ ഉയർന്ന സ്ഥാനത്തിന് അവകാശി ആയിരുന്നു പറയൻ. ജ്യേഷ്ഠബ്രാഹ്മണനെന്നാ അയാളെ വിളിക്കാറ്. *രാമായണ*ത്തിലെ വസിഷ്ഠനെന്നും അരുന്ധതിയെന്നും ഒക്കെ കേട്ടിട്ടില്ലേ? ആ രണ്ട് പുണ്യരൂപികളും ചണ്ഡാലപ്പിറവികളാണെന്നാ കേൾവി. കേട്ടോ കുഞ്ഞാതി, നമ്മുടെ നാട്ടിലല്ല പറയൻമാര് ഒരുപാടുള്ളത്. അതങ്ങ് തമിഴ്നാട്ടിലാ. തോവാള, അഗസ്തീശ്വരം തുടങ്ങിയ സ്ഥലങ്ങളിൽ. തമിഴ്നാട്ടിലെ പറയരുടെ ചില ആചാരങ്ങൾ ബ്രാഹ്മണരുടെ ആചാരങ്ങൾ പോലെയാ. കല്യാണസമയത്ത് പറയനും പണ്ട് പൂണൂൽ ധരിക്കും. പാളോൻ എന്നൊരു രഹസ്യഭാഷ പോലും അവർക്കുണ്ട്. മീനപ്പറയൻ എന്നാ ഇക്കൂട്ടരെപ്പറ്റി പറയുന്നത്. അവർ ആ ഭാഷ അന്യജാതിക്കാർക്കാർക്കും പറഞ്ഞു കൊടുക്കില്ല. കുഞ്ഞാതിക്കറിയാമോ, പറയരിൽത്തന്നെ പതിനെട്ടോളം അവാന്തര ജാതികളാ ഒള്ളത്. ഇതിൽ ഏറ്റവും ഉയർന്നത് വള്ളോപ്പറയനാ. തമിഴിലെ തിരുക്കുറൽ എഴുതിയ തിരുവള്ളുവരെക്കുറിച്ച് കേട്ടിട്ടില്ലേ? അദ്ദേഹം വള്ളോപ്പറയൻ ആയിരുന്നു. തമിഴിലെ ഭക്തകവി നന്തനാരും, ആ കുലത്തിൽപ്പെട്ടതാ. നമ്മുടെ നാട്ടിലെ പറയർക്ക് പല ശാഖകളും ഉപശാഖകളുമുണ്ട്. ബ്രാഹ്മണരെപ്പോലെ ഇല്ലക്കാരായിരുന്നു പറയരും. കാഞ്ഞിരമില്ലം, പൂത്തേരിയില്ലം, പേയില്ലം, കോവനില്ലം....എന്നിങ്ങനെ ഒട്ടേറെ ഇല്ലങ്ങളുണ്ട്. പക്ഷേ, ഇതൊക്കെ പറഞ്ഞിട്ടെന്താ കാര്യം? ഇല്ലം പോയിട്ട് ഇന്ന് നമ്മുടെ കൂട്ടര് വെറും ഇല്ലായ്മയുടെ കോലങ്ങളായില്ലേ?"

ഗുരുനാഥൻ വീണ്ടുമൊന്ന് നിർത്തി. ആ സ്വരത്തിൽ നിരാശ നിഴലിച്ചിരുന്നു. പറയവംശത്തെക്കുറിച്ചുള്ള അദ്ദേഹത്തിന്റെ അറിവും ഓർമ്മയും അതിശയം ജനിപ്പിച്ചു.

"ഗുരുനാഥാ, ഇച്ചിരെ ചൂടുവെള്ളം കൊണ്ടുവരട്ടെ...?"

"വേണ്ട... ഇപ്പോ വേണ്ട...."

കൈയാംഗ്യം കൊണ്ട് അദ്ദേഹം നിരസിച്ചു. പിന്നീട് പറഞ്ഞുവന്നതിൽ സ്വയം രസം പിടിച്ചപോലെ തുടർന്നു:

"കുഞ്ഞാതീ, ശ്രദ്ധിച്ചു കേൾക്കണം. നമ്മുടെ കൂട്ടര് പണ്ട്, സംഘകാലത്ത് ഇന്നത്തെപ്പോലെ കൃഷിക്കാരല്ല, നല്ല, ഒന്നാംതരം പടയാളികളും പോരാളികളുമായിരുന്നു. പറയൻ എന്ന പേര് തന്നെ ആ രീതിയിൽ വന്നതാ. പറമ്പുകളിൽ കൃഷിചെയ്യുന്നവരായതുകൊണ്ടല്ല, പെരുമ്പറ എന്ന പെരും വാദ്യം അടിക്കുന്നവരായതുകൊണ്ടാ പറയര് എന്ന പേര് നമുക്കുണ്ടായത്. പറയടിച്ച് രാജകീയ വിളംബരം മുഴക്കുന്നവരായിരുന്നു നമ്മുടെ പൂർവ്വികർ. കുഞ്ഞാതിക്കറിയാമോ? രാജരാജചോളന്റെ കാലത്ത് പറയൻ രാജപുരോഹിതനായിരുന്നു. വള്ളുവരാജാക്കന്മാർ പറയരാജാക്കന്മാർ ആണെന്നാ ചരിത്രം പറയുന്നത്. ലോകത്ത് ആദ്യമായി ഒളിപ്പോര് നടത്തിയത് നമ്മുടെ കൂട്ടത്തിലെ മീനപ്പറയരാ. അതും പോരാ

ഞ്ഞ്, മാന്ത്രികവിദ്യയിലും മന്ത്രവാദത്തിലും കളവ് തെളിയിക്കുന്നതിലുമെല്ലാം നമ്മുടെ കൂട്ടർ കേമൻമാരായിരുന്നു. നീ കരുവാറ്റാപ്പറയൻമാരെക്കുറിച്ച് കേട്ടിട്ടുണ്ടോ കുഞ്ഞാതി? ഹരിപ്പാടിനടുത്തുള്ള സ്ഥലമാ ഈ കരുവാറ്റാ. ആ പറയര് പേരുകേട്ട മാന്ത്രികരായിരുന്നു. കരുവാറ്റാപ്പറയൻ വീടിന് വെളിയിൽ നിന്ന് കൈയൊന്ന് ഞൊടിച്ചാൽ മതി ഏതു തുറക്കാത്ത പൂട്ടും 'ട്ടപ്പോന്ന്' തുറക്കും. അതായിരുന്നു അവരുടെ സിദ്ധി. പറക്കുട്ടി എന്ന പരദേവതയെ ധ്യാനിച്ച് ഉറുക്കും നൂലും ഏലസ്സുമൊക്കെ കെട്ടിക്കൊടുക്കുന്ന മന്ത്രവാദികളായ പറയരുണ്ടായിരുന്നു. കള്ളം തെളിയിക്കാൻ അവർക്ക് ഉണ്ടായിരുന്നത് അസാമാന്യ വൈഭവമാ. നാട്ടിൽ എവിടെയെങ്കിലും മോഷണം നടന്നാൽ, നാടുവാഴിത്തമ്പുരാൻ പറയ മന്ത്രവാദികളെ വിളിച്ചുവരുത്തും. കളവ് തെളിയിക്കേണ്ട ജോലി അവരുടേതാണ്. അതവർ കിറുകൃത്യമായി ചെയ്തിരിക്കും. ഒരു നിരപരാധീം ശിക്ഷിക്കപ്പെടില്ല...അല്ല, സിദ്ധിയുടെയും ആത്മീയതയുടെയും കാര്യത്തിൽ നമ്മുടെ പൂർവ്വികൻ പാക്കനാരെ ജയിക്കാൻ മറ്റൊരാളുണ്ടോ? അദ്ദേഹത്തെയോർത്ത് നമ്മൾ എത്ര അഭിമാനം കൊള്ളണം. അഗ്നിഹോത്രം ചെയ്യുന്ന ബ്രാഹ്മണർക്കുപോലും അദ്ദേഹം ബഹുമാന്യനായിരുന്നില്ലേ? മേഴത്തോൾ അഗ്നിഹോത്രിയുടെ നേരനുജൻ എന്നല്ലേ പറയനായ പാക്കനാരെപ്പറ്റി പറയാറുള്ളത്? അവർ തമ്മിൽ ഉണ്ടായിരുന്നത് അത്രവലിയ സാഹോദര്യമായിരുന്നില്ലേ? ആ പാക്കനാരുടെ സിദ്ധികളെപ്പറ്റി പഴമക്കാർക്ക് എന്തെന്തു കഥകളാണ് പാടിപ്പുകഴ്ത്താനുള്ളതെന്നോ? ബ്രാഹ്മണ്യത്തിന്റെ അധിപതിയായ ആഴ്വാഞ്ചേരി തമ്പ്രാക്കളെ തമ്പ്രാക്കളാക്കിയ കഥയാണ് ഒന്ന്. അന്തർജ്ജനത്തിന് പശുവിന്റെ അകിടുകൊണ്ടുക്കൊടുത്ത് അതിനെ കോവയ്ക്കാ ഉപ്പേരിയാക്കിമാറ്റിയ കഥയാണ് മറ്റൊന്ന്.... ഗംഗയിൽ പുണ്യസ്നാനത്തിന് പോയ നമ്പൂതിരിമാരുടെ കയ്യിൽ കാഞ്ഞിരവടികൊടുത്ത്, നാട്ടിലെ ക്ഷേത്രക്കുളത്തിൽ നിന്നും ആ വടി വീണ്ടെടുത്തതാണ് വേറൊന്ന്. സ്വർണ്ണവും പണവും ആളെ കൊല്ലിയാണെന്ന് പറഞ്ഞ് ദുരമൂത്തകള്ളന്മാരെ ഒടുക്കിയ കഥയാണ് ഇനിയൊന്ന്. ഇങ്ങനെ എത്രയെത്ര കഥകൾ.... അവയൊക്കെ വിവരിക്കാൻ തുടങ്ങിയാൽ അത് ഇന്നൊന്നും അവസാനിക്കില്ല കുഞ്ഞാതീ..."

ഗുരുനാഥന്റെ മുഖം കണ്ടാൽ അദ്ദേഹം ഭൂതകാലകഥകളുടെ മായാലോകവലയത്തിൽ ഇരിക്കുകയാണെന്ന് തോന്നും. എന്നിട്ടും സ്വയം നിയന്ത്രിച്ചിട്ടെന്നപോലെ അദ്ദേഹം പുറത്തേക്കൊന്നു നോക്കി സമയമളന്ന് എന്തോ ഓർത്ത് വാക്കുകൾ ചുരുക്കി.

"ഞാനീ ചരിത്രമൊന്നും അങ്ങനെ ആരോടും പറഞ്ഞിട്ടില്ല കുഞ്ഞാതി. പക്ഷേ, അതെല്ലാം ഒരാളെങ്കിലും അറിയണമെന്ന് എനിക്കുണ്ടായിരുന്നു. അത് നീ ആയത് എന്റെ ഭാഗ്യം. ജാതി പറഞ്ഞ് പറയരെ അധിക്ഷേപിക്കുന്നവരെ നിലക്കുനിർത്താൻ നമ്മുടെ പൂർവ്വചരിത്രം കുറച്ചെങ്കിലും നാം അറിയണം. അതിൽ നാം അഭിമാനിക്കണം. ഒരുകാര്യം കൂടി പറഞ്ഞ് ഞാൻ നിർത്താം. ഇന്ന് മേലാളർ പറയന് അയിത്തം കൽപ്പി

ക്കുന്നു. എന്നാൽ പണ്ട് അതുണ്ടായിരുന്നില്ല. പ്രത്യേകിച്ച്, തമിഴ്നാട്ടിൽ. തമിഴ്നാട്ടിലെ കേഴ്വികേട്ട കാഞ്ചിപുരത്തും കുംഭകോണത്തും ശ്രീവല്ലിപുത്തൂരുമുള്ള മഹാക്ഷേത്രങ്ങളിൽ കൊല്ലത്തിൽ ഏതാനും ദിവസം പറയർക്ക് ഉള്ളിൽ കടക്കാം. ഉത്സവകാലത്ത് ക്ഷേത്രരഥം വലിക്കാം. പറയൻ തൊട്ടാൽ ആ കയറിന് അശുദ്ധിയില്ല. അല്ല, നമ്മുടെ നാട്ടിലെ എളങ്കുന്നപ്പുഴ ക്ഷേത്രത്തിന്റെ ഉത്ഭവത്തെക്കുറിച്ച് കേട്ടിട്ടില്ലേ? പറയൻ വഴിക്കാണ് ആ ക്ഷേത്രത്തിന്റെ ഉൽപ്പത്തി എന്നാ ഐതിഹ്യം. സമുദായത്തെക്കുറിച്ചുള്ള ഐതിഹ്യങ്ങൾ പറയാൻ ഇനിയും ധാരാളമുണ്ട്. എല്ലാം പറഞ്ഞു തീർക്കാൻ സമയം പോരാ...."

തിടുക്കം കാട്ടി മേൽപ്പുടവ ആഞ്ഞ് കുടഞ്ഞ് ഗുരുനാഥൻ എഴുന്നേറ്റു. മൂരിനിവർന്നു. നിർവൃതി പൂണ്ടപോലെ അദ്ദേഹം മന്ദഹസിച്ചു.

"കുഞ്ഞാതി, വാളും വസ്ത്രങ്ങളും വെച്ച എന്റെ ഭാണ്ഡം ഞാൻ മുറുക്കുകയാണ്. ഏറിയാൽ ഇവിടെ ഞാനിനി ഒരാഴ്ച. അതുകഴിഞ്ഞ് ക്ഷണിക്കപ്പെട്ട ദിക്കിലേക്ക് പോകുന്നു. അതിനു മുമ്പ് നിന്നെ ഇക്കഥയൊക്കെ കേൾപ്പിച്ചതിൽ എനിക്ക് വലിയ സംതൃപ്തിയുണ്ട്. നീ സമർത്ഥനാണ്. നാട്ടിലെ ഉദ്ദണ്ഡരായ പല പ്രമാണിമാരെയും നിനക്ക് കിഴ്പ്പെടുത്താനാവും. കോട്ടകൾ കീഴടക്കാനാവും. പക്ഷേ, കരിയാവുംകോട്ട എന്ന പത്തൊൻപതാം കോട്ടയിൽമാത്രം നീ എത്തരുത്. അതെന്നും നീ ഓർമ്മയിൽ സൂക്ഷിക്കണം."

എല്ലാം അനുസരണയോടെ തലകുനിച്ചു കേട്ടുനിൽക്കാനല്ലാതെ അദ്ദേഹത്തോട് പറയാൻ വാക്കുകൾ ഇല്ലായിരുന്നു. തൊഴുതു വന്ദിക്കാനല്ലാതെ ഒന്നും ചോദിക്കാൻ ഇല്ലായിരുന്നു. താൻപോരിമയാർന്ന ഒരു ജീവിതം എനിക്കു തരാൻ ദയ കാണിച്ച ആ വലിയ മനുഷ്യന്റെ കാൽക്കൽ കൃതജ്ഞതയോടെ നമസ്കരിക്കാനല്ലാതെ എനിക്കെന്താണ് പറയാനും ചെയ്യാനുമുള്ളത്?

നാല്

ഇത് രണ്ടാമത്തെ യാത്രയാണ്. പ്രതാപിയായ അതിരമ്പുഴ മാർത്താണ്ഡനച്ചന്റെ കോട്ടയിലേക്കുള്ള യാത്ര. ആദ്യയാത്ര കഴിഞ്ഞ് മടങ്ങിവന്നിട്ട് രണ്ടാഴ്ചപോലുമായില്ല. അതിനുമുൻപ് ഇങ്ങനെയൊരു യാത്ര വേണ്ടിവരുമെന്ന് കരുതിയില്ല. ആദ്യയാത്ര വെറുതെ നാടു കാണാൻ വേണ്ടി ആയിരുന്നു. പത്തു പതിനെട്ടു വയസ്സോളം ജനിച്ചുവളർന്ന പരിസരം വിട്ട് ദൂരസ്ഥലത്തെങ്ങും പോകാൻ കഴിഞ്ഞില്ല. അതിന്റെ ആവശ്യവും വന്നില്ല. പക്ഷേ, പയറ്റുമുറകൾ അഭ്യസിച്ച് അതിൽ ആത്മവിശ്വാസമായപ്പോൾ പുറംലോകം ചുറ്റിയാൽ എന്തെന്നൊരു തോന്നൽ. ആരെങ്കിലുമായി ഏറ്റുമുട്ടി തന്റെ അഭ്യാസപാടവം അവരെ ബോദ്ധ്യപ്പെടുത്താൻ ആഗ്രഹം. ഏറ്റുമുട്ടിയില്ലെങ്കിൽത്തന്നെയും പുറംലോകം കാണേണ്ടത് ഒരാവശ്യമല്ലേ? നാടിന്റെ പ്രകൃതിയും മനുഷ്യരും സ്ഥലങ്ങളുമൊക്കെ കണ്ടു ബോദ്ധ്യപ്പെട്ടാലല്ലേ ബുദ്ധിയും മനസ്സുമൊക്കെ വളരൂ. അതിനൊന്നും അമ്മ അനുവദിച്ചില്ല. വീടും പരിസരവും വിട്ട് ദൂരെയെങ്ങും പോകരുതെന്ന് അമ്മ കൂടെക്കൂടെ താക്കീത് നൽകിയിരുന്നു. അമ്മയ്ക്ക് എപ്പോഴും പേടിയാണ്. അച്ഛന്റെ അനുഭവം ഉണ്ടാകുമോ എന്ന ഭയം. അച്ഛൻ ധീരനായിരുന്നല്ലോ. ഒരുപാട് ലോകപരിചയമുള്ള ആളായിരുന്നല്ലോ. ധാരാളമാളുകളുമായി കൂട്ടുകച്ചവടബന്ധം സ്ഥാപിച്ചിരുന്നല്ലോ. കൂട്ടുകാരെ അന്ധമായി അച്ഛൻ വിശ്വസിച്ചിരുന്നല്ലോ. അതിന്റെയൊക്കെ ഫലമായിട്ടായിരുന്നില്ലേ അകാലത്തിലുണ്ടായ ആ മരണം. കൂട്ടുകാർ വഞ്ചിച്ചതെന്നാണ് അമ്മ വിശ്വസിക്കുന്നത്. അവർ അച്ഛനെ................ അതുകൊണ്ട്, എങ്ങോട്ടു തിരിഞ്ഞാലും അമ്മ പറയും.

“അവിടെ പോകണ്ടാ മോനേ. ആളുകള് നീ വിചാരിക്കും പോലല്ല. അവർ ചതിയന്മാരാ... ഒരുത്തരേം കണ്ണുമടച്ച് വിശ്വസിക്കരുത്...”

"പിന്നെ എപ്പോഴാണമ്മേ എനിക്ക് നമ്മുടെ ഈ ഗ്രാമം വിട്ട് ദൂരെയൊക്കെയൊന്നു പോകാൻ പറ്റുന്നത്...?"

"അതിന് ഇനിയും എത്രയോ കാലമൊണ്ട്. മോൻ വളർന്ന് അച്ഛനെപ്പോലെ തന്റേടമുള്ളവനാകുമ്പോൾ നിനക്ക് എവിടേക്കും പോകാമല്ലോ...."

ഇപ്പോഴെനിക്ക് തന്റേടം കൈ വന്നിരിക്കുന്നു. ആരോടും ഏറ്റുമുട്ടി ജയിക്കാമെന്ന ഒരു തോന്നൽ നാൾക്കുനാൾ വളരുന്നു. ഗുരുനാഥന്റെ അനുഗ്രഹം സദാ ഉണ്ടെന്ന വിശ്വാസത്തിന് കരുത്തേറുന്നു. അതുകൊണ്ട് ഒരു ദിവസം രണ്ടും നിശ്ചയിച്ച് അമ്മയോട് വിഷയം അവതരിപ്പിച്ചു.

"ഞാൻ ഒരു യാത്ര പോവുകയാണ് അമ്മേ. മറുകര ദേശോം ചെറുകര ദേശോം ഒക്കെ ചുറ്റിവരാൻ എന്റെ മനസ്സ് കൊതിക്കുന്നു. അമ്മ എതിര് പറയരുത്. പോകാൻ അനുവദിക്കണം..."

"വേണ്ട മക്കളേ... നീ ഒരിടത്തും പോകണ്ട. അമ്മയ്ക്കു പേടിയാണ്..."

പതിവ് പല്ലവിയോടെ അമ്മ എന്നെ ചേർത്തു പിടിച്ചു. "അമ്മ എന്തിനാ പേടിക്കുന്നെ? ഞാൻ പഴേപോലെ കൊച്ചുകുട്ടിയൊന്നുമല്ല. പതിനെട്ട് അടവുകളും ചുവടുകളും പഠിച്ച, എലിയങ്കോം പുലിയങ്കോം ഗ്രഹിച്ച, ഒടിവിദ്യ അറിയാവുന്ന തന്റേടമുള്ള പോരാളിയാണ്. ഒരു പോരാളിക്ക് എങ്ങനെ വീടിന്റെ അറക്കുള്ളിൽ ഭീരുവെപ്പോലെ ഒളിച്ചിരിക്കാൻ പറ്റും..?"

"അമ്മയ്ക്ക് പക്ഷേ, ധൈര്യമില്ല മോനെ. മോന്റച്ഛനും എന്നോടിതുപോലൊക്കെ പറയുമായിരുന്നു. ഞാനെല്ലാം വിശ്വസിച്ചു. എന്നിട്ടൊടുവിൽ എന്തായി...?"

"അച്ഛന്റെ അനുഭവം എനിക്കുണ്ടാകില്ല അമ്മേ... ഞാനമ്മയ്ക്ക് ഉറപ്പ് തരുന്നു. തന്നെയല്ല, ഞാനിപ്പോൾ ആരുമായും ഏറ്റുമുട്ടാൻ പോകുകയല്ല. വെറുതെ കാഴ്ചകൾ കാണുക...ദേശങ്ങൾ കാണുക..അതു മാത്രമേ മനസ്സിലുള്ളൂ..."

"ഇല്ല മക്കളെ, നിന്നെ ഞാൻ വിടില്ല. എനിക്ക് നീയില്ലെങ്കിൽപ്പിന്നെ ഒരു ജീവിതമില്ല..."

അമ്മ എന്നെ കെട്ടിപ്പിടിച്ച് ഉറക്കെ കരഞ്ഞു. അമ്മയുടെ പാരവശ്യവും സങ്കടവും കണ്ട് എനിക്കുള്ളിൽ ചിരിയാണ് വന്നത്. ഇത് എന്തൊരമ്മയാണ്? ഇമ്മട്ടിലാണ് അമ്മമാരുടെ വാത്സല്യമെങ്കിൽ മക്കൾ എങ്ങനെ വളരും? അവർ എങ്ങനെ ധൈര്യത്തോടെ ജീവിക്കും?

അമ്മയെ കാര്യങ്ങൾ പറഞ്ഞ് പതുക്കെ ബോദ്ധ്യപ്പെടുത്തണം.

രണ്ടു ദിവസം വേണ്ടിവന്നു പലതും പറഞ്ഞ് അമ്മയെ ഒന്നു സമാധാനിപ്പിക്കാൻ. അമ്മയുടെ അനുമതി കിട്ടാൻ. ഇടയ്ക്ക് സഹായിയായ ചക്കിയും ഉപദേശിച്ചു. "ആതിമോൻ അടയ്ക്കയൊന്നുമല്ലല്ലോ തേവിയക്കേ- മടിയിൽ വെക്കാൻ. ഇപ്പോ നല്ല തണ്ടും തടീമൊള്ള ഒരു ആമ്പ്രന്നോനല്ലിയോ? അതുങ്ങളെ ഇനി പിടിച്ചാ കിട്ടുമോ? അതുങ്ങള് നല്ല

ധൈര്യത്തോടെ കയ്യും കാലും വീശി വളരട്ടെ തേവിയക്കേ...."

ക്ലേശിച്ച് അനുമതി തന്നെങ്കിലും അമ്മയ്ക്ക് പിന്നെയും സമാധാനമില്ല. എന്നെ യാത്രയാക്കാനുള്ള ഒരുക്കങ്ങളായിരുന്നു അടുത്തുള്ള ദിവസങ്ങളിൽ. എനിക്കും എവിടേക്കു പോകണം; എത്ര ദിവസം തങ്ങണം എന്നൊന്നും ഒരു നിശ്ചയവുമുണ്ടായിരുന്നില്ല. പോകുന്നിടത്തോളം പോവുക. വഴിയമ്പലങ്ങളിൽ വിശ്രമിക്കുക. അല്ലാതെന്ത്? എന്നിട്ടും വൃത്തിയായി ഒരുങ്ങിപ്പോകണമെന്ന് ഞാൻ വിചാരിച്ചു. അതിലും വൃത്തിയായി എന്നെ ഒരുക്കണമെന്ന് അമ്മയും. ഒരു തിങ്കളാഴ്ച രാവിലെയായിരുന്നു യാത്ര. എണ്ണക്കുടത്തിൽ നിന്ന് അമ്മ ഒഴിച്ചു തന്ന കാച്ചെണ്ണ തലയിൽ തേച്ച് വീട്ടുകുളത്തിൽ കുളിച്ച് പടികയറി വന്നപ്പോഴേക്കും അമ്മ തളികയിൽ പാൽക്കഞ്ഞി വിളമ്പിക്കഴിഞ്ഞു. പത്തായത്തിൽ നിന്ന് അരിയെടുത്ത് വെള്ളത്തിലും മോരിലും കഴുകി പാലിൽ അരച്ച് പഞ്ചാരയിട്ടുതിളപ്പിച്ച ആ പാൽക്കഞ്ഞിയുടെ രുചി മറക്കാനാവില്ല. പാൽക്കഞ്ഞിക്കു പുറമേ ആവിപറക്കുന്ന കുത്തരിച്ചോറും വീട്ടിലെ നടുതല കൊണ്ടുള്ള കറികളും മുന്നിലെത്തി. ഊണുകഴിഞ്ഞ്, തളിർവെറ്റിലയും ജാപ്പാണം പൊയിലയും കൂട്ടിച്ചേർത്ത മുറുക്ക്. പിന്നീട് ദേഹത്ത് കസ്തൂരി പുരട്ടി. നെറ്റിയിൽ ചന്ദനപ്പൊട്ടിട്ടു. കുഴലിൽ നിന്നെടുത്ത പുതിയ കുഴലാട്ടമുണ്ട് നീട്ടിയുടുത്തു. കച്ചപ്പുറം കച്ച അരക്കെട്ടിൽ മുറുക്കിക്കെട്ടി. മേനിക്കിണങ്ങുന്ന മേതാനമുണ്ടെടുത്ത് മേൽപ്പുടവയാക്കി. പട്ടുറുമാല് തലയിൽ കെട്ടി. വാളും പരിചയും പട്ടുകച്ചയും വെച്ച പൂണാരക്കെട്ട് തോളിലെടുത്തു. അമ്മയുടെ മുന്നിലെത്തി തല ഉയർത്തി നിന്നു ഗമയിൽ ചോദിച്ചു.

"പറയൂ അമ്മേ... എന്നെ കണ്ടാൽ ഇപ്പോ ആരെന്നു പറയും?"

എന്റെ ഒരുങ്ങിയ രൂപം കണ്ട് അമ്മ ആകെയൊന്ന് അന്തിച്ചു നിന്നു. എന്നിട്ട് ആഹ്ലാദവും അഭിമാനവും കലർന്ന സ്വരത്തിൽ ഉറക്കെപ്പറഞ്ഞു;

"മക്കളെ കണ്ടാൽ ഇപ്പോ തെക്കുംകൂർ വല്യതമ്പുരാനാണെന്നേ തോന്നൂ..."

"അല്ലമ്മേ.. അമ്മയുടെ പാവം കുഞ്ഞാതിയാ ഞാൻ... കുഞ്ഞാതി..."

അമ്മയെ ഞാൻ ആവേശത്തോടെ കെട്ടിപ്പിടിച്ചു. എന്റെ കരവലയത്തിനുള്ളിൽ അമ്മ നിർവൃതിക്കൊള്ളുന്നതായി എനിക്കനുഭവപ്പെട്ടു. പെട്ടെന്നുണർന്നപോലെ തെന്നിമാറി അമ്മ പറഞ്ഞു.

"മക്കളേ, ഇതാ-ഇതു വാങ്ങിക്കോ. ഒരു വഴിക്ക് പോവുകയല്ലേ...? ഒരുപാട് ചെലവ് വരും..."

ഞാനത് ഒട്ടും പ്രതീക്ഷിച്ചതല്ല. അമ്മ ചുവന്ന പട്ടിട്ടു കെട്ടിയ വലിയൊരു പണക്കിഴി എന്റെ കൈവെള്ളയിലേക്കിട്ടു. പിന്നീട് അച്ഛൻ ഉപയോഗിച്ചിരുന്ന ഏഴരമുട്ടുള്ള വടിയെടുത്തു. പൊന്നുകെട്ടിയ ചൂരലും. കുനിഞ്ഞ് നിന്ന് അമ്മയുടെ പാദങ്ങളിൽ തൊട്ട് വന്ദിച്ചു. മുത്താലമ്മയേയും മാടൻതമ്പുരാനേയും, വിദ്യകൾ പഠിപ്പിച്ച ഗുരുനാഥനേയും മനസ്സിൽ ധ്യാനിച്ചു. ഒരിക്കൽക്കൂടി അമ്മയോട് യാത്രചോദിച്ചു. കണ്ണുനിറഞ്ഞുനിന്ന ചക്കിയോടും, തേങ്ങൽ മറച്ചു നിന്ന കറുമ്പനോടും യാത്രപ

റഞ്ഞു. പെയ്തു തുടങ്ങിയ കാർമേഘങ്ങൾപോലെയായിരുന്നു ആ മുഖങ്ങളെല്ലാം.

"ഛേ! ഇതെന്ത് യാത്രയയപ്പാണ്. രണ്ടുദിവസത്തിനകം ഞാനിങ്ങു മടങ്ങിവരില്ലേ? ഇങ്ങനെയാണോ എന്നെ അനുഗ്രഹിക്കുക...?"

അവർ കണ്ണീരിനിടയിലൂടെ ചിരി വരുത്താൻ ശ്രമിക്കുന്നത് നോക്കി നിൽക്കാതെ, ഞാൻ ചവിട്ടുകല്ലുകൾ ഇറങ്ങി ഇടവഴിയിലേക്ക് നടന്നു...

ദീർഘയാത്രക്കിടയിലെ വഴിയോരക്കാഴ്ചകൾ ഒന്നും മറക്കാൻ കഴിയില്ല. ആദ്യമായിട്ടല്ലേ സ്വന്തം ഗ്രാമത്തിന്റെ അതിർത്തിവിട്ട് സഞ്ചരിക്കുന്നത്? ചെമ്മൺപാതയിലൂടെ, ഇടവഴികളിലൂടെ, വയൽവരമ്പുകളിലൂടെ, ഒറ്റയടിപ്പാതകളിലൂടെ, ഞാൻ നടന്നു. വഴിയിൽ പരിചയമുള്ള മുഖങ്ങളൊന്നും കണ്ടില്ല. ഊരുചുറ്റി നടക്കാത്തവന് എങ്ങനെ പരിചയക്കാരുണ്ടാവും? നെടുവഴിയിലൂടെ നെഞ്ചുവിരിച്ച് നടക്കുമ്പോൾ എതിരെ വന്നവർ പലരും ഓച്ഛാനിച്ച് വിനയഭാവം കാട്ടി അകന്നു മാറിനിന്നു. തെക്കുംകൂർ രാജാവിന്റെ ഏതോ സേനാനായകനെന്നാവും അവരുടെ ധാരണ. പല്ലക്കിലേറി, "ഹോയ്... ഹോയ്..." എന്നു വിളിച്ച് ശബ്ദമുണ്ടാക്കുന്ന അമാലൻമാരുമായിപ്പോയ ഏതോ ഇടപ്രഭുക്കന്മാരും എന്നെ തിരിച്ചറിഞ്ഞില്ല. ഭാഗ്യം! ദൂരേക്ക് ഓടി മാറി ഭയന്നു നിൽക്കുന്നവരിൽ നിന്ന് വേഷവും രൂപഭാവങ്ങളും എന്നെ രക്ഷിച്ചിരിക്കുന്നു.

ചോദിച്ചു ചോദിച്ചു നടന്നു. വഴിയമ്പലങ്ങളിൽ വിശ്രമിച്ചു. അമ്മ, വാഴയിലയിൽ പൊതിഞ്ഞുതന്ന പലഹാരങ്ങൾ കഴിച്ചു. വഴിക്കിടെ അച്ചൻകോവിലാറും പമ്പയാറും കണ്ടു. ഇരയെ മുമ്പിൽകണ്ട പെരുമ്പാമ്പുപോലെ ആയിരുന്നു പമ്പയാറ്റിലെ ഒഴുക്ക്. അൽപ്പനേരം നോക്കിനിന്നുപോയി. പിന്നെ, നീണ്ട തടിപ്പാലങ്ങൾ മുറിച്ചുകടന്ന് പച്ചോലക്കുട നീർത്തി കാറ്റിലാടുന്ന തെങ്ങിൻനിരകളുടെ തണൽപറ്റി നടന്നു. പടിഞ്ഞാറോട്ടുള്ള യാത്ര എത്തിച്ചത് കുട്ടനാടിന്റെ ഓരങ്ങളിലായിരുന്നു. അത്താണിച്ചോടുകളിൽ വെച്ച് പരിചയപ്പെട്ടവർ കുട്ടനാടിന്റെ കഥ പറഞ്ഞു. പറയനും പുലയനും ചെളികുത്തിപ്പൊക്കിയ, ചാത്തന്റെയും ചേന്നന്റെയും രക്തവും ജീവനും പശചേർത്തുയർത്തിയെടുത്ത കരിനിലങ്ങൾ. പറയരായി ജനിച്ചവരെങ്കിലും പണവും പ്രതാപവും എന്റെ പൂർവ്വികരെ അതിൽ നിന്ന് മാറ്റിനിർത്തി. അല്ലെങ്കിൽ, ഒരുവേള ഞങ്ങളുടെ ചോരയും ജീവനും... അല്ല, എല്ലാം നിശ്ചയിക്കുന്നത് സമ്പത്താണല്ലോ.

നോക്കെത്താദൂരത്തോളം പാടങ്ങൾ പരന്നുകിടന്നു. അവിടെയെങ്ങും കാളയേയും പോത്തിനേയും വെച്ചു നിലമുഴുന്നവർ. കറുത്ത ചെളിമണ്ണിൽ, ഒരേ നിരപ്പിൽ വീഴുന്ന വെട്ടുതൂമ്പകൾ, മൺവെട്ടികൾ. ഒരു ഭാഗത്തെത്തിയപ്പോൾ ഹൃദയം കവർന്നുകൊണ്ട് ഉയരുന്ന ഉച്ചത്തിലുള്ള പാട്ട്. ഇങ്ങനെ ഒരു പാട്ട് ആദ്യം കേൾക്കുകയാണ്.

"ആദിയില്ലല്ലോ ലന്തമില്ലല്ലോ
ലക്കാലം പോയാ യുഗത്തിൽ...
ഒച്ചയില്ലല്ലോ ഓശയില്ലല്ലോ

ലക്കാലം പോയാ യുഗത്തിൽ..."

നിരന്നുനിന്ന് ഞാറ് നടുകയാണ് നൂറ് കണക്കിന് പണിക്കാർ. അതിൽ ആണാളും പെണ്ണാളുമുണ്ട്. അതിനിടയിൽ നിന്നാണ് ഞാറു നടുന്ന ഒരുഗായകന്റെ ശബ്ദം മുഴങ്ങിയത്. ആ പാട്ട് അവസാനിക്കും വരെ വയൽവരമ്പത്തു നിന്നതുകേട്ടു. അതു തീർന്നപ്പോൾ, മറ്റൊരാൾ മറ്റൊരു പാട്ട് ആരംഭിച്ചു.

"മാരിമഴകൾ ചൊരിഞ്ഞേ - നല്ല
വയലുകളൊക്കെ നിറഞ്ഞേ"

കായലുകളും തോടുകളും നീരുറവകളും നിറഞ്ഞദേശം. വിശാലമായ കായലിലൂടെ ചരക്കുവള്ളങ്ങൾ ഓളങ്ങൾ മുറിച്ച് മെല്ലെ നീങ്ങുന്ന കാഴ്ച കണ്ടിട്ട് മതിവന്നില്ല. വെള്ളത്തിന് മീതേ നീന്തിയകലുന്ന താറാവിൻ പറ്റങ്ങൾ, ഇടവരമ്പുകളിൽ തപസ്സിരിക്കുന്ന കൊക്കിൻ കൂട്ടങ്ങൾ. വലിയ കണ്ണുകളുടെ രൂപത്തിൽ നീറ്റിൽ പുളഞ്ഞുമറിയുന്ന കരിമീൻ ജാലങ്ങൾ...

നാലാം ദിവസം രാവിലെ ചെങ്ങന്നൂരിലേക്ക് മടങ്ങാൻ ഉറച്ചു. ഇടയ്ക്ക് വഴിതെറ്റിയപ്പോൾ, വഴിയോരത്തു കണ്ട വയസ്സൻമാരോട് വഴി ചോദിച്ച് തിരിച്ചു നടക്കുമ്പോൾ രണ്ട് സ്ത്രീകൾ ഭവ്യതയോടെ ഒഴിഞ്ഞു മാറി നിന്ന് അടിമുടി നോക്കി കൗതുകത്തോടെ ചോദിച്ചു: "അവിടുന്നു തെക്കും കുറ്റി തമ്പുരാനോ മറ്റോ ആണോന്നാ...? അടേൃങ്ങള് തംശയം കൊണ്ട് ചോദിച്ചതാണേ..."

ചിരിവന്നുപോയി. പുറത്തുകാട്ടാതെ നിസ്സാരമട്ടിൽ പറഞ്ഞു:

"ഹേയ് ഒരിക്കലുമല്ല. ഞാനൊരു വഴിപോക്കൻ. തെക്കും കുറ്റി തമ്പുരാൻ എന്നെപ്പോലെ ഒറ്റക്കിറങ്ങി നടക്കുമോ? ആളും അകമ്പടിയും ഒക്കെ കാണില്ലേ?"

"അതറിയാമേ... അതുകൊണ്ടല്ലേ, അദ്യം ഇനിവല്ലവേഷോംമാറി ഒറ്റക്കെങ്ങാണം നടക്കുവാണോന്നാ അടിയങ്ങ് തംശയിച്ചത്..."

മന്ദഹസിച്ചുകൊണ്ട് അവർ നിർദ്ദേശിച്ച വഴിതിരിഞ്ഞ് മണൽപ്പാതയിലൂടെ നടന്നപ്പോൾ തെക്കും കുറ്റിതമ്പുരാനെപ്പറ്റി വെറുതെ ഓർത്തു. തെക്കുംകൂർ തമ്പുരാനെയാണ് ഈ സാധുക്കൾ തെക്കുംകുറ്റി തമ്പുരാനെന്ന് വിളിക്കുന്നത്. ഏതോ ഒരു തെക്കുംകൂർ രാജാവാണ് കുട്ടനാട്ടിൽ പറയരെ കൊണ്ടുവന്ന് കട്ടകുത്തിച്ച് കരിനിലങ്ങൾ പൊക്കി കൃഷിയിടങ്ങളാക്കിയതെന്ന് മുൻപെന്നോ ഗുരുനാഥൻ പറഞ്ഞത് ഓർമ്മയിൽ വന്നു. നായന്മാരിൽപ്പെട്ട കർത്താവും കൈമളുമൊക്കെയായി പതിനെട്ട് മാടമ്പികൾ തെക്കുംകൂർ രാജാവിനുണ്ടത്രേ. പല സ്ഥലങ്ങളിലും പടനിലങ്ങളുള്ള തെക്കുംകൂർ രാജാവിന്റെ മാടമ്പികളായ നാടുവാഴികളെപ്പറ്റി പല കഥകളും കേട്ടിട്ടുണ്ട്. ഒരിക്കൽ അമ്മ അവരെക്കുറിച്ച് പറഞ്ഞു തന്ന കഥ ഓർത്തുപോയി. കബന്ധം എന്താണെന്നു സംശയം ചോദിച്ച അനന്തരവന്റെ തലവെട്ടി കബന്ധത്തെക്കുറിച്ച് പഠിപ്പിച്ചുകൊടുത്ത ഒരു മാടമ്പി അമ്മാവൻ. ദാരികവധത്തിന്റെ ചരിത്രം ചോദിച്ച മറ്റൊരനന്തര

വനെ ഭദ്രകാളിയായി വേഷം കെട്ടി വെട്ടിക്കൊന്നു കാണിച്ചുകൊടുത്തു മറ്റൊരു മാടമ്പിയമ്മാവൻ. നിരപരാധിയായ ഒരു പെരുംപറയനെ തന്റെ സങ്കേതാർത്തിയിൽ വെച്ച് വെട്ടിക്കൊന്നു കുഴിച്ചുമൂടി പ്രതാപം അറിയിച്ച ഇനിയൊരു കാരണവർ. അങ്ങനെയുള്ള തെക്കുംകൂർ തമ്പുരാക്കന്മാരുടെ പ്രധാന ഇടങ്ങളിലൂടെ വീണ്ടുമൊരു യാത്ര വേണ്ടിവരുമെന്ന് ഞാൻ ഒട്ടും നിനച്ചിരുന്നില്ല.

അഞ്ച്

അതിരമ്പുഴ മാർത്താണ്ഡനച്ചന്റെ കോട്ടയെപ്പറ്റി വഴിയാത്രക്കിടയിലാണ് അറിവു കിട്ടിയത്. കുട്ടനാട് കണ്ടുവരുന്ന യാത്രക്കിടയിൽ നീരേറ്റുപുറത്തുള്ള ഒരു വഴിയമ്പലത്തിൽ വെച്ചാണ് സംഭവം. നടന്നുകുഴഞ്ഞ ക്ഷീണം മാറ്റി അൽപ്പം വിശ്രമിച്ചുപോകാമെന്നു വിചാരിക്കുമ്പോഴാണ് രണ്ടുമൂന്നു പേർ അടുത്തെത്തിയത്. കച്ചവടക്കാരാണെന്ന് തോന്നി. ഊഹം തെറ്റിയില്ല. എണ്ണവ്യാപാരികളായ ചെട്ടികളായിരുന്നു അവർ. വന്ന ഉടനെ മൂന്നുപേരും മുറുക്കാനും ഹുക്ക വലിക്കാനും നാട്ടുവിശേഷങ്ങൾ പങ്കിടാനും തുടങ്ങി. ശല്യപ്പെടുത്താതെ അടുത്ത തണലിലേക്ക് മാറിയിരിക്കാമെന്നു കരുതി എഴുന്നേറ്റപ്പോഴാണ് എന്റെ നേരെ ഒരാൾ താൽപ്പര്യം കാട്ടിയത്.

“ഇരിക്ക് ചങ്ങാതി. ഞങ്ങള് പറയുന്ന കാര്യം നിങ്ങളെപ്പോലുള്ള ചെറുവാല്യക്കാരും അറിയേണ്ടതാ...”

“എന്തു കാര്യം?” പാതിമനസ്സോടെ ഇരുന്നുകൊണ്ട് ചോദിച്ചു.

“ആ കോട്ടേടെ കാര്യമേ..... അല്ല, ചങ്ങാതീടെ പേരെന്തുവാ....?”

ഞാൻ താൽപ്പര്യമില്ലാതെ പേര് പറഞ്ഞു. എങ്കിലും അവരെല്ലാം അത് ശ്രദ്ധിച്ചു. ഉടനെ എന്റെ പേര് ചൊല്ലിവിളിച്ചുകൊണ്ട് ഒന്നാമൻ തുടർന്നു: “കോട്ടേന്നു പറഞ്ഞാൽ, അതിരമ്പുഴ അച്ചന്റെ കോട്ടയാ കോട്ട. ഹോ! ലോകത്തൊരിടത്തും ഇങ്ങനേം ഒരു കോട്ട കാണത്തില്ല. നിങ്ങള് ആ കോട്ട കണ്ടിട്ടുണ്ടോ?”

കണ്ടിട്ടില്ലെന്നും, അതിരമ്പുഴയച്ചനെപ്പറ്റി കാര്യമായി അറിഞ്ഞുകൂടെന്നും സമ്മതിച്ചു.

“ങ്; കോട്ടേന്നു പറഞ്ഞാൽ അതൊറ്റ കോട്ടയല്ല ചങ്ങാതീ....”

ആദ്യത്തെയാൾ വിടുന്ന മട്ടില്ല.

"പിന്നെ..."താൽപര്യമില്ലെങ്കിലും ചോദിച്ചുപോയി.

"അച്ചന്റെ വെൺമാടത്തിന് ചുറ്റും കോട്ടയല്ലിയോ? കട്ടിക്കരിങ്കല്ലു കൊണ്ടുള്ള ഒരു കോട്ട. മുള്ളുകൊണ്ടുള്ള മറ്റൊരു കോട്ട. ഇരുമ്പുകൊണ്ടുള്ള വേറൊന്ന്. ചെമ്പുകൊണ്ട് ഇനിയൊന്ന്....അങ്ങനെ നാലു ചുറ്റും കോട്ടയോടു കോട്ടയാ..."

ഒരത്ഭുത ലോകത്തെത്തിയപോലെ ഭാവഹാവാദികൾ കാട്ടിയായിരുന്നു അയാളുടെ വിവരണം. അതിൽ ആശ്ചര്യം പൂണ്ടിരിക്കുകയായിരുന്നു മറ്റു രണ്ടുപേരും. അവർ മൂവരും അച്ചൻ പറഞ്ഞയച്ച സ്തുതിപാഠകരാണോ എന്നാണ് ഞാൻ സംശയിച്ചത്.

"നിങ്ങളിതെല്ലാം നേരിൽ കണ്ടിട്ടുണ്ടോ?"

അവരുടെ വാക്കുകളിൽ അവിശ്വാസം പൂണ്ട് ഞാൻ ചോദിച്ചു.

"എല്ലാ കോട്ടേം ഞങ്ങള് നേരിൽ കണ്ടിട്ടില്ല. നേരിൽ കണ്ടോര് കീർത്തിക്കുന്നത് ഞങ്ങൾ എടുത്തു പറഞ്ഞെന്നേയുള്ളൂ....പിന്നെ ഈ കോട്ടയെല്ലാം കടന്ന് അതിരമ്പുഴയച്ചന്റെ മുമ്പിലെത്താൻ സാക്ഷാൽ ഹനുമാൻ സ്വാമി വിചാരിച്ചാൽപോലും കഴിയത്തില്ല..."

"അതെന്താ?"

"അതാ അച്ചന്റെ കോട്ടയുടെ ഒരു രീതി. മായക്കോട്ട അല്ലിയോ അത്? അച്ചനെപ്പോലൊരു ധനികനായ നാടുവാഴിക്കല്ലാതെ ഇങ്ങനെയൊന്ന് കെട്ടാൻ പറ്റുമോ?"

രണ്ടാമൻ ഇടയ്ക്കു കയറി പറഞ്ഞു

"കോട്ട മറികടക്കാൻ എന്തെങ്കിലും തടസ്സമുണ്ടോ?"

ജിജ്ഞാസകൊണ്ടു ചോദിച്ചപ്പോൾ അതുവരെ മിണ്ടാതിരുന്ന മൂന്നാമൻ പറഞ്ഞു.

"തടസ്സമൊണ്ടോന്നോ? കോട്ടക്കു ചുറ്റും ആറുകോൽ ആഴത്തിലാ കിടങ്ങുകൾ. കിടങ്ങിൽ നിറയെ കരിയും ചെളിയുമാ. ആ ചെളിക്കകത്ത് നെറയെ മൊതലകളും. കിടങ്ങു ചാടിക്കടന്ന് കോട്ടപിടിച്ചെടുക്കാനൊന്നും ഒരു മായാവിക്കും കഴിയത്തില്ല സഹോദരാ..."

"എന്തിനാ അച്ചന് ഇത്ര വലിയ കോട്ട? അച്ചന് ആളുകളെ അത്രയ്ക്കങ്ങ് പേടിയാണോ?"

"പേടിയോ? അച്ചനോ? കുഞ്ഞാതീ...താൻ എന്തു മണ്ടൻ ചോദ്യമാ ഈ ചോദിക്കുന്നെ? പേടിയൊണ്ടേൽ അച്ചന് ഇത്രയൊക്കെ അറുകൊല നടത്താൻ പറ്റുമോ? ഇത്രേം പാവങ്ങടെ കുടുംബം തകർക്കാൻപറ്റുമോ? അച്ചനെ ആരെങ്കിലും എതിർക്കാൻ വന്നാൽ അവർക്ക് നേരിടേണ്ടി വരുന്നത് അച്ചനെയല്ല-സിൽബന്ധികളായ മല്ലൻമാരെയാണ്. അതിൽ വിശ്വസ്തനായ പറയൻതൊട്ട് ചതിയനായ മാപ്പിള വരെയുണ്ട്."

അതുപറയുമ്പോൾ ഒന്നാമന്റെ ശബ്ദം ഭയത്താൽ അൽപ്പം ഇടറിപ്പോയിരുന്നു.

"ആട്ടെ, എന്തിനാ അച്ചൻ കൊല്ലും കൊലയും നടത്തുന്നത്? ആരെയാണ് കൊന്നിട്ടുള്ളത്...?"

അച്ചൻ എന്ന നിഗൂഢതയെ കൂടുതൽ അറിയാനുള്ള താൽപ്പര്യം വർദ്ധിച്ചു.

"നിങ്ങളെന്തിനാ ആവശ്യമില്ലാത്തതൊക്കെ ചോദിക്കുന്നെ? എന്താ തനിക്ക് അച്ചനോട് പോരിന് പോണോന്നുണ്ടോ?"

രണ്ടാമന് എന്റെ ചോദ്യം തീരെ പിടിച്ചില്ല.

"ഹേയ്, അതുകൊണ്ടല്ല, അച്ചൻ പലരെയും കൊന്നെന്നും കുടുംബം തകർത്തെന്നും പറഞ്ഞപ്പോൾ.... അതൊക്കെ അറിയാനൊരു കൗതുകം... അത്രമാത്രം..."

"എങ്കിലെനിക്കറിയാവുന്നത് ഞാൻ പറയാം. ഞങ്ങള് എണ്ണേം പിണ്ണാക്കും കുരുമുളകും അടയ്ക്കേം ഒക്കെ കച്ചവടം ചെയ്തു ജീവിക്കുന്നവരാ....ഞങ്ങക്ക് അച്ചനുമായും കച്ചോടമൊണ്ട്. പക്ഷേ, അച്ചന് ഞങ്ങളുമായിട്ടല്ല, ഏതോ ഒക്കെ വിദേശികളുമായിട്ടാ പ്രധാന എടപാട്. അവര് കപ്പലിൽ വരുന്ന കൊള്ളക്കാരാണെന്നാ പറേന്നേ....എന്തുമാത്രം കൊള്ള മൊതലാണെന്നോ അച്ചന്റെ കയ്യിലുള്ളത്? അതുകൊണ്ടല്ലിയോ ഇങ്ങനെയൊരു കോട്ട കെട്ടിയത്..."

"ങ്ഹാ- അപ്പഴ് അച്ചന് അങ്ങനേം ചെല മുഖങ്ങളുണ്ട്. അല്ലേ?"

രഹസ്യങ്ങൾ അറിയാനുള്ള താൽപ്പര്യം ഇരട്ടിക്കുകയായിരുന്നു.

"അച്ചന് രാവണനെപ്പോലെ പത്തു മൊഖങ്ങളല്ലേ? ഒരു മൊഖം പാടത്തു കൃഷിചെയ്യുന്ന പെണ്ണുങ്ങളെ പേടിപ്പിച്ചു പിടിച്ചെടുത്ത് നശിപ്പിക്കാനൊള്ളതാണ്. മറ്റൊരു മൊഖം പാവപ്പെട്ട അവരുടെ കെട്ടിയോന്മാരെ എല്ലുമുറിയെ പണിയെടുപ്പിച്ച് ഇല്ലാത്ത കുറ്റങ്ങൾ ചുമത്തി നിരത്തി അടിച്ചൊതുക്കാനൊള്ളതാണ്... ഇനിയൊരു മൊഖം കൊള്ളക്കാരുമായുള്ള കൊള്ളക്കൊടുക്കലിനുള്ളതാണ്. പിന്നൊരു മൊഖം നാട്ടിലെ എല്ലാവല്യ ഏമാൻമാരുമായുള്ള അടുപ്പോം ആഢംബരോം കാട്ടാനുള്ളതാണ്. അടുത്തൊരു മൊഖം...."

"വേണ്ട വേണ്ട. ഇനി വിവരിക്കേണ്ട. അച്ചനെക്കുറിച്ച് എനിക്ക് നന്നായി മനസ്സിലാകുന്നുണ്ട്. അല്ല; ഒന്നു ചോദിച്ചോട്ടെ....അച്ചന്റെ കൊള്ളരുതായ്മകൾ ആരും ഇതുവരെ എതിർത്തിട്ടില്ലേ...?"

നിയന്ത്രണം വിട്ട് അരിശത്തോടെ ചോദിച്ചുപോയി. ഉത്തരം നൽകിയത് മൂന്നാമനാണ്. അയാളിൽ നിന്ന് ഉച്ചത്തിലുള്ള ഒരു പരിഹാസച്ചിരിയാണ് ആദ്യമുണ്ടായത്.

"ആര് എതിർക്കാനാ ചങ്ങാതീ...? എതിർത്തിട്ടുള്ളവന്മാര് അപ്പോഴെ അതിന്റെ ഫലോം അനുഭവിച്ചിട്ടുണ്ട്. ഈ അടുത്ത കാലത്തൊണ്ടായ ഒരു സംഭവം നിങ്ങൾക്കു കേക്കണോ? മൊറോം കൊട്ടേം നെയ്ത് വീടു വീടാന്തരം വിറ്റുനടന്ന, ഇമ്മിണി മേനിയഴക് കൂടുതലുള്ള ഒരു പറക്കിടാത്തിയെ അച്ചൻ മാളികമൊകളീന്ന് ഒരു നോക്കു കണ്ടു. പിന്നെ രായ്ക്കു രാമാനം അച്ചന്റെ ആളുകളവളെ തട്ടിക്കൊണ്ടുപോയി, അച്ചന് കാഴ്ചവെച്ചു. അവൾ അച്ചന് വശപ്പെട്ടില്ല. പിടിവലിക്കിടെ അവൾ അച്ചന്റെ വലത്തെ ചെവിയങ്ങ് കടിച്ചെടുത്തു. പിന്നെ പറഞ്ഞിട്ട് കാര്യ

മൊണ്ടോ? മൂന്നാം ദെവസം അവടെ ശവം മീനച്ചിലാറ്റിലെ ചുങ്കക്കട വിൽ പൊങ്ങി. പൊഴമീനുകൾ കടിച്ചുപറിച്ച നെലയിൽ. അതുകണ്ട അവടെ പറക്കിടാത്തൻ അച്ചന്റെ സർപ്പക്കാവിൽച്ചെന്ന് തൂങ്ങിച്ചത്തു. അപ്പോ അച്ചൻ കലിതുള്ളി അലറിപ്പറഞ്ഞു. ദ്രോഹീ... സർപ്പദൈവങ്ങടെ കാവ് നീ അശുദ്ധമാക്കിയല്ലോടാന്ന്...എതിർക്കാൻ പോയോന്റെ കഥ ഇനീ മൊണ്ട് പറയാൻ.... കേക്കാൻ നിങ്ങക്ക് ധൈര്യമൊണ്ടോ...?"

അയാൾ അടുത്ത കഥയിലേക്ക് കടക്കാനുള്ള ആവേശത്തിലാണ്. അതുകണ്ട് ഊറിയചിരിയോടെ തടഞ്ഞുപറഞ്ഞു:

"കേൾക്കാൻ ധൈര്യമില്ലാഞ്ഞല്ല; പക്ഷേ ഇപ്പോ വേണ്ട, ഇത്രേം കൊണ്ട് അച്ചൻ ആരാണെന്ന് എനിക്ക് ശരിക്കും ബോദ്ധ്യമായി..."

"വേണ്ടെങ്കി വേണ്ട. നിങ്ങടെ താൽപ്പര്യം കണ്ടതുകൊണ്ട് ഞാൻ പറയാമെന്നു വെച്ചതാ..."

നല്ലൊരു ശ്രോതാവിനെ പെട്ടെന്ന് നഷ്ടപ്പെട്ടതിൽ അയാൾ നിരാശനായി.

"സന്തോഷമുണ്ട് കൂട്ടരെ നിങ്ങളെ പരിചയപ്പെട്ടതിൽ. നിങ്ങളിൽ നിന്ന് ഒരുപാട് കാര്യങ്ങൾ അറിയാൻ കഴിഞ്ഞതിൽ സന്തോഷം...."

മൂന്നു പേരെയും തൊഴുത് വന്ദിച്ച് നന്ദിപ്രകടിപ്പിച്ചു.

"അതിരമ്പുഴ അച്ചനെപ്പറ്റി അറിഞ്ഞതിൽ സന്തോഷിക്കുന്നതെന്തിന്? ദുഃഖമല്ലേ വേണ്ടത്...? ഇരിക്കട്ടെ, നിങ്ങൾ ആരാണെന്നാ പറഞ്ഞത്.....?"

-രണ്ടാമൻ അടിമുടി എന്നെയൊന്ന് പരിശോധിക്കുംപോലെ ചുഴിഞ്ഞു നോക്കി ചോദിച്ചു.

"ഞാനൊരു സഞ്ചാരി. തെക്ക് ചെങ്ങന്നൂർ ദേശി. ദേശങ്ങൾ കാണാൻ ഇറങ്ങിയവൻ. നിങ്ങടെ വാക്കുകൾ കേട്ടതോടെ എനിക്കിപ്പോൾ അതിരമ്പുഴ അച്ചനേയും അദ്ദേഹത്തിന്റെ കോട്ടയും കാണാൻ അതിയായ മോഹം. അവിടേക്കു പോകാനുള്ള വഴികൂടി ഒന്നുപറയാമോ?"

എന്റെ അപേക്ഷ കേൾക്കാത്ത താമസം. മൂന്നുപേരും കൂടി വഴി കൃത്യമായും വിശദമായും പറഞ്ഞുതന്നു. തെക്കുംകൂർ രാജാവിന്റെ ഇടങ്ങളിലൂടെയാണ് അതിരമ്പുഴയിൽ എത്തേണ്ടത്. വെളിയിൽ നിന്ന് ആ വലിയകോട്ട കാണാമെന്നല്ലാതെ അതു കടക്കാനോ, അതിരമ്പുഴ അച്ചനെ ദർശിക്കാനോ ശ്രമിക്കേണ്ടെന്ന് മൂവരും മാറി മാറി ഉപദേശിച്ചു. ആപത്ത് വിലകൊടുത്ത് വാങ്ങിക്കുന്നതെന്തിന്?

ചെട്ടികൾ പറഞ്ഞ വഴികളിലൂടെത്തന്നെ യാത്രയായി. ചെറുകര ദേശോം മറുകരദേശോം ചുറ്റിയുള്ള ആദ്യയാത്ര കഴിഞ്ഞ് രണ്ടാഴ്ച തികയുംമുമ്പ്. അമ്മ ഇക്കുറി കൂടുതൽ എതിർത്തു. അമ്മക്ക് ഭയം ഇരട്ടിയായി. അതിരമ്പുഴ അച്ചനെപ്പറ്റി അമ്മ ആരോടൊക്കയോ ചോദിച്ചറിഞ്ഞിരുന്നു. അയാളുടെ കോട്ടയും കടുംകൈകളും അറിഞ്ഞ് അമ്മ വിറച്ചുപോയി. മകൻ അയാളോട് എതിരിടാതിരിക്കില്ലെന്ന് അവർക്കറിയാം. അച്ഛനെപ്പോലെ തന്റേടി. ആരേയും കൂസുകില്ല. എന്നിട്ടും അമ്മ കണ്ണീ

രോടെ എന്നെ പിന്തിരിപ്പിക്കാൻ ശ്രമിച്ചു. ഞാൻ അമ്മയോട് ഇക്കാര്യത്തിൽ ഒട്ടും അലിവ് കാണിച്ചില്ല. അതിരമ്പുഴ അച്ചനെ നേരിടണമെന്നും, അയാളുടെ കാട്ടാളത്തത്തിന് അറുതി വരുത്തണമെന്നും ഞാൻ ആഗ്രഹിച്ചു. അയാൾ എന്റെ ആരുമല്ലെന്നറിയാം. എന്നെ അയാൾ ദ്രോഹിച്ചിട്ടില്ലെന്നുമറിയാം. പക്ഷേ, അനേകം പാവങ്ങൾക്കുവേണ്ടി അയാളെ എതിർക്കേണ്ടത് എന്റെ കടമയാണെന്ന് ഉള്ളിന്റെ ഉള്ളിൽ നിന്ന് ആരോ മന്ത്രിക്കുന്നു. അതെന്റെ ചുമതലയാണെന്ന് ആ ശബ്ദം ആവർത്തിക്കുന്നു. അതിന്റെ മുമ്പിൽ അമ്മയുടെ കണ്ണീര് നിസ്സാരമായി എനിക്കനുഭവപ്പെട്ടു.

"അമ്മ കരയരുത്. എന്നെ അനുഗ്രഹിക്കണം.... ഈ മകന് ഒരാപത്തും വരികയില്ല. കുലദേവതകളും ഗുരുനാഥനും കളരിദൈവങ്ങളും നമുക്ക് തുണയായുണ്ട്. അമ്മകൂടി എനിക്ക് ധൈര്യം തന്നാൽ...."

ഒടുവിൽ കണ്ണീർ തുടച്ച്, "അച്ഛനെപ്പോലെ നെഞ്ഞൂക്കോടെ പോയി വരാൻ" അമ്മ ശിരസ്സിൽ കൈവെച്ച് അനുഗ്രഹിച്ചു.

കൂടുതൽ കരുതലോടെയാണ് ഞാൻ ഇത്തവണ പുറപ്പെട്ടത്. ചുരികയും ഉറുമിയും കൂർത്ത കഠാരകളും ഞാൻ പൂണാരക്കെട്ടിലൊതുക്കി തോളിൽ തൂക്കി. തല ഉയർത്തി നീണ്ടുനിവർന്ന് ഭടനായകനെപ്പോലെ നടന്നു. കുറ്റൂരും കവിയൂരും തൃക്കൊടിത്താനവും മണർക്കാടും കുമാരനല്ലൂരും....ഞാൻ പിന്നിട്ടു. ചെട്ടികൾ ആവർത്തിച്ചു പറഞ്ഞുതന്ന വഴിത്താരകൾ ഞാൻ മനഃപാഠമാക്കിയത് എത്ര സൗകര്യം! വഴിപിശകി ആരോടും ചോദിക്കേണ്ടി വന്നില്ല. മണിമലയാറ്റിലെ ഒഴുക്കു കുറഞ്ഞ ഇടം നോക്കി നീന്തിക്കടന്നു. പേരറിയാത്ത തോടുകളും കൈവഴികളും, തോണിക്കടവുകളും ഞാൻ അനായാസം മറികടന്ന്, പോകുമ്പോഴുള്ള കാഴ്ചകൾ വേറിട്ടതായിരുന്നു. അധികം കാണാത്തവയായിരുന്നു. കാവിയുടുത്ത് കാവൽനിൽക്കുന്ന കുന്നുകളും കരിങ്കൽപ്പാറകൊണ്ട് മാർച്ചട്ടയണിഞ്ഞ മലകളും, പച്ചക്കമ്പളം പുതച്ച താഴ്വരകളും എനിക്ക് നിശ്ശബ്ദം ആശീർവാദമേകുന്നതായി തോന്നി. കാറ്റിൽ മുടിയഴിച്ചാടുന്ന കരിമ്പനകളും ചോടുവെച്ച് നൃത്തം അഭ്യസിക്കുന്ന വാഴത്തോപ്പുകളും നിഗൂഢതകൾ മുറ്റിയ ഇരുണ്ട കാടുകളും ഒരു ശൂരനെപ്പോലെ മുന്നോട്ടു നടക്കാൻ എന്നെ പ്രേരിപ്പിച്ചു.

അതിരമ്പുഴ മാർത്താണ്ഡനച്ചന്റെ കോട്ടയുടെ പിൻഭാഗത്ത് എത്തിയപ്പോൾ മൂന്നാംദിവസം ഉച്ചകഴിഞ്ഞു. കരുതിവെച്ച ഭക്ഷണം കഴിച്ച് മരത്തണലിൽ മയങ്ങി എഴുന്നേറ്റ് പകൽവെളിച്ചം മായുംവരെ ഞാൻ ആർക്കും സംശയം തോന്നാത്തവിധം കോട്ടചുറ്റിക്കണ്ടു. ആദ്യമായിട്ടൊരു കോട്ടകാണുകയാണെങ്കിലും പറഞ്ഞറിവുള്ളതുകൊണ്ട് ഒട്ടും അത്ഭുതം തോന്നിയില്ല. ചെറിയ ഗോപുരങ്ങളും കവാടങ്ങളും നിരീക്ഷണദ്വാരങ്ങളുമുള്ള കരിങ്കൽക്കോട്ടക്കുള്ളിലാകണം മുള്ളുകോട്ടയും ഇരുമ്പുകോട്ടയും മറ്റും. അതോ, അവയൊക്കെ അച്ചന്റെ സ്തുതിപാഠകരുടെ വെറും കള്ളപ്രചാരണമാണോ? ഏതായാലും കരിങ്കൽക്കോട്ട കടന്നാൽ അച്ചന്റെ

മാളികയിൽ എത്തിയേക്കാം. പക്ഷേ കിടങ്ങുള്ളതുകൊണ്ടും കോട്ടയുടെ ഉയരം കൊണ്ടും ചാടിക്കടക്കുക അസാദ്ധ്യം. പിന്നെയുള്ളത് ഒരേ ഒരു വഴി. ഒടിവിദ്യ എന്ന മായാവിദ്യമാത്രം. അതിന് രാത്രിയാകണം. ഇരുണ്ട സായാഹ്നങ്ങളിലും ഒടിവിദ്യ പരീക്ഷിച്ച ഗുരുനാഥന്റെ കഴിവ് എനിക്ക് കിട്ടിയിട്ടില്ല. ആ തന്ത്രമൊട്ടു പറഞ്ഞുതന്നുമില്ല. സന്ധ്യമയങ്ങും വരെ കാത്തിരിക്കുക തന്നെ. എവിടെ? കോട്ടയുടെ സമീപം കണ്ട തൈമാവിൻതോട്ടം അതിന് മതിയാകും. അവിടേക്കു നടന്നു.

സന്ധ്യമയക്കത്തിൽ ആർക്കും സംശയം തോന്നാത്തവിധം കിടങ്ങിന് സമീപത്തുചെന്നു. ഇരുണ്ട ആഴക്കിടങ്ങിൽ ചെളിവെള്ളം ഇളകിമറിയുന്നു. മുതലകളാകണം. അവിടേക്ക് കൂർത്തനെടുംകത്തികൾ ലക്ഷ്യം തെറ്റാതെ ഊക്കോടെ എറിഞ്ഞു. എറിയപ്പെട്ടിടങ്ങളിലെല്ലാം മുതലകളുടെ മരണപ്പിടച്ചിൽ കേട്ടു. വെള്ളം കടൽത്തിരപോലെ കരകളിലേക്ക് ആഞ്ഞടിക്കുന്നു.

കിടങ്ങിലെ കറുത്ത ചെളിവെള്ളം മുതലച്ചോരയോട് ഇഴുകി ഒഴുകുംപോലെ ഇരുട്ടിന്റെ തിരകൾ ചുറ്റുപാടും പരന്നുതുടങ്ങി. കോട്ടഗോപുരങ്ങളിലും കിളിവാതിലുകളിലും തിരിവെളിച്ചങ്ങൾ വൈരക്കല്ലുകൾപോലെ വെട്ടിത്തിളങ്ങി. ആകാശത്തെ മേഘദുർഗ്ഗങ്ങൾ ഭേദിച്ചു പുറത്തുവരാൻ നിലാവ് നന്നേ ക്ലേശിക്കുന്നുണ്ടെന്ന് തോന്നി. നേരം കളയാതെ ഭാണ്ഡത്തിൽനിന്ന് ഞാൻ പിള്ളതൈലക്കുടുക്ക കൈയിലെടുത്തു. ഗുരുനാഥനേയും കുലദൈവങ്ങളേയും പെറ്റമ്മയേയും ധ്യാനിച്ച് ദേഹമാകെ പുരട്ടി. സങ്കൽപ്പിച്ചപോലെ, ക്ഷണത്തിൽ വലിയൊരു പുള്ളിപ്രാവായി, കോട്ടയുടെ നെറുകയിലേക്ക് ഞാൻ പറന്നുയർന്നു.

മുകളിലെത്തി അകത്തളങ്ങളിലേക്ക് സസൂക്ഷ്മം കണ്ണയച്ചു. ദീപാലംകൃതമായ മാളികയും അതിനുള്ളിലെ വിശാലമായ തളങ്ങളും ഇടനാഴികളും, ശില്പചാതുരിമുറ്റിയ കമാനങ്ങളും ആയുധപ്പുരകളും കൊടിമരവുമൊക്കെ ഒറ്റനോട്ടത്തിൽത്തന്നെ ഞാൻ കണ്ട് അത്ഭുതപ്പെട്ടു. കൊടിമരത്തിന്റെ മുകളിലേക്ക് പറന്നിരുന്നു. കേൾക്കുന്നവരെ അലോസരപ്പെടുത്തുംവിധം ഉച്ചത്തിൽ കുറുകിത്തുടങ്ങി. അരോചകമായ കുറുകൽ കോട്ടയ്ക്കുള്ളിലുള്ളവരെ വല്ലാതെ അസ്വസ്ഥരാക്കിയെന്ന് പെട്ടെന്നറിഞ്ഞു. മുറിക്കകത്തിരുന്നവരടക്കം പുറത്തേക്കും ഇടനാഴികളിലേക്കും ഓടിക്കൂടി. കൊടിമരമുകളിലിരുന്ന് നിർത്താകെ കുറുകുന്ന എന്നെ കണ്ടെത്താൻ ആർക്കും പ്രയാസമുണ്ടായില്ല. എന്റെ നേർക്ക് കൈചൂണ്ടികൊണ്ട് അവർ ശബ്ദമുണ്ടാക്കുകയും അത്ഭുതപ്പെടുകയും എന്നെ കല്ലെറിഞ്ഞ് ഓടിക്കാൻ ശ്രമിക്കുകയും ചെയ്തു. അസാധാരണ വലിപ്പമുള്ള അപൂർവ്വയിനം പ്രാവിനെ കണ്ടത് ചിലരിൽ കൗതുകമുണർത്തി. കോട്ടയുടെ അകത്തളമാകെ നിമിഷങ്ങൾക്കകം കല്ലേറ്റ കടന്നൽക്കൂടുപോലെ ബഹളമായി. പെട്ടെന്ന്, ആ ശബ്ദകലവികൾ പിടിച്ചുനിർത്തിയപോലെ നിലച്ചു. വലിയൊരു തോക്കുമായെത്തിയ ആജാനുബാഹുവായ ഒരു മനുഷ്യന്റെ വരവായിരുന്നു അതിന് കാരണം. ഞാൻ അയാളെ സൂക്ഷിച്ചുനോക്കി.

രോമക്കാട് നിറഞ്ഞ ഇരുണ്ട ശരീരം. അരയിൽ, കായംകുളം ചേലപോലെ വിലപ്പെട്ട പട്ട്. അരക്കച്ചയും മേൽപ്പുടവയും തലക്കെട്ടും പട്ടിൽത്തന്നെ. കാതും കഴുത്തും കൈകളും വിരലുകളും സ്വർണ്ണാഭരണങ്ങളാൽ ജ്വലിക്കുന്നത് ഉയരത്തിലിരുന്ന് കാണാം.

എനിക്ക് ഊഹിക്കാൻ കഴിഞ്ഞു. അത് സാക്ഷാൽ അതിരമ്പുഴ മാർത്താണ്ഡനച്ചൻ തന്നെ!

അച്ചൻ എത്തിയതോടെ മാളികത്തളത്തിലെ ആൾക്കൂട്ടം വെള്ളം പോലെ ഇരുവശങ്ങളിലേക്കും ഒഴിഞ്ഞുമാറി. കനത്ത ഒരു നിശ്ശബ്ദത അവിടെ പരന്നു. അച്ചൻ എന്നെ താഴെനിന്ന് നന്നായി നിരീക്ഷിക്കുന്നുണ്ടായിരുന്നു. നിസ്സാരഭാവത്തിൽ ചിരിച്ച്, “ഒരു പ്രാവിനെ നിനക്കൊക്കെ ഭയമോ?” എന്നുറക്കെ ആത്മഗതം ചെയ്തുകൊണ്ട് അയാൾ എന്റെ നേർക്ക് തോക്കു ചൂണ്ടി. ഒടിവിദ്യകൊണ്ട് ഞൊടിക്കകം ഞാൻ മുകൾത്തട്ടിൽ ഒളിച്ചു. കലികയറിയ അയാൾ തുടരെത്തുടരെ ഏഴു പ്രാവശ്യം പലദിക്ക് ലക്ഷ്യമാക്കി നിറയൊഴിച്ചു. വെടിയുടെ ഭീകരശബ്ദവും പുകയും കൊണ്ട് അകത്തളം നിറഞ്ഞു. നിരാശയും കോപവും മുഴുത്ത അയാൾ ആരോടെന്നില്ലാതെ ആക്രോശിച്ചു. അനുചരന്മാരെ ക്രോധപൂർവ്വം വെറുതെ പഴിചാരി.

“ഇതു പ്രാവല്ല. ഏതോ മായാവിയാണ്. കംസന്റെ കൽപ്പനകേട്ട് പക്ഷിപ്പുള്ളായി രാക്ഷസൻ ചെന്നതുപോലെ ഏതോ മായാവി ഈ കോട്ടയിൽ വന്നിരിക്കുകയാണ്. അല്ലെങ്കിൽ, പറയന്റെ ഒടിവിദ്യയാണ്. ഏതുമാകട്ടെ ധൈര്യമുണ്ടെങ്കിൽ മായാരൂപം കളഞ്ഞ് ആ മായാവി എന്റെ മുന്നിലെത്തട്ടെ....”

അയാൾ വെല്ലുവിളി ഉയർത്തി.

ഇതാ, എനിക്ക് അതിരമ്പുഴ അച്ചൻ എന്ന കിരാതന്റെ മുന്നിലെത്താനുള്ള നേരമായിരിക്കുന്നു. ഞാൻ പിന്നെ ഒട്ടും വൈകിയില്ല. കൈയിൽ വെള്ളിനാഗം പോലെ പുളയ്ക്കുന്ന ഉറുമിയും പരിചയുമായി അയാൾക്കു മുമ്പിൽ പ്രത്യക്ഷനായി. കൂസലില്ലാതെ, ആൾക്കൂട്ടത്തിന് നടുവിലേക്ക് ചാടിവീണ് നിവർന്നു നിൽക്കെ, എന്നെക്കണ്ട് അച്ചൻ അറിയാതൊന്ന് നടുങ്ങി.

“മായാവിയായ നീ ആര്? അതിരമ്പുഴ അച്ചന്റെ കോട്ടയ്ക്കുള്ളിൽ കടന്നുവരാൻ നിനക്കെങ്ങനെ ധൈര്യം വന്നു...?”

അച്ചന്റെ കണ്ണുകൾ തീക്കട്ട കണക്കെ ജ്വലിക്കുന്നുണ്ടായിരുന്നു. അതു കണ്ടപ്പോൾ ചിരിക്കാനാണ് തോന്നിയത്. തന്റേടം വിടാതെ അറിയിച്ചു: “ഞാൻ... ഞാനാണ് ചെങ്ങന്നൂരാതി....”

“ചെങ്ങന്നൂരാതിയോ? അതെന്തൊരാദി...? നാട്ടിലെ ഇരുപത്തൊന്ന് ആതിമാരേയും പതിനെട്ട് കോട്ടക്കാരേയും പത്തൊൻപത് കളരിക്കാരേയും പറ്റി ഈ അച്ചൻ കേട്ടിട്ടുണ്ട്. പക്ഷേ, നിന്നെപ്പോലൊരു നികൃഷ്ടനായ ആതിയെ ഞാൻ ആദ്യം കേക്കുവാ...”

അച്ചന്റെ പരിഹാസം കേട്ട് തളത്തിലുള്ളവർ പൊട്ടിച്ചിരിച്ചു. എന്നെ

പിടിച്ചുകെട്ടാനുള്ള അനുമതിക്കുവേണ്ടി അവർ വെമ്പുന്നുണ്ടെന്ന് തോന്നി.

"എങ്കിൽ കേൾക്കുക. പറയിപെറ്റ പന്തിരുകുലത്തിലെ ബ്രഹ്മദത്തൻ മേഴത്തൂർ അഗ്നിഹോത്രിയുടെ നേരനുജൻ മഹാജ്ഞാനി പാക്കനാരുടെ വംശത്തിൽപ്പെട്ട ഇളമുറക്കാരനാണ് ഞാൻ, ചെങ്ങന്നൂർ ദേശവാസി..."

ദൃഢതമുറ്റിയ സ്വരം കൈവിടാതെ അറിയിച്ചു. അതൊരു പിടിവള്ളിയായി അയാൾ കണ്ടു.

"ഓഹോ, പാക്കനാരുടെ കുലത്തിൽ പിറന്നവനാണ്. അപ്പോൾ നീ വെറും പറയൻ....പറക്ടാത്തൻ... അധമജാതിയിൽ പിറന്നവൻ... ചത്ത പശുവിനെ പച്ചയ്ക്ക് തിന്നുന്നവൻ... ഒടിവിദ്യ നടത്തി ആളുകളെ ഒടിച്ചു കൊല്ലുന്നവൻ..."

അച്ചനും അനുചരന്മാരും പൊട്ടിച്ചിരിച്ചു. പരിഹാസച്ചിരി അവസാനിക്കുമ്പോൾ അയാൾ വെറുപ്പ് അഭിനയിച്ച് പറഞ്ഞു.

"പറക്കിടാത്തനോട് ഏറ്റുമുട്ടുന്നത് അതിരമ്പുഴ അച്ചന് കുറച്ചിലാണ്. നിന്റെ ചോരത്തിളപ്പ് അവസാനിപ്പിക്കാൻ നിനക്കൊരു പെരുംപറയനെത്തന്നെ ഞാൻ തരാം. എടാ, കടുത്തേ...."

അച്ചന്റെ അലർച്ചപോലെയുള്ള ആജ്ഞ ഉയർന്നു. അത് കേൾക്കാനെന്നോണം നിൽക്കുകയായിരുന്നു മുറാളനായ കടുത്ത.

"കടുത്തേ, നീ ഈ പറക്ടാത്തന്റെ കഥകഴിക്ക്. കുന്തപ്പയറ്റിലും മുഷ്ടിയുദ്ധത്തിലും നീ ആരെന്ന് ഇവനെ പഠിപ്പിച്ചുകൊടുക്ക്."

അച്ചന്റെ ഗർജ്ജനത്തിൽ വർദ്ധിതവീര്യനായ കടുത്ത ചുടലമാടനെപ്പോലെ പല്ല് ഞെരിച്ച് അടുത്തു. ഞൊടിക്കുള്ളിൽ, കയ്യിലിരുന്ന ഉറുമി മിന്നപ്പിണർപോലെ അവന്റെ മേൽ പുളയുന്നത് എനിക്കുതന്നെ അവിശ്വസനീയമായി. ആ പിടച്ചിലിലും അലർച്ചയിലും തെറിച്ചുദൂരെ വീണത് കടുത്ത എന്ന മല്ലന്റെ കറുത്ത മൊട്ടത്തലയായിരുന്നു. ചൂടുചോര കൂടിനിന്ന അനുയായികളുടെ ദേഹത്തേക്ക് രക്തചന്ദനച്ചാറുപോലെ ചീറ്റി വീണ് പടർന്നു.

ഇപ്രാവശ്യം അച്ചനും ഒപ്പം നിന്നവരും ഒരുപോലെ ഞെട്ടി. അവർ പരിഭ്രാന്തരായി. ആർക്കും എന്റെ അടുത്തെത്താൻ ധൈര്യമുണ്ടായില്ല. അച്ചൻ ആരെയോ നോക്കി ഇടിവെട്ടുംപോലെ വിളിച്ചു.

"തൊമ്മീ....എടാ തൊമ്മീ..."

ആജ്ഞ കേൾക്കാത്ത താമസം, ആൾക്കൂട്ടത്തെ വലിച്ചെറിഞ്ഞ് തോക്കുധാരിയായ ഒരുവൻ എത്തി.

"വെയ്ക്കെടാ വെടി, ഈ തെമ്മാടിയുടെ നേരെ..."

അച്ചൻ അവനെ നോക്കി ഗർജ്ജിച്ചു.

അടുത്തനിമിഷം തൊമ്മി തോക്കിന്റെ ഉന്നം നോക്കുമ്പോൾ എന്റെ കൈ അതിദ്രുതം യന്ത്രംപോലെ ചലിച്ചു. പാഞ്ഞുചെന്ന കഠാര തോക്കു വിദഗ്ധൻ തൊമ്മിയുടെ നെഞ്ചുപിളർന്നുകയറിയത് എനിക്കുതന്നെ അത്ഭുതമായിരുന്നു. അതോടെ കൂടിനിന്നവർ ഏറെ സംഭ്രാന്തരായി. നേർക്കുനേരെ അടുക്കാൻ അവർക്കാർക്കും ധൈര്യമില്ലാതായി. ചൂടുചോ

രക്കളത്തിൽ മറഞ്ഞുനിന്നു വെറുങ്ങലിച്ച അച്ചന്റെ കൈകളിലേക്ക് ആരോ ഒരു ചുരിക എറിഞ്ഞുകൊടുത്തു. പൊടുന്നനെ ഭാവം മാറി സംഹാരരുദ്രനെപ്പോലെ അയാൾ അട്ടഹസിച്ചു.

"എന്റെ കൈകൊണ്ട് ഒടുങ്ങാൻ വന്ന ശവമേ...പറ എന്താണ് നിന്റെ ആവശ്യം? പണമേ? പൊന്നോ? മണ്ണോ? പെണ്ണോ? പറ.... എന്താണ്? എനിക്കതുകൂടി അറിയണം...."

ഇപ്പോൾ എനിക്ക് ആത്മവിശ്വാസം ഇരട്ടിച്ചു. പല്ലു ഞെരിഞ്ഞ് എന്റെ ക്രോധം തീമലപോലെ എരിഞ്ഞു.

"എനിക്കുവേണ്ടത് നിന്നെയാണ്.....നീ പറഞ്ഞ മണ്ണും പെണ്ണുമൊക്കെ പലരിൽ നിന്ന് തട്ടിയെടുത്ത്, നിരപരാധികളെ അരുംകൊല ചെയ്ത, കൊടും ചെകുത്താനായ, നിന്നെയാണ്. നിന്റെ ജീവൻ.... നിന്റെ ചോര...മേലിൽ ആരുടെ മുന്നിലും നിന്നെപ്പോലൊരു കഴുകൻ പറക്കരുത്.... "

"നിർത്ത്! നിനക്കാള് മാറിപ്പോയി പറച്ചെറുക്കാ. അതിരമ്പുഴ അച്ചനെ നീ അറിഞ്ഞിട്ടില്ല. അച്ചനോട് കണക്കു ചോദിക്കാൻ നിന്നെപ്പോലെ നൂറ് പറക്ടാത്തന്മാർ വിചാരിച്ചാലും സാദ്ധ്യമല്ല...ദാ, കണ്ടോളൂ...."

ചുരിക വീശി, വെടിയേറ്റ പന്നിയെപ്പോലെ പാഞ്ഞുവന്ന അയാൾക്ക് എന്റെ ഉചിതമായ ഒഴിഞ്ഞുമാറ്റം കൊണ്ട് ലക്ഷ്യംതെറ്റി. വീണ്ടും വീറോടെ അയാൾ ചുരിക വീശുമ്പോൾ എതിരിടാൻ എനിക്ക് കൂടുതൽ ആവേശമുണ്ടായി. അങ്കത്തിലെ അടവുകളും ചുവടുകളും തെറ്റിച്ച് കള്ളക്കോൽകൊണ്ട് വെട്ടി എന്നെ കീഴ്പ്പെടുത്തുവാനുള്ള അയാളുടെ തന്ത്രങ്ങൾ പോരിനിടയിൽ ഞാൻ പഠിച്ചു. ചുരികത്തലപ്പുകൊണ്ടുള്ള മുറിവുകൾ പറ്റിയെങ്കിലും, എലിയങ്കവും പുലിയങ്കവും അഭ്യസിച്ചതിന്റെ തികവിൽ പകയോടെ, ഏറെ ആത്മവിശ്വാസത്തോടെ ഞാൻ പൊരുതി. നരസിംഹമായി ഞാൻ സ്വയം സങ്കൽപ്പിച്ചു. അങ്കക്കലി മൂത്ത് വെട്ടിക്കയറുമ്പോൾ അയാളുടെ ശരീരമാകെ മുറിഞ്ഞു. തന്ത്രങ്ങൾ തകർന്നു. മാളികത്തളം വിട്ട് രക്ഷനേടാൻ കോണിപ്പടികളിലേക്ക് അയാൾ ഓടിക്കയറി. കൊടുങ്കാറ്റുപോലെ ഞാൻ പിന്തുടർന്നു. എന്റെ കുതിച്ചുചാട്ടം അയാൾ പ്രതീക്ഷിച്ചില്ല. കോട്ടഗോപുരത്തിലേക്കുള്ള പിരിയൻ ഗോവണിയിലേക്ക് ചാടിക്കയറിയ അയാളുടെ കാൽ എവിടെയോ തട്ടി. തെറിച്ചുപോയ വാളിനൊപ്പം തുറന്നുപോയ ഗോപുരവാതിൽ വഴി അയാൾ താഴേക്ക്.....താഴേക്ക്.....നോക്കുമ്പോൾ, തടിച്ച ശരീരം കിടങ്ങിന്റെ അഗാധതയിലേക്ക്. വലിയ ശബ്ദത്തോടെ ജലത്തിലേക്ക് വീഴുമ്പോൾ മുകളിലേക്ക് ചെളിവെള്ളം ഇളകിത്തെറിച്ചു.

നിമിഷങ്ങളോളം ഞാൻ താഴേക്ക് നോക്കിനിന്നു. അയാളുടെ അത്തരമൊരു വീഴ്ച ഞാനും പ്രതീക്ഷിച്ചില്ല. പാപിയായ ആ മനുഷ്യന് വിധി ഒരുക്കിവെച്ച ന്യായമായ ശിക്ഷകണ്ട് എനിക്ക് ആഹ്ലാദം തോന്നി. അനേകം നിരപരാധികളുടെ കണ്ണീരിന് അങ്ങനെ ഒരു പര്യവസാനമായല്ലോ. ഞാനോർത്തു: എന്റെ കഠാരയേറിലും ചാകാത്ത മുതലകളുണ്ടെ

ങ്കിൽ അവ ഇപ്പോൾ അച്ചന്റെ ശരീരം ഏറ്റുവാങ്ങുകയാവും.

കോട്ടഗോപുരത്തിൽ നിന്ന് പടികളിറങ്ങി മാളികത്തളത്തിലേക്ക് കരുതലോടെ വരുന്ന എന്റെ നേർക്ക് ആരും വാളുയർത്താൻ മുതിർന്നില്ല, കഠാര എറിഞ്ഞില്ല, തോക്കു ചൂണ്ടി വെടിയുതിർത്തില്ല. അവരെല്ലാം കഠിനമായി ഭയന്നിരുന്നു. എതിരാളി വിചാരിക്കുംപോലെ അത്ര നിസ്സാരനല്ല. ഭീകരനാണെന്ന് അവരുടെ മുഖങ്ങൾ വിളിച്ചുപറയുന്നുണ്ടോ?

"അച്ചനെക്കാണാൻ നിങ്ങളിനി തെക്കേ കിടങ്ങിൽ തപ്പിയാൽ മതി."

മുന്നിൽതെളിഞ്ഞ, ഭയന്നമ്പരന്ന മുഖങ്ങളോട് ഞാൻ പറഞ്ഞു.

"അപ്പോൾ അച്ചൻ തമ്പുരാൻ...?"

ആരോ ആശങ്കയുടെ അടഞ്ഞ സ്വരത്തിൽ സംശയിച്ചു.

"അതേ... അങ്ങനെതന്നെ സംഭവിച്ചു..."

ഉറച്ച കാൽവെപ്പോടെ ഞാൻ മുന്നോട്ടു നടന്നു. കൂടിനിന്നവർ പരിഭ്രാന്തിയോടെ എനിക്ക് കടന്നുപോകാനുള്ള വഴിയൊരുക്കി. അവരുടെ ഇടയിലൂടെ പുറത്തേക്ക് ശ്രദ്ധയോടെ നടക്കുമ്പോഴും എന്റെ മനസ്സ് മന്ത്രിച്ചു. "പ്രിയപ്പെട്ടവരെ, എന്നെ നിങ്ങൾ എന്തിന് ഭയക്കുന്നു? ഞാൻ നിങ്ങളുടെ മിത്രമാണ്. പലരുടെയും ജീവിതം തകർത്ത് അച്ചൻ പിടിച്ചെടുത്ത കൊള്ളവകയൊന്നും എനിക്ക് ആവശ്യമില്ല. എല്ലാം നിങ്ങൾക്കാണ്. നാട്ടിലെ സാധുക്കൾക്കാണ്. അവർക്ക് വീതിച്ചുകൊടുക്കാനാണ്. അച്ചൻ കെട്ടിയ ഈ പെരുംകോട്ട തകരണം. ഇനി ഇവിടെ കോട്ടകൾ വേണ്ട. മതിലുകളും കോട്ടകളും ഇല്ലാത്ത ഒരു വിശാല ലോകം പണിയാൻ നിങ്ങൾ എന്നെ സഹായിക്കുമോ? പിന്തുണയ്ക്കുമോ....?"

-അമ്പരന്നു നിന്ന അവരുടെ മുഖങ്ങളിൽ അപ്പോൾ പുതിയ പുലരികൾ വിടരുന്നത് ഞാൻ കണ്ടു.

ആറ്

അമ്മയ്ക്ക് ഇപ്പോളറിയാം. താൻ എത്ര പറഞ്ഞാലും മകൻ, അവൻ ഉദ്ദേശിച്ച കാര്യത്തിൽ നിന്ന് പിൻമാറുകയില്ലെന്ന്. അതുകൊണ്ട് ഇനി അവനെ തടയാൻ പോയിട്ട് ഒരു കഥയുമില്ല. അവന്റെ ഇഷ്ടത്തിനൊത്തു നിൽക്കുക. അല്ലാതെന്ത്? അവൻ വളർന്ന് കാര്യപ്രാപ്തിയുള്ള യുവാവായിരിക്കുന്നു. നല്ല തണ്ടും തടിയുമുള്ള യുവാവ്. ഇതിനകം തന്നെ അവന്റെ പേര് നാട്ടുകാർ ഒട്ട് ഭയബഹുമാനങ്ങളോടെയാണ് പറയുന്നത്. ആയുധവിദ്യയിൽ നിപുണനായ കുഞ്ഞാതിയെ, നാട്ടുകാർ ചെങ്ങന്നൂ കുഞ്ഞാതി എന്നത്രേ വിളിക്കുന്നത്. അച്ഛനെക്കാൾ മകൻ കേമനാകും എന്നത്രേ കൊച്ചുകോന്നൻ കണിയാൻ അവന്റെ മുഖലക്ഷണം നോക്കി ഒരിക്കൽ പറഞ്ഞത്.

"ഇപ്പോഴത്തെ യാത്ര എങ്ങോട്ടാണെന്നാ പറഞ്ഞത്?"

ശിരസ്സിൽ കൈവെച്ചനുഗ്രഹിച്ചശേഷം അമ്മ സംശയിച്ചു ചോദിച്ചു.

"പടനിലത്തമ്പലത്തിലെ കാളകെട്ട് കാണാൻ...."

"എന്ന് തിര്യെ വരും?"

"രണ്ടു ദിവസത്തിനകം എത്തുമമ്മേ..."

"മക്കളേ നേര് പറയാമല്ലോ നിന്റെ ഈ യാത്രകൾ ഓർക്കുമ്പം അമ്മക്ക് ഒരു സമാധാനോം കിട്ടുന്നില്ല..."

അമ്മയുടെ കണ്ണ് നിറയാൻ തുടങ്ങിയിരുന്നു.

"അമ്മ ധൈര്യമായിട്ടിരിക്ക്, ഞാൻ ആരോടും പോരിന് നടക്കുകയല്ല. എന്നോട് പോരിന് വരുന്നവരെ ഞാൻ വെറുതെ വിടില്ലെന്നേയുള്ളു... അല്ല; അതിന് ഞാനിപ്പോൾ കാളകെട്ട് കാണാൻ പോവുകല്ലേ? വഴക്കിനല്ലല്ലോ...?"

"ഒക്കെ ശരിയാ. പക്ഷേ, ഒരു പറച്ചെറുക്കൻ അങ്ങനെ കേമനായി

നടക്കുന്നതൊന്നും നാട്ടുകാര് സഹിക്കത്തില്ല മോനേ..."

"ഒരു പറച്ചെറുക്കൻ കേമനാണെന്ന് നാട്ടുകാർക്ക് തോന്നുന്നെങ്കിൽ അതൊരു വല്യകാര്യമല്ലേ അമ്മേ...?"

"എനിക്ക് നിന്നോട് തർക്കിക്കാനൊന്നും വയ്യ മക്കളേ...ദേ, മറക്കാതെ നീ ഈ പാല് കൂടി കുടിച്ചിട്ട് എവിടാന്നു വെച്ചാ ഇറങ്ങിക്കോ..."

ഓട്ടുകിണ്ടിയിലെടുത്ത ചൂടുപാൽ അമ്മ നീട്ടി.

പാല് കുടിച്ച്, ആയുധങ്ങൾ ഒതുക്കിവെച്ച പൂണാരക്കെട്ട് ചുമലിലാക്കി തെക്കുംകൂർ തമ്പുരാന്റെ മോടിയോടെ, ഞാൻ നിന്നു. പിന്നെ, പതിവുപോലെ പടിയിറങ്ങും മുൻപ് മുട്ടുകുത്തി അമ്മയുടെ കാൽതൊട്ട് വന്ദിച്ചു. അമ്മ അപ്പോൾ കണ്ണടച്ച് പ്രാർത്ഥിച്ചു. നടവഴിയോളം അമ്മ എനിക്ക് കൂട്ടായി വന്നു.

ചെമ്മൺപാത വിട്ട്, കയറ്റം കയറിയിറങ്ങി വളവ് തിരിഞ്ഞ് നെടും പാതയിലൂടെ നടക്കുമ്പോൾ ഓർത്തത് നാടുചുറ്റിക്കറങ്ങാനുള്ള എന്റെ സഞ്ചാരപ്രിയത്തെക്കുറിച്ചാണ്. പത്തുപതിനെട്ട് വയസ്സുവരെ വീടുവിട്ട് വലിയ യാത്രകളൊന്നും ഇല്ലാതിരുന്നതാകാം കാരണം. ഇപ്പോൾ നാട്ടിലെ ഉത്സവങ്ങളും കൊയ്ത്തും കളരികളും കോട്ടകളുമെല്ലാം എത്ര കണ്ടാലും മതിവരാറില്ല. എന്നിരുന്നാലും പേരെടുത്ത ക്ഷേത്രങ്ങളിലൊന്നും ഞങ്ങൾക്ക് കടക്കാനാവില്ല. പടനിലത്തമ്പലത്തിന്റെ സ്ഥിതി അങ്ങനെയല്ല. അവിടെ വാർദ്ധക്യം ചെന്ന ഒരു അരയാൽ മരമല്ലാതെ ചുറ്റുമതിലോ ഗോപുരമോ കൊടിമരമോ ഒന്നുമില്ല. ആൽമരത്തിന് ചുവടെ പരദേവരുടെയും കാളിയമ്മയുടെയും മറ്റും കൽവിഗ്രഹങ്ങളുണ്ട്. ഏതൊക്കെയോ പണ്ടാരങ്ങളാണത്രേ അവിടെ പൂജ ചെയ്യുന്നത്. എങ്കിലും പടനിലത്തെ കാളകെട്ടുത്സവം പ്രസിദ്ധമാണ്. പത്തുപതിമൂന്ന് കരകളിൽ നിന്നുള്ള വഴിപാടാണ്. വൈക്കോലിൽ പട്ട്ചുറ്റിവരിഞ്ഞ് ഭംഗിയായി അലങ്കരിച്ച വലിയ കാളരൂപങ്ങൾ നാല് മരച്ചക്രങ്ങളുള്ള ഉന്തുവണ്ടിയിൽ കയറ്റി നാട്ടുകാർ ആരവങ്ങളോടെ ഒത്തുപിടിച്ചാണ് അമ്പലപ്പറമ്പിലെത്തിക്കുന്നത്. പതിമൂന്ന് കരയിലെ കാളകളും മദ്ധ്യാഹ്നത്തിൽ, കെട്ട് നിലങ്ങളിൽ നിന്ന് വാദ്യമേളങ്ങളോടെ യാത്ര ആരംഭിക്കും. ത്രിസന്ധ്യയോടെ പടനിലത്ത് പരദേവരുടെ മുന്നിൽ അവയെല്ലാം അണിനിരക്കും. ഈ കാഴ്ചകാണാൻ നാടിന്റെ നാനാഭാഗത്തുനിന്നും ആളുകൾ തിങ്ങിക്കൂടും. നാലമ്പലവും മതിൽക്കെട്ടുമില്ലാത്ത പടനിലം ക്ഷേത്രത്തിൽ നാനാജാതിമതസ്ഥർക്കും പ്രവേശനമുണ്ട്. ആരും തടയുകയില്ല. ഇക്കാര്യങ്ങളെല്ലാം കറുമ്പനിൽ നിന്ന് കേട്ടറിഞ്ഞ വിശേഷങ്ങളാണ്. അവന്റെ അമ്മാവന്റെ വീട് പടനിലത്തായതുകൊണ്ട് പലതവണ അവൻ അവിടെ പോയിട്ടുണ്ട്. കാളകെട്ട് കണ്ടിട്ടുണ്ട്. അതൊക്കെ വലിയ ആർഭാടത്തോടെ, അവൻ എത്രപ്രാവശ്യം വർണ്ണിച്ചു കൊതിപ്പിച്ചിരിക്കുന്നു. അപ്പോഴൊക്കെ മനസ്സുകൊണ്ട് പ്രാർത്ഥിക്കും. "ന്റെ കളരിദൈവങ്ങളേ, എനിക്കതൊക്കെ ഒന്നു കാണാനുള്ള ഭാഗ്യം നൽകണേ...."

ഭാഗ്യമുണ്ടാകാൻ പത്തിരുപത് വയസ്സുവരെ കാത്തിരിക്കേണ്ടി വന്നു.

സാരമില്ല. ആരുടെയും തുണയില്ലാതെ, സ്വതന്ത്രമായിച്ചെന്ന് കാണാമല്ലോ. വേണ്ടത്ര സമയം അവിടെ തങ്ങാവല്ലോ...

കാഴ്ചകൾ കണ്ട്, പലതരം വഴികളിലൂടെ നടക്കാൻ നല്ല രസമുണ്ട്. നടന്നു നടന്ന് മാമ്പറപ്പാടവും കൊല്ലക്കടവ് പാലവും ഇടപ്പുള്ളിത്തോടും ഇലഞ്ഞിമേൽ അത്താണിയും ഒക്കെ പലരോടും ചോദിച്ചറിഞ്ഞ് പിന്നിട്ടു. ഇപ്പോൾ എത്ര കാതം നടന്നിരിക്കും? അറിയില്ല. ഇടയ്ക്ക് ഏതോ വഴിയമ്പലങ്ങളിൽ ഇരുന്ന് വിശ്രമിച്ചു. വെള്ളം കുടിച്ചു. പഴങ്ങൾ കഴിച്ചു. അച്ചൻ കോവിലാറിന്റെ കൈവഴി കടന്നപ്പോഴാണ് ഒരാൾ പറഞ്ഞത്. “ദേ, ഇനിയങ്ങോട്ട് പാലുവം ദേശമാണ്. നിങ്ങളിനി കാണാൻപോകുന്ന പാടശേഖരങ്ങളെല്ലാം ‘പാലുവംകോയി’ എന്ന പാലുവം കോലോത്തെ വേലുത്തമ്പുരാന്റെയാ...അവിടിപ്പം കന്നിക്കൊയ്ത്ത് നടക്കുവാ...”

കേട്ടതോടെ, ആവേശവും ഉത്സാഹവും ഇരട്ടിച്ചു. പാടത്തെ കൊയ്ത്ത് കാണുംപോലെയൊരു സന്തോഷം വേറെയില്ല. ആളുകൾ നിരന്ന് കുനിഞ്ഞുനിന്ന് പാട്ടും കൂത്തുമായി നടത്തുന്ന കൊയ്ത്തുത്സവം! അതിന്റെ രസമൊന്ന് വേറെ. അപ്പോൾ മനസ്സിനടിത്തട്ടിൽ നിന്ന് ആരോ ഓർമ്മിപ്പിച്ചു: “കുഞ്ഞാതീ, നിന്റെ കുടുംബം കുറച്ചു സമ്പന്നമായിപ്പോയി. അല്ലെങ്കിൽ ആ കൊയ്ത്തുകാരിൽ നീയും നിന്റമ്മയും ഉണ്ടായിരുന്നേനേ...”

യാത്രക്കിടയിൽ കണ്ട ആൾ പറഞ്ഞത് സത്യം. മണൽ വഴി അവസാനിക്കുന്നത് നെടുവരമ്പിലാണ്. അതാണ് പാത. അവിടുന്നങ്ങോട്ട് നോക്കെത്താ ദൂരത്തോളം പാടങ്ങൾ. ഇരുവശങ്ങളിലും കാറ്റത്താടുന്ന സ്വർണ്ണക്കതിരുകളോടെ വിളഞ്ഞുകിടക്കുന്ന നെൽച്ചെടികൾ. നോക്കിയിട്ട് ഒരന്തവുമില്ല. എങ്ങും സ്വർണ്ണമയം. കൊയ്ത്തുനടക്കുന്ന വിശാലമായ പാടത്തുനിന്ന് ഒരു പാട്ടുയരുന്നുണ്ട്.

തെയ്ത്തിന്തോ - തെയ്ത്തിന്തോ
തെയ്ത്തിന്തോ - തകതാരികാ.
ഒന്നാം മലകേറി നമ്മടാടെല്ലാം പോയല്ലോ.
ഒന്നാനാം മലയിലെത്തിരുളുമേ പറിച്ചല്ലോ...

ഒരു ഗായകൻ കൊയ്ത്തിനിടയിൽ, ആവേശപൂർവ്വം തല ഉയർത്തി നിന്ന് പാടുന്നു. എത്ര മധുരമായ ശബ്ദം. കേട്ടിട്ട് മതിയാകുന്നില്ല. കൂടെയുള്ള ചിലർ കൊയ്തുകേറുമ്പോൾത്തന്നെ അത് ഏറ്റുപാടുന്നു. അത് കേട്ടുകേട്ട് ആ പാട്ട് തീരുന്നതുവരെ വരമ്പത്തെ തൈത്തെങ്ങിൻ തണലിൽ നിന്നാലോ? പുന്നെല്ലിൻ മണമുള്ള കാറ്റ് വിശറിച്ചിറകുവീശി അടുത്തുവന്ന് തലോടുന്നു. എന്തു സുഖം! അതേറ്റുകൊണ്ട് കൊയ്ത്തുപാട്ടിൽ രസിച്ചു നിൽക്കാൻ തുടങ്ങുമ്പോഴാണ്, സമീപത്ത് ഒരു കാൽപെരുമാറ്റം. ഏതോ വീട്ടുകാര്യസ്ഥന്റെ വേഷവും ഭാവവുമുള്ള മനുഷ്യൻ.

“എന്താ?” തലതിരിച്ച് ചോദിച്ചു.

“അങ്ങ് ആരാണെന്നതിനെപ്പറ്റി ഞങ്ങൾക്കിടയിൽ ഒരു തർക്കം....”

ഭവ്യതയോടെ ഒതുങ്ങി നിന്നുകൊണ്ട് അയാൾ പറഞ്ഞു. അയാളുടെ മട്ടും ആ സംബോധനയും കേട്ട് അതിശയം തോന്നി. പക്ഷേ, ഗൗരവം കൈവിട്ടില്ല.

"ഞങ്ങളെന്നു പറഞ്ഞാൽ.....?"

"ദോണ്ടെ, ആ പറങ്കാംചോട്ടിൽ കസേരയിട്ടിരിക്കുന്ന ഒരാളെ കണ്ടില്ലേ? അതാണ് പാലുവം കോയി എന്ന കോലോത്തെ വേലുത്തമ്പുരാൻ. അദ്ദേഹവും മുറുക്കാൻ ചെല്ലവുമായി അടുത്തുനിൽക്കുന്ന ഉണ്ണിപ്പിള്ളേമായിട്ടാ തർക്കം... ഉണ്ണിപ്പിള്ള പറേന്നത് അങ്ങ്, മുലക്കരോം തലക്കരോം വലയറയും കെട്ടിലക്കംവേലയ്ക്കും മറ്റും പണംപിരിക്കാൻ എത്തുന്ന കണക്കപ്പിള്ളയാണെന്നാ. വേലുത്തമ്പുരാൻ പറേന്നത് തെക്കുംകൂർ തിരുമനസ്സിന്റെ പടനായകനാന്നാ...അല്ല: അങ്ങ് ഇതിൽ ആരാന്നാ...?"

പറയുമ്പോൾ അതിവിനയവും പേടിയും ഭവ്യതയും അയാളിൽ പ്രകടമായിരുന്നു.

ഉള്ളിൽ വന്ന ചിരി പുറത്തുകാട്ടാതെ പറഞ്ഞു.

"ഞാനിത് രണ്ടുമല്ല"

"പിന്നെ?"

"അതു ഞാൻ വേലുത്തമ്പുരാനോട് പറഞ്ഞുകൊള്ളാം. താൻ അതുവരെ അങ്ങോട്ട് വരണ്ട. ഇവിടെത്തന്നെ നിന്നോ..."

ഭയത്തോടെ അയാൾ, "ഓ...നിൽക്കാവേ..." എന്നു വാക്കൈപൊത്തി ശിരസ്സാട്ടി ഒതുങ്ങിനിന്നു. ഞാനാകട്ടെ, പാട്ട് ആസ്വദിക്കാനാവാത്ത ഖേദത്തോടെ അവിടെനിന്ന് മുന്നോട്ട് നടന്നു.

നെടുവരമ്പത്തെ പറങ്കാംചോട്ടിലേക്ക് ഇത്തിരി ദൂരമേ ഉള്ളൂ. അവിടെ മുറുക്കാൻ രസവും ആസ്വദിച്ച് കൊയ്ത്തുകാരികളുടെ മേനിയിൽ നിന്നു കണ്ണെടുക്കാതെ വേലുത്തമ്പുരാൻ കസേരയിൽ ചാരി ഇരിക്കുന്നുണ്ട്. വലതുഭാഗത്ത് മടക്കിവെച്ചിരിക്കുന്ന നെടുങ്കൻ ശീലക്കുട. വെള്ളിയിൽ പണിതീർത്ത വെറ്റിലച്ചെല്ലവുമായി കാര്യസ്ഥൻ ഉണ്ണിപ്പിള്ള കുടവയറും തടവി വിനയപൂർവ്വം പിന്നിൽ നിൽപ്പുണ്ട്. അവരുടെ മുന്നിലൂടെ നടന്നടുക്കുന്ന എന്റെ രൂപഭാവങ്ങൾ കണ്ടിട്ടാകും വേലുത്തമ്പുരാൻ ചാടി എഴുന്നേറ്റു. തോളിൽക്കിടന്ന കസവ് നേര്യത് കൈയിലെടുത്ത് ചുരുട്ടിപ്പിടിച്ചു. വിനയാദരങ്ങളോടെ ഒട്ടുതാണ് കൈകൂപ്പി തൊഴുത് ചിരിച്ച് എന്തോ ചോദിക്കാനാഞ്ഞു. മന്ദഹസിച്ചുകൊണ്ട് ഞാൻ ലാഘവത്തോടെ പറഞ്ഞു.

"അങ്ങ് എന്നെ തൊഴണ്ട..."

"അയ്യോ, അതെന്താ? അവിടുത്തെ പ്രജയല്ലേ ദേശവാസിയായ ഈയുള്ളവൻ..." തമ്പുരാനിൽ പരിഭവം നിറഞ്ഞു.

"അങ്ങു ധരിക്കും പോലെ ഞാൻ തെക്കുംകൂർ രാജാവിന്റെ പടനായകനല്ല...."

"പിന്നെ?"

"ഞാൻ പറയിപെറ്റ ഒരു പറക്കിടാത്തനാണ്. പേര് കുഞ്ഞാതി..."

തല ഉയർത്തിപ്പിടിച്ചുനിന്ന് വ്യക്തമാക്കി.

"ഹെന്ത്? പറക്ക്ടാത്തനോ? ശ്ശോ! അങ്ങ് നേരം പോക്ക് പറയുന്നു... അങ്ങ് പറഞ്ഞത് കള്ളമാ... പച്ചക്കള്ളം."

വേലുത്തമ്പുരാൻ ആകെ വിളറിയിരുന്നു.

ജാള്യതയോടെ അദ്ദേഹം ചിരിക്കാൻ ശ്രമിച്ചു.

"അല്ല, വാസ്തവം..."

വ്യക്തമായി ഞാനത് പറഞ്ഞു തീർന്നില്ല, അതിനുമുൻപ് വേലുത്തമ്പുരാന്റെ ഭാവം മാറി. ആ മുഖത്തേക്ക് രക്തം ഇരച്ചുകയറി. വെറുപ്പും വിദ്വേഷവും ജാള്യതയും ക്രോധവും കൊണ്ട് ആ മുഖം ചെമന്ന് വിറച്ചു. പിന്നെ, ഇടിമുഴക്കംപോലെ ഒരാട്ടാണ് കേട്ടത്.

"ഭ് ! പട്ടിക്കഴുവേറി.....പറക്കഴുവേറീ... നിന്നെയാണോടാ ഞാൻ തൊഴുതത്? തെണ്ടിപ്പരിഷേ...നിന്റെ വേഷം കെട്ടല് ഇന്നോടെ ഞാൻ തീർക്കും."

കനത്ത ചൂരൽപ്പിടിയുള്ള കാലൻകുടയാണ് കൈയിൽ വന്നത്. പിടി എന്റെ കവിളത്തേൽക്കും വിധം അതിശക്തമായ ഒരടിയായിരുന്നു തുടർന്ന് നടന്നത്. കണ്ണിലൂടെ പൊന്നീച്ച പറന്നു. കവിൾമുറിഞ്ഞ് ചതവോടെ പുകഞ്ഞു. വീണ്ടും മടക്കിയ കുടയുടെ പിടി എന്റെ തല ലക്ഷ്യമാക്കി വന്നപ്പോൾ പിന്നിലെ ഭാണ്ഡക്കെട്ടിൽ നിന്ന് ക്ഷണത്തിലെടുത്ത മുച്ചാൺ വടികൊണ്ട് ഞാൻ അതു തടഞ്ഞു. കുട വലിച്ചെറിഞ്ഞ് തമ്പുരാൻ എന്റെ നാഭി ലാക്കാക്കി കനത്ത കാൽ നീട്ടി ആഞ്ഞ് തൊഴിച്ചപ്പോൾ, ഞാൻ വീശിയ മുച്ചാൺ വടിയുടെ പ്രഹരമേറ്റ് മുട്ടു തകർന്ന് എതിരാളി ഉച്ചത്തിൽ നിലവിളിച്ചു. എന്നിട്ടും വകവെക്കാതെ പിരണ്ടെണീറ്റ് മുറിവേറ്റ പുലിയുടെ ക്രൗര്യത്തോടെ എന്റെ കഴുത്തു ഞെരിക്കാൻ അയാളുടെ കൈകൾ നീളുമ്പോൾ, വിദഗ്ദ്ധമായി ഞാൻ തെന്നിമാറി. അടിതട പഠിച്ച ഒരഭ്യാസിയുടെ സകല സാമർത്ഥ്യവും ഉണ്ടായിരുന്ന തടിമാടനായ പ്രതിയോഗിയെ സർവ്വശക്തിയുമെടുത്ത് മുഖമടച്ച് ഞാൻ പ്രഹരിച്ചു. താഴെവീഴും മുമ്പ് കൈപ്പിടിയിലാക്കി കനത്ത വിഴുപ്പുകെട്ടുപോലെ കറക്കിയെറിഞ്ഞു. ദൂരെത്തെറിച്ചുവീണ തമ്പുരാന്റെ മാറിലേക്ക് ഞാൻ എടുത്തുചാടി. അട്ടചുരുളുംപോലെ ചുരുണ്ട അയാളുടെ നെഞ്ചിൽ ചവിട്ടി. അരയിൽ നിന്ന് കഠാര വലിച്ചെടുത്ത് ഉയർത്തുമ്പോൾ ആ മുഖം പ്രാണനുവേണ്ടി യാചിച്ചു.

"കൊല്ലല്ലേ.... ന്നെ കൊല്ലല്ലേ...."

ദയനീയമായ അപേക്ഷയിൽ ഒട്ടൊന്ന് മനസ്സലിഞ്ഞ് ഞാൻ നിൽക്കുമ്പോൾ "അരുതേ...അരുതേ..." എന്ന വിളിയോടെ ഓടിയടുക്കുന്നവരെ ഞാൻ കണ്ടു. അതിൽ കൊയ്ത്തുവിട്ടോടിവന്ന പണിക്കാരേയും കാര്യസ്ഥനേയും വാല്യക്കാരേയും ഞാൻ കണ്ടു. "പാലുവം തമ്പുരാനേ കൊല്ലല്ലേ... മാപ്പാക്കണേ..." എന്ന ദീനയാചന ഒരു ആരവമായി കാതിൽ മുഴങ്ങി.

അയാളെ കൊല്ലരുതെന്ന് അപ്പോൾ എനിക്കും തോന്നി. ഈ വിവര

ദോഷിയെ കൊന്നിട്ട് എന്തു നേടാൻ? ആ നെഞ്ചത്തു വെച്ച കാൽ ഞാൻ പിൻവലിച്ചു. അയാൾക്ക് ഓർക്കാൻ തക്കവിധമുള്ള പരുക്ക് ഞാൻ ഏൽപ്പിച്ചിട്ടുണ്ട്. തൽക്കാലം അതുമതി. കഠാര ഉറയിലിട്ട് പൂണാരക്കെട്ടിൽ നിന്ന് ഞാൻ ചുരിക വലിച്ചെടുത്തു. എതിരാളികൾ എപ്പോൾ വേണമെങ്കിലും ഇനി വരാം. ആക്രമിക്കാം. കരുതലോടെ നിൽക്കേണ്ടതാണ് ആവശ്യം.

വേലുത്തമ്പുരാനെ കാര്യസ്ഥൻ താങ്ങിയിരുത്തി വെള്ളം കൊടുക്കുമ്പോൾ, അയാൾ കൈകൂപ്പി പ്രയാസപ്പെട്ട് പറഞ്ഞു:

"കുഞ്ഞാതി, നന്ദിയൊണ്ട്...വലിയ നന്ദി...."

ഞാൻ നിശ്ശബ്ദനായി നിന്നതേയുള്ളു. തമ്പുരാൻ കൃതജ്ഞത കലർന്ന സ്വരത്തിൽ തുടർന്നു: "എന്റെ പ്രാണൻ തിരിച്ചു തന്നതിന് നിനക്കെന്തു പ്രതിഫലം തരണമെന്ന് അറിഞ്ഞൂടാ...എങ്കിലും പറയുവാ, നിനക്ക് ഞാൻ ഈ പാലുവം പാടം മുഴുവൻ വെറുതെ തരുന്നു..."

ഫലിതം കേൾക്കുമ്പോലെ ഊറിച്ചിരിക്കാനാണ് തോന്നിയത്. എങ്കിലും ഗൗരവത്തിന്റെ മുഖപടമാണ് ധരിച്ചത്.

"എനിക്കുവേണ്ട. എനിക്കുപകരം നിങ്ങൾ ഈ പാടത്തു പണിയെടുക്കുന്ന പാവങ്ങൾക്കായി അത് വീതിച്ചുകൊടുക്കുക... അതുമതി. അതുമാത്രം..."

ആലോചനയോടെ അൽപ്പനേരമിരുന്ന്, പിന്നീട് സമ്മതഭാവത്തിൽ അയാൾ തലയാട്ടി. എന്നിട്ടും, തൃപ്തിവരാതെ വീണ്ടും തുടർന്നു:

"എങ്കിൽ നിനക്ക് പാലുവം ദേശത്തെ സുന്ദരിയായ ഒരു പെണ്ണിനെ– പാലുവം പെണ്ണായ ചീതയെ–വേളികഴിപ്പിച്ച് തരാം...."

അപ്പോഴും ചിരിക്കാനാണ് തോന്നിയത്. ഇയാൾ എന്തൊരു ശുദ്ധനായ മനുഷ്യൻ!.. അതോ വിഡ്ഢിയോ? പ്രാണൻ എടുത്തില്ലെങ്കിലും, അടിച്ചുവീഴ്ത്തി അപമാനിച്ച എതിരാളിയോട് പറയേണ്ടുന്ന ഒരു കാര്യമാണോ ഇത്? അതിനുള്ള അവസരമാണോ ഇത്? നിസ്സാരഭാവത്തോടെ, പരുക്കൻ മട്ടിൽ പറഞ്ഞു:

"അക്കാര്യത്തിൽ നിങ്ങളുടെ ഔദാര്യം എനിക്കു വേണ്ട. വേണ്ട പെണ്ണിനെ കണ്ടെത്താനുള്ള ആണത്തമെല്ലാം എനിക്കുണ്ട്. സമയമാകുമ്പോൾ ഞാനതു ചെയ്തുകൊള്ളാം. ഞാനിപ്പോൾ പോകുന്നു. എന്നോട് പറഞ്ഞ വാക്കുതെറ്റിച്ചാൽ, തമ്പുരാനേ.... നമുക്ക് വീണ്ടും കാണേണ്ടിവരും... മര്യാദക്ക് കഴിഞ്ഞാൽ നിങ്ങക്ക് നല്ലത്..."

സമ്മതഭാവത്തിൽ തലയാട്ടി പാലുവം തമ്പുരാൻ മൗനത്തിലാണ്ടു. കാര്യസ്ഥരും പണിക്കാരുമായി അവിടെ കൂടിയവരെല്ലാം ആ സ്വപ്നനാടകം കണ്ട് അമ്പരന്ന് നിൽക്കുകയായിരുന്നു. സന്തോഷമോ സങ്കടമോ എന്താണ് വേണ്ടതെന്ന് നിശ്ചയമില്ലാതെ അവർ നിന്നു കുഴങ്ങി. ചുരിക ഭാണ്ഡത്തിലാക്കി മന്ദഹാസം വിടാതെ, തടിച്ചുകൂടിയ ജനക്കൂട്ടത്തിന് നടുവിലൂടെ കൂസലില്ലാതെ ഞാൻ മുന്നോട്ട് നടന്നു...

ഏഴ്

പടനിലത്തെ കേമമായ കാളകെട്ട് കണ്ട് വന്നിട്ടും, ആ ഉത്സവത്തിന്റെ നിറങ്ങളും, കെട്ടുകാളകളുമല്ല മനസ്സിൽ നിറഞ്ഞത്. പാലുവം കോയിത്തമ്പുരാനുമായി ഏറ്റുമുട്ടിയതും അദ്ദേഹത്തെ അടിയറവ് പണിയിച്ചതുമായ സംഭവവുമല്ല മനസ്സിന്റെ സ്വൈരം കെടുത്തിയത്. മറിച്ച് തമ്പുരാൻ വേളികഴിപ്പിച്ച് എനിക്ക് തരാമെന്ന് പറഞ്ഞ, മുൻപൊരിക്കലും കണ്ടിട്ടില്ലാത്ത ആ പാലുവം പെണ്ണാണ്. ചീതയാണ്. ആരുടെയും ഔദാര്യമില്ലാതെ അവളെ സ്വന്തമാക്കാമെന്ന് ഒരു വാക്ക് പറഞ്ഞെങ്കിലും അവളെ കാണാനുള്ള ധൈര്യം ഇതുവരെ ഉണ്ടായില്ല. പക്ഷേ, അവൾ ആരാണെന്നും വീട് എവിടെയാണെന്നും അറിയാൻ കഴിഞ്ഞു. അതേദിവസം തന്നെ. ഏറ്റുമുട്ടൽ കഴിഞ്ഞ് നെടുവരമ്പിലൂടെ കലുഷമായ മനസ്സുമായി നടക്കുമ്പോഴാണ് ഒരു ശബ്ദം കേട്ടത്. "അവിടൊന്ന് നിൽക്കണേ..." തിരിഞ്ഞുനോക്കുമ്പോൾ പിന്നിൽ ഒരു ചെറുവാല്യക്കാരൻ. കൊയ്ത്തുകാരനാണെന്ന് വേഷം കണ്ടാലറിയാം.

"ഉം...?"

തിരിഞ്ഞു നിന്നു.

"ഞങ്ങള് കണ്ടത്തിപ്പണിക്കാരെടെ ഒരു തന്തോഷം അറിയിക്കാനാ വിളിച്ചത്..." അയാൾ നിറഞ്ഞ ചിരിയോടെ ഓടിക്കിതച്ചുവന്ന് ഒപ്പമെത്തിക്കഴിഞ്ഞു.

"എന്തിന്?"

"ആ പാലുവം കോലോത്തെ വേലുത്തമ്പുരാന് കണക്കിന് ചാർത്തിക്കൊടുത്തതിന്. ഇനി അങ്ങേരുടെ ശല്യം ഞങ്ങക്കും ഞങ്ങടെ പെണ്ണുങ്ങക്കും ഒണ്ടാകത്തില്ലല്ലോ. അതൊറപ്പാ. പിന്നെ, വാക്കുപാലിക്കാനെക്കൊണ്ട് ഇമ്മിണി മണ്ണ് ഞങ്ങക്കും തരാതിരിക്കത്തില്ല...."

അയാളുടെ മുഖം മുഴുവൻ ചിരി ആയിരുന്നു.

"തന്നില്ലെങ്കിൽ എന്നെ അറിയിക്കണം."

"ഓ അത് ഒറപ്പായും ഞങ്ങള് അറിയിക്കും..."

അയാൾ വീണ്ടും വീണ്ടും കൃതജ്ഞതകൊണ്ട് വീർപ്പുമുട്ടിക്കുകയാണ്. ഒപ്പം, പാലുവം കോയിത്തമ്പുരാൻ സാധുക്കളോട് ചെയ്യുന്ന അതിക്രമങ്ങൾ വർണ്ണിക്കുകയും. കേട്ടു വിരസത വന്നപ്പോൾ, വെറുതെ ചോദിച്ചു: "പാലുവം പെണ്ണ് ചീത ആരാ...? അവൾ സുന്ദരിയാണോ?"

"ആണോന്നോ? അവളെപ്പോലെ ചന്തമൊള്ളൊരു പറക്കിടാത്തി ഈ പാലുവം ദേശത്ത് വേറെ ഇല്ല. അവളെ കറുത്ത രാജകുമാരീന്നാ ചിലരൊക്കെ വിളിക്കുന്നേ. പറപ്പെണ്ണാണെങ്കിലും ഞങ്ങളെപ്പോലെ കൊയ്യാനും മെതിക്കാനുമൊന്നും അവക്ക് വരണ്ടാ. അതിന്റെ ആവശ്യോം ഇല്ല. നല്ല ഭൂസ്വത്തൊള്ള പറയരാ അവര്. അവക്കടെച്ചൻ കോരൻ പക്ഷേ, തമ്പുരാന്റെ ഒരു കാര്യസ്ഥനെപ്പോലാ. തമ്പുരാന് ആ ക്ടാത്തിയിൽ ഒരു നോട്ടമൊണ്ടായിരുന്നെന്നാ കേൾവി. ഇനി ഏതായാലും ആ മോഹം നടക്കത്തില്ലല്ലോ..."

"അതെന്താ?"

"കുഞ്ഞാതി അവളെ കെട്ടത്തില്യോ? പിന്നെങ്ങനെ നടക്കാനാ...?"

കേട്ടപ്പോൾ ഉള്ളിൽ എവിടെയോ, അതുവരെ അനുഭവിക്കാത്ത ഒരു കുളിർമ്മ. നിഷ്കളങ്കനായ ആ ചെറുപ്പക്കാരനോട് ഒരുപാട് സന്തോഷവും. അയാൾ ചീതയെപ്പറ്റി പിന്നെയും വാ തോരാതെ വർണ്ണന തുടർന്നു. അവളുടെ വീട്ടിലെത്താനുള്ള വഴിയും പറഞ്ഞുതന്നു. ഏതോ കൈത്തോട്ടിൻ കരയിലെത്തിയപ്പോൾ അൽപ്പമകലെ കണ്ട ഓലപ്പുര ചൂണ്ടിക്കാട്ടി, "ദോണ്ടെ, ആ കാണുന്നതാ എന്റെ കുടില്..." എന്ന് അയാൾ ഉത്സാഹത്തോടെ അറിയിച്ചു. ലേശം വിഷാദത്തോടെ കൂട്ടിച്ചേർത്തു.

"പിന്നെ.... ഈ നീലാണ്ടൻ പിരിയുവാ. കുഞ്ഞാതിയെ പരിചയപ്പെട്ടതിന് വല്യ തന്തോഷമൊണ്ട്... നമുക്കെപ്പോഴെങ്കിലും ഇനി കാണാം..."

"ഓ.. ശെരി. നിങ്ങളെ പരിചയപ്പെട്ടതിൽ എനിക്കും സന്തോഷമുണ്ട്..."

പിരിയുമ്പോൾ സന്തോഷസൂചകമായി നീലാണ്ടന് രണ്ടുപണം കൊടുത്തു. ആദ്യം വാങ്ങാൻ കൂട്ടാക്കിയില്ല. വളരെ നിർബ്ബന്ധിച്ചപ്പോഴാണ് അത് അയാൾ വാങ്ങിയത്. വാങ്ങുമ്പോൾ ആ കണ്ണുകൾ നനയുന്നുണ്ടെന്ന് തോന്നി.

നീലാണ്ടന്റെ വർണ്ണന കേട്ടാൽ ഏതൊരാളും കൈയോടെ ചീതപ്പെണ്ണിനെ അന്വേഷിച്ചു പോയിരിക്കും. പക്ഷേ, ഏഴെട്ടുദിവസം കഴിഞ്ഞേ ഞാൻ പാലുവം പെണ്ണിനെ കാണാൻ പോയൊള്ളു. പതിവിലധികം ഒരുങ്ങി വലിയ പ്രൗഢിയിൽത്തന്നെ ആയിരുന്നു യാത്ര. അതുകണ്ട് എന്തോ സംശയം തോന്നി അമ്മ ഇടഞ്ഞു ചോദിച്ചു.

"എല്ലാം വന്നിട്ടുപറയാം അമ്മേ...." എന്ന് അലസമായ ഒരു മറുപടി അമ്മയ്ക്ക് നൽകി ഞാൻ പുറപ്പെട്ടു.

വഴിതെറ്റിയില്ല കൃത്യമായി ചീതയുടെ വീടിന്റെ മുൻഭാഗത്തെത്തി. നീണ്ടുപോകുന്ന മണൽവഴി തിരിഞ്ഞ് വലത്തോട്ട് നടന്നാൽ സമൃദ്ധമായ നെൽപ്പാടങ്ങളാണ്. പാടങ്ങളുടെ ഒത്ത മദ്ധ്യത്തിലുള്ള നെടുവരമ്പ് ചെന്നവസാനിക്കുന്നത് ചീതയുടെ വീടിന്റെ പൂമുഖത്തും. സാമാന്യം വലിയ, പഴയൊരു വീടാണ് ചീതയുടേത്. ഓലമേഞ്ഞ പുരയോട് ചേർന്ന്, വക്കുപൊളിഞ്ഞ വിസ്തൃതമായ ഒരു പഴംകിണറുണ്ട്. പൂമുഖമുറ്റമാകെ തണൽ വിരിച്ചുകൊണ്ട് പടർന്നുനിൽക്കുകയാണ് ഒരു തേന്മാവ്. തൊടിയാകെ ഫലവൃക്ഷങ്ങൾ. നിറയെ കായ്ച്ച തെങ്ങുകൾ. ചെന്നുകയറുമ്പോൾ, പൂമുഖത്തെ ചെറിയ പത്തായപ്പുറത്തിരുന്ന മദ്ധ്യവയസ്കനായ കഷണ്ടിക്കാരൻ ചാടിയെഴുന്നേറ്റ് ഓടിവന്ന് തൊഴുതുപിടിച്ച് അകലം പാലിച്ചൊതുങ്ങി നിന്നു. അയാളുടെ മുഖത്ത് അത്യാദരവിന്റെ തുളുമ്പുന്ന ഭാവങ്ങളായിരുന്നു.

"വന്നാട്ടെ...വന്നാട്ടെ...തെക്കും കുറ്റിത്തമ്പുരാന്റെ ദൂതന്മാര് വല്ലോം ആണോന്നാ? മുമ്പ് കണ്ടിട്ടില്ലാത്ത കൊണ്ട് അട്യേനൊരു തംശയം..."

ഉള്ളിൽ പൊന്തിയ ചിരി പുറത്തുവരാതിരിക്കാൻ വളരെ ശ്രദ്ധിച്ചു. തല തട്ടാതെ കുനിഞ്ഞ്, അറയും നിരയുമുള്ള പൂമുഖത്തിണ്ണയിലേക്ക് കാൽവെച്ചുകൊണ്ട് പറഞ്ഞു;

"അയ്യോ... എന്നെ തൊഴണ്ടാ. ഞാൻ രാജാവിന്റെ ദൂതനൊന്നുമല്ല. ഒരു പറക്കിടാത്തനാണ്. പറയിപെറ്റ പറക്കിടാത്തൻ."

"ഓ...കുഞ്ഞാതി ആയിരിക്കും. അല്യോ...?" ഇളിഭ്യതമാറ്റി വിസ്തൃതമായി ചിരിച്ചുകൊണ്ട് അയാൾ തുടർന്നു. "ഒരു തംശയമൊണ്ടായിരുന്നു. എന്നാലും ചോദിച്ചുകഴിഞ്ഞപ്പം എനിക്കും തോന്നി... അബദ്ധം പറ്റിയില്യോന്ന്..." ജാള്യത മാറ്റാൻ തോളിൽ കിടന്ന തോർത്തെടുത്ത് മുഖത്തെ വിയർപ്പ് തുടച്ചുകൊണ്ട് പരിചയം നടിച്ചു. "അങ്ങ് ചെങ്ങന്നൂന്ന് വരുവാ...അല്യോ...?"

"ആന്നു..." സമ്മതിച്ചുകൊണ്ട് അത്ഭുതത്തോടെ ചോദിച്ചുപോയി. "എന്റെ പേരൊക്കെ നല്ല ഓർമ്മയാണല്ലോ. ഞാനിവിടെ വരുമെന്ന് ഊഹിച്ചിരുന്നോ?"

"വരാതിരിക്കില്ലെന്ന് മനസ്സ് പറയുന്നുണ്ടായിരുന്നു. എന്നാലും വരാൻ ഇച്ചിരെ വൈകിയോന്ന് ഒരു തംശയം. ഞാനേ - ചീതപ്പെണ്ണിന്റെ അപ്പനാ. കോരനെന്നാ പേര്. പാലുവം കോലോത്തെ വേലുത്തമ്പുരാനുമായുള്ള വഴക്കും പുക്കാറുമൊക്കെ അന്ന് വൈയ്യുംപാടേ ഞങ്ങളറിഞ്ഞു. ഞങ്ങടെ ചീതേ കുഞ്ഞാതിക്ക് കെട്ടിപ്പിച്ചുതരീക്കണമെന്നും മറ്റും തമ്പുരാൻ പറഞ്ഞെന്നും കേട്ടു. അയ്യോ-കുഞ്ഞ് വന്ന കാലേൽ നിക്കാതെ ആ കൊരണ്ടി നീക്കിയിട്ട് ഇരുന്നാട്ടെ..."

അപ്പൻ ചൂണ്ടിക്കാണിച്ച പൊക്കമുള്ള കൊരണ്ടിയിൽ ഇരുന്ന് ചുറ്റുപാടും നിരീക്ഷിച്ചു. അടുത്തെങ്ങാനും അവളുണ്ടോ? എനിക്കുള്ള ചീതപ്പെണ്ണ്...അപ്പോൾ, പൂമുഖത്തേക്കു തുറക്കുന്ന കിളിവാതിലിന് പിറകിൽ ഓട്ടുവളകളുടെ മധുരമായൊരു കിലുക്കം...

"പിന്നെ, വീട്ടുവിശേഷങ്ങളൊക്കെ പറഞ്ഞാട്ടെ... വീട്ടിൽ ആരൊക്കെയൊണ്ട്? അമ്മയും അപ്പനും അമ്മാവൻമാരും..."

അപ്പൻ വിവരങ്ങളറിയാൻ താൽപ്പര്യപൂർവ്വം കാത് കൂർപ്പിച്ചു. ഞാൻ വീട്ടുവിശേഷങ്ങൾ ഓരോന്നായി കെട്ടഴിച്ചു. കൊച്ചുകണ്ടൻ എന്ന എന്റെ അച്ഛന്റെ പേരും വിവരങ്ങളും മറ്റും പറഞ്ഞപ്പോൾ അച്ഛനെപ്പറ്റി ഒരുപാട് കേട്ടിട്ടുണ്ടെന്നും, ഒരിക്കൽ കണ്ടിട്ടുണ്ടെന്നും കോരനപ്പൻ ഓർമ്മിച്ചെടുത്തു. അച്ഛന്റെ മരണവും അമ്മയുടെ ത്യാഗവും എന്റെ കളരിപഠനവും അതിരമ്പുഴ അച്ചനുമായി ഏറ്റുമുട്ടിയതും എല്ലാം മുറതെറ്റാതെ വിവരിച്ചുകൊണ്ടിരിക്കുന്നതിനിടയിൽ അകത്തുനിന്നൊരു കിളിനാദം.

"അപ്പനൊന്ന് ഇപ്രത്തോട്ട് വന്നാട്ടെ..."

അതുകേട്ടപാടെ, "ഞാനൊടനെയിങ്ങ് വരാമേ..." എന്നു പറഞ്ഞ് തോർത്ത് കുടഞ്ഞ് വീശി, കോരനപ്പൻ അകത്തേക്കുപോയി. അറപ്പുരയിലെ ചിത്രപ്പണികളിലേക്ക് കണ്ണോടിക്കാൻ തുടങ്ങുമ്പോൾ വടക്കുഭാഗത്തായി ഒരു മുരടനക്കം. ഒരു ചുമ. അകത്തുനിന്ന് വരികയായി അപ്പനോളം പ്രായമുള്ള ഒരു മനുഷ്യൻ. തലക്കെട്ടും കൊമ്പൻമീശയും കവിളത്ത് മറുകും മാറിൽ നന്നായി ചേർത്തു പുതച്ച പുളിയിലക്കര നേര്യതുമൊക്കെയുള്ള തടികുറഞ്ഞ സുന്ദരനായ ഒരു മനുഷ്യൻ. കുരണ്ടിയിൽ നിന്ന് അറിയാതെ ചാടിയെഴുന്നേറ്റുപോയി. വീട്ടിലെ കാരണവന്മാർ ആരെങ്കിലും ആകണം. വിനയം പ്രകടിപ്പിക്കാതെ വയ്യ. ആദരവോടെ കൂപ്പിതൊഴാതെ വയ്യ.

"കുഞ്ഞാതി അല്ലേ? ഞാൻ ചീതപ്പെണ്ണിന്റെ ഒരേയൊരു അമ്മാവനാ. തിരുവഞ്ചനെന്നു വിളിക്കും. അല്ല, എണീറ്റ് തൊഴുതു. പിടിച്ചുനിൽക്കാതെ കുഞ്ഞങ്ങോട്ട് ആ കൊരണ്ടിലോട്ട് ഇരുന്നാട്ടെ..."

ഞാൻ ഇരിക്കാൻ തുടങ്ങുമ്പോൾ നിന്നുകൊണ്ട് തിരുവഞ്ചനമ്മാവൻ വിസ്തരിക്കാൻ തുടങ്ങി:

"നമ്മള് പറയന്മാരുടെ പെൺകൊടയ്ക്ക് അമ്മാവൻമാരുടെ സമ്മതം കൂടിയേ കഴിയൂ. കല്യാണപ്പെണ്ണിന് അമ്മാവൻമാര് നിർബ്ബന്ധമായും ഓരോ പൊൻമോതിരം കൊടുക്കണം. പണോം തുട്ടുമില്ലാത്തോര് ചെമ്പുമോതിരം കൊടുത്താലും മതി. പിന്നെ നമുക്ക് ജാതകമൊക്കെനോക്കീട്ടുവേണം പെൺകൊട നടത്താൻ. വള്ളോനല്ലിയോ നമ്മുടെ കാര്യമെല്ലാം ഗണിച്ച് പറേന്നത്. ഒടനെ തന്നെ അങ്ങോട്ടൊന്നു പോണം..."

പെട്ടെന്ന്, എന്തോ മറന്ന മട്ടിൽ, "ശ്ശെടാ... ഞാനൊന്ന് പൊറത്തോട്ട് എറങ്ങാൻ പോയതാ. ഒരു മാക്കൊട്ട എടുക്കാൻ മറന്നു. മുറിക്കകത്ത് ഇരിപ്പുണ്ട്. എടുത്തോണ്ട് വരട്ടെ...."

അങ്ങനെ പറഞ്ഞ് അമ്മാവൻ ധൃതിയിൽ അകത്തേക്കുപോയി. ഒരുപാട് സംസാരിക്കുന്ന കൊമ്പൻമീശക്കാരനായ ആ സുന്ദരൻ അമ്മാവൻ ഒരു വിചിത്ര മനുഷ്യനാണെന്ന് തോന്നി. ആള് കണ്ടാൽ കുലീനതയും ഗൗരവവും ഉണ്ട്. പക്ഷേ, ആ ശബ്ദം ഒരു പതിനേഴുകാരിപ്പെണ്ണിന്റെതാണ്. കിളിമൊഴി അമ്മാവൻ എന്നു വിളിക്കുന്നതാവും ഉചിതം. നടത്തയും

സ്ത്രീകളുടേതു തന്നെ. സ്ത്രീകളുടെ മാതിരി തടിച്ച നിതംബവും....

അമ്മാവൻ അകത്തേക്കു പോയതിന് പിറകെ ചീതയുടെ അപ്പൻ അകത്തുനിന്ന് പൂമുഖത്തെത്തി. "കുഞ്ഞാതി പുറത്തോട്ടൊന്നു വന്നാട്ടെ... ഞങ്ങക്കൊള്ള ഭൂസ്വത്തൊക്കെ കൈയോടെയൊന്ന് കണ്ടിട്ടുവരാം. പിന്നീട് പരാതി ഒണ്ടാവരുത്. ആദ്യം പറമ്പും പൊരേടോം നടുതലകളുമൊക്കൊയൊന്ന് കാണാം..."

കോരനപ്പൻ പുരയ്ക്കുവെളിയിലിറങ്ങി നിന്നു ക്ഷണിക്കുകയാണ്. താൽപ്പര്യം ഒട്ടും തോന്നിയില്ലെങ്കിലും, ചീതയുടെ അപ്പനല്ലേ? ആരംഭത്തിലേ അനുസരണ ഒട്ടുമില്ലാത്തവനെന്ന് തോന്നിയാലോ? അതുകൊണ്ട് ഒരക്ഷരം എതിരുപറയാതെ അപ്പനോടൊപ്പം കൂടി. വിശാലമായ തൊടിയാകെ വേഗം ചുറ്റിനടന്നുകണ്ട് പൂമുഖത്തെത്തി. ചീതപ്പെണ്ണ് എവിടെ? അവളെ കാണുകയല്ലേ മുഖ്യം? ഇത്രനേരമായിട്ടും പെണ്ണിനെ ഒന്നു കണ്ടില്ലല്ലോ...

ചിന്തിച്ചുതീരും മുമ്പ് ഇടതുവശത്തുനിന്ന് എത്തുന്ന കാലൊച്ചകൾ കേട്ടു. മുന്നിൽ അമ്മയും പിന്നിൽ നിഴൽപോലെ മകളും. അമ്മയുടെ കൈയിൽ പാൽക്കിണ്ടി.

"ഇതാ-ഇതാണ് ഞങ്ങടെ ചീതമോള്, മോൻ നല്ലോണം നോക്കിക്കോ. പിന്നെ കണ്ടില്ലെന്ന് പറേരുത്..."

പാൽക്കിണ്ടി എന്റെ കൈയിൽ തന്നുകൊണ്ട് അമ്മ പറഞ്ഞു. നോക്കി. നല്ലവണ്ണം നോക്കി. എനിക്കു കാണത്തക്കവണ്ണം ചീത അൽപ്പം നീങ്ങി ഒതുങ്ങിനിന്നു. വിസ്മയവും സന്തോഷവും ഒരുപോലെ തോന്നി. അത്രയുണ്ട് അവളുടെ തിളക്കം.

ജീവിതത്തിൽ ഇത്രയും സുന്ദരിയായ ഒരു പെണ്ണിനെ ഞാൻ ഇതുവരെ കണ്ടിട്ടില്ല. അവളെ വർണ്ണിക്കാൻ മോഹമുണ്ടെങ്കിലും ഞാൻ കവിയല്ലല്ലോ. പുലരിത്തുടുപ്പേറ്റ് ചിരിച്ചുവിടരുന്ന ഒരു ശംഖുപുഷ്പം പോലെ. മയിൽപ്പീലി ഇമകൾക്കുമേലെ വളഞ്ഞ പുരികക്കൊടി. ഉദയനക്ഷത്രങ്ങളുടെ തിളക്കമാർന്ന വലിയ കണ്ണുകൾ...പിന്നെ..?

"എന്താ കുഞ്ഞാതി ഒന്നും മിണ്ടാത്തെ? മോളെ ഇഷ്ടപ്പെട്ടോ?" എന്നു ചോദിച്ചുകൊണ്ട് കോരനപ്പൻ പുറത്തുനിന്ന് കടന്നുവന്നു. ഒരു പീഠം വലിച്ചിട്ട് ഇരിക്കുമ്പോഴും അദ്ദേഹം ആത്മഗതംപോലെ പറഞ്ഞുകൊണ്ടിരുന്നു.

"മോക്ക് ഞങ്ങള് ഒരു കൊറവും വരുത്തീട്ടില്ല. ആവശ്യത്തിന് പടുത്തോമൊണ്ട്. അമ്പത്തൊന്നക്ഷരോം, വാക്യോം, പരൽപ്പേരും മുന്തിരി-മുണ്ടാണിക്കണക്കുകളും എല്ലാം അവടമ്മാച്ചൻ പറഞ്ഞുകൊടുത്തിട്ടുണ്ട്. അമ്മാച്ചൻ ഇമ്മിണി പടിച്ചതാ. വല്ല്യൊരു കലാകാരനാ..."

"തിരുവഞ്ചനമ്മാവൻ അല്ലേ?"

കിണ്ടിയിലെ ചൂട് പാൽ മെല്ലെ കുടിച്ചുകൊണ്ട് ചോദിച്ചു.

"എന്താ, മോനറിയുമോ? കണ്ടിട്ടൊണ്ടോ? കലാകാരനായതുകൊണ്ട് അയാക്ക് നാട്ടിലൊക്കെ നല്ല പേരും മതിപ്പുമാ..."

കോരന്റെ ശബ്ദം അഭിമാനഭരിതമായിരുന്നു.

"അറിയത്തില്ലാരുന്നു. പക്ഷേ, ഇച്ചിരെ മുമ്പേ കണ്ടു. അല്ല, അദ്ദേഹം ഇവിടൊണ്ടല്ലോ. ഒരുങ്ങി പുറത്തേക്കുപോകാനിറങ്ങുമ്പോഴാ പെട്ടെന്ന് എന്നെ കണ്ടത്. ഞാൻ എണീറ്റ് തൊഴുകേം ചെയ്തു..."

കേട്ടിട്ട് വിശ്വാസമില്ലാത്ത മട്ടിൽ കോരനപ്പൻ ഗൗരവത്തോടെ എന്നെ സൂക്ഷിച്ചു നോക്കി.

"അതെങ്ങനെ പറ്റും? കുഞ്ഞാതി പറേംപോലെ തിരുവഞ്ചൻ ഇന്നി ങ്ങോട്ട് വന്നില്ലല്ലോ. മോളേ, ഇപ്പോഴെങ്ങാനും നിന്റെ അമ്മാച്ചൻ ഇവിടെ വന്നിരുന്നോ? നീ കണ്ടോ?"

പറഞ്ഞുതീർന്നില്ല, പൊടുന്നനെ അപ്പനും അമ്മയും പൊട്ടിച്ചിരിച്ചു. മകളാകട്ടെ, പുറത്തുവന്ന കള്ളച്ചിരി അമർത്തിക്കൊണ്ട് പറഞ്ഞു.

"ഇച്ചിരമുമ്പേ അമ്മാവനായി വന്നത് ഞാനായിരുന്നു. എന്റപ്പനെ എഴുന്നേൽപ്പിച്ച് തൊഴീച്ചതിന് പകരം ഞാനുമൊന്നു തൊഴീപ്പിച്ചതാ..."

അവൾ നാണംവിട്ട്, പ്രതികരണമറിയാനെന്നവണ്ണം എന്റെ മുഖ ത്തേക്ക് നോക്കി.

സത്യത്തിൽ എനിക്ക് കടുത്ത ജാള്യത അനുഭവപ്പെട്ടു. എന്നെ ഇതു വരെ ആരും ഇത്രകണ്ട് പരിഹസിച്ചിട്ടില്ല. എങ്കിലും മുഖത്തെ വിളർച്ച മറയ്ക്കാൻ ശ്രമിച്ചുകൊണ്ട് ഞാൻ പറഞ്ഞു:

"ങ്ഹാ എന്നെ കല്യാണത്തിന് മുൻപേ കളിയാക്കാൻ തുടങ്ങുക യാണ്: അല്ലേ? എങ്കിൽ ഞാൻ ഉറപ്പിച്ചു പറയുന്നു. എനിക്കീ കളിയാ ക്കൽക്കാരിയെ വളരെ ഇഷ്ടമായി. എനിക്കിവളെ വേണം. ഇവളെ ഞാൻ അല്ലെങ്കിൽ കൊണ്ടുപോകും..."

"കൊണ്ടുപോകുമെന്നോ?"

അപ്പന് എന്റെ കടത്തിപ്പറച്ചിൽ അത്ര ഇഷ്ടമായില്ല.

"ഉറപ്പായും, എന്താ സംശയമൊണ്ടോ?"

എന്റെ ശബ്ദത്തിന് ഗൗരവത്തിന്റെ മുഴക്കമായിരുന്നു.

"അതിന് എന്റെ മോള് സമ്മതിച്ചിട്ടുവേണ്ടേ? അവടെ സമ്മതമില്ലാ തെ..."

അപ്പൻ എന്റെ വാക്കുകൾ നിസ്സാരമാക്കിയെങ്കിലും, ആ സ്വരത്തിൽ ആശങ്ക കലർന്നിരുന്നു.

"ചോദിച്ചുനോക്ക് ചീതപ്പെണ്ണിനോട്, അവൾ എന്നോടൊപ്പം വരു ത്തില്ലിയോന്ന്...?"

അപ്പനമ്മമാർ ചീതയുടെ മുഖത്തേക്ക് സമ്മിശ്രഭാവങ്ങളോടെ നോക്കി. അവളാകട്ടെ, അപകടത്തിൽപ്പെട്ടതുപോലെ മൗനവദനയായി നിന്നു.

"യ്യോ, ഇതിന്റെ പേരിൽ വഴക്കും വക്കാണവും ഒന്നും വേണ്ടേ. ന്റ് മോള് വെറുമൊരു നേരം പോക്ക് കാണിച്ചതാ. ഒട്ടും മനഃപൂർവ്വമല്ല. കളി യാക്കാനുമല്ല... അവടപ്പൻ അഭിമാനിയാണെന്ന് അറീക്കാൻ വേണ്ടി ചെയ്തതാ. കഴിഞ്ഞാഴ്ചേൽ തിരുവഞ്ചൻ ഇങ്ങോട്ടു വന്നപ്പം അവൻ

ഏതാണ്ട് കോലാട്ടത്തിനോ പരിശകളിക്കോ മറ്റോ കെട്ടാൻ വെച്ച കൊമ്പൻ മീശേം തലേക്കെട്ടുമൊക്കെയാ അവളെടുത്ത് അമ്മാച്ചൻ കളിച്ചത്. അവൻ ഇവിടെ മറന്നുവെച്ചേച്ചു പോയതാ. വേണ്ടാ വേണ്ടാന്ന് ഞാനിവളോട് ഒരുനൂറ് പ്രാവശ്യം പറഞ്ഞു. കേക്കണ്ടായോ...?"

അമ്മ സമാധാനത്തിന് ശ്രമിക്കുകയായിരുന്നു.

"എന്നാ നിങ്ങള് രണ്ടും അകത്തോട്ടു ചെല്ല്. ഞാൻ കുഞ്ഞാതിയോട് കൊറച്ച് കാര്യങ്ങൾ സംസാരിക്കട്ടെ...."

അപ്പൻ അങ്ങനെ പറഞ്ഞതോടെ അമ്മയും മകളും പതുക്കെ അകത്തേക്കു നടന്നു. അവർ അടുത്തില്ലെന്ന് കണ്ടപ്പോൾ അപ്പൻ അൽപ്പമൊരു ഗൗരവഭാവത്തിൽ സംഭാഷണം ആരംഭിച്ചു.

"കുഞ്ഞാതീ, ഇനി ഞാൻ പറേന്ന കാര്യങ്ങൾ ശ്രദ്ധിച്ചു കേക്കണം..."

ഞാൻ ചോദ്യരൂപേണ ആ മുഖത്തേക്കു നോക്കി.

"എന്റെ മോള് ചീതയെ നിനക്കിഷ്ടമായെന്നും നീ കൊണ്ടുപോകുമെന്നും പറഞ്ഞല്ലോ. നീ അങ്ങനെ അവളെ ബലാൽ കൊണ്ടുപോകണ്ട. അവളെ നിനക്കുതന്നെ നാലുപേരുടെ മുമ്പിവെച്ച് പെൺകൊട നടത്തിത്തരാം. പക്ഷേ, അതിന് ചില വ്യവസ്ഥകളൊക്കെയുണ്ട്. അതു നീ ചെയ്തു തരണം"

അപ്പൻ കുഞ്ഞാതിയെ അടിമുടിയൊന്നുഴിഞ്ഞു.

"വ്യവസ്ഥകളോ...?"

എനിക്കത്ഭുതം തോന്നി

"ഉം. വ്യവസ്ഥകൾ തന്നെ. എന്തൊക്കെയാണെന്ന് ഇപ്പോപ്പറയാം."

ഞാൻ കാതുകൊടുത്ത് ശ്രദ്ധിച്ചു. അപ്പൻ വിരലുകൾ മടക്കികൊണ്ട് പറഞ്ഞു;

"ഒന്നാമത്, ഞങ്ങടെ വീട് വളരെ പഴക്കം ചെന്നൊരു വീടാണെന്ന് നീ കണ്ടല്ലോ. ഇതപ്പാടെ പൊളിച്ചുമാറ്റി പുതിയൊരു വീട് നീ പണിഞ്ഞുതരണം."

അത്രയും പറഞ്ഞിട്ട് അപ്പൻ എന്നെ നോക്കി. എന്റെ മുഖഭാവം അറിയാൻ വേണ്ടിയാണ്. വല്ല എതിരഭിപ്രായവും ഉണ്ടോ? ഞാൻ കൗതുകപൂർവ്വം ആ ആവശ്യങ്ങൾ കേട്ടുകൊണ്ടിരുന്നു. രണ്ടാമത് - ഞങ്ങടെ പഴം കിണറ് നികത്തിത്തെളിനീര് കിട്ടുന്ന പുത്തനൊരെണ്ണം കെട്ടിത്തരണം. മൂന്നാമത് - ഇവിടുന്ന് അഞ്ചാറുനാഴിക കിഴക്കായി കുന്നുവം മണ്ണിലൊരു ചൂണ്ടപ്പന നിൽപ്പുണ്ട്. നല്ല ചന്തമൊള്ള വല്യ ഒരു പനയാ അത്. അത് മൂടോടെയിളക്കി ഈ മുറ്റത്ത് കൊണ്ടുവന്ന് നടണം....നാലാമത് - എനിക്ക് ആയിരപ്പറ മുണ്ടകക്കണ്ടമൊണ്ട്. ആ കണ്ടങ്ങളെല്ലാം ഉഴുത് മറിച്ച് ആയിരപ്പറ എള്ളും ചാമേം വെതച്ച് ഇവിടെ അതിന്റെ കതിര് മുഴുവൻ എത്തിക്കണം... ഈ നാല് കൂട്ടം കാര്യങ്ങള് നേരാംവണ്ണം ചെയ്തു തന്നാലേ നിനക്ക് ചീതപ്പെണ്ണിനെ കിട്ടൂ കുഞ്ഞാതീ... നീ വിചാരിക്കും പോലെ അവളെ പെട്ടെന്നങ്ങ് തട്ടിക്കൊണ്ടുപോകാനൊന്നും പറ്റില്ല. ഇവിടെ എനിക്കുമുണ്ട് അടിതടേം അങ്കോം പഠിച്ച നല്ല ചെറുപ്പക്കാര്

സിൽബന്ധികൾ....”

എല്ലാം അവതരിപ്പിച്ച് അപ്പൻ ഒന്നുകൂടി എന്റെ മുഖത്തുനോക്കി. വല്ല ഭാവവ്യത്യാസവും ഉണ്ടോ? പറഞ്ഞതെല്ലാം കേട്ടപ്പോൾ എനിക്ക് പരിഹസിച്ച് ഉറക്കെയൊന്ന് ചിരിക്കണമെന്നാണ് തോന്നിയത്. എങ്കിലും അങ്ങനെ ചെയ്തില്ല.

“എന്തുപറയുന്നു കുഞ്ഞാതി...ഞാൻ പറഞ്ഞ വ്യവസ്ഥകൾ പാലിക്കാൻ സമ്മതമാണോ?”

“സമ്മതമാണ്.”

ഞാൻ നിശ്ചയദാർഢ്യത്തോടെ പറഞ്ഞു. എന്നിട്ട് തുടർന്നു: “അപ്പൻ എന്നോട് നാല് വ്യവസ്ഥകളല്ലേ പറഞ്ഞത്? ആ നിലയ്ക്ക് എനിക്കുമുണ്ട് വ്യവസ്ഥകൾ. നാലൊന്നുമില്ല. വെറും രണ്ടെണ്ണം...”

“ങ്ഹാ, നിനക്കുമൊണ്ടോ വ്യവസ്ഥകൾ, അതെന്തൊക്കെയാ..?”

അപ്പൻ വലിയ ആകാംക്ഷ കാണിച്ചു. ആ മുഖത്ത് വിയർപ്പ് പൊടിഞ്ഞു. അറിയാതെ എന്റെ സ്വരം കടുത്തു. ഞാൻ അറുത്തുമുറിച്ച മട്ടിൽ പറഞ്ഞു.

“അപ്പാ, എനിക്കു സ്ത്രീധനം വേണം. സ്ത്രീധനമില്ലാതെ എനിക്ക് ചീതയെ കെട്ടാനാവില്ല...”

“ഹോ! ഇതാണോ വല്യകാര്യം? ചോദിക്കുന്ന സ്ത്രീധനം തന്ന് നല്ല അന്തസ്സായിട്ടല്ലാതെ ഈ പാലുവനപ്പൻ മോളെ കെട്ടിച്ചുകൊടുക്കത്തില്ല. അതിനാരും സംശയിക്കേം വേണ്ട....”

“ചോദിക്കുന്ന സ്ത്രീധനം അപ്പൻ തരുമല്ലോ. എന്നാൽ ഞാൻ ചോദിക്കാൻ പോവാ...”

അപ്പൻ പറഞ്ഞ വാക്കിന്റെ തുമ്പിൽ ഞാൻ ബലമായി പിടിച്ചു.

“ചോദിച്ചോ മക്കളേ....ധൈര്യമായിട്ട് ചോദിച്ചോ...”

നിസ്സാരഭാവത്തിൽ അപ്പൻ പൊട്ടിച്ചിരിച്ചു.

“ഒന്നാമത്, എനിക്ക് അപ്പന്റെ തലവേണം...”

അപ്പന്റെ തലയോ?

പാലുവനപ്പൻ ഞെട്ടിത്തെറിച്ചു.

“അപ്പന്റെ തലമാത്രം പോരാ. രണ്ടാമതായി, അമ്മേടെ വലത്തെ മുലയും കൂടി എനിക്കുവേണം...”

എന്റെ ശബ്ദത്തിൽ ഞാൻ അശേഷം മാർദ്ദവം വരുത്തിയില്ല.

“നീ എന്തൊക്കെയാടാ കുഞ്ഞാതി ഈപ്പറയുന്നത്? അപ്പന്റെ തലേം അമ്മേടെ മൊലേം. നിനക്കെന്താ ഭ്രാന്തുപിടിച്ചോ...?”

പാലുവനപ്പൻ പീഠത്തിൽ നിന്ന് ചാടിയെഴുന്നേറ്റുപോയി. ആ ശബ്ദം അറിയാതെ ഉച്ചത്തിലായി. ഞാൻ കരിങ്കല്ലുപോലെ ഇരുന്നുകൊണ്ട് കനം വിടാതെ പറഞ്ഞു.

“അപ്പൻ ആ പീഠത്തിൽ സമാധാനമായിരുന്നാട്ടെ. അപ്പൻ എന്നോട് ആവശ്യപ്പെട്ട നാല് കാര്യങ്ങൾ ഞാനൊറ്റയ്ക്കു ചെയ്തു തീർക്കാൻ ഞാനെന്താ വല്ല ദേവനോ വരം കിട്ടിയ അസുരനോ മറ്റോ ആണോ?

ഞാനൊരു സാധാരണ മനുഷ്യനല്ലിയോ അപ്പാ...?"

അപ്പന് സമാധാനമായി. അദ്ദേഹം ചിരിച്ചുകൊണ്ട് എന്റെ തോളിൽ തട്ടി അത്യാനന്ദം പ്രകടിപ്പിച്ചു.

"ഈ പാലുവനപ്പൻ നിന്റെ ആണത്തത്തെ ചുമ്മാ ഒന്നു പരീക്ഷിച്ചതല്ലേ കുഞ്ഞാതീ? അതിരമ്പുഴ അച്ചനേം പാലുവം കോയിയേയും പോലുള്ള വമ്പന്മാരെ നിലയ്ക്കുനിർത്തിയ നെനക്ക് ഞാൻ ആവശ്യപ്പെട്ടതൊന്നും അസാദ്ധ്യമല്ലെന്ന് എനിക്കറിയാം. അതൊന്നും മക്കളിനി ചെയ്യുകേം വേണ്ടാ. വീടും കെണറും കണ്ടോം എല്ലാം ഞാൻ തന്നെ പരിപാലിച്ചോളാം. എന്നല്ല, എന്റെ ആയിരം പറ മുണ്ടകക്കണ്ടോം എന്റെ ഒരേയൊരു മോളേം നിനക്കു തരാനായി ഞാൻ ഇപ്പോഴേ നിശ്ചയിച്ചും കഴിഞ്ഞു. ഇനി അതിന് ഒരു വ്യത്യാസോമില്ല. കുന്നുവം കളരിമുറ്റത്തു വെച്ച് നമുക്ക് കല്യാണം നടത്തണം. നിശ്ചയം വേണേൽ വരുന്ന ബുധനാഴ്ച നടത്താം...."

അപ്പന്റെ മുഖം കാർമേഘം ഒഴിഞ്ഞ തെളിമാനം പോലെ പ്രകാശിച്ചു. ചീതപ്പെണ്ണിനെ അദ്ദേഹം ഒരിക്കൽക്കൂടി പൂമുഖത്ത് എത്തിച്ചു. ഇപ്പോഴവൾ, മുൻപ് കണ്ട തന്റേടക്കാരിയല്ല. ഒരു പേടമാനിനെപ്പോലെ കാതര. മയിൽപ്പേടപോലെ ലജ്ജാലു. ഞാൻ പിരിഞ്ഞു തുടങ്ങുമ്പോൾ ആ മുഖം അസ്തമയത്തിലെ അരളിപ്പൂപോലെ പ്രഭയറ്റ് വാടുന്നുണ്ടായിരുന്നു.

വിവരങ്ങളറിഞ്ഞപ്പോൾ അമ്മയ്ക്ക് വലിയ സന്തോഷമായി. മകന്റെ തിരഞ്ഞെടുപ്പിൽ അമ്മ അഭിമാനിച്ചു. അവനിഷ്ടമുള്ള പെണ്ണിനെ അവൻ കണ്ടെത്തി. നല്ലത്. അതും നല്ല അന്തസ്സുള്ള കുടുംബത്തിൽനിന്ന്. പെണ്ണാണെങ്കിലോ? പത്തരമാറ്റ്. തന്റെ മകന് ഇത്ര നല്ല ഒരു പെണ്ണിനെ വേറെ കിട്ടില്ലെന്ന് അമ്മയ്ക്കു തോന്നി.

കല്യാണനിശ്ചയം വേണമെന്ന ആഗ്രഹം അമ്മക്കുണ്ടായിരുന്നു. ചടങ്ങുകളും മുറകളും തെറ്റിക്കരുതെന്നും, അതുകൊണ്ട് 'പരിയം' എന്ന നിശ്ചയതാംബൂലക്രിയ നടന്നു. അച്ഛനില്ലാത്തതിനാൽ, അമ്മയുടെ ഒരു ആങ്ങള കാരണവരായി വന്നു. ഇരുകൂട്ടരുടെയും തലവന്മാർ തമ്മിൽ, "പെണ്ണിനെ കണ്ടുവോ? അവളുടെ ബന്ധുക്കളെയെല്ലാം കണ്ടുവോ? കല്യാണം സമ്മതം തന്നെയോ?" തുടങ്ങിയ ചോദ്യങ്ങളും "കല്ലും കാവേരിയും ഉള്ള കാലം ആകാശവും പൂമിയും അറികെ കൊച്ചുകണ്ടനുണ്ടായ കുഞ്ഞാതി എന്ന ഞാൻ പാലുവം അപ്പന്റെ പുത്രി ചീത എന്ന പെണ്ണിനെ കല്യാണം ചെയ്തു വീട്ടിൽ കൂട്ടിക്കൊള്ളാം.... ഈ മുപ്പത്തിയാറ് പൊന്ന് നിനക്ക്.... ഈ പെണ്ണ് എനിക്ക്...." എന്നെല്ലാമുള്ള ചടങ്ങുകൾ ഭംഗിയായി നടന്നു. മൂന്നു പ്രാവശ്യം പരസ്പരം താംബൂലം കൊടുത്തു. മുഹൂർത്തം നിശ്ചയിച്ചു. എല്ലാറ്റിനും വള്ളുവൻ എന്ന ഞങ്ങളുടെ പൂജാരി സാക്ഷ്യം വഹിച്ചു. അദ്ദേഹമാണല്ലോ താലി പൂജിച്ചു തരേണ്ടതും.....

പെൺകൊട നല്ലദിവസമായ തിങ്കളാഴ്ച ആയിരുന്നു. കല്യാണത്തലേന്ന് ചില കൂട്ടുകാരുമൊത്ത് ഞാൻ കന്യകയുടെ വീട്ടിൽ പോയി.

വസ്ത്രങ്ങളും ആഭരണങ്ങളും വധുവിന് നൽകുന്ന ചടങ്ങ് നടന്നു. ചെണ്ട മേളം ഞങ്ങളുടെ കല്യാണത്തിന് വളരെ പ്രധാനമാണ്. വിവാഹഘോഷയാത്രയിലുണ്ടായ പെരുമ്പറയടിയും കുഴൽ വിളിയും അന്നുവരെ പാലുവംദേശം കാണാത്ത തരത്തിലുള്ളതായിരുന്നു. പെൺകൊട കഴിഞ്ഞ്, പെൺവീട്ടിൽ വെച്ചു നടത്തിയ സദ്യയും പിന്നീട് നടന്ന വാദ്യമേളങ്ങളും അത്യപൂർവ്വമായിരുന്നുവെന്ന് പങ്കെടുത്ത സകലരും ഒരുപോലെ വാഴ്ത്തി. മേലാളരായ തമ്പുരാക്കന്മാർ അത്ഭുതപ്പെട്ടു. ഒരു പറയക്കല്യാണത്തിന് ഇത്രയും ആർഭാടങ്ങളോ...?

എട്ട്

ജീവിതത്തിലെ ഏറ്റവും സന്തോഷകരമായ ദിനങ്ങളാണ് കടന്നുപോകുന്നത്. ഞങ്ങൾ—ഞാനും ചീതയും—പരസ്പരം അറിഞ്ഞാസ്വദിച്ച ദിനങ്ങൾ. ചടങ്ങുകളെല്ലാം തീർന്നതോടെ ഞങ്ങളൊരുമിച്ച് പല വിശേഷസ്ഥലങ്ങളും കാണാൻപോയി. ആറന്മുള പള്ളിയോടങ്ങളും, വള്ളംകളിയും ആറ്റുതീരത്തെ പൂക്കൈതകളുടെ മറവിൽ നിന്ന് ഒളിച്ചുകണ്ടത് മറക്കാനാവില്ല. കോഴഞ്ചേരിയിലെ അങ്ങാടി വാണിഭത്തിരക്കിലൂടെ നടന്ന് കച്ചവടക്കാഴ്ചകൾ കണ്ടതും പമ്പാ മണൽപ്പുറത്ത് കൊച്ചുകുട്ടികളെപ്പോലെ ഓടിക്കളിച്ചതും പമ്പയിൽ മുങ്ങിക്കുളിച്ചതും ഒക്കെ എങ്ങനെ മറക്കാനാവും? അപ്പോഴാണ് പുതിയൊരു സ്ഥലം കാണണമെന്ന മോഹമുദിച്ചത്. കുറെദൂരെയാണ്. കുമ്പളാംപൊയ്കയെന്നോ മറ്റോ പേര്. പ്രകൃതിഭംഗി നിറഞ്ഞ പ്രദേശമാണത്രേ! അവിടുത്തുകാരനായ നീലൻ എന്ന കളരിച്ചങ്ങാതിയാണ് കുമ്പളാംപൊയ്കയെപ്പറ്റി ഒരിക്കൽ പറഞ്ഞ് മോഹിപ്പിച്ചത്. ആകാശമേഘങ്ങൾ വിശ്രമിക്കാറുള്ള മലകളും നക്ഷത്രങ്ങൾ നീരാടുന്ന പൊയ്കകളും ഒരുനൂറ് രാഗങ്ങളിൽ പാടുന്ന പക്ഷികളും അവിടെ ധാരാളമുണ്ടത്രേ. കുമ്പിൾ കുത്തിയ പോലെയുള്ള വെള്ളാമ്പൽമൊട്ടുകൾ ചിരിച്ചുവിടരുന്ന കാഴ്ചകളാണ് എവിടെയും.

നീലൻ ഒരു പ്രത്യേക കാഴ്ചക്കാര്യംകൂടി പറഞ്ഞു. പൊയ്കക്കൂട്ടങ്ങളുടെ ഇടയിൽ അവയുടെ മണിത്താലിപോലെ ശോഭിക്കുന്ന ഒരു കുഞ്ഞു പൊയ്കയുണ്ട്. അതിൽ വിരിഞ്ഞു നിൽക്കുന്ന അനേകം വെള്ളാമ്പലുകളുടെ നടുവിൽ സ്വർണ്ണവർണ്ണമുള്ള ഒരാമ്പൽ കാണും. അത് വാടാത്ത ആമ്പലാണ്. അതിന്റെ ഹൃദ്യമായ സുഗന്ധം ആ പരിസരത്തെങ്ങും പരന്നുവീശും. ആ സ്വർണ്ണാമ്പൽ പറിച്ചുകൊണ്ടുവന്ന് വീട്ടിൽ ഭദ്രമായി ഒരിടത്ത് സൂക്ഷിച്ചാൽ അതിരിക്കുന്നിടത്തു ദിവസവും ഓരോ

സ്വർണ്ണനാണയം പൊഴിയും. ഒരു വർഷംവരെ ആ ഭാഗ്യം വർഷിച്ചുകൊണ്ടിരിക്കും. എന്നിട്ടേ ആ സ്വർണ്ണാമ്പൽ വാടിക്കരിയൂ. പക്ഷേ, ആ വിശിഷ്ടപുഷ്പം നീന്തിച്ചെന്ന് പറിച്ചെടുക്കാൻ ആർക്കും പറ്റില്ല. അതിന് മുമ്പു തന്നെ ആമ്പൽച്ചുവട്ടിലെ കരിനാഗങ്ങൾ അവനെ കടിച്ചുകൊന്നിരിക്കും. എങ്കിലും, പൊയ്കക്കരയിൽ നിന്ന് ആർക്കും ആ സ്വർണ്ണാമ്പലിന്റെ ദിവ്യപ്രകാശം കാണാൻ കഴിയും. നീലൻ അതു നേരിൽ കണ്ടതുമാതിരി വിവരിച്ചനാൾ തൊട്ട് വിചാരിക്കുന്നു ആ സ്വർണ്ണാമ്പൽ ഒന്നു കാണണമെന്ന്! അവിടെ, നീലന്റെ വീട്ടിൽ താമസിച്ച് കാടും മേടും ആമ്പൽപ്പൊയ്കകളും നീരരുവികളും ഒക്കെ കണ്ടുകണ്ട് കുറച്ചുദിവസങ്ങൾ അങ്ങനെ കഴിക്കണം...

ചീതയോട് വിവരം പറഞ്ഞു. കേട്ടപാടെ അവൾക്ക് ഉത്സാഹമേറി. “പോണം കുഞ്ഞേട്ടാ...നല്ല സ്ഥലങ്ങൾ എത്രകണ്ടാലും എനിക്ക് മതിവരില്ല...”

അവൾ തുള്ളിച്ചാടിപ്പോയി.

“എങ്കിലൊരുങ്ങിക്കോ...നമുക്ക് മറ്റന്നാൾ യാത്രപോകാം...”

അമ്മയോട് പറഞ്ഞപ്പോൾ, അമ്മ പതിവുപോലെ കോപിക്കുകയാണ് ചെയ്തത്. “നീ എന്തുവാ മക്കളേ ഈ പറേന്നേ? കുമ്പളാംപൊയിക അങ്ങ് ദൂരെ എരുമേലീലോ, ശബരിമലയിലോ എങ്ങാണ്ട് അല്ലിയോ? അങ്ങോട്ടുള്ള വഴി ദുർഘടം പിടിച്ചതല്ലിയോ? നിന്റച്ഛൻ പറഞ്ഞു ഞാൻ കേട്ടിട്ടുണ്ട്. ആ വഴീലാണ് ചെട്ടിത്തെരുവും പാണ്ടിത്തെരുവും. ചെട്ടികളിൽ ഒരു എട്ടംഗസംഘമൊണ്ട്. വലിയ പിടിച്ചുപറിക്കാരും കൊള്ളക്കാരുമാ. നമ്മുടെ ജാതിക്കാരോട് അവർക്ക് പണ്ടു മൊതലേ വല്യപകയാ. കുറെനാളുമുൻപ് സുന്ദരിയായ ഒരു ചെട്ടിച്ചിപ്പെണ്ണിനെ ‘പറപ്പേടി’ക്കാരനായ ഒരു പറയൻ മരത്തിലൊളിച്ചിരുന്നോണ്ട് ഒരു സന്ധ്യക്ക് ‘കണ്ടേ കണ്ടേ...’ ന്ന് വിളിച്ചു പറഞ്ഞു. അതോടെ ചെട്ടി കുടുംബം ആ പെണ്ണിന് ഭ്രഷ്ട് കൽപ്പിച്ചു. അവൾക്ക് ഒടുവിൽ ആ പെരുംപറയന്റെ കൂടെ പൊറുക്കേണ്ടിവന്നു. അന്നുമൊതല് താണജാതിക്കാരോടെല്ലാം ചെട്ടികൾക്ക് പകയാ. ഇനി അതല്ലെങ്കിലും ആ വഴി ഒരു കല്യാണപ്പെണ്ണിനേം കൊണ്ട് ഒറ്റയ്ക്ക് പോകുന്നത് ഒട്ടും ശരിയല്ല മോനേ... അവര് വെറുതെ വെച്ചേക്കില്ല...”

“ഞങ്ങടെ യാത്ര ഒരു കാളവണ്ടിയിലാണമ്മേ. അമ്മ പേടിക്കാതിരിക്ക്...”

“പേടിക്കണ്ടാന്ന് നെനക്കു പറയാം. ആ ചെട്ടികളുടെ എട്ടംഗസംഘം വന്ന് നിങ്ങളെക്കേറി പിടിച്ചാൽപ്പിന്നെ അമ്മ ജീവിച്ചിരുന്നിട്ട് കാര്യമൊണ്ടോ? വല്ല വിധേനേം അവിടുന്നു രക്ഷപ്പെട്ടാൽത്തന്നെ പാണ്ടിത്തെരുവ് കടന്നല്ലാതെ നിനക്ക് പോകാൻ പറ്റുമോ? പാണ്ടിക്കുറുപ്പൻമാരെന്ന ആ തമിഴ് തുലുക്കരുടെ കോട്ടയല്ലിയോ അവിടെ? അവിടേമുണ്ട് പത്തു പാണ്ടികൾ ചേർന്നുള്ള കൊള്ളസംഘം. നിന്റെച്ഛന്റെ കാലം മൊതലേ തൊടരുന്നതാ....”

അമ്മയുടെ കണ്ണുകൾ നിറയാൻ തുടങ്ങി. അടുത്തുചെന്ന് ചുമലിൽ കൈയിട്ടു.

"അമ്മ ഭയപ്പെടുംപോലെ ഒന്നും സംഭവിക്കുകില്ല. അമ്മയ്ക്ക് അമ്മേടെ മോനെ വിശ്വാസമില്ലേ....?"

"വിശ്വാസമില്ലാഞ്ഞല്ല കുഞ്ഞേ.. സ്വന്തം മക്കള് ഒരാപത്തിൽച്ചെന്ന് ചാടുന്നത് ഒരമ്മക്ക് കണ്ടോണ്ടിരിക്കാൻ വയ്യ. അതുകൊണ്ട് പറേന്നതാ...."

"അമ്മ ധൈര്യമായിട്ടിരിക്ക്. ഞങ്ങൾക്ക് ഒരാപത്തും വരില്ല. അമ്മ കേട്ടിട്ടില്ലേ ഉണ്ണിയാർച്ചയെപ്പറ്റി...? നാദാപുരത്തങ്ങാടീലെ ജോനകൻമാരെ ഒറ്റക്കുനിന്ന് അങ്കം വെട്ടിഓടിച്ച ഉണ്ണിയാർച്ച. അവരെപ്പോലെ ശത്രുക്കളെ ആട്ടിപ്പായിച്ച് ഞങ്ങൾ വിജയിച്ചുവരും. അമ്മയുടെ അനുഗ്രഹമുണ്ടായാൽ മതി..."

"അമ്മ പറഞ്ഞാൽ കേൾക്കാത്ത മക്കളെ അനുഗ്രഹിച്ചിട്ടെന്താ കാര്യം? രക്ഷിക്കണേ എന്ന് ദൈവങ്ങളെ പ്രാർത്ഥിച്ചുകൊണ്ടിരിക്കാം...."

അമ്മയുടെ പതറിയ സ്വരത്തിൽ നിരാശ കലർന്നിരുന്നു.

"അതുമതിയമ്മേ... അമ്മയുടെ പ്രാർത്ഥനതന്നെ ധാരാളം..."

എനിക്കറിയാം അമ്മ ഇങ്ങനെയൊക്കെപ്പറയുമെങ്കിലും അമ്മയുടെ നിശ്ശബ്ദമായ അനുഗ്രഹം എന്റെമേൽ എപ്പോഴുമുണ്ടെന്ന്. ആ ധൈര്യത്തിൽ ഞങ്ങൾ പതിവിലേറെ അണിഞ്ഞൊരുങ്ങി. ഒരു മുൻകരുതലെന്നോണം നാൽപ്പത്തിരണ്ട് മുഴമുള്ള കച്ചമുറുക്കി ഉടുത്തു. അല്ലിമറം പൂങ്കച്ച മാറത്തണിഞ്ഞു. പുലിനഖമാല കഴുത്തിൽച്ചാർത്തി. പട്ടുറുമാൽ തലയിൽ കെട്ടി. നൂലും ഏലസ്സും ധ്യാനിച്ച് അരയിൽ കെട്ടി. ആയുധങ്ങളടങ്ങിയ പൂണാരക്കെട്ട് തോളിൽ തൂക്കി. ചീതപ്പെണ്ണാകട്ടെ ജീരകത്താലിയുള്ള മാലയും കുമ്പളത്താലിയുള്ള മാലയും കഴുത്തിലണിഞ്ഞു. *രാമായണം* കൊത്തിയ ഓട്ടുവള കൈയിലിട്ടു. മിന്നൽ വെളിച്ചമുള്ള തോട കാതിൽ ചാർത്തി. വെള്ളി മോതിരം കാൽവിരലിലിട്ടു. കായംകുളം ചേല പൂക്കുല ഞൊറിവെച്ചുടുത്തു. ചന്ദനക്കുറി നെറ്റിയിലും കഴുത്തിലും അണിഞ്ഞു. ഞങ്ങൾ ഇരുവരും ഒരുങ്ങിയിറങ്ങുമ്പോഴേക്ക് മാതവന്റെ കാളവണ്ടി വീട്ടുമുറ്റത്തെത്തി.

"ന്റമോൻ ഇങ്ങനെയൊരു എടുത്തുചാട്ടക്കാരനായിപ്പോയി. ചീതമോളെങ്കിലും അവനെ കാര്യം പറഞ്ഞ് നേരെയാക്കുമെന്ന് കരുതി. പക്ഷേ, നീയും അവന്റെ താളത്തിനൊത്ത് തുള്ളുകയാണല്ലോ മോളേ..."

അമ്മയുടെ പാദങ്ങളിൽ തൊട്ടുകൂപ്പാൻ ചെന്ന ചീതയോടും അമ്മ പരിഭവിച്ചു.

"അമ്മേ... ഞാൻ..."

ചീത ധർമ്മസങ്കടത്തിലായി. അവളുടെ കണ്ണുകൾ ഈറനണിഞ്ഞു.

"സാരമില്ല. മക്കള് രണ്ടുപേരും സന്തോഷമായി പോയിട്ട് വാ..."

അമ്മയുടെ അനുഗ്രഹം വാങ്ങി ഞങ്ങൾ ഇരുവരും അലങ്കരിച്ച കാളവണ്ടിയിൽ കയറി.

ചെമ്മൺനിരത്തിലൂടെ കാളവണ്ടി കടകടശബ്ദത്തോടെ നീങ്ങി.

ഇരുവശത്തും പ്രകൃതി ഞങ്ങൾക്കുവേണ്ടി പൂചൂടി ഒരുങ്ങിനിന്നിരുന്നത് ആവേശത്തോടെ കണ്ടു. ഇടയ്ക്ക് വീട്ടിൽ നിന്ന് അകലെയല്ലാതെ വഴിയോരത്ത് ഒരു കൗതുക കാഴ്ചയും കണ്ടു. നാരായവും പനയോലക്കെട്ടുമായി ആശാൻപള്ളിയിലേക്ക് പോകുന്ന മൂന്നുനാല് മേലാളക്കുട്ടികൾ. “ഹോയ് ഹോയ്...” എന്നുറക്കെ വിളിച്ചുകൊണ്ട് പരിഭ്രമിച്ച് വഴിവക്കിൽ നിൽക്കുന്നു. വഴിനടുവിൽ പച്ചിലത്തൂപ്പ് ഒടിച്ചിട്ട് അതിൽ കുറെ മണ്ണ് വാരിയിട്ടിരിക്കുന്നു. അതുകണ്ട് ചീത അതിശയത്തോടെ ചോദിച്ചു.

“ഇതെന്താ....?”

“അറിയത്തില്ലേ? ഇതൊരടയാളമാ. ഇതിനെയാ തീണ്ടൽ വെച്ചിരിക്കുന്നത് എന്നു പറേന്നത്... നമ്മളെപ്പോലെ ഏതോ തീണ്ടൽ ജാതിക്കാരൻ ഇവിടടുത്തേതോ പറമ്പിൽ വേല ചെയ്യുന്നുണ്ട്. അതിന്റെ സൂചനയാ ആ തൂപ്പും മണ്ണും. ഇനി ആരെങ്കിലും വന്ന്, “പറേൻ അങ്ങു ദൂരോട്ടു മാറി. കുഞ്ഞുങ്ങള് പോയാട്ടെ....” എന്നു വിളിച്ചു പറയാതെ കുട്ടികൾ നിന്ന സ്ഥലത്തൂന്ന് നീങ്ങത്തില്ല... ”

തമാശച്ചിരിയോടെ ഞാൻ വിശദമാക്കി.

“ഓ....ഒടുക്കത്തെ ഒരു തീണ്ടലും തൊടീലും... ഇങ്ങനൊന്ന് ഞാൻ ആദ്യം കാണുവാ....”

ചീത അമർഷത്തോടെ മുഖം തിരിച്ചു.

“എന്റെ പെണ്ണിനി എന്തെല്ലാം കാണാനിരിക്കുന്നു..?”

അവളുടെ കവിളിൽ മൃദുവായിട്ടൊന്നു നുള്ളി പുറം കാഴ്ചകളിലേക്ക് ഞാൻ ശ്രദ്ധ തിരിച്ചു.

പേരറിയാത്ത കൈത്തോടുകളും അരുവികളും നെൽപ്പാടങ്ങളും വാഴത്തോപ്പുകളും വെളിമ്പറമ്പുകളും കടന്ന് കാളവണ്ടി നീങ്ങുമ്പോൾ ഞങ്ങൾ പുറത്തെ വെയിൽച്ചൂട് അറിഞ്ഞതേയില്ല. ഇടയ്ക്ക് പുഴയോര ഭംഗികളിലിരുന്നുകൊണ്ട് ചീതപ്പെണ്ണ് അവൾക്കറിയാവുന്ന കൃഷിപ്പാട്ടുകൾ മധുരമായി പാടി. കാട്ടുതേനിന്റെ മാധുര്യം അവളുടെ സ്വരത്തിനുണ്ടെന്ന് അന്ന് ആദ്യമായി ഞാൻ തിരിച്ചറിഞ്ഞു.

“ഇനി അങ്ങോട്ട് ചെട്ടിത്തെരുവാണ്. സൂക്ഷിച്ചിരുന്നോണം...”

വളവ് തിരിഞ്ഞ്, വീതികൂടിയ ചരൽ വഴിയിലേക്ക് കാളകളെ നിയന്ത്രിച്ച് തെളിച്ചുകൊണ്ട് വണ്ടിക്കാരൻ മാതവൻ പറഞ്ഞു. അവൻ പറഞ്ഞത് ശരിയായിരുന്നു. അവിടുന്നങ്ങോട്ട്, അവിടവിടെയായി കണ്ടത് പുതിയതരം കാഴ്ചകളായിരുന്നു. തേങ്ങയാട്ടുന്ന മരച്ചക്കുകളും ചായം മുക്കി വെയിലിൽ ഉണക്കാൻ വിരിച്ചിട്ട നീണ്ട, പുത്തൻചേലകളും കൊപ്രാക്കളങ്ങളും തെരുവിന്റെ ഇരുവശങ്ങളിലുമുള്ള പലതരം പീടികകളും ആൾത്തിരക്കും പിന്നിട്ട് തിരക്കു കുറഞ്ഞ ചന്തവഴികളിലേക്ക് കാളവണ്ടി കടന്നു. വീതിയില്ലാത്ത നിരത്തിലൂടെ കാളവണ്ടി ഞെരുങ്ങി നീങ്ങുമ്പോൾ, ഇടിവെട്ടുംപോലെ ഒരു കൽപ്പന മുഴങ്ങി.

“നിൽക്കവിടെ”

പുറത്തേക്ക് നോക്കുമ്പോൾ ആറേഴ് തടിമാടൻമാർ കാളവണ്ടി വള

ഞ്ഞിരിക്കുകയാണ്.

"ഇറങ്ങടാ താഴെ..."

ചീതയെ ഉള്ളിലേക്ക് തള്ളിയിരുത്തിയിട്ട് പുറത്തു നിൽക്കുന്നവരെ ആകെയൊന്ന് ഉഴിഞ്ഞു.

"ഇറങ്ങിയില്ലെങ്കിൽ...?"

"ഛീ! ധിക്കാരം പറയുന്നോടാ നായേ... ചെട്ടികളുടെ കൈച്ചൂട് നിന്നെ അറിയിച്ചുതരാമെടാ... ങ്ഹാ. അകത്തൊരു പെൺകിളീം ഒണ്ടാരുന്നോ? ഇവളേംകൊണ്ട് ഏത് അണ്ണാക്കിലോട്ടാടാ നിന്റെ പോക്ക്...?"

നെഞ്ചുനോക്കി ഒറ്റച്ചവിട്ടായിരുന്നു. ചവിട്ടിന്റെ ശക്തികൊണ്ട് അധിക്ഷേപിച്ചവനും പിന്നിൽ നിന്നവരും ദൂരേക്ക് തെറിച്ച് വീണു. വേട്ടനായ്ക്കളെപ്പോലെ അവർ ചീറിയടുക്കും മുൻപ്, വാൾ കൈയിൽ വന്നു. പിന്നെ ചാടിയിറങ്ങി ആ എട്ടുപേരുടെ നടുവിൽ നിന്ന് സ്വയം മറന്ന് ഒരു രുദ്രനടനം തന്നെ നടത്തി. ചെട്ടിസംഘത്തിൽപ്പെട്ട പലരും എങ്ങോട്ട് ചിതറി ഓടി രക്ഷപ്പെട്ടുവെന്ന് അറിഞ്ഞുകൂടാ. ഒടുവിൽ, കാലിന് വെട്ടേറ്റ് പിടഞ്ഞുവീണ രണ്ടുപേരെ കിട്ടി. അതിൽ ഒരുത്തൻ ആദ്യം കാളവണ്ടി തടഞ്ഞവൻ തന്നെ. അവനായിരിക്കണം ചെട്ടികളുടെ നേതാവ്. വീണു കിടക്കുന്നവരെ തട്ടിനീക്കി ഒരേ രീതിയിലാക്കി. ഒറ്റവെട്ടിന് ഇരുവരേയും ഒരു പോലെ തുണ്ടമാക്കുന്നവിധം അവരുടെ നെഞ്ചിന് മുകളിലേക്ക് വാളുയർത്തി.

"അയ്യോ.... പൊന്നുടയതേ...അടിയങ്ങളേ കൊല്ലല്ലേ... കൊല്ലല്ലേ..." കൈകൾ കൂപ്പി ഉച്ചത്തിലുള്ള അവരുടെ നിലവിളി ഉയർന്നപ്പോൾ ഞാൻ ഗർജ്ജിക്കുകയായിരുന്നു.

"ഇനിമേലാൽ യാത്രക്കാരെ ഉപദ്രവിക്കുമോടാ...?"

"ഇല്ലേ...ഇല്ലേ... ആരേയും ഉപദ്രവിക്കുകില്ലേ... തമ്പുരാനാണെ ആരെയും....."

–ഇരുവരും ഒരുപോലെ പ്രാണനുവേണ്ടി കഴുതകളെപ്പോലെ കരഞ്ഞു.

"സത്യം ചെയ്യ്..."

കിടന്നകിടപ്പിൽ അവരെക്കൊണ്ട് സത്യം ചെയ്യിച്ച്, ഭയന്നു നിൽക്കുന്ന കാഴ്ചക്കാരോടായി ഞാൻ പറഞ്ഞു.

"രണ്ടിനേം എടുത്തുമാറ്റടാ ഇവിടുന്ന്. ഇനി മുതൽ മനുഷ്യർ സമാധാനത്തോടെ ഇതുവഴി സഞ്ചരിക്കട്ടെ..."

എട്ടംഗസംഘത്തിന്റെ അനുഭാവികളാകണം, ചിലർ മുന്നോട്ടുവന്ന് ചോരപുരണ്ടു കിടക്കുന്നവരെ എടുത്തുമാറ്റാൻ തുടങ്ങി. ഇതിനിടയിൽ കാളവണ്ടിക്കാരൻ മാതവനേയും വണ്ടിക്കുള്ളിലിരുന്ന ചീതപ്പെണ്ണിനേയും ആക്രമിക്കാൻ ശ്രമിച്ചവർ എട്ടംഗസംഘത്തിന്റെ പതനം കണ്ട് പിന്മാറി.

"മാതവാ, കാളവണ്ടി വിട്..."

പ്രത്യേകിച്ച് ഒന്നും സംഭവിക്കാത്തതുപോലെ ഞാൻ വണ്ടിക്കുള്ളിലേക്ക് ചാടിക്കയറി. എല്ലാം ഒരു ദുഃസ്വപ്നക്കാഴ്ചപോലെ കണ്ടിരിക്കുക

യായിരുന്നു ചീത. അവളുടെ മുഖത്ത് ഭയാശങ്കളും ആശ്വാസവും മിന്നിമ റയുന്നത് ഞാൻ കണ്ടു. ലാഘവത്തോടെ ഞാൻ അവളെ നോക്കി മന്ദഹ സിച്ചു.

മാതവൻ ചാട്ടവീശി. കാളകൾക്ക് മുന്നോട്ടു നടക്കാനുള്ള ആജ്ഞയും സ്വാതന്ത്ര്യവും കിട്ടി. വണ്ടി ഘർഘര ശബ്ദത്തോടെ മുന്നോട്ടു നീങ്ങു മ്പോൾ ചോരപുരണ്ട വാൾ കൈവിടാതെ ഞാൻ പുറത്തേക്ക് നോക്കി ജാഗ്രത പൂണ്ടു. ആരെങ്കിലും അക്രമവുമായി പിന്നാലെ കൂടിയാലോ?

പക്ഷേ, അങ്ങനെയാരും വന്നില്ല.

ചെട്ടിത്തെരുവ് കഠിനമായി ഭയന്നമട്ടുണ്ട്. അതിനാൽ മുന്നോട്ടുള്ള യാത്ര സുഗമമായി. മനസ്സിൽ ആത്മവിശ്വാസവും ധൈര്യവും ഏറി. പിന്നീട് ഏതൊക്കെയോ തണ്ണീർപ്പന്തലുകളിൽ വണ്ടിനിർത്തി. കരുതി യിരുന്ന ഭക്ഷണം സമാധാനത്തോടെ കഴിച്ചു. മാതവനും ഒരു പൊതി നീട്ടി. നിറഞ്ഞ ചിരിയോടെ അതുവാങ്ങിക്കഴിച്ച് കാളകൾക്ക് വെള്ളം കൊടുത്ത് അവൻ പ്രസരിപ്പോടെ വണ്ടിതെളിച്ചു. മൺപാതവിട്ട്, ഇരു മ്പുപാലം കടന്ന്, കുത്തനെയുള്ള കയറ്റം കയറി ഇറങ്ങിയപ്പോൾ മാത വൻ പറഞ്ഞു:

"സൂക്ഷിക്കണേ...ഇനിയാണ് പാണ്ടിത്തെരുവ്. പാണ്ടികൾ ചെട്ടിക ളെക്കാൾ ഉശിരുള്ളവരാണ്. കൊഴപ്പക്കാരുമാണ്...."

അവരെക്കുറിച്ച് മാതവൻ, കാളകളുടെ ഗതി നിയന്ത്രിക്കുന്നതിനിട യിൽത്തന്നെ വിശദീകരിച്ചു. പാണ്ടിക്കുറുപ്പൻമാർ എന്നു നാട്ടുകാർ വിളി ക്കുന്ന അവർ തമിഴ് സംസാരിക്കുന്ന റാവുത്തർമാരാണ്. ശബരിമല അയ്യ പ്പൻ കീഴടക്കിയ വാവരിന്റെ പിൻഗാമികളാണെന്നാണ് അവകാശവാദം. കുരുമുളകും കശുവണ്ടിയും അടയ്ക്കയും പുന്നയ്ക്കയും മറ്റും കച്ചവടം ചെയ്യുകയാണ് തൊഴിൽ. അവരുടെ ഒരുപിടി കുടുംബങ്ങളാണ് ആ സ്ഥല ത്തുള്ളത്. പൊതുവേ സാധുക്കളായ പാണ്ടികളുടെ ഇടയിൽനിന്ന് വഴി തെറ്റിയ പത്തുപേരുടെ ഒരു സംഘം പിടിച്ചുപറിക്കാരായി വിലസുകയാ ണ്. ഏതു യാത്രക്കാരനേയും അവർ ഉപദ്രവിക്കാതെ വെറുതെ വിടില്ല. അവർക്ക് പറയസമുദായത്തോട് പ്രത്യേകിച്ചൊരു പകയുണ്ട്. കള്ളൻമാരെ കണ്ടുപിടിക്കാൻ പറയ മന്ത്രവാദികളെപ്പോലെ സമർത്ഥർ വേറെയില്ലെ ന്നാണ് അവരുടെ വിശ്വാസം. അതുമല്ല, മാരണക്രിയകളിൽ അവർ അഗ്രേ സരരാണെന്നും പാണ്ടികൾ കരുതുന്നു. ശത്രുവിന്റെ രൂപം മെഴുകു കൊണ്ട് മെനഞ്ഞ് മന്ത്രം ജപിച്ച് തീ കത്തിച്ചാൽ ആൾ ഒരാഴ്ചക്കകം മരിക്കുമെന്ന് അവർക്കുറപ്പുണ്ട്. അവരുടെ ഇടയിലെ രണ്ട് ചങ്ങാതിമാർക്ക് അടുത്തകാലത്ത് അപമൃത്യു സംഭവിച്ചത് ഓച്ചിറക്കാരൻ ഒരു കാളൻപ റയന്റെ ഇത്തരം മാരണക്രിയകൊണ്ടായിരുന്നത്രേ. മന്ത്രം ജപിച്ച് ആളു കളെ ഭ്രാന്തരാക്കാനും ഇക്കൂട്ടർക്ക് കഴിയുമത്രേ.

"അതിന് നമ്മുടെ ജാതി ഏതെന്ന് പാണ്ടികൾക്കറിയില്ലല്ലോ. അവർക്ക് പണോം മൊതലുമല്ലേ വേണ്ടത്...?"

"കുഞ്ഞ് പറഞ്ഞത് ശരിയാ. പക്ഷേല് ആർക്കെങ്കിലും തംശയം

തോന്നിപ്പോയാലോന്ന് വെച്ച് ഞാൻ പറഞ്ഞതാ..."

"ഓ. ശെരി. നീ ധൈര്യമായിട്ട് കാളേ വിട്. ബാക്കിയെല്ലാം ഞാനേറ്റു..."

മാതവൻ കാളവണ്ടി ഓടിച്ചുപോകുംതോറും പാണ്ടിത്തെരുവിന്റെ മുഷിഞ്ഞ മുഖം കാണായി. കുരുമുളകും അടയ്ക്ക അരിഞ്ഞത് ഉണക്കുന്ന ഇടങ്ങളും അവ തൂക്കി വാങ്ങുന്ന കടകളും കമ്പോളങ്ങളും, കനത്ത ചേളാവ് തലയിൽ വെച്ചുപോകുന്ന മൊട്ടത്തലകളും ഒക്കെക്കടന്ന് വിജനമായ തിരിവിൽ എത്തിയപ്പോഴാണ് "നിർത്തടാ കാളവണ്ടി..." എന്ന മേഘഗർജ്ജനം മുഴങ്ങിയത്. വണ്ടിനിന്നതും ഒരു സംഘം ഭീകരന്മാർ ഓടിയടുത്തതും ഒന്നിച്ചായിരുന്നു. വന്നപാടെ ഒരാൾ മാതവനെ അടിച്ചു നിലത്തു വീഴ്ത്താൻ നോക്കി. വണ്ടിക്കുള്ളിലിരിക്കുന്ന ചീതയെ കണ്ട്, "അണ്ണോ, ഒരു ഹൂറി ഉള്ളിലിരിപ്പുണ്ടെടേ..." എന്ന് ആഹ്ലാദത്തോടെ അലറി ഒരുവൻ വണ്ടിയുടെ പിൻവശത്തുകൂടി അകത്തേക്ക് തള്ളിക്കയറി ആക്രമിക്കാൻ ശ്രമിച്ചു. അവന്റെ കൈയിലിരുന്ന അറവ് കത്തി എന്റെ വാൾത്തലപ്പേറ്റ് തെറിച്ചുവീണത് പിന്നിൽ തള്ളിനിന്ന ഒരുവന്റെ ശിരസ്സിലായിരുന്നു. അപ്രതീക്ഷിതമായ എന്റെ വാൾവീശലിൽ മുന്നിൽ നിന്നവരുടെ മൂക്കോ ചെവിയോ ഒക്കെ അറ്റു പോയിരിക്കാം. ചാടിയിറങ്ങി പത്മവ്യൂഹത്തിലെ അഭിമന്യുവിനെപ്പോലെ ഇടംവലം നോക്കാതെ കറങ്ങിത്തിരിഞ്ഞ് വെട്ടി പാണ്ടിക്കുറുപ്പൻമാരെ നിലംപരിശാക്കുമ്പോൾ കാണാൻ അകലെയല്ലാതെ ഒരു ജനക്കൂട്ടം സ്തബ്ധരായി നിന്നു. നേതാവായ വട്ടത്താടിക്കാരന്റെ നെഞ്ചിൽ വാൾമുന നിർത്തി കൊള്ളയും മോഷണവും ഇന്നത്തോടെ അവസാനിപ്പിച്ചുകൊള്ളാമെന്ന് അള്ളാവിന്റെ നാമത്തിൽ സത്യം ചെയ്യിച്ചു. ആൾക്കൂട്ടത്തിന്റെ ആഹ്ലാദം നിറഞ്ഞ ആരവങ്ങൾക്കിടയിലൂടെയാണ് പിന്നീട് മാതവന്റെ കാളവണ്ടി നീങ്ങിയത്.

വളവ് തിരിഞ്ഞുപോകുന്ന ചെങ്കൽപ്പാതയിലൂടെ കാളവണ്ടി ആടിയുലഞ്ഞ് നീങ്ങുമ്പോൾ നേരം വൈകുന്നത് അറിഞ്ഞില്ല. വഴിയോരത്തെ മരച്ചാർത്തുകൾക്കിടയിലൂടെ ഊർന്നിറങ്ങിയ മങ്ങിയ വെയിൽ നാളങ്ങൾ പെരുമ്പാമ്പിന്റെ ഊരിയിട്ട ഉറകൾപോലെ പാതകളിൽ ചിതറി കിടന്നിരുന്നു. പെട്ടെന്ന്, വഴി അവസാനിക്കുന്നതായി തോന്നി. തോന്നിയതല്ല, അതായിരുന്നു വാസ്തവം. ചുറ്റിപ്പടർന്നുപോകുന്ന മലനിരകളിൽ തട്ടി പെരുവഴി ഒടുങ്ങിക്കഴിഞ്ഞിരുന്നു.

മാതവൻ കാളവണ്ടി നിർത്തി. മുന്നോട്ടുപോകാനറിയാതെ അവൻ കുഴങ്ങി.

"കുഞ്ഞാതീ, ഇനിയങ്ങോട്ട് വഴിയില്ല. പോകാൻ പറ്റുമോന്ന് അറിയത്തില്ല..."

"എങ്കിൽ നമുക്കിവിടെ ഇറങ്ങാം. ഇന്നു രാത്രി ഇവിടെ തങ്ങാം..."

"ഈ കാട്ടുപ്രദേശത്തോ...?"

മാതവന്റെ ശബ്ദം വിറപൂണ്ടിരുന്നു.

“എന്താ പേടിയുണ്ടോ? ന്റെ ചീതപ്പെണ്ണിന് പേടിയുണ്ടോ?”

ലാഘവത്തോടെ തലതിരിച്ച്, ചിരിച്ച്, ഞാൻ ഇരുവരോടും ചോദിച്ചു.

“ധീരനായകനായ കണവൻ കൂടെയുള്ളപ്പോ ഈയുള്ളവൾ എന്തിന് പേടിക്കണം...?”

ചീതയുടെ മുഖത്ത് നിർഭയത്വം മിന്നിനിന്നു.

“എങ്കിൽ ഈ രാത്രി ഇവിടെത്തന്നെ. മറ്റെവിടെയും പോണില്ല. ഇവിടെ, കാട്ടിൽനിന്ന് വീശുന്ന നല്ല മണമുള്ള കാറ്റുണ്ട്. കുടിക്കാനും കുളിക്കാനും കുളിരരുവിയുണ്ട്. കഴിക്കാൻ അത്യാവശ്യം ഭക്ഷണമുണ്ട്. പോരാത്തതിന് നമുക്ക് കാട്ടുപഴങ്ങളും തിരയാം. മാതവാ, കാളയെ അഴിച്ചുകെട്ടി വേഗമതിന് വെള്ളം കൊടുക്കാൻ നോക്ക്, നമുക്ക് ഈ രാത്രി ഇവിടെ ആഘോഷിക്കാം...”

എല്ലാം മുൻകൂട്ടി തീരുമാനിച്ചുറപ്പിച്ച മട്ടിൽ ഞാൻ കാളവണ്ടിയിൽ നിന്ന് ചാടി ഇറങ്ങി. മാതവനാകട്ടെ, പിന്നീട് എതിരൊന്നും പറഞ്ഞില്ല. ചീത നിലത്ത് ഇറങ്ങിയശേഷം മാതവൻ കാളകളെ പുൽമേട്ടിൽ അഴിച്ചുകെട്ടി. പിന്നീട് ഞങ്ങൾ മൂവരും ചേർന്ന് കാട്ടു ഞാവൽപ്പഴങ്ങൾ ആവോളം ശേഖരിച്ചു. ഇരുട്ട് പോർക്കളത്തിലെ കട്ടച്ചോരപോല ഒഴുകിപ്പടർന്നു. ചീവിടുകളുടെയും രാപ്പക്ഷികളുടെയും ചിറകടികളും കരച്ചിലുകളും ആയുധങ്ങളുടെ കൂട്ടിമുട്ടൽപോലെ ഞാൻ ആസ്വദിച്ചു. കത്തിച്ചുവെച്ച പന്തങ്ങളുടെ ചുവന്ന വെളിച്ചത്തിൽ കാടും മലയും ഒരുപാട് ഗുഹാക്ഷേത്രങ്ങളുടെ ചിത്രങ്ങൾ എന്റെ മുന്നിൽ വരച്ചു. കാട്ടുമൃഗങ്ങളുടെ അലർച്ചയും മുരൾച്ചയും പെരുമ്പറയിലും ചെണ്ടയിലും വീഴുന്ന ശബ്ദങ്ങൾ പോലെ എനിക്കനുഭവപ്പെട്ടു. ഞങ്ങൾ—ഞാനും, ചീതപ്പെണ്ണും—മഞ്ഞിന്റെ മണംപൂശിയ കാറ്റിന്റെ തലോടലിൽ എല്ലാം മറന്ന്, ആലിംഗനബദ്ധരായി ഉറങ്ങി. മാതവൻ കാളവണ്ടിയിൽത്തന്നെ ദുഃസ്വപ്നങ്ങൾ കണ്ട് ഭയന്ന് ഉറങ്ങാതെയും കിടന്നു.

ഒൻപത്

പിറ്റേന്ന് അൽപ്പം വൈകിയാണ് ഉണർന്നത്. കുളിച്ച്, ഭക്ഷണം തയ്യാറാക്കി കഴിച്ച് യാത്ര തുടർന്നു. ചീതപ്പെണ്ണും ഞാനും മലയോര ക്കാഴ്ചകൾ കണ്ട്, കാളവണ്ടിയുടെ താളത്തിൽ ആടിയുലഞ്ഞ് പുറ ത്തേക്ക് നോക്കി രസിച്ചിരുന്നു. ദീർഘദൂരം പിന്നിട്ട് കഴിഞ്ഞപ്പോൾ മാത വൻ നടുങ്ങിയുണർന്നപോലെ, പരിഭ്രമിച്ച് പറഞ്ഞു:

“കുഞ്ഞാതീ, വഴിതെറ്റിപ്പോയെന്നാ തോന്നുന്നേ... ഞാനിടയ്ക്ക് വല്ലാതൊന്ന് മയങ്ങിപ്പോയി. ആ നേരത്ത് വഴിപിശകി. ആദ്യം ഞാൻ ശ്രദ്ധിച്ചില്ല.... ശ്രദ്ധിക്കാൻ തൊടങ്ങിയപ്പോ മനസ്സിലായി, നമ്മളിപ്പോ കറ ങ്ങിത്തിരിഞ്ഞ് കുന്നുവം ദേശത്ത് എത്തിയിരിക്കുകയാണെന്ന്.”

ഞാനൊന്ന് ഞെട്ടി. എന്ത് അബദ്ധമാണ് ഈ വണ്ടിക്കാരൻ വരു ത്തിവെച്ചിരിക്കുന്നത്. ആശ്ചര്യത്തോടെ ചോദിച്ചു.

“എന്താ....? എവിടെ എത്തിയെന്നാ പറഞ്ഞത്? ”

“കുന്നുവം ദേശത്ത്...”

അമളി പിണഞ്ഞപോലെ മാതവൻ പിറുപിറുത്തു.

“ഹാ! ഇവിടുത്തെ കളരിനടയിൽ വെച്ചല്ലായിരുന്നോ ഞങ്ങടെ കല്യാ ണം. കുമ്പളാംപൊയ്കയ്ക്കു പകരം കുന്നുവംദേശം... ഇത്ര ബദ്ധപ്പെട്ടു യാത്ര ചെയ്തതെല്ലാം പാഴായല്ലോ... മാതവാ...”

“അബദ്ധം പറ്റിപ്പോയി കുഞ്ഞാതി. മാപ്പാക്കണം...”

ഇടറിയ ശബ്ദത്തോടെ മാധവൻ കൈകൂപ്പി...

“ഓ! മാപ്പാക്കിയിട്ട് ഇനി എന്തുകാര്യം? സംഭവിക്കേണ്ടതെല്ലാം സംഭ വിച്ചു. താനും തന്റെ കാളകളും കൂടി വഴിതെറ്റിച്ച് ഞങ്ങടെ പദ്ധതിക ളൊക്കെ പൊളിച്ചു... ഇനി എങ്ങനെ ഞങ്ങക്ക് സ്വർണ്ണാമ്പൽപൊയ്ക കാണാനൊക്കും? വീണ്ടും മെനക്കെട്ട് ഇറങ്ങണമല്ലോ...”

ഞാൻ വല്ലാതെ നിരാശനായിപ്പോയി.

“സാരമില്ല കുഞ്ഞേട്ടാ. ഓരോന്നിനും ഓരോ സമയമൊണ്ടെന്ന് പഴമക്കാര് പറയുന്നതാണ് സത്യം. ഈ യാത്രയിൽ നമുക്ക് സ്വർണ്ണാമ്പൽ കാണാനുള്ള വിധിയില്ല. അതിനി മറ്റൊരവസരത്തിലാക്കാം. ഇപ്പോ നല്ലത് വീട്ടിലോട്ട് തിരിച്ചുപോകുന്നതാണ്...”

സങ്കടം മറച്ചുവെച്ചുകൊണ്ട് ചീത എന്നെ സമാധാനിപ്പിച്ചു.

എനിക്കു സമാധാനമല്ല, ദേഷ്യമാണ് തോന്നിയത്. അപ്പോഴാണ് മാതവന്റെ നിസ്സഹായത: “ഞാനിപ്പം എന്തുചെയ്യണം കുഞ്ഞാതി...?”

“താൻ തന്റെ വണ്ടിയൊന്ന് നിർത്ത്. നമുക്കിവിടിറങ്ങാം. കുറെനേരം ഇവിടെക്കിടന്ന് വിശ്രമിക്കാം. എന്തുവേണമെന്ന് അപ്പോ ഞാൻ ആലോചിച്ച് പറയാം....”

ക്ഷോഭം നിയന്ത്രിക്കാൻ ശ്രമിച്ചുകൊണ്ട് ഞാൻ പറഞ്ഞു. എന്റെ വാക്കുകൾ കേൾക്കാത്ത താമസം. മാതവൻ പൊടുന്നനെ കാളവണ്ടി നിർത്തി. ഞങ്ങൾ ഇരുവരും വണ്ടിയിൽ നിന്ന് താഴേക്ക് ചാടിയിറങ്ങി. ഉച്ചവെയിൽ ഞങ്ങളുടെ ദേഹത്ത് കള്ളിമുള്ളുകൾ പോലെ കുത്തിക്കയറി. കാറ്റിന്റെ കൈയിലെ വറചട്ടിയിൽ നിന്നുള്ള ആവി ഞങ്ങളെ പൊതിഞ്ഞു. എവിടെയാണ് തണൽ? എവിടെയാണ് വിശ്രമിക്കുക?

നോക്കുമ്പോൾ തെല്ലകലെ ഒരു ഇലഞ്ഞിമരം പൂത്തു തഴച്ചു നിൽക്കുന്നു. വാടിയ പൂക്കളുടെ ഗന്ധം ഇവിടെവരെയെത്തുന്നു. അതിന്റെ തണലിലിരുന്ന് ഭക്ഷണം കഴിച്ച് ഒട്ടു മയങ്ങി യാത്ര തുടരാം. മറ്റൊരു ദിവസത്തേക്ക് ആമ്പൽക്കാഴ്ച മാറ്റിവെയ്ക്കേണ്ട! വരുന്നത് വരട്ടെ.

രാവിലെ തയ്യാറാക്കിവെച്ചിരുന്ന ഭക്ഷണം ഇലഞ്ഞിച്ചോട്ടിലിരുന്ന് ഞങ്ങൾ കഴിച്ചു. മാതവൻ ആർത്തിയോടെ വാരിത്തിന്ന് കാളവണ്ടി ലക്ഷ്യമാക്കി നടന്നു. ഉറക്കക്ഷീണം അയാളുടെ കണ്ണുകളിൽ കടിച്ചുതൂങ്ങുന്നത് പ്രകടമായിരുന്നു. ചീതപ്പെണ്ണിന്റെ മടിയിൽ തലവെച്ച് ഞാനും മയങ്ങാൻ കിടന്നു. ഏതോ കൊയ്ത്തുപാട്ടിന്റെ ശീലുകൾ താഴ്ന്നസ്വരത്തിൽ അവൾ മധുരമായി പാടിത്തുടങ്ങി...

പെട്ടെന്നാണ് ഒരു ആരവം കാതിൽ വന്നലച്ചത്. ഏതോ അങ്കക്കളരിയിൽ നിന്നുയരുന്ന വായ്ത്താരികൾ. ആയുധങ്ങൾ കൂട്ടിമുട്ടുന്ന ഝണഝണഘോഷം.

“ചീതേ... നീ കേൾക്കുന്നില്ലേ ആ വായ്ത്താരി? എവിടെ നിന്നാണ് ഇതെന്ന് നിനക്കറിയാമോ?”

“ഓ, അത് ആ കുന്നുവം കളരീന്ന് ആയിരിക്കണം.” അങ്ങനെ നിസ്സാരമായി അവതരിപ്പിച്ചിട്ട് ചീത തുടർന്നു: “നമ്മുടെ കല്യാണം നടന്നതിന് അടുത്തുതന്നെയാണ് അഭ്യസനത്തിനുള്ള കുന്നുവം കളരി. കുന്നുവനച്ചൻ എന്ന പോരാളിയാണ് ആചാര്യൻ. ആള് മഹാവക്രബുദ്ധിയാ. കളരിപ്പയറ്റാണ് മുഖ്യം. ഒരുപാട് പണം ദക്ഷിണ കൊടുത്താലെ പഠിപ്പിക്കൂ.. അത്യാർത്തിക്കാരനാ. നമ്മുടെ കല്യാണം നടക്കുമ്പോ ഗുരുക്കൾ യാത്രയിലായിരുന്നു. അതോണ്ട് അപ്പൻ അറിയിച്ചില്ല. പാലുവം കോയി

ത്തമ്പുരാന്റെ ഉറ്റ കൂട്ടുകാരനാണ് ഈ ഗുരുക്കൾ. കുഞ്ഞേട്ടനോടൊക്കെ അതുകൊണ്ട് ഉള്ളാലെ വെറുപ്പ് കാണും..."

"എന്നെ എന്തിനാ വെറുക്കുന്നത്..?"

അത്ഭുതപ്പെട്ട് ഞാൻ ചോദിച്ചു.

"അങ്ങനെ വല്ലോമൊണ്ടോ? ഗുരുക്കളുടെ ഉറ്റമിത്രത്തെ കുഞ്ഞേട്ടൻ അടിച്ച് അപമാനിച്ചില്ലേ? അക്കാര്യം തമ്പുരാൻ കുന്നുവനച്ചനെ അന്നു തന്നെ അറിയിച്ചിട്ടുണ്ടാകും. അതിന്റെ ഒരു ചൊരുക്ക് അയാൾക്ക് കാണാതിരിക്കില്ല... ഞാൻ പറഞ്ഞെന്നേയുള്ളൂ.."

"എങ്കിൽ ആ ചൊരുക്ക് ഇപ്പോൾ എനിക്കുമുണ്ടെന്ന് കൂട്ടിക്കോ. കുരുക്കളെ ഞാൻ ഇപ്പോത്തന്നെ ഒന്നു വെകിളിപിടിപ്പിക്കും."

ചീതയുടെ മടിത്തട്ടിൽ നിന്ന് ഞാൻ ചാടിയെഴുന്നേറ്റു.

"അയ്യോ...വേണ്ട കുഞ്ഞേട്ടാ... സാഹസമൊന്നും വേണ്ട..."

ചീതപ്പെണ്ണ് വല്ലാതെ പരിഭ്രമിച്ചു.

"നീ ചുമ്മാതിരി പെണ്ണേ.. ഞാൻ കുഴപ്പമൊന്നും ഉണ്ടാക്കില്ല..."

അങ്ങനെ ചീതയോട് പറഞ്ഞെങ്കിലും ഞാൻ ഒരു കുസൃതി ഒപ്പിക്കാൻ മറന്നില്ല. പരിച ഉയർത്തിപ്പിടിച്ച് വാളെടുത്ത് അതിൽമുട്ടി മുഴക്കമുള്ള, ഭയങ്കരമായൊരു ശബ്ദമുണ്ടാക്കി. ആ ശബ്ദം ഞാൻ സങ്കൽപ്പിച്ചതിലും പതിന്മടങ്ങ് ഭീകരമായി പ്രതിദ്ധ്വനിച്ചു. ആ പ്രതിദ്ധ്വനി ഒരു നാഴിക അപ്പുറത്തെത്തിയിരിക്കുമെന്ന് ഞാൻ ഊഹിച്ചു. എന്റെ ഊഹം ശരിയായിരുന്നു. വാൾമുട്ടിയ മുഴക്കം വിളിപ്പാടകലെയുള്ള കുന്നുവം അങ്കക്കളരിയിൽ മാറ്റൊലിയിട്ട് വലിയൊരു ചലനം സൃഷ്ടിച്ചു. ശിഷ്യരുടെ അഭ്യാസം നിരീക്ഷിച്ച് നിർദ്ദേശങ്ങൾ നൽകി പീഠത്തിലിരുന്ന കുന്നുവനച്ചൻ ഭയന്ന് നടുങ്ങിപ്പോയെന്ന് പിന്നീട് ഞാനറിഞ്ഞു.

"കുഞ്ഞേട്ടാ വേണ്ടായിരുന്നു. ഇക്കളി വേണ്ടായിരുന്നു..."എന്ന് ചെവി പൊത്തിക്കൊണ്ട് ചീതപ്പെണ്ണ് എന്നോട് പരിഭവം പറയുന്നതിനിടയിൽ, തൊടുത്തുവിട്ട ശരങ്ങൾപോലെ രണ്ടു യുവാക്കൾ ഞങ്ങളുടെ മുന്നിൽ പ്രത്യക്ഷപ്പെട്ടു. അവർ എന്നെ തീക്ഷ്ണ നയനങ്ങളോടെ ആപാദചൂഡം നോക്കി. ഞാനത് ശ്രദ്ധിക്കാത്ത മട്ടിൽ പുറംതിരിഞ്ഞ് ഉദാസീനനായി ഇരുന്നു. അപ്പോൾ അവരുടെ കോപം ഇരട്ടിച്ചു.

"നാക്കില്ലാ നമ്പിയാണോടാ നീ? അതോ മൂക്കില്ലാ മൂളിയോ...?"

അവരുടെ പരിഹാസ്യമായ ചോദ്യം കേട്ട് എനിക്ക് ചിരിയല്ല, അമർഷമാണ് മുളച്ചത്. എങ്കിലും അതടക്കി കനം വിടാതെ ചോദിച്ചു:

"ആണെങ്കിൽ നിനക്കെന്താ ചേതം..?"

"ചേതം ആർക്കെന്ന് പിന്നീട് തീരുമാനിക്കാം. ഇപ്പോ നീ ഞങ്ങളോടൊപ്പം വരണം. വന്നേ പറ്റൂ..."

അവർ രണ്ടും കൽപ്പിച്ചപോലെ നിൽപ്പാണ്.

"വരാനോ? എവിടെ?"

ഞാൻ അമ്പരന്നു.

"ഞങ്ങടെ കളരിയിൽ. ഞങ്ങടെ ആചാര്യൻ കുന്നുവം കുരുക്കളച്ചൻ

കൽപ്പിച്ചിരിക്കുകയാണ്. നിന്നെ ബലമായി കളരിയിലെത്തിക്കാൻ..."

വലിയൊരു ശിക്ഷ കാണാനുള്ള കൊതിയോടെ അവർ ചുരമാന്തി നിന്നു.

"ഒരച്ചന്റേം ഒരു കല്പനേം കേൾക്കാത്തവനാണ് ഈ കുഞ്ഞാതിയെന്ന് നിങ്ങടെ ആശാനോട് ചെന്നു പറ..."

പരമപുച്ഛത്തിൽ പറഞ്ഞ് ഞാൻ ഒന്നമർന്നിരുന്നു.

"വരാൻ മടിച്ചാൽ നിന്നെ ഞങ്ങൾക്ക് തൂക്കിയെടുത്തോണ്ട് പോകേണ്ടിവരും..."

"അതിന് നീയും നിന്റെ ആശാൻ കുരുക്കളും വളർന്നിട്ടില്ല. പക്ഷേ, ഞാനിപ്പോൾ വരും. പേടിച്ചല്ല. എനിക്ക് ആ വിദ്വാനെ ഒന്നു കാണണം. പരിചയപ്പെടണം. അത് വിചാരിച്ചാണ്. മാത്രമല്ല, എന്നോടൊപ്പം ഞാൻ കെട്ടിയ പെണ്ണും ഉണ്ടാകും. പക്ഷേ, ഒരു വ്യവസ്ഥയുണ്ട്..."

"വ്യവസ്ഥയോ? എന്തു വ്യവസ്ഥ?"

–ഇരുവരും ഒരുപോലെ ചോദിച്ചുപോയി.

"നിങ്ങടെ ആശാൻ കുരുക്കളോട് പറയണം, കുന്നുവം കളരിയുടെ കന്നിക്കോൺ എനിക്കു തരണമെന്ന്..."

"കന്നിക്കോണോ?"

"അതേ. കന്നിക്കോൺ തന്നെ. എന്താ, മനസ്സിലായില്ലേ?"

"അതെല്ലാം ഗുരുവിനോട് നേരിട്ടു പറഞ്ഞാൽ മതി. ഇപ്പോൾ നീ ഞങ്ങളോടൊപ്പം വരിക... അത്രമാത്രം.."

ശിഷ്യൻമാരോടൊപ്പം ഞാനും ചീതപ്പെണ്ണും നടന്നു. വാളും പരിചയും ശരീരത്തിന്റെ ഭാഗംപോലെ ഞാൻ കരുതിയിരുന്നു. കുന്നുവം കളരിയിലേക്ക് കടന്നപ്പോൾ സത്യത്തിൽ വിസ്മയപ്പെട്ടുപോയി. കാരണം ആ നെടുംകളരിയിൽ കുന്നുവം ഗുരുക്കളും അയാളുടെ നൂറ്റൊന്ന് ശിഷ്യരും, പിന്നെ ഒട്ടേറെ പ്രമാണിമാരും കൂടിയിരിക്കുകയാണ്. സഭാമദ്ധ്യത്തിലെ പീഠത്തിൽ കുന്നുവം ഗുരുക്കൾ ഇരിക്കുന്നു. ചുറ്റും, പ്രമാണിമാരിൽ കേമരായ എട്ടച്ചന്മാരും, 'മീശയ്ക്ക് മണികെട്ടുന്ന' തണ്ടാപ്പണിക്കൻ എന്ന വീരനും, (പേരൊക്കെ പിന്നീട് മനസ്സിലാക്കിയതാണ്)നാട്ടുമാടമ്പിമാരും തമ്പുരാക്കന്മാരുമുണ്ട്. എല്ലാവരും ആവേശഭരിതരും ഭയഭക്തിഭാവമുള്ളവരുമാണ്.

തങ്ങളുടെ കരബലം ഒന്നുകൊണ്ട് കൊടും കുറ്റവാളികളെ പിടിച്ചുകെട്ടിക്കൊണ്ടു വന്ന ഗർവ്വിഷ്ഠ ഭാവത്തോടെയാണ് ശിഷ്യന്മാർ ഞങ്ങൾ ഇരുവരേയും സഭയ്ക്കു മുന്നിൽ ഹാജരാക്കി നിർത്തിയത്.

"ചീതേ! നീ എന്റെ പരിചച്ചുവട്ടിൽത്തന്നെ നിന്നോണം. ഇതൊന്നും കണ്ട് ഭയക്കരുത്. എന്തു സംഭവിക്കുമെന്ന് നമുക്ക് നോക്കാം..."

അൽപ്പസ്മിതത്തോടെ ഇങ്ങനെ ചീതയോട് ഞാൻ ഉറക്കെപ്പറഞ്ഞ് അവളെ എന്റെ സമീപത്തുതന്നെ നിർത്തി. ഞാൻ അങ്ങനെ പറഞ്ഞെങ്കിലും ചീതയുടെ മുഖത്ത് പരിഭ്രമത്തിന്റെയും ആശങ്കയുടെയും നിഴലുകൾ ആടുന്നത് കണ്ടു.

സദസ്യരുടെ ഒരായിരം കണ്ണുകൾ ഞങ്ങളുടെ നേർക്ക്, ഊക്കിൽ എറിഞ്ഞ കുന്തങ്ങൾ മാതിരി നീണ്ടുവന്നു. എല്ലാവരുടെ മുഖത്തും ഒരു കൗതുകം. ഒരാരവം. ഞങ്ങളെ ആക്രമിക്കാനുള്ള ഒരാവേശം. അതു മന സ്സിലാക്കിയെന്നോണം കുന്നുവം ഗുരുക്കൾ പീഠത്തിൽ നിന്ന് എഴുന്നേറ്റ് കൈ ഉയർത്തി സദസ്സിനോട് പറഞ്ഞു:

“നിങ്ങൾ സമാധാനമായിരിക്കൂ. ഇവിടെ കൂടിയിട്ടുള്ള ആരും ഈ കീടങ്ങളെ തൊടരുത്. ഇത് എനിക്കുള്ളതാണ്. ഇതിനെ ഞെരിച്ചര യ്ക്കാൻ എന്റെ വലം കൈയിലെ കുഞ്ഞുവിരൽ മാത്രം മതി...”

അതുകേട്ടതോടെ സദസ്സിന്റെ ആവേശം മഴപെയ്തു തോരും പോലെ അടങ്ങി. ഗുരുക്കൾ തന്റെ ചുവന്ന കണ്ണുകൾ ഉരുട്ടി തീ പറക്കും വിധം ഞങ്ങളെ നോക്കി.

“കുഞ്ഞാതീ...! അല്ല, ചെങ്ങന്നൂ കുഞ്ഞാതീ....! നാട്ടിലെ വീരപരാ ക്രമിയെന്ന് വേഷം കെട്ടി നടിക്കുന്ന പറയച്ചേകവർ. അല്ലേ?”

ഗുരുക്കൾ നിർത്തി നിർത്തി, ഉച്ചത്തിൽ പരിഹാസ വാക്കുകൾ നിര ത്തി. അപ്പോൾ അതിനെക്കാൾ ഹാസ്യരസമായിരുന്നു എന്റെ മുഖത്ത്. അശ്രദ്ധ നടിച്ച് ഞാൻ നിശ്ശബ്ദനായി നിന്നു.

“നിന്നെ ഞാൻ എങ്ങനെ തിരിച്ചറിഞ്ഞെന്നാകും വിചാരം. അത് നീ ഇപ്പോൾ അറിയണ്ട. അത് രഹസ്യമാണ്. നിന്നെ തേടാൻ കരുക്കൾ നീക്കുകയായിരുന്നു ഞാൻ. പക്ഷേ ഇത്രവേഗം നീ എന്റെ വലയിൽ കുരുങ്ങുമെന്ന് ഞാൻ ഒട്ടും നിനച്ചില്ല. കുറച്ചുമുൻപ് ശബ്ദം മുഴക്കി നീ എന്നെ ഭീഷണിപ്പെടുത്തുകയായിരുന്നോ? അതോ വെല്ലുവിളിക്കുകയാ യിരുന്നോ?”

“രണ്ടും കൂടിയാണ്.” കൂസൽകൂടാതെയുള്ള എന്റെ മറുപടി ഗുരു ക്കളുടെ കോപത്തിൽ എണ്ണയൊഴിച്ചു.

“കുന്നുവം കളരിപരിസരത്തുവെച്ച് പരിചമുട്ടി ഉച്ചത്തിൽ ശബ്ദമു ണ്ടാക്കാൻ നിനക്ക് എങ്ങനെ ധൈര്യം വന്നു? കേമനെന്ന് നീ സ്വയം അഹങ്കരിക്കുന്നു... നീച ജാതിയിലും കുലത്തിലും പെട്ട നീ ആരെയൊ ക്കെയോ അങ്കത്തിൽ തോൽപ്പിച്ചത്രേ...എന്റെ മിത്രം പാലുവം കോയി ത്തമ്പുരാനെ നീ അടിച്ചു മലർത്തി പാഠം പഠിപ്പിക്കാൻ തുനിഞ്ഞത്രേ. അദ്ദേഹം നോട്ടമിട്ട പെണ്ണിനെ നീ സൂത്രത്തിൽ തട്ടിയെടുത്തു....സാ മർത്ഥ്യമുണ്ടെങ്കിൽ നീ ഇറങ്ങ് എന്നോട് അങ്കം തൊടുക്കാൻ...”

പറഞ്ഞു തീർന്നതും, ചുരികയെടുത്ത് മിന്നൽപോലെ അയാൾ എന്റെ നേർക്ക് പാഞ്ഞുവന്നതും ഒപ്പമായിരുന്നു. കരുതി നിന്നതുകൊണ്ട് അയാളുടെ വെട്ട് പരിചയിൽ തടുക്കാനായി. എന്നിട്ടും നെറ്റിയിൽ പോറൽ വീണു മുറിഞ്ഞു. പോരിലെ നിയമങ്ങൾ പാലിക്കാത്ത ആളാണ് ഗുരു ക്കളെന്ന് അയാളുടെ ഓരോ അടവും ചുവടും ഓർമ്മിപ്പിച്ചു. തുടക്കത്തിൽ എന്റെ ഒഴിവുകളും പിടുത്തങ്ങളും പിഴയ്ക്കുന്നതായി അയാൾ ധരിച്ചു. അത് അയാളിൽ ആത്മവിശ്വാസം വർദ്ധിപ്പിച്ചു. അതോടെ, കൂടുതൽ ക്രുദ്ധനായി. അയാൾ എന്റെ നേരെ ആക്രമണം അഴിച്ചുവിട്ടു. അമ്മ

യെയും കുലദൈവങ്ങളെയും ഗുരുനാഥനെയും സ്മരിച്ച നിമിഷത്തിൽ, എന്റെ കൈകൾക്ക് പുതിയൊരു കരുത്തുണ്ടായി. പിന്നെയുണ്ടായ പോര് എനിക്കുതന്നെ ഓർക്കുവാൻ കഴിയുന്നില്ല. ഉന്മാദം പിടിപെട്ടവനെപ്പോലെയായി ഞാൻ. പരിസരം മറന്ന് ഭ്രാന്തമായി വെട്ടുന്ന വെട്ടിൽ കുന്നുവം കളരി നടുങ്ങി. ഗുരുക്കളുടെ ശിഷ്യന്മാരും പ്രമാണിമാരും പല്ല് ഞെരിച്ച് അലറി വിളിച്ചതല്ലാതെ ആരും മുന്നോട്ടുവന്നില്ല. തടഞ്ഞില്ല. ദീർഘമായ പോരിനൊടുവിൽ കളരിയിലെ മണ്ഡപത്തിലേക്ക് ഭീതിയോടെ ഗുരുക്കൾ ചാടിക്കയറി. പിന്നാലെ ചുരിക ഉയർത്തി ഞാനും. പലകത്തട്ടിലെങ്ങോ തട്ടി ചുവടുപിഴച്ച ഗുരുക്കൾ പിടഞ്ഞുവീണു. മടിക്കാതെ, അയാളുടെ കഴുത്തിനു നേരെ എന്റെ ചുരിക ഉയർന്നു. തടുക്കാൻ കഴിയാതെ, എന്തോ അപേക്ഷിക്കാൻ തുടങ്ങിയ അയാളുടെ വാക്കുകൾ കേൾക്കാൻ കഴിയും മുൻപ് എന്റെ വെട്ടേറ്റ് ഗുരുക്കളുടെ കഴുത്ത് അറ്റ് തുടങ്ങി.

വലിയൊരു പ്രത്യാക്രമണം പ്രതീക്ഷിച്ച് ചോര ഒഴുകുന്ന വാളുമായി ഞാൻ മണ്ഡപ പീഠത്തിൽ കയറിനിന്ന് അലറി.

"വരിനെടാ. ആണായിപ്പിറന്നവരുണ്ടെങ്കിൽ ഒറ്റയ്ക്കൊറ്റക്ക് വരിനെടാ.. ചെങ്ങന്നൂരാതി എന്ന പറയക്കിടാത്തൻ ആരെന്ന് കുന്നുവം കളരിക്കാരെ ഞാൻ ഇന്ന് ബോദ്ധ്യപ്പെടുത്താം..."

ആരും മുന്നോട്ടു വന്നില്ല. എന്നല്ല, സദസ്യരുടെ ഇടയിൽത്തന്നെ വലിയൊരു കുറവ് കണ്ടു. പിന്നീടാണ് അറിഞ്ഞത്. പെട്ടെന്നുണ്ടായൊരു കലഹം വലിയൊരു കൂട്ടത്തല്ലായി മാറിയിരുന്നത്രേ. തല്ലിയവർ പരസ്പരം യുദ്ധം ചെയ്ത് കളരിക്ക് പുറത്തേക്കു പോയി. ശിഷ്യർ പലരും എവിടെയൊക്കെയോ ഓടിമറഞ്ഞു. തല്ലിന്റെ കാരണമെന്തെന്ന് ഇന്നും വ്യക്തമായി എനിക്കറിഞ്ഞുകൂടാ. ഗുരുക്കളുമായി പൊരുത്തപ്പെടാതിരുന്ന ചില ശിഷ്യർ എനിക്ക് വിജയമുണ്ടാകുമെന്ന് ഇടയ്ക്ക് വാതുവെച്ചപ്പോൾ എതിരാളികൾ അവരെ തല്ലിയതായിരുന്നു തുടക്കമെന്ന് ചിലർ പറഞ്ഞു. മീശയ്ക്കു മണികെട്ടുന്ന തണ്ടാപ്പണിക്കൻ അടക്കമുള്ള സകല മാടമ്പിമാരും എട്ടച്ചൻമാരുമെല്ലാം ആ തല്ലിന്റെ ഭാഗമായി അന്യോന്യം തല്ലി തല കീറി. അതിനിടയ്ക്ക് എന്റെ വെല്ലുവിളി സ്വീകരിക്കാൻ ആർക്കുമായില്ല. എന്നല്ല, ഗുരുക്കൾ വീണതോടെ അയാളുടെ ശവത്തിനടുത്തേക്ക് പ്രമാണിമാർ ഇരമ്പി. വാളുയർത്തി നിന്ന എന്റെ നേർക്ക് ക്രുദ്ധരായി പാഞ്ഞടുക്കാൻ ചിലർ ഒരുങ്ങിയപ്പോൾ - അത്ഭുതമെന്നു പറയട്ടെ, എന്റെ ചുറ്റും മൂന്നുപേർ ഒരു രക്ഷാകവചം തീർത്തിരിക്കുന്നു. അവർ എന്റെ യുദ്ധവിരുതുകണ്ട് ആരാധകരായി തീർന്നവരത്രേ. അതിനിടയിലാണ് പെട്ടെന്ന് ഒരു നടുക്കത്തോടെ ഞാൻ ഓർത്തത്. എന്റെ പരിചച്ചുവട്ടിൽ നിന്നിരുന്ന എന്റെ പെണ്ണ്—എന്റെ ചീതപ്പെണ്ണ്—എവിടെ? അയ്യോ, അവൾ എവിടെ? ഭ്രാന്തനെപ്പോലെ ആരോടെന്നില്ലാതെ ഞാൻ ഉറക്കെ വിളിച്ചു ചോദിച്ചു.

"ഇവിടെ ഇതുവരെ ഉണ്ടായിരുന്ന എന്റെ പെണ്ണ് എങ്ങോട്ടു പോയെന്ന് ആരെങ്കിലും കണ്ടോ?"

"കുറേപ്പേര് തട്ടിയെടുത്തുകൊണ്ടുപോകുന്നത് കണ്ടു..."

അടികൊണ്ട് ചോരയിൽ വീണുകിടന്ന ഒരു ശിഷ്യൻ എന്നെ അറിയിച്ചു.

"എങ്ങോട്ട്?"

"അറിഞ്ഞൂടാ. തടയാൻ നോക്കിയതാണ് ഞാൻ. പക്ഷേ...."

പാരവശ്യം അവന്റെ വാക്കുകളെ മുറിച്ചുകളഞ്ഞു.

എനിക്ക് ഒരു സ്വസ്ഥതയും സമാധാനവും കിട്ടുന്നില്ല.

ചീത എവിടെയായിരിക്കും? ആരാണ് അവളെ തട്ടിക്കൊണ്ടുപോയത്?

നിമിഷങ്ങൾ കഴിയുംതോറും അടിമുടി തളരുന്നതായി തോന്നി. വീഴാതിരിക്കാൻ അടുത്തുകണ്ട ഒരു ഉരുളൻ തൂണിൽ പിടിച്ചുനിന്നു. അത് ശ്രദ്ധിച്ച് രക്ഷാകവചമൊരുക്കിയവരിൽ ഒരാൾ പറഞ്ഞു: "ധീരനായ പോരാളിയാണ് നിങ്ങൾ. നിങ്ങൾ തളരാൻ പാടില്ല... നമുക്ക് വിശദമായി അന്വേഷിക്കാം..."

നിയന്ത്രിക്കാൻ ഞാൻ പാടുപെട്ടു. മനസ്ഥൈര്യം വീണ്ടെടുക്കാൻ ശ്രമിച്ചു. അപ്പോൾ ഓർമ്മവന്നു. അമ്മയുടെ വാക്ക് നിഷേധിച്ചിറങ്ങിയതിന്റെ ദുരിതങ്ങളാണോ ഇത്?

എനിക്കറിഞ്ഞുകൂടാ!

എനിക്കൊന്നും മനസ്സിലാകുന്നില്ല!

പത്ത്

പാതിരാനിലാവ് കായലിന് മീതേ ആകാശത്തുനിന്ന് ഊർന്നുവീണ് ഒടുങ്ങാത്ത സ്വർണ്ണപ്പൂക്കൾപോലെ പരന്നൊഴുകിക്കൊണ്ടിരുന്നു. ഇളം കുളിരുള്ള കാറ്റ് സംശയം ചോദിക്കുന്ന മട്ടിൽ ഇടയ്ക്കിടെ വീശിനിന്ന് കാതുകളെ അലോസരപ്പെടുത്തി. വള്ളത്തിന്റെ അമരത്ത് നാട്ടിനിർത്തിയ പന്തമണയാതെ എണ്ണ പകർന്നതിന് ശേഷം വൃദ്ധൻ അടുത്തുവന്ന്, നടുപ്പടിയിലിരുന്ന് പറഞ്ഞു.

"കുന്നുവം കളരിയിലെ കുന്നുവനച്ചനെ കൊന്നിറങ്ങിയപ്പോൾ ചീതപ്പെണ്ണിനെ കാണാനില്ലെന്നുവരെ പറഞ്ഞകഥ അമ്മാവന് ബോദ്ധ്യമായി. പിന്നെ നിങ്ങള് തമ്മിൽ എങ്ങനെ കണ്ടുമുട്ടീന്ന് പറ....അതല്ലേ അറിയേണ്ടത്...?"

"പറയാം അമ്മാവാ..."

തുടർന്നുള്ള കഥ പറയാൻ ഞാൻ തയ്യാറെടുത്തു. അമ്മാവന്റെ ശ്രവണ കൗതുകം എനിക്ക് കഥപറയാൻ വലിയ പ്രേരണ നൽകി. അമ്മാവനെപ്പോലെ കഥ കേട്ടുകൊണ്ട് ചീതയും അരുകിൽ ഇരിക്കുന്നുണ്ടായിരുന്നു. ആകസ്മികമായി പരസ്പരം കണ്ടുമുട്ടിയതിലും ഒന്നിച്ചു ചേർന്നതിലുമുള്ള സന്തോഷം ഞങ്ങളുടെ ക്ഷീണമെല്ലാം അകറ്റിയിരുന്നു. കഥ കേൾക്കുന്നതിനിടെ "എല്ലാം ഈശ്വരന്റെ ലീലകളാണ് കുഞ്ഞേ..." എന്ന് അമ്മാവൻ പറയുന്നത് ഒരു പരമാർത്ഥമായി മനസ്സിൽ മുഴങ്ങുന്നു. കായലിന്റെ മാറിൽ മുളക്കഴ ഊന്നി വള്ളം അനായാസം മുന്നോട്ടു നയിക്കുന്ന കൗമാരക്കാരനെ നോക്കി വള്ളത്തിന്റെ താളത്തിലുലഞ്ഞിരുന്ന് പറഞ്ഞുവന്നത് ഞാൻ തുടർന്നു.

എന്റെ ചീതപ്പെണ്ണിനെ ആരോ പിടിച്ചുകൊണ്ടുപോയി എന്ന അറിവ് എനിക്ക് താങ്ങാവുന്നതിലപ്പുറമായിരുന്നു. അവളെ കണ്ടെത്താതെ ഇനി

വീട്ടിലേക്കില്ല എന്നു ഞാൻ ഉറപ്പിച്ചു. അമ്മയുടെ വാക്ക് നിഷേധിച്ചിറങ്ങിയ എനിക്ക് ചീതയില്ലാതെ അമ്മയെ നേരിടാൻ വയ്യ. ഞാനും, എനിക്ക് സഹായികളായി കിട്ടിയ മൂന്നുപേരും ചേർന്ന് പല ദിക്കിലും ചീതയെ അന്വേഷിച്ചു. ഒരിടത്തുനിന്നും അവളുടെ മുടിനാരിഴപോലും എനിക്ക് ലഭിച്ചില്ല. ദിവസങ്ങളും മാസങ്ങളും കൊഴിഞ്ഞുപോകുന്നത് ഞാൻ അറിയുന്നില്ല. മാസങ്ങൾ കഴിഞ്ഞപ്പോൾ എനിക്ക് കൂട്ടുകാരും സഹായികളും ആരുമില്ലാതായി. എല്ലാവരുടെയും സഹതാപം പോലും തേഞ്ഞുമാഞ്ഞു. ദമയന്തി നഷ്ടപ്പെട്ട പുരാണത്തിലെ നളന്റെ അവസ്ഥയായിരുന്നു എനിക്ക്. ഊണും ഉറക്കവും അകലെയായി. കുളിയും വേഷം മാറലും ഇല്ലാതായി. വഴിയോരത്തും വയൽവരമ്പത്തും ഞാൻ കിടന്നു. കാണുന്നവരോടെല്ലാം ഞാൻ ഇരന്നു. ആയുധങ്ങളെല്ലാം ഉപേക്ഷിച്ചു. നിങ്ങളെന്നെ കാണുംപോലെ ഞാനൊരു ഭ്രാന്തനായി. ക്രമേണ പുതിയൊരു ശീലം എനിക്കുണ്ടായി. എല്ലാം മറന്നുള്ള കള്ളുകുടി. കാട്ടിൽപ്പോയി വിറകു പെറുക്കി വിറ്റ് കള്ളുകടയിൽ കൊടുത്ത് ഞാൻ കള്ള് കുടിക്കും. അതില്ലാതെ ഒരു ദിവസം പോലും തള്ളിനീക്കാൻ എനിക്ക് പറ്റില്ലെന്നായി. അങ്ങനെ അലഞ്ഞ് തിരിഞ്ഞാണ് ഞാനിന്ന് കുട്ടനാട്ടിലെ മങ്കൊമ്പിലെത്തിയത്. ചുറ്റിനടക്കുന്ന വേളയിൽ ഞാനൊരു കള്ളുകട കണ്ടു. നല്ലൊരു ഓലപ്പുരയോട് ചേർന്നുള്ള പലകക്കൂടാണ് കട. അവിടെ കുട്ടകം പോലൊരു കുടം നിറയെ കള്ളും കുടിക്കാനുള്ള കൊച്ചു ചട്ടികളും നിരത്തി ഒരു പെണ്ണിരിക്കുന്നത് ഞാൻ കണ്ടു.

“ഒരു കുറ്റിക്കള്ള് തരുമോ...?” എന്നു ഞാൻ കൂപ്പിത്തൊഴുത് ഇരന്നു. ഭ്രാന്തനെപ്പോലുള്ള എന്റെ വേഷോം ഭാവോം കണ്ട് അവൾ ആദ്യമൊന്ന് ഞെട്ടി. പിന്നെ, ഒന്നും മിണ്ടാതെ ഇരുന്നു. ഞാൻ വീണ്ടും ഇരന്നു. “നാളെ കുറച്ച് വിറകു കൊണ്ടുത്തരാം. ഇപ്പോ എനിക്ക് ഇമ്മിണി കള്ള് തരുമോ?” എന്റെ ആവലാതി കേട്ട് അവൾ എനിക്ക് ഒരു ചട്ടിക്കള്ള് ഒഴിച്ചുതന്നു. അതു ഞാൻ ആർത്തിയോടെ ഒറ്റമോന്തിനിറക്കി ചിറി തുടച്ചു. എന്റെ നേർക്ക് ഇത്രയും കാരുണ്യം ആരും കാണിച്ചിട്ടില്ല. ഞാനൊടനെ – “എനിക്കൊന്നു മുറുക്കാൻ തരുമോ? വെറ്റേമ്മാൻ തിന്നിട്ട് ആറുമാസമായി.” എന്നു പറഞ്ഞപ്പോൾ അവൾ, തഴവട്ടികൊണ്ടുവന്ന് എനിക്ക് മുറുക്കാൻ എടുത്തുതന്നു. അതുകൂടി കിട്ടിയപ്പോൾ ഞാൻ തേങ്ങിപ്പോയി. എന്റെ കണ്ണ് നിറഞ്ഞൊഴുകി. എന്റെ കരച്ചിൽ അൽപ്പം ഉച്ചത്തിലായി. “എന്തിനാ കരേന്നേ?” അവൾ ചോദിച്ചപ്പോൾ, “കുഞ്ഞേ! കുഞ്ഞിന്റെ രൂപോം സ്വഭാവോം കണ്ടപ്പോ ഞാനെന്റെ കെട്ട്യോളുപെണ്ണിനെ ഓർത്തുപോയി.” എന്നു പറഞ്ഞു. “എന്തു പറ്റി നിങ്ങടെ പെണ്ണിന്?” എന്നായിരുന്നു പിന്നീടവളുടെ ചോദ്യം. “എന്റെ പെണ്ണിനെ ദുഷ്ടൻമാരാരോ പിടിച്ചോണ്ടുപോയി. എനിക്കവളെ നഷ്ടമായിട്ട് ഇപ്പോ ആറുമാസമായി...” എന്ന എന്റെ വാക്കുകേട്ട് നിയന്ത്രണം വിട്ട് അവൾ ആകാംക്ഷ കാണിച്ചു.“നിങ്ങടെ പെണ്ണിന്റെ പേരെന്തെന്ന് പറഞ്ഞില്ലല്ലോ....” എന്നായി അവൾ. “പാലുവം ദേശത്തെ ചീതപ്പെണ്ണ്...” എന്ന്

ഞാൻ ഉറക്കെപ്പറഞ്ഞു തീരുവേം "എന്റെ കുഞ്ഞേട്ടാ..."എന്ന് അലറി വിളിച്ച് എന്റെ മാറിലേക്കവൾ വീഴുകേം ചെയ്തത് ഒരുപോലായിരുന്നു. ഞങ്ങൾ കെട്ടിപ്പിടിച്ച് കുറെനേരം വാവിട്ട് കരഞ്ഞുപോയി. "ന്റെ കുഞ്ഞേട്ടാ, ഇതെന്തൊരു വേഷോം രൂപോമാണെന്ന്" അവളും "എന്റെ പൊന്നേ, നീ എങ്ങനെ ഈ രീതിയിൽ മാറിപ്പോയി..?" എന്നു ഞാനും പരസ്പരം പറഞ്ഞ് ഞങ്ങടെ വിധിയോർത്ത് തേങ്ങിനിന്നുപോയി.

പെട്ടെന്ന് ഉച്ചത്തിലുള്ള ഒരു പൊട്ടിച്ചിരീം സംസാരോം അടുത്തുവരുന്നതു കേട്ട് ഞങ്ങൾ വേഗം അകന്നുമാറി. അപ്പോ രണ്ട് മീശക്കൊമ്പൻമാര് ചെത്തുകാര് മാട്ടോം കുടോം കത്തീമൊക്കെയായി അങ്ങോട്ട് കയറിവന്നു. അവന്മാര് ആർത്തിപിടിച്ച കണ്ണോടെ എന്റെ ചീതപ്പെണ്ണിനെ ചെറഞ്ഞ് നോക്കി. വലിയസന്തോഷത്തോടെ മുഴക്കത്തിൽ ചിരിച്ച് ഭീഷണിസ്വരത്തിൽ അവളോട് പറഞ്ഞു. "എടീ ചീതേ, നിന്റെ ഒടുക്കത്തെ നോമ്പ് ഈ രാത്രികൊണ്ട് അവസാനിക്കും. ഇന്നോടെ നാൽപ്പത്തിയൊന്ന് ദിവസം പൂർത്തിയാകും. നാളെ രാവിലെ മൊതൽ നീ ഞങ്ങടെ സൊന്തമാ...കേട്ടല്ലോ... ഞങ്ങടെ സൊന്തം...!! അവരുടെ അട്ടഹാസം കേട്ട് ആ കട കുലുങ്ങുന്നുണ്ടെന്ന് തോന്നി. "പറഞ്ഞ വാക്കിന് മാറ്റമില്ല." എന്ന് ഭയഭക്തി ബഹുമാനത്തോടെ അവൾ പറഞ്ഞുകഴിഞ്ഞപ്പോഴാണ് കടയോട് ചേർന്നു നിൽക്കുന്ന ഭ്രാന്തനായ എന്നെ അവർ കണ്ടത്. "ഏതാടീ ഈ പയല്...?" എന്ന് ചീതയോട് ചോദിച്ചിട്ട് ചെത്തുകത്തിയെടുത്ത് അവൻ എന്റെ നേരെ വീശി... "ഏതാടാ നീ...? എന്താടാ നിനക്കിവിടെ കാര്യം? കള്ളനാണോടാ നീ...? എങ്ങനെ മോട്ടിക്കാമെന്ന് തിക്കും പക്കും നോക്കുകയാണോടാ...? ദേ മേലാൽ നിന്നെ ഈ പരിസരത്തെങ്ങും കണ്ടുപോകരുത്..." എന്നൊക്കെ ആക്രോശിച്ച് കത്തി നീട്ടിപ്പിടിച്ചുകൊണ്ട് അവൻ എന്നെ ഭീഷണിപ്പെടുത്തി. ഞാൻ പേടി അഭിനയിച്ച് ഒഴിഞ്ഞു മാറി നിക്കുമ്പം, അവർ - "ഞങ്ങളാ കാക്കച്ചിറേപ്പോയൊന്ന് മുങ്ങിക്കുളിച്ചിട്ട് വരട്ടെ...വരാൻ ഇച്ചിര വൈകും. വന്നിട്ട് കടയടച്ചാൽ മതി..." എന്നു പറഞ്ഞുകൊണ്ട് അപ്പോൾത്തന്നെ ഇറങ്ങി. "ഇനീം നിന്റെ നോമ്പു തീരാൻ ഏതാനും നാഴികേ ഒള്ളേ...."എന്നു തിരിഞ്ഞുനിന്ന് ഒന്നുകൂടി ഓർമ്മിപ്പിച്ച് കൊത്തിപ്പറിക്കുംപോലെ ചീതയെ വീണ്ടും വീണ്ടും നോക്കി, അമർത്തിമൂളി എന്തൊക്കെയോ ആഭാസത്തരങ്ങൾ പുലമ്പിക്കൊണ്ട് ഇരുവരും മദിച്ചു രസിച്ച് പുറത്തേക്ക് പോയി. അവർ വെളിയിൽപ്പോയ തക്കത്തിന് വികൃതരൂപിയായ എന്നെ ചീത പുരയ്ക്കുള്ളിലാക്കി വാതിലടച്ചു. അവൾ കോരിവെച്ചവെള്ളത്തിൽ എന്നെ ഭംഗിയായി കുളിപ്പിച്ചു. പുരയ്ക്കുള്ളിലെ കാൽപ്പെട്ടിയിലിരുന്ന അലക്കിയ മുണ്ടും തോർത്തുമെടുത്ത് ഉടുക്കാനായി എനിക്കുതന്നു. ഒരു കുഞ്ഞുപെട്ടിയിൽ ഭദ്രമായി സൂക്ഷിച്ചുവെച്ച കുമ്പളത്താലീം ജീരകത്താലീം എടുത്ത് കഴുത്തിലിട്ടു. ചെത്തുകാർ കൂലിയായി കൊടുത്ത ആറ് പണവും കൈയിലെടുത്തു.

അപ്പോഴേക്കും സന്ധ്യമയങ്ങിക്കഴിഞ്ഞിരുന്നു. മഷിഒഴിച്ചപോലെ ഇരുട്ട് പരന്നുതുടങ്ങിയിരുന്നു. ചെത്തുകാർ കുളിച്ച് രസിച്ച് മടങ്ങിവരും

മുൻപേ ഞങ്ങൾ ഇരുവരും ഇരുട്ടിലേക്ക് ഓടിയിറങ്ങി. ഇടവഴികളിലൂടെയും വയൽവരമ്പുകളിലൂടെയും ഞങ്ങൾ പ്രാണനുംകൊണ്ട് പറക്കുകയായിരുന്നു. വിവരമറിഞ്ഞ് ചെത്തുകാർ ഞങ്ങളെ തേടി വരുമെന്നും കൊല്ലാൻ മടിക്കുകയില്ലെന്നും ഞങ്ങൾക്കറിയാമായിരുന്നു. അങ്ങനെ ഓടി അലഞ്ഞുതിരിഞ്ഞാണ് ഞങ്ങൾ മങ്കൊമ്പ് പാടത്തെ കാക്കാരിശ്ശി നാടകം നടന്ന ആ സ്ഥലത്തെത്തിയത്. പന്തങ്ങളുടെ വെളിച്ചവും ആൾക്കൂട്ടവും കണ്ടാണ് ഞങ്ങൾ ഉത്സവസ്ഥലത്തു വന്നത്. ആൾക്കൂട്ടത്തിനിടയിലേക്ക് ഞങ്ങൾ ഓടിവന്നിരിക്കുമ്പോൾ കാക്കാരിശ്ശി തീരാൻ തുടങ്ങുകയായിരുന്നു. കാക്കാലനും കാക്കാത്തീം പരമശിവനും പാർവ്വതീമായി മാറുന്നതൊക്കെയാ നടന്നോണ്ടിരുന്നത്. ഇച്ചിര കഴിഞ്ഞപ്പോൾ ആളുകൾ പിരിഞ്ഞുപോകാൻ തൊടങ്ങി. കാക്കാരിശ്ശി കണ്ട് രസം പിടിച്ചിരുന്ന ആളുകള് ഞങ്ങള് വന്നിരുന്നതൊന്നും ശ്രദ്ധിച്ചതേയില്ല. രാത്രി ഇനി എങ്ങോട്ടു പോകണമെന്ന് ഒരു നിശ്ചയവുമില്ലാതിരിക്കുമ്പോഴാണ് മുമ്പേ നടന്ന ചിലരോടൊപ്പം ഞങ്ങൾ കായൽക്കരേൽ വന്നതും ഭാഗ്യത്തിന് വള്ളംവിടാൻ തൊടങ്ങുന്ന നിങ്ങളെ കണ്ടുമുട്ടിയതും. ശേഷമുള്ള കഥയെല്ലാം അമ്മാവനറിയാമല്ലോ...."

കുഞ്ഞാതി പറഞ്ഞു നിർത്തി ദീർഘമായൊന്ന് നിശ്വസിച്ചു. "ശേഷം കഥ എന്തോന്നറിയാനാ? അതല്ലേ ഇപ്പോ നടക്കുന്നെ! നിങ്ങടെ ഭാഗ്യം കൊണ്ടാ, ദേ, വള്ളമൂന്നുന്ന എന്റെ ചെറുക്കന് കാക്കാരിശ്ശി കാണണമെന്നു തോന്നിയതും അമ്പലപ്പുഴേന്ന് വന്ന ഞങ്ങള് വള്ളം ആ കരേൽ അടുപ്പിച്ചതും....ഇനി നേരം വെള്ളകീറും മുൻപേ നമുക്കങ്ങ് ആറന്മുള കടവിലെത്താം. ഞങ്ങൾക്ക് കടയിലേക്കുള്ള കുരുമുളകും പാക്കും പല വ്യഞ്ജനോം വാങ്ങുകേം ചെയ്യാം നിങ്ങക്ക് നിങ്ങടെ വീട്ടിൽപ്പോകുകേം ചെയ്യാം... അല്ല, അതല്യോ അതിന്റെ നേര്...?"

വൃദ്ധൻ പല്ല് മുഴുവൻ പുറത്തുകാട്ടി ചിരിച്ചു.

"അമ്മാവൻ ചെയ്തുതന്ന ഉപകാരം ഞങ്ങൾ ഒരുകാലത്തും മറക്കുകില്ല..."

കൈകൂപ്പുമ്പോൾ കണ്ണുകൾ അറിയാതെ നനഞ്ഞുപോയി.

"ഇതൊന്നും ചെയ്തില്ലെങ്കില് മനുഷ്യനാന്ന് പറഞ്ഞുനടന്നിട്ട് എന്താ മോനേ കാര്യം....?"

പെട്ടെന്ന് ഓർമ്മവന്നപോലെ വൃദ്ധൻ കൂട്ടിച്ചേർത്തു.

"പിന്നെ, മോന്റെ കഥ മാത്രമേ ഇപ്പോ അമ്മാവന് അറിയാവൂ. മോളെങ്ങനാ കള്ളുകടേൽ എത്തിയേന്നൊന്നും പറഞ്ഞില്ല. അതല്ലിയോ അറിയേണ്ടത്. ഇനി മോളൂടി കത പറഞ്ഞു തൊടങ്ങിക്കോ.... അതൂടി പറഞ്ഞു തീരുമ്പോഴേക്ക് നമ്മളങ്ങ് ആറന്മുള കടവിലെത്തും..."

വള്ളത്തിൽ കരുതിവെച്ചിരുന്ന ഉലുവാ വെള്ളം കുടിച്ച് ഉത്സാഹം വീണ്ടെടുത്ത്, മന്ദഹസിച്ചുകൊണ്ട് ചീതപ്പെണ്ണ് തന്റെ അനുഭവത്തിന്റെ ചുരുൾ പതുക്കെ അഴിക്കാൻ ആരംഭിച്ചു. അവളുടെ കഥ ശരിയായി കേൾക്കാനുള്ള അവസരം എനിക്കും കിട്ടിയിരുന്നില്ല. ജീവൻ കളഞ്ഞ്

ഓടിരക്ഷപ്പെടുന്നതിനിടയിൽ കഥ കേൾക്കാനും പറയാനുമൊക്കെ നേരമെവിടെ? അതുകൊണ്ട് അവളുടെ അനുഭവം കേൾക്കാൻ ഞാനും കാതോർത്തു.

കുഞ്ഞേട്ടനും കുന്നുവം കുരുക്കളച്ചനും കൂടിയുള്ള അങ്കം മുറുകുന്നതിനിടയിലായിരുന്നു ഒരു ബഹളം; അല്ല, കലഹം. കാരണമൊന്നും എനിക്കറിഞ്ഞുകൂടാ. കളരീലെ അങ്കത്തട്ടിനടുത്തായി കിടന്ന ഒരു പീഠത്തിൽ പ്രാർത്ഥിച്ചുകൊണ്ടിരിക്കുകയായിരുന്നു ഞാൻ. കുന്നുവനച്ചൻ കള്ളക്കോലെടുക്കുന്ന ആളായിരുന്നതുകൊണ്ട് ഞാൻ ഒരുപാട് ഭയന്നിരുന്നു. പയറ്റ് നിയമങ്ങൾ അയാൾ തെറ്റിക്കുമെന്ന് എനിക്കുറപ്പായിരുന്നു. അതുകൊണ്ട് ആ അങ്കം എന്നെ ഒട്ടും രസിപ്പിച്ചില്ല. ഉൽക്കണ്ഠയോടെ പ്രാർത്ഥിച്ചിരിക്കുമ്പോഴാണ് വഴക്കുമൂക്കുന്നതും അടിനടക്കുന്നതും. ആരോ ചിലർ നടത്തിയ സമാധാന ശ്രമമൊന്നും വിലപ്പോയില്ല. തല്ലുകൊള്ളാതെ അവിടുന്ന് എഴുന്നേറ്റു മാറാൻ തുടങ്ങിയ എന്നെ പൊടുന്നനെ രണ്ടുപേർ തൂക്കിയെടുത്ത് പുറകോട്ട് വലിച്ചിഴച്ച് കൊണ്ടുപോയി. സഹായിയായി പിന്നാലെ വേറൊരുത്തനും കൂടി. എന്റെ കരച്ചിലും പറച്ചിലുമൊന്നും അവർ കേൾക്കുന്നില്ല. പെട്ടെന്ന് ഞാൻ എന്റെ അരയിൽ ഒളിപ്പിച്ചിരുന്ന ചെറിയൊരു കഠാര വലിച്ചെടുത്തു. എന്നെ പിടികൂടിയ ഒരു തടിമാടന്റെ കഴുത്തിൽ ഒരൊറ്റ കുത്ത്. അലർച്ചയോടെ അവൻ എന്റെ മേലുള്ള പിടിവിട്ടു. അതോടെ കൂടുതൽ സ്വതന്ത്രയായി. മറ്റിരുവരുടെയും നേരെ ഞാൻ ചോരക്കഠാര വീശി. പിടിയിൽ നിന്ന് മോചിതആയതോടെ, എങ്ങോട്ടെന്നില്ലാതെ ഓടി. ആരൊക്കയോ ആർത്തുവിളിച്ച് പിന്നാലെ ഓടിവരുന്നത് എനിക്ക് കേൾക്കാമായിരുന്നു. കൊടുങ്കാറ്റുപോലെ പാഞ്ഞുപോയ ഞാൻ ചെന്നുകയറിയത് വഴിവക്കിലെ ഇരുണ്ട സർപ്പക്കാവിലാണ്. വലിയൊരു മരത്തിന്റെ ഗുഹപോലുള്ള ദ്വാരത്തിൽ കയറി ഞാൻ ഒളിച്ചു. ദ്വാരത്തിന് മുന്നിലെ കുറ്റിച്ചെടികൾ എന്നെ നന്നായി മറച്ചു. എന്നെ തേടി എത്തിയവരുടെ കാലടിയിൽപ്പെട്ട് ചുള്ളിക്കമ്പുകൾ ഒടിയുന്നതും "അയ്യോ....മൂർഖൻ...ഓടിമാറടാ..." എന്ന് ആരോ വിളിച്ചുകൂവുന്നതും മറ്റും ഉൾക്കിടിലത്തോടെ ഞാൻ കേട്ടു. ശബ്ദങ്ങളെല്ലാം വേഗം അകന്നുപോയപ്പോൾ ഞാൻ എഴുന്നേറ്റു. അന്തിവെളിച്ചത്തിന്റെ അവസാനത്തെ മിനുക്കങ്ങളിൽ തെളിഞ്ഞ കാട്ടിൽ നിന്ന് തപ്പിത്തടഞ്ഞ് ഞാൻ പുറത്തിറങ്ങിയത് ആയുസ്സിന്റെ ബലം കൊണ്ടാണ്. ഇരുട്ട് കരിനാഗങ്ങളെപ്പോലെ ചുറ്റും ഇഴയുന്നത് ഞാനറിഞ്ഞു. കനത്ത നിശ്ശബ്ദതയിൽ ഒരു ലക്ഷ്യവുമില്ലാതെ ഞാൻ നടന്നു. നടക്കുകയല്ല, പാദങ്ങൾ എന്നെയും വഹിച്ചുകൊണ്ട് ഏതൊക്കെയോ അജ്ഞാത തീരങ്ങളിലേക്ക് പോവുകയായിരുന്നു. ഒരു മൺചെരാതിന്റെ വെളിച്ചം ഇരുട്ടിൽ മിന്നാമിനുങ്ങുപോലെ ദൂരെ തെളിഞ്ഞുകണ്ടു. രണ്ടും കൽപ്പിച്ച് അവിടേക്ക് ഞാൻ നടന്നു. വളരെ പഴയ ഒരു വീടിന്റെ കൊട്ടിയമ്പലത്തിന് മുന്നിലെ വെളിച്ചമായിരുന്നു അത്. പൊട്ടിപ്പൊളിഞ്ഞ മതിലിന് മദ്ധ്യത്തിൽ കണ്ട കൊട്ടിയമ്പലത്തിലെ ചാരിയ വാതിലിലൂടെ ഞാൻ ഉള്ളിലേക്ക് നടന്നു. ഇരുനി

ലകളും ഏറെത്തകർന്ന ഒരു പുരാതന മാളികയാണതെന്ന്, അകത്തു നിന്നു തെറിച്ച വെട്ടത്തിന്റെ ചില്ലുകൾക്കിടയിലൂടെ ഞാൻ ഊഹിച്ചു. ആരോ അകത്തുണ്ട്. ഇല്ലെങ്കിൽ വെട്ടം വരികയില്ലല്ലോ. അകത്തുള്ളത് ആരാണ്? പിശാചോ? ഈശ്വരനോ? ആരെങ്കിലുമാകട്ടെ. അടച്ചിട്ട വാതിലിൽ മുട്ടുകതന്നെ. ചേർത്തടച്ച കതകിൽ ഞാൻ ഉച്ചത്തിൽ മുട്ടി വിളിച്ചു. നാലാമത്തെ മുട്ടലോടെ കതകിന്റെ ഒരു പാളി ഘർഘര ശബ്ദത്തോടെ തുറന്നു.

എന്റെ മുന്നിലേക്ക് എരിയുന്ന ഒരു എണ്ണവിളക്കുയർന്നു. തൂക്കിപ്പിടിച്ച വിളക്കിന്റെ വെളിച്ചം ചുറ്റും പരന്നു. ആ വെളിച്ചത്തിൽ തെളിഞ്ഞ മുഖം കണ്ട് ഞാൻ അക്ഷരാർത്ഥത്തിൽ ഞെട്ടി. അതൊരു അമ്മൂമ്മ ആയിരുന്നു. തൊണ്ണൂറ് വയസ്സിൽ ഒട്ടും കുറയാത്ത, നരച്ച മുഖത്തേക്ക് ചിതറി വീണ മുടികളോടുകൂടിയ, വായിൽ ഒരു പല്ലുമില്ലാത്ത അമ്മൂമ്മ. അമ്മൂമ്മയുടെ മുഖം ഞാൻ ഒന്നേ നോക്കിയുള്ളൂ. അത് ഒരു കാട്ടുകരടിയുടെ ഭീകരമുഖമായിരുന്നു...

ആരാ? ആരാ രാത്രീല്...? എന്ന് ആദ്യം ചോദിച്ച അമ്മൂമ്മ, എന്നെ കണ്ടപ്പോൾ - "നീ ഏതാ പെണ്ണേ? എന്തു വേണം നെനക്ക്?" എന്ന് വാതിൽക്കൽ നിന്ന് മാറാതെ വഴുവഴുത്ത മട്ടിൽ അന്വേഷിച്ചു.

കരടിമുഖമാണെങ്കിലും, അൽപ്പം ആർദ്രതയുള്ള ഒരു സ്ത്രീയാണ് അതെന്ന് എനിക്കു തോന്നി. ആ ആശ്വാസത്തിൽ - "അമ്മൂമ്മേ, എനിക്കിന്ന് ഇവിടെ ഒരിടം തരണം...എന്നെ അമ്മൂമ്മ ഉപേക്ഷിക്കരുത്... അമ്മൂമ്മ മാത്രമേയുള്ളൂ എനിക്കൊരാശ്രയം..."എന്നെല്ലാം കേഴുന്ന മട്ടിൽ ഞാൻ പറഞ്ഞു.

നിസ്സാഹയത നിറഞ്ഞ എന്റെ മുഖവും നിർത്താതെയുള്ള കരച്ചിലും കരടിയമ്മൂമ്മയിൽ സഹതാപം സൃഷ്ടിച്ചു.

"ഉം....അകത്ത് കേറ്......ചോദിക്കട്ടെ..."

തുറന്ന ഒറ്റപ്പാളിയിലൂടെ എന്നെ അകത്തു കയറാൻ അനുവദിച്ച് അമ്മൂമ്മ കതക് ആഞ്ഞടച്ചു കുറ്റിയിട്ടു. പിന്നീട് അവിടെ എത്തിച്ചേരാനുള്ള കാരണം അന്വേഷിച്ചു. ഒരു മറയുമില്ലാതെ ഞാൻ നടന്നതെല്ലാം വിവരിച്ചു. കുന്നുവം കളരിയിലെ കുരുക്കളച്ചനെ കുഞ്ഞേട്ടൻ അങ്കം വെട്ടികൊന്നു എന്നു കേട്ടപ്പോൾ അമ്മൂമ്മയുടെ അതുവരെയുണ്ടായിരുന്ന മട്ട് മാറി. ആ കരടി മുഖത്തേക്ക് ആഹ്ലാദം ഇരച്ചുകയറി. അത് രാത്രിവെളിച്ചത്തിലും ഞാൻ വ്യക്തമായി കണ്ടു. അതോടെ അമ്മൂമ്മ എന്നെ "മോളേ..... മക്കളേ....." എന്നെല്ലാം വിളിച്ചു തുടങ്ങി

"അവനെ കൊന്നോ മോളേ...? ഇത് സത്യമാണോ...?"

വിശ്വാസം വരാത്തമട്ടിൽ അമ്മൂമ്മ വീണ്ടും വീണ്ടും ചോദിച്ചു.

"സത്യം.... അമ്മൂമ്മയ്ക്കെന്താ അതിലിത്ര സന്തോഷം...?"

"എങ്ങനെ സന്തോഷിക്കാതിരിക്കും മക്കളേ...? ആ പരമനീചനല്ലിയോ എന്റെ ഭർത്താവിനെ ഇരുട്ടടിയടിച്ചുകൊന്നുകളഞ്ഞത്... അവനെപ്പോലൊരു ജാതിവെറിയനും അഹങ്കാരിയും ഈ ഭൂമുഖത്ത് വേറെ ആരെ

ങ്കിലുമുണ്ടോ മോളേ? അവൻ വല്യ കുരുക്കളാണ്... തമ്പുരാനാണ്... പിന്നെള്ളോരെല്ലാം വെറും ചണ്ഡാലരാണ്. നികൃഷ്ടരാണ്. അവനല്ലാതെ വേറെ ആർക്കും ഈ നാട്ടിൽ പേരും പ്രതാപോം വേണ്ട; എന്നൊക്കെയെല്ലിയോ ആ ഡംഭൻ കുരുക്കളുടെ ഒരു തണ്ടും പൊണ്ണക്കാര്യോം... ങ്; എന്തായാലും അവന്റെ സകലതും ഇന്നോടെ കഴിഞ്ഞല്ലോ. അമ്മൂമ്മക്ക് സമാതാനമായി മക്കളേ.. സമാതാനമായി... "

അമ്മൂമ്മ എനിക്ക് രാത്രിയിൽ കഴിക്കാൻ പലതരം പഴങ്ങൾ തന്നു. കുടിക്കാൻ പാലും. ഞാനത് കഴിക്കുന്നത് പെറ്റമ്മയെപ്പോലെ നോക്കിക്കൊണ്ടിരുന്ന അമ്മൂമ്മ പറഞ്ഞു:

"എത്ര കാലമായി ഈ അമ്മൂമ്മ ഒരു നല്ല വർത്തമാനം കേട്ടിട്ട്... ഈ രാത്രീല് എന്റെ മോളായിട്ടത് കേൾപ്പിച്ചു. ഇതിന് പകരം മോളെ ഞാൻ കുറെ വിദ്യകൾ പഠിപ്പിക്കാം. കുറെ മാന്ത്രിക വിദ്യകൾ. മക്കക്ക് എപ്പോഴെങ്കിലും ഉപകരിക്കും. മക്കടെ കെട്ട്യോനെ വൈകാതെ തിരിച്ചു കിട്ടും. വിദ്യവശത്താക്കുംവരെയെങ്കിലും മോള് അമ്മൂമ്മയുടെ കൂടെ നിക്കണം...."

അമ്മൂമ്മ പറഞ്ഞില്ലെങ്കിൽക്കൂടിയും തൽക്കാലം ആ വീട്ടിൽ നിന്നുകൊണ്ട് കുഞ്ഞേട്ടനെ തേടിത്തുടങ്ങണമെന്ന് ഞാൻ ഉറച്ചിരിക്കുകയായിരുന്നു. അപ്പോഴാണ് അമ്മൂമ്മയുടെ ആ ഔദാര്യം....വാത്സല്യം...

പിറ്റേന്ന് പകൽ വെളിച്ചത്തിൽ ഞാൻ ആ ജീർണ്ണിച്ച മാളിക സാവധാനം നോക്കിക്കണ്ടു. പൊളിഞ്ഞ വാതിലുകളുള്ള ഓരോ മുറിക്കുള്ളിലെയും കാഴ്ചകൾ എന്നെ ആശ്ചര്യപ്പെടുത്തി. അസ്ഥികൂടങ്ങളും തലയോട്ടികളും ഒടിഞ്ഞ വാരിയെല്ലുകളും പല്ലുകളും പക്ഷിച്ചിറകുകളും മാന്ത്രികക്കുപ്പായങ്ങളും അലംകൃതമായ കിരീടങ്ങളും കുടവടികളും....

ഞാൻ വേഗം കതകുകൾ ചേർത്തടച്ചു. അതുകണ്ട് പിന്നിൽ നിന്ന അമ്മൂമ്മ പല്ലില്ലാത്ത മോണകാട്ടി കുടുകുടെ ചിരിച്ചു.

"മോള് പേടിച്ചുപോയി. അല്ലേ? ആരും പേടിച്ചുപോകും. എന്റെ മൊഖം കണ്ടാൽത്തന്നെ പേടിതോന്നില്ലേ? കരടീടെ മോന്തയാ എനിക്ക്. അതുകൊണ്ടല്ലേ എന്നെ എല്ലാവരും കരടി വല്യമ്മേന്ന് വിളിക്കുന്നത്. ഈ വീടിന്റെ പേരെന്താന്നോ? കരടിയാം കോട്ട.... കരടിയാം കോട്ടയിലെ കരടിവല്യമ്മ. ഹ്ഹ്ഹ്...ഹ്..." എന്ന് ഉറക്കെ ആവർത്തിച്ച് സ്വയം പരിഹസിച്ചു ചിരിച്ചുകൊണ്ട് അമ്മൂമ്മ സ്വന്തം കഥ എന്നെ കേൾപ്പിച്ചു.

അമ്മൂമ്മയുടെ ഭർത്താവ് പേരെടുത്ത വലിയൊരു മാന്ത്രികനായിരുന്നത്രേ. പേര് കൊമരൻ. മുഖം കടുവയുടേതുപോലെ ആയിരുന്നതുകൊണ്ട് എല്ലാവരും 'കടുവാക്കൊമരൻ' എന്നായിരുന്നു വിളിച്ചിരുന്നത്. തീണ്ടലുള്ള താണജാതിക്കാരനായിരുന്നു. ഒരിക്കൽ ഒരു കൊയ്ത്തുകണ്ടത്തിൽ വച്ച് ഏതോ തമ്പ്രാനുമായി ഏറ്റുമുട്ടി. തമ്പ്രാനെ ഭയന്ന് രായ്ക്കുരാമാനം കൊമരൻ നാടുവിട്ടു. മലയും പുഴയും കടലും കടന്ന് ദൂരെ ഏതോ നാട്ടിൽ പോയി. ഒരു മാന്ത്രിക സന്ന്യാസിയുടെ ശിഷ്യനായി. അയാളിൽ നിന്ന് ഒരുപാട് മന്ത്രവിദ്യകൾ പഠിച്ചു. അതുമായി നാട്ടിൽ

വന്ന് മാന്ത്രികവിദ്യകൾ കാട്ടിനടന്നു. കടുവാ മുഖമായിരുന്നതുകൊണ്ട് കരടിയമ്മൂമ്മയെ കണ്ടമാത്രയിൽത്തന്നെ ഇഷ്ടപ്പെട്ടു. അവർ വിവാഹിതരായി. പക്ഷേ കുട്ടികൾ ജനിച്ചിട്ടില്ല. കടുവയും കരടിയുമല്ലേ? പിന്നെ എങ്ങനെ ജനിക്കും? കടുവാ കരടിയമ്മൂമ്മയെ തന്റെ മന്ത്രവേലകൾ പലതും പഠിപ്പിച്ചു. അവർ ഇരുവരും നാടുനീളേ നടന്ന് മാന്ത്രികവിദ്യകൾ കാട്ടി ഒരുപാടു സമ്പാദിച്ചു. നാട്ടിലെ ഏറ്റവും പഴയ ഒരു ഇരുനില മാളിക സ്വന്തമാക്കി, അവിടെ താമസം ആരംഭിച്ചു. ഒരു മാന്ത്രികക്കളരി തുടങ്ങി. കുന്നുവം ഗുരുക്കളുടെ ശിഷ്യരിൽ പലരും കളരിവിദ്യവിട്ട് മാന്ത്രികവിദ്യയിലേക്ക് തിരിഞ്ഞപ്പോൾ ഗുരുക്കൾ അസഹിഷ്ണുത കാട്ടി. അസൂയാലുവായ അയാൾ ജാതിമാഹാത്മ്യം കുത്തിപ്പൊക്കി ശിഷ്യരെ തിരികെ വിളിക്കാൻ ശ്രമിച്ചു. പക്ഷേ, ആരും വന്നില്ല. പകമൂത്ത ഗുരുക്കൾ ഒരു രാത്രി ഒരുപാടവരമ്പത്തുവെച്ച് കൊമരൻ മാന്ത്രികനെ ഇരുട്ടടി അടിച്ച് കൊന്നു. അന്നുമുതൽ അമ്മൂമ്മ ഒറ്റയ്ക്കായി. ആരെങ്കിലും മന്ത്രവിദ്യ പഠിക്കുവാൻ വന്നാൽ അമ്മൂമ്മ അവരെ പഠിപ്പിക്കും. അല്ലെങ്കിൽ കൊട്ടേം വട്ടീം മുറോം നെയ്തുണ്ടാക്കി വിൽക്കും.

"എന്തൊക്കെ വിദ്യകളാണമ്മൂമ്മേ കടുവായപ്പൂപ്പൻ പഠിപ്പിച്ചു തന്നത്?"

ഇടയ്ക്കു ഞാൻ അമ്മൂമ്മയോട് സംശയം ചോദിച്ചു.

"എഴുന്നൂറ് കാതം ഉയരത്തിൽ പറക്കാനും, നാന്നൂറ് കാതം താണു പറക്കാനും, ഒരിടത്തുനിന്ന് വട്ടമിട്ട് പറക്കാനും മറ്റും പഠിപ്പിച്ചതാണ് ഒരു പ്രധാന വിദ്യ. പിന്നെ, നിലത്തു കിടക്കുന്ന ആളെ മെല്ലെ ഉയർത്തി വായുവിൽ നിർത്താനും, ഒരാളെ രണ്ടായി കീറിമുറിച്ച് പിന്നീട് ഒട്ടിക്കാനും, തീക്കുണ്ഡത്തിൽ പിടിച്ചിട്ടാലും പരുക്കേൽക്കാതെ അകലെ പ്രത്യക്ഷപ്പെടാനും, കൈകാട്ടി ആഴത്തിൽ നിന്നും അകലെ നിന്നും വസ്തുക്കളെടുക്കാനും തൊട്ട് ഒരുനൂറ് നൂറ് കൺകെട്ട് വിദ്യകൾ...പറയന്റെ ഒടിവിദ്യ ഇതിന്റെ മുമ്പിൽ ഒന്നുമല്ല..."

കരടിയമ്മൂമ്മയ്ക്ക് ഭർത്താവ് പഠിപ്പിച്ചു കൊടുത്ത വിദ്യകളെക്കുറിച്ച് എത്രപറഞ്ഞാലും മതിയാകുന്നില്ല. അതിൽ ചിലതൊക്കെ — ചെറുതും വലുതുമായ ഒട്ടേറെ വിദ്യകൾ — അമ്മൂമ്മ എനിക്കും പറഞ്ഞു തന്നു. ഞാൻ അതൊക്കെ ശരിയായി അഭ്യസിച്ചു. പഠനത്തിന്റെ ഒരു ഘട്ടം കഴിഞ്ഞപ്പോൾ "മോള് ഇനി കെട്ട്യോനുവേണ്ടി തിരച്ചിലാരംഭിച്ചോ...." എന്നു പറഞ്ഞ് അഭ്യാസങ്ങൾ അവസാനിപ്പിച്ചു. അങ്ങനെ ഒടുവിൽ സ്നേഹനിധിയായ ആ പാവം അമ്മൂമ്മയോട് യാത്ര ചൊല്ലി ഞാൻ കുഞ്ഞേട്ടനെ തേടിയിറങ്ങി.

ഒറ്റയ്ക്ക് ഒരു പെണ്ണിന് നമ്മുടെ നാട്ടിൽ സ്വതന്ത്രമായി സഞ്ചരിക്കാൻ പറ്റില്ലെന്ന് ആദ്യ ദിവസം തന്നെ എനിക്ക് ബോദ്ധ്യമായി. നടന്നലഞ്ഞ് ഞാൻ എത്തിയത് ഒരു നാൽക്കവലയിലായിരുന്നു. നേരം സായാഹ്നമാകുന്നു. നടന്നുപോകുന്ന എന്റെ പിന്നിൽ കനത്ത കാലൊച്ചകൾ കേട്ട് ഞാൻ തിരിഞ്ഞുനോക്കി. രണ്ട് ചെത്താളിമാരാണ്. അവർ എന്നെ

പിന്തുടരുകയാണ്. ഇരുവരുടെയും കൈയിൽ കള്ളുകുടവും മാട്ടവും ചെത്തുകത്തിയുമുണ്ട്. ഞാൻ, പെട്ടെന്ന് നിന്നു. ഒപ്പം അവരും തിരിഞ്ഞു നിന്നു. ഞാൻ ചോദിച്ചു.

"എന്തുവേണം? എന്തിനാണ് നിങ്ങൾ എന്നെ പിന്തുടരുന്നത്?"

"നിന്നെ പിന്തുടരുകല്ലെടീ...നിന്നെ ഞങ്ങളങ്ങ് കോരി എടുത്തോണ്ടു പോകാൻ തൊടങ്ങുവാ... അതിനുമുമ്പ് നീ പെണങ്ങല്ലേ മുത്തേ...."

അശ്ലീലം നിറഞ്ഞ ഒരു ആംഗ്യം കാട്ടി പച്ചച്ചിരി ചിരിച്ച് അയാൾ എന്നെ പിടിക്കാനായി മുതിർന്നു. ഞാൻ ഭയന്നു പിന്മാറി. പെട്ടെന്ന് എനിക്ക് മനസ്സിലായി. അവരോട് എതിർത്തതുകൊണ്ട് കഥയില്ലെന്ന്. ഈ വിജനസ്ഥലത്ത് എന്നെ സഹായിക്കാൻ ഒരാളുമില്ല. മുഠാളന്മാരായ ഇവന്മാരോട് നയത്തിൽ പെരുമാറുന്നതാകും ബുദ്ധി. അവർക്ക് അനു കൂലമായെന്ന് തോന്നുംവിധത്തിൽ അഭിനയിക്കുക. എന്നിട്ട് കൗശല ത്തിൽ അകറ്റിനിർത്തുക. ഞാൻ അവരോട് പറഞ്ഞു: "ചേട്ടന്മാരെ, നിങ്ങൾ വിചാരിക്കും പോലെ പുലപ്പേടിയോ പറപ്പേടിയോ കിട്ടി ഉറ്റവരും ഉടയവരും ഉപേക്ഷിച്ച് വെറുക്കപ്പെട്ട ഒരുത്തിയല്ല ഞാൻ... "

"പിന്നെ നീ ആരാ? ശീലാവതിയോ?"

ഇരുവരും പരിഹാസച്ചിരി മുഴക്കി.

"അതേ. ഞാനൊരു ശീലാവതിയാണ്. ശീലാവതിയെപ്പോലെ വ്രതം നോക്കുന്നവളാണ്. ഞാനിപ്പോൾ ഒരു വ്രതത്തിലാ. ഒരു മണ്ഡലക്കാല ത്തേക്കാണ് വ്രതം. നാൽപ്പത്തിയൊന്ന് ദിവസം വരെ നിങ്ങൾക്ക് എന്നെ തൊടാൻ പാടില്ല. തൊട്ടാൽ കുഴപ്പം നിങ്ങൾക്ക് തന്നെ."

"എന്തു കൊഴപ്പമായാലും ശെരി, നിന്നെ ഞങ്ങക്ക് ഇപ്പോ വേണം." ഞാൻ കരടിയമ്മൂമ്മയെ ഓർത്തു. മന്ത്രവിദ്യകൾ ഓർത്തു. പിന്നെ ചെത്താളിമാരുടെ മുഖം നോക്കി ഞാൻ മന്ത്രം ചൊല്ലി. "ഓം.... ഹ്രം.... ഹ്രം.... ഹ്രം... ഭൈരവിയേ...വരാഹമൂർത്തേ... ഭഗവതിയെ.. ഗ്ലൗം! ഗ്ലൗം! ഗ്ലൗം...ഓം...."

എന്റെ മടക്കിയ മുഷ്ടിനിവർത്തപ്പോൾ ഉള്ളംകൈ നിറയെ ഭസ്മം. എന്റെ ദിവ്യശക്തികൊണ്ട് ഇരുവരും ഒരുപോലെ നടുങ്ങി. എന്റെ കൈക്കുമ്പിളിലിരുന്ന ഭസ്മം വിസ്മയഭയഭക്തിയോടെ അവർ നോക്കി.

"ഉം.... കൈനീട്ട്... ഭസ്മം വാങ്ങ്..."

ഞാൻ ആജ്ഞാപിച്ചു

കേൾക്കാത്ത താമസം, ഇരുവരും തീർത്ഥം വാങ്ങാനെന്നവണ്ണം വലംകൈ പേടിയോടെ നീട്ടി.

കൂമ്പിയ വിരലുകൾക്കിടയിലൂടെ ഭസ്മം അവരുടെ കൈവെള്ളിയി ലേക്ക് ഞാൻ അൽപ്പാൽപ്പമായി ചൊരിഞ്ഞു. അതവർ നെറ്റിയിൽ തൊടു കുറിയായി വരച്ചു. അപ്പോൾ, ഒരുകൈയടക്കം കൂടി ഞാൻ അവരെ കാട്ടി. എന്റെ അരക്കെട്ടിൽ ഒളിപ്പിച്ചുവെച്ചിരുന്ന കൊച്ചുകഠാര ഞൊടിയ്ക്കിടെ കൈവീശിയെടുത്ത് കറക്കി അവരെ ഞാൻ ശരിക്കും ഭയപ്പെടുത്തി യഥാ

സ്ഥാനം ഒളിപ്പിച്ചു. അതോടെ മുഠാളന്മാരായ ചെത്താളിമാർ മര്യാദരാമന്മാരായി.

"നിങ്ങൾ ആശിക്കുംപോലെ ഞാൻ പെരുമാറാം. പക്ഷേ, നാൽപ്പത്തിയൊന്ന് രാപ്പകലുകൾ കാത്തിരിക്കണം. നാൽപ്പത്തിരണ്ടാം ദിവസം പുലർച്ച മുതൽ നിങ്ങൾക്ക് ഞാൻ സ്വന്തം. അതുവരെ നിങ്ങളുടെ വീട്ടിൽ ഞാൻ താമസിക്കും. വൈകുന്നേരത്തെ കള്ള് കച്ചോടത്തിന് ഞാൻ സഹായിക്കാം. എവിടെയാണ് നിങ്ങടെ കട...?"

അപകടത്തിൽ ചാടിയപോലെയായി അവർ. ഞാൻ പറയുന്നതെന്തും ചെയ്യാൻ അവർ സന്നദ്ധരായി. പിറകോട്ട് തിരിഞ്ഞു നടന്ന അവരുടെ പിന്നാലെ ഞാനും നിർഭയം കൂടി. നാൽക്കവലയിലെ പ്രധാനവഴിയുടെ ഓരത്തെ പലകയടിച്ച കള്ളുകട ദൂരത്തു നിന്നേ ഞാൻ കണ്ടു. കടയോടു ചേർന്ന ഓലമേഞ്ഞ വീട്ടിൽ എനിക്കു പാർക്കാനുള്ള ഒറ്റമുറി അവർ വൃത്തിയായി ഒരുക്കി.

അങ്ങനെ ഞാൻ അവിടെ താമസിച്ച്, കുഞ്ഞേട്ടനെ തേടി പല ദിക്കിൽ പകലൊക്കെ അലഞ്ഞ് സായാഹ്നത്തിൽ കള്ളു വിൽപ്പനയ്ക്കിരിക്കും. ദിവസങ്ങൾ ഓടിമറയുന്നത് നേർത്ത ഭയത്തോടെയാണ് ഞാൻ കണ്ടത്. എങ്കിലും മണ്ഡലം അവസാനിക്കും മുമ്പ് കുഞ്ഞേട്ടനെ കാണുമെന്ന് ഞാൻ വിശ്വസിച്ചു. നാൽപ്പത്തിയൊന്നിനോട് അടുക്കും തോറും ചെത്താളിമാരുടെ സ്വാതന്ത്ര്യവും പെരുമാറ്റവും വിടത്വത്തിലേക്ക് നീങ്ങിത്തുടങ്ങുന്നത് അറിഞ്ഞുവെങ്കിലും പുറമെ ഞാനത് ഭാവിച്ചില്ല. അങ്ങനെയിരിക്കുമ്പോഴാണ് നാൽപ്പത്തിയൊന്നാം ദിവസം കുഞ്ഞേട്ടൻ ഒരു കുറ്റി കള്ള് യാചിച്ച് ഭ്രാന്തനെപ്പോലെ എന്റെ മുന്നിലെത്തുന്നത്. അവിടം തൊട്ടുള്ള സംഭവങ്ങൾ ഇപ്പോൾ കുഞ്ഞേട്ടൻ വിവരിച്ചത് ഞാൻ ആവർത്തിക്കേണ്ടല്ലോ.

പറഞ്ഞവസാനിപ്പിച്ച്, കേൾവിക്കാരെ നോക്കി മന്ദഹസിച്ച് ചീത നെടുവീർപ്പിട്ടു. വലിയൊരു ഭാരം ഇറക്കിവെച്ചതിന്റെ ആശ്വാസമായിരുന്നു അവളുടെ മുഖത്തപ്പോൾ തെളിഞ്ഞത്.

"രണ്ടുപേരും കുറഞ്ഞകാലം കൊണ്ട് കൊറെ കണ്ണീര് കുടിച്ചു. അല്ല്യോ? സാരമില്ല മക്കളെ... ഇങ്ങനെയൊക്കെയാ നമ്മടെ ജീവിതം. സുഖോം ദുഃഖോം മാറിമാറി വരും....രാജാവിനെ ഒരു ഞൊടികൊണ്ട് തെണ്ടിയാക്കും. തെണ്ടിയെ രാജാവുമാക്കും. അതാ ഈശ്വരന്റെ ഒരു ലീല..."

കഥ കൗതുകത്തോടെ കേട്ടുകൊണ്ടിരുന്ന അമ്മാവൻ ഞങ്ങളെ സമാധാനിപ്പിക്കാൻ എക്കാലത്തേയും ഒരു ലോകതത്ത്വം ഉദ്ധരിച്ചു. എന്നിട്ട് തിരിഞ്ഞ്, വള്ളമൂന്നുന്ന കൗമാരക്കാരനെ അറിയിച്ചു.

"മക്കളേ ദാസപ്പാ! വള്ളമൂന്നി നീ കുഴഞ്ഞെങ്കിപ്പറയണേ.... അമ്മാവൻ അങ്ങോട്ടുവന്ന് തൊഴയെടുക്കാം..."

"വേണ്ട....വേണ്ട....നമ്മള് ദേ, ആറന്മുള കടവ് അടുക്കാറായി..."

ഊന്നുന്നതിനിടയിൽ അവൻ ഉത്സാഹം വിടാതെ വിളിച്ചുപറഞ്ഞു.

അവന്റെ ശബ്ദം കേട്ടപ്പോഴാണ് ഞങ്ങൾക്ക് സമയബോധമുണ്ടാകുന്നത്. അമരത്തു നാട്ടിയ പന്തം ഏറക്കുറെ എരിഞ്ഞു തീർന്നിരിക്കുന്നു. കിഴക്കോട്ടു നോക്കിയപ്പോൾ, ചായക്കൂട്ടുകൾ തട്ടിമറിച്ചപോലെ കിടക്കുകയാണ് ആകാശം. ഒരു കൊതുമ്പു തോണികണക്കെ മങ്ങിയ ചന്ദ്രക്കല മേഘങ്ങൾക്കിടയിലൂടെ തെന്നിപ്പോകുന്നുണ്ട്. വെള്ളത്തിൽ തുഴവീഴുന്ന ശബ്ദമല്ലാതെ മറ്റൊന്നും കുറേനേരം കേട്ടില്ല. എല്ലാവരും സംസാരിക്കാൻ മറന്നപോലെ. മെല്ലെ വീശുന്ന തണുത്തകാറ്റിൽ കൺപോളകൾ അറിയാതെ അടയുന്നു. അപ്പോൾ അടുത്ത ഏതോ കടവിൽ നിന്നെന്നവണ്ണം വള്ളക്കാരുടെ ഉച്ചത്തിലുള്ള കൂക്കുവിളികൾ കേട്ടുതുടങ്ങി. മനസ്സ് തുടികൊട്ടിപ്പോയി. വള്ളം ഇതാ ആറന്മുള കടവിലേക്ക് കുണുങ്ങി അടുക്കുന്നു. ഇനി സമാധാനമുണ്ട്. ചെങ്ങന്നൂരെത്താൻ എളുപ്പമാണ്. നടക്കാനുള്ള ദൂരമേയുള്ളൂ. കുറുക്കുവഴികൾ ധാരാളം!

പതിനൊന്ന്

പല പ്രതാപികളെയും അങ്കം വെട്ടി അഭിമാനകരമാംവിധം ജയിച്ച പടയാളിയാണെന്നും, അവകാശങ്ങളും നീതിന്യായങ്ങളും നടപ്പാക്കാൻ ആവുംപോലെ ശ്രമിക്കുന്ന പോരാളിയാണെന്നും, സാധുക്കളായകീഴാളർക്ക് എല്ലാവിധ സഹായങ്ങളും ചെയ്തുകൊടുക്കുന്ന ദയാലുവാണെന്നും മറ്റും സമൂഹത്തോട് വിളിച്ചുപറഞ്ഞിട്ട് ഒരു കഥയുമില്ല. ഇതൊന്നും സമൂഹത്തിന് അറിഞ്ഞുകൂടാത്തതുമല്ല. സമൂഹം പക്ഷേ - ഇതൊന്നും അംഗീകരിച്ചു തരില്ല. സമൂഹം എന്നാൽ കീഴ്ജാതിക്കാരെ മനുഷ്യരായിത്തന്നെ ആര് അംഗീകരിക്കുന്നു? മനുഷ്യരായിട്ടുള്ളവരെല്ലാം സവർണ്ണരല്ലേ? കീഴ്ജാതിക്കാർ വെറും അടിമകളല്ലേ? പ്രത്യേകിച്ച് പറയനും പുലയനുമൊക്കെ.....

മുന്നിൽ തെളിയുന്ന കാഴ്ചകൾ മുഴുവൻ അസമത്വത്തിന്റേതാണ്. മഹാജ്ഞാനികൾ ആയിരുന്ന പാക്കനാരുടെയോ, തിരുവള്ളുവരുടെയോ പാരമ്പര്യം വഹിക്കുന്നവരാണെന്നും, പണ്ടത്തെ തമിഴ് രാജാക്കന്മാരുടെ പുരോഹിത സ്ഥാനത്ത് ഇരുന്നവരാണെന്നും രാജകീയ വിളംബരങ്ങൾ ലോകത്തെ പറകൊട്ടി അറിയിച്ചിരുന്നവരാണെന്നും ഒക്കെപ്പറഞ്ഞാൽ മേലാളർ പരിഹസിച്ച് പൊട്ടിച്ചിരിക്കും ആട്ടിപ്പായിക്കും. ആരും ഈ വക കാര്യങ്ങൾ അംഗീകരിച്ചുതരില്ല. തന്നിരുന്നെങ്കിൽ, പറയരേയും പുലയരേയും ഒക്കെ അടിമകളായി അവർ ചവിട്ടിത്താഴ്ത്തുമായിരുന്നില്ലല്ലോ. ഉഴവുകാളകളെക്കാൾ ദയനീയമല്ലേ തങ്ങളുടെ സ്ഥിതി? ഒരാളുടെ നിലവും പുരയിടവും മറ്റൊരാൾ വാങ്ങുമ്പോൾ ഉഴവുകാളകളെ കൈമാറാൻ ആരും സന്നദ്ധരാകില്ല. പക്ഷേ, വിൽക്കുന്നവന്റെ അടിമകളായ പറയനും പുലയനും വാങ്ങുന്നവന് അവകാശപ്പെട്ടതാണ്. വാങ്ങുന്നവന്റെ കൂടെ അടിമയായ കീഴാളൻ കർശനമായും പോയിരിക്കണം. വാങ്ങുന്ന

വന്റെ കൽപ്പിതങ്ങൾ അനുസരിക്കണം. അവൻ വിധിക്കുന്ന കടുത്ത ശിക്ഷകൾ സഹിക്കണം. കറുമ്പന്റെ അമ്മ ചക്കി ഒരിക്കൽ നിറകണ്ണോടെ പറഞ്ഞത് മറന്നിട്ടില്ല. അവരുടെ ഒരു വല്യച്ഛനെ നിസ്സാരകാര്യത്തിന് ഉട മയായ തമ്പുരാൻ, വല്യച്ഛന്റെ നഗ്നമായ അരക്കെട്ടിൽ മുള്ളുവള്ളികൊണ്ട് ചുറ്റിവലിച്ചത്രേ. അതും ആ വല്യച്ഛന്റെ അപ്പന്റെ മുമ്പിൽ വെച്ച്.... മകന്റെ നിലവിളികേട്ട് അപ്പൻ ബോധം കെട്ടുവീണു.. എന്നിട്ടും തമ്പുരാൻ ശിക്ഷ അവസാനിപ്പിച്ചില്ല.

തമ്പുരാക്കന്മാർ ഹിന്ദുക്കൾ തന്നെ ആകണമെന്നില്ല. പ്രതാപിക ളായ ഇസ്ലാമികളും ക്രിസ്ത്യാനികളുമൊക്കെ തങ്ങളോട് ക്രൂരത കാട്ടു ന്നതിൽ തുല്യരായിരുന്നു. പാണ്ടിക്കുറുപ്പന്മാരിൽപ്പെട്ട ഒരു റാവുത്ത രുടെ കരിമ്പുതോട്ടത്തിൽ നിന്ന്, വിശന്നപ്പോൾ കരിമ്പ് മോഷ്ടിച്ചുതിന്ന അവരുടെ ഒരു കൃഷിക്കാരൻ പറയനെ അവന്റെ വായിലെ പല്ലുകളെല്ലാം തെറിച്ചു പോകുമാറ് അടിച്ചുപൊട്ടിച്ചൊരു സംഭവം ഇടയ്ക്കിടെ വീട്ടിൽ വിരുന്നു വരാറുള്ള കുഞ്ഞൂഞ്ഞമ്മാവൻ ദുഃഖത്തോടെ വിവരിക്കുന്നത് കുട്ടിക്കാലത്ത് കേട്ടിട്ടുണ്ട്. അമ്മാവന് പറയാൻ എപ്പോഴുമുണ്ട് എന്തെ ങ്കിലുമൊക്കെ അനുഭവ കഥകൾ. ചിറവക്കിലെ ചെന്തെങ്ങിൽ നിന്ന് കരി ക്കുംകുല കട്ടെടുത്തെന്ന് പറഞ്ഞ് കുടികിടപ്പുകാരനായ കുഞ്ഞൻ പറ യനെ പൊതുജനത്തിന് കാണാൻ വേണ്ടി മരത്തിൽ ആണിയടിച്ചു നിർത്തി കൊലവിളി നടത്തിയ ഉടമയെപ്പറ്റി പറയുമ്പോൾ അമ്മാവൻ കലിപൂണ്ട് വിറയ്ക്കുമായിരുന്നു. നിറ ഗർഭിണിയായ അടിയാത്തി പറ യിപ്പെണ്ണിനെ പോത്തിനൊപ്പം നുകത്തിൽ വെച്ചുകെട്ടി പൂട്ടി വിജയം ഘോഷിച്ച മറ്റൊരു തമ്പുരാന്റെ ചെയ്തികൾ വിവരിക്കുമ്പോൾ അമ്മാ വന്റെ കണ്ഠം ഇടറുമായിരുന്നു. ഒക്കെ ചിത്രം വരക്കുംപോലെ വിശദീ കരിച്ച് നെടുവീർപ്പിട്ടുകൊണ്ട് അമ്മാവൻ ഒടുവിൽ ആത്മഗതം ചെയ്യും: “ന്റെ മാടൻ തമ്പുരാനേ... ഈ കണ്ണിച്ചോരയില്ലാത്ത നെറികേടു കൾക്കൊക്കെ എന്നാണ് ഒരറുതി ഉണ്ടാവുക?” താൻ പറയനാണെന്ന് അറിഞ്ഞപ്പോൾ കയറിയ വള്ളത്തിൽ നിന്ന് ഊന്നുകാരനായ കേശവൻ ചോവൻ ഇറക്കിവിട്ടതും, എഴുത്തും കണക്കും പഠിച്ച തന്റെ പുത്രനെ അസഹിഷ്ണുവായ ഒരു തമ്പുരാൻ, “നെനക്കൊക്കെ പഠിക്കാൻ എന്താടാ അവകാശം...?” എന്നു ചോദിച്ച് പത്തല് വെട്ടി വഴിയിലിട്ട് അടിച്ചതും തൊട്ട് സ്വന്തം കഥകൾ വേറെയുമുണ്ട് കുഞ്ഞൂഞ്ഞമ്മാവന്റെ പക്കൽ. ഇങ്ങനെയൊക്കെയുള്ള കാലത്ത് പൂവിങ്കലിട്ടിയും, പാണ്ടിക്കുറുപ്പും, സമ്പ ന്നനായ അടിമക്കണ്ണ് സുൽത്താനുമൊക്കെ അവരുടെ വിശിഷ്ടമായ ചട ങ്ങുകളിൽ നിന്നും തന്നെ ഒഴിവാക്കിയെങ്കിൽ അതിൽ അത്ഭുതപ്പെടാ നെന്തുണ്ട്? മേലാളന്മാരുടെ ദൃഷ്ടിയിൽ താൻ വെറും പറയൻ. നികൃ ഷ്ടനായ ചണ്ഡാളൻ. താണജാതിക്കാരൻ. തനിക്ക് വേണ്ടത്ര സമ്പ ത്തും, അത്യാവശ്യം പഠിപ്പും, നെടുംകളരിയും അങ്കപ്പയറ്റിൽ പ്രാവീ ണ്യവും മറ്റുമുണ്ടെങ്കിൽ അതെല്ലാം അവരുടെ ജാതിപ്രഭാവത്തിന്റെ മുന്നിൽ നിസ്സാരമല്ലേ? ജാതിമഹിമയുടെ തട്ടിൽ വിലയറ്റതല്ലേ?

പൂവിങ്കൽ ഇട്ടി എന്ന ഇട്ടിരാമക്കൈമളെ മറക്കുന്നതെങ്ങനെ? അയാളെപ്പറ്റി നാട്ടുകാർ നിർഭാഗ്യവശാൽ ഇട്ടിക്കൈയ്മളെന്നല്ലാതെ പറയാറില്ല. അൽപ്പകാലം മുൻപുവരെ സകലർക്കും അയാൾ വെറും ഇട്ടി ആയിരുന്നു. പെട്ടെന്നുണ്ടായ ഉയർച്ചയാണ് അയാളെ "ഇട്ടിക്കൈമളദ്യവും, പൂവിങ്കൽ ഇട്ടിത്തമ്പുരാനും" ഒക്കെ ആക്കിയത്. നിധികുംഭം കിട്ടിയെന്നാണ് ആളുകൾ വിശ്വസിക്കുന്നത്. ശരിയാണ്. ഇപ്പോൾ ഒരുപാട് മുണ്ടകപ്പാടങ്ങളും തെങ്ങിൻതോപ്പുകളും കുരുമുളക്, ഏലം, വാഴത്തോട്ടങ്ങളും ഒക്കെ ഇട്ടിക്ക് സ്വന്തമായുണ്ട്. രണ്ടു വർഷം മുൻപ് വാഴ നടാൻ തൊടിയിൽ ഒരു കുഴിയെടുത്തപ്പോഴാണ് നിധികുംഭം കിട്ടിയത്. കുടം പോലെ വലിയൊരു മൊന്ത. അതിൽ നിറയെ വിലപ്പെട്ട വജ്രങ്ങളും മുത്തുകളും. അതു കൈയിൽ വന്നപ്പോഴാണ് ഇട്ടിക്കൈമൾ ഇരുന്നിട്ട് എഴുന്നേറ്റ പോലെയുള്ള ഒരു ഉയർച്ചയ്ക്ക് പാത്രമായത്. ഇന്ന് കൈമൾ അങ്ങുന്ന് നാട്ടിലെ അതിസമ്പന്നനാണ്. പൗര പ്രമാണിയാണ്.

ഈ അതിസമ്പന്നന്റെ നാട്ടുകാർക്കറിയാത്ത കഥ എനിക്കറിയാം. അതു ഞാൻ ഇതുവരെ മാലോകരുടെ കണ്ണിൽ നിന്ന് മറച്ചു വെച്ചിരിക്കുകയായിരുന്നു. ഇപ്പോൾ അത് പുറത്തെടുക്കേണ്ട സമയമായിരിക്കുന്നു.

രണ്ടു വർഷം മുൻപാണ്. ധനുമാസത്തിലെ മഴയും ഇരുട്ടും മഞ്ഞുമുള്ള ഒരു രാത്രി. രാത്രി എന്നാൽ പാതിര കഴിഞ്ഞിരിക്കുന്നു. ഞാനും വില്ലുവണ്ടിക്കാരൻ ആണ്ടിയും കൂടി കൊല്ലകടവിൽ നിന്ന് വീട്ടിലേക്ക് വരികയാണ്. കൊല്ലകടവിലെ പിച്ചാണ്ടി ചെട്ടിയാരിൽ നിന്ന് അമ്പത്തഞ്ച് പണത്തിന് വാങ്ങിയതാണ് കുതിരശക്തിയുള്ള ഒരു മൈലക്കാളയും അലങ്കരിച്ച വില്ലുവണ്ടിയും. കല്ലുവെട്ടാംകുഴികളിൽ വീഴാതെ ആണ്ടിശ്രദ്ധിച്ച്, പതുക്കെ വണ്ടിയോടിച്ചു പോകുമ്പോഴാണ് ചെറിയ നാട്ടുകവലക്കടുത്തുള്ള ഒരു മുളംകാട്ടിൽ നിന്ന്, "അയ്യോ...ന്നെ കൊല്ലുന്നേ... കാപ്പാത്തുങ്കോ....കാപ്പാത്തുങ്കോ" എന്നു മരണ നിലവിളിയും "നിൽക്കെടാ അവിടെ...നിൽക്കാനാ പറഞ്ഞത്...നിന്നെ ഞാൻ..." എന്നുള്ള ആക്രോശവും കേട്ടത്. അതു കേട്ടിട്ട് കണ്ണുമടച്ചു പോകാൻ എനിക്കായില്ല. വണ്ടി നിർത്താൻ ആണ്ടിയേട്ടനോട് ഞാൻ പറഞ്ഞു. വണ്ടി പാതയോരത്ത് നിന്നു. ഞങ്ങൾ രണ്ടും വണ്ടിയിൽ നിന്ന് ചാടിയിറങ്ങി. വണ്ടിക്കുള്ളിൽ കരുതിവെച്ചിരുന്ന ചൂട്ടുകറ്റ എണ്ണവിളക്കിൽ നിന്ന് കത്തിച്ചു. അതിന്റെ വെളിച്ചത്തിൽ ഞങ്ങൾ ഇരുവരും ഉദ്വേഗത്തോടെ മുളം കാട്ടിലേക്ക് നടന്നു. ചൂട്ടുകറ്റയുടെ വെളിച്ചം പരന്നതോടെ ആരോ ഒരാൾ ഇരുട്ടിലേക്ക് അതിവേഗം ഓടിമറയുന്നത് കണ്ടു. എന്നാൽ അവൻ ആരെന്ന് തിരിച്ചറിയാൻ കഴിഞ്ഞില്ല. നോക്കുമ്പോൾ, ഇടതൂർന്ന മുളംകാടിന് നടുവിൽ, നട്ടെല്ലിനരികിൽ കഠാരക്കുത്തേറ്റ് രക്തത്തിൽ കിടന്നുപിടയ്ക്കുന്ന ഒരാളെയാണ് കണ്ടത്. കറുത്തു തടിച്ച, കാതിൽ കടുക്കനിട്ട, വീതിക്കരയുള്ള മുണ്ടുടുത്ത ഒരാൾ. പണക്കാരനായ ഏതോ ഒരു തമിഴനാണെന്ന് ഒറ്റ നോട്ടത്തിൽത്തന്നെ മനസ്സിലായി. അയാളെ അവിടെ ഉപേക്ഷിച്ചുപോകാൻ മനസ്സനുവദിച്ചില്ല. ജീവച്ഛവമായിക്കൊണ്ടിരിക്കുന്ന അയാളെ ഞാനും

ആണ്ടിയേട്ടനും കൂടി താങ്ങിയെടുത്തു. എന്റെ മേൽമുണ്ടുകൊണ്ട് മുറിവ് കെട്ടി. ചോരയൊഴുക്ക് ഒട്ടൊന്നു കുറഞ്ഞു. അത്രമാത്രം.!

വീട്ടിലേക്കല്ല വില്ലുവണ്ടി വിട്ടത്. ഒറ്റമൂലി പ്രയോഗത്തിൽ ഒന്നാമനായ കല്ലിശ്ശേരി ഉണ്ണിയാടൻ വൈദ്യന്റെ വീട്ടിലേക്കാണ് കാളയെ തെളിച്ചത്. ഉറക്കത്തിൽ നിന്നു വിളിച്ചുണർത്തിയത് വൈദ്യനത്ര ഇഷ്ടമായില്ല. ഞാൻ നീട്ടിയ പണവും എന്റെ വാൾത്തലപ്പും കണ്ടപ്പോൾ ഒരു പൊള്ളച്ചിരി ചിരിച്ച് വൈദ്യൻ ചികിത്സ ആരംഭിച്ചു. "പ്രതീക്ഷയില്ല നോക്കാം...." എന്നു പറഞ്ഞ് ആരംഭിച്ചെങ്കിലും ഒറ്റമൂലിയുടെ ആദ്യപ്രയോഗത്തിലൂടെത്തന്നെ ജീവൻ തിരിച്ചുകിട്ടുമെന്നുറപ്പായി.

"വൈദ്യരേ, കുത്തേറ്റ ഈ മനുഷ്യൻ ആരെന്ന് എനിക്കറിഞ്ഞുകൂടാ. ഏതോ തമിഴൻ പണക്കാരനാണെന്ന് തോന്നുന്നു. ഇയാളെ എങ്ങനെയും സുഖപ്പെടുത്തണം. ചികിത്സക്കുള്ള പണമെല്ലാം ഞാൻ തരാം. പിന്നെ ഇവിടെ ഇങ്ങനെ ഒരാൾ കിടക്കുന്നുണ്ടെന്ന് മറ്റാരും അറിയരുത്. ഒഴിവാക്കാനാവാത്തവരോട്, കുഞ്ഞാതിയുടെ ഒരു തമിഴൻ ചങ്ങാതിയാണെന്ന് പറഞ്ഞാൽ മതി....ഞാൻ എല്ലാ ദിവസവും ഇവിടെ വന്ന് ഇയാളുടെ കാര്യങ്ങൾ അന്വേഷിച്ചുകൊള്ളാം..."

ആത്മാർത്ഥമായി ഞാൻ കാര്യങ്ങൾ അവതരിപ്പിച്ചു. അതുകേട്ട് സമ്മതഭാവത്തിൽ തലകുലുക്കിയതല്ലാതെ വൈദ്യൻ ഒരു എതിർപ്പും പ്രകടിപ്പിച്ചില്ല. ആ രാത്രി തന്നെ കുത്തേറ്റ തമിഴനെ വൈദ്യരുടെ വീട്ടിലെ പ്രത്യേക ചായ്പ്പിലാക്കി ഞാനും ആണ്ടിയേട്ടനും പുലർച്ചയായപ്പോൾ വീട്ടിലെത്തി. ചീതയോടല്ലാതെ അമ്മയോടുപോലും ഞാൻ ഈ കാര്യം പറഞ്ഞില്ല. പിറ്റേന്നുതൊട്ട് മിക്ക ദിവസവും വൈദ്യന്റെ വീട്ടിൽപ്പോയി ഞാൻ രോഗപുരോഗതി അന്വേഷിക്കും.

"നട്ടെല്ലിനടുത്ത് കുത്തേറ്റതുകൊണ്ട് ഇനി മുതൽ എഴുന്നേറ്റ് നടക്കാൻ പറ്റുമോന്ന് അറിയില്ല..." എന്നു വൈദ്യൻ അറിയിച്ചെങ്കിലും അയാളുടെ വിദഗ്ദ്ധ ചികിത്സ തുടർന്നു. സംസാരശേഷി കിട്ടിയ നാളുകളിൽത്തന്നെ ഞാൻ തമിഴനോട് ചോദിച്ച് വിവരങ്ങളെല്ലാം മനസ്സിലാക്കി. വടപളനിക്കാരൻ ആണ്ടവൻ എന്ന വജ്രവ്യാപാരിയാണത്രേ അയാൾ. വജ്രക്കച്ചവടവുമായി ബന്ധപ്പെട്ട് കേരളത്തിലെ കോവിലകങ്ങളിലും മനകളിലും കൂടെക്കൂടെ അയാൾ വരിക പതിവാണ്. "ആരാണ് കുത്തിയ" തെന്ന് ചോദ്യത്തിന് "പൂവിങ്കൽ ഇട്ടി" എന്ന് വ്യക്തമായ മറുപടി പേടിയോടെ അയാൾ നൽകി. ഇട്ടിയെ ഒരിക്കൽ യാദൃച്ഛികമായി പരിചയപ്പെട്ടതാണ്. പിന്നീട് വജ്രക്കച്ചവടത്തിലെ ഒരു ഇടനിലക്കാരൻ ഭൃത്യനായി ഇട്ടി കൂടെക്കൂടി. ക്രമേണ വിശ്വസ്തനായി. ഇട്ടിയുടെ വീട്ടിൽ രാത്രികളിൽ തങ്ങുന്നത് പതിവായി. ഇട്ടിയുടെ ഭാര്യ ആണ്ടവന് വേണ്ടുന്നതെല്ലാം നൽകി പരിചരിക്കും. അങ്ങനെ ഒരു സായാഹ്നത്തിൽ പുതിയ ചില ഇടപാടുകളെപ്പറ്റി പറഞ്ഞ് ഇരുവരും ഒന്നിച്ച് യാത്ര തിരിച്ചു. വഴിയിലെ കള്ള് കടയിൽ നിന്ന് അമിതമായി മദ്യപിച്ചു. കിട്ടിയ കാളവണ്ടിയിൽക്കയറി പാട്ടും പാടി യാത്ര തുടർന്നു. ഇട്ടി കൽപ്പിച്ച സ്ഥലത്ത് വണ്ടിനിർത്തി,

പണം വാങ്ങി വണ്ടിക്കാരൻ മടങ്ങി. നേരം പാതിരാത്രിയോട് അടുക്കാറായി. മുന്നിൽക്കണ്ട വഴിയമ്പലത്തിലിരുന്ന് സംസാരം ആരംഭിച്ചു. അതൊരു വഴക്കിൽ കലാശിച്ചു. ഇട്ടി കരുതിക്കൂട്ടി കലഹം ഉണ്ടാക്കുകയായിരുന്നു. കലഹം മൂത്ത് ഇട്ടി കഠാരയെടുത്തപ്പോൾ എങ്ങോട്ടെന്നില്ലാതെ ഓടി. എവിടെയോ തട്ടിവീണ നിമിഷത്തിൽത്തന്നെ ഇട്ടിയുടെ കഠാര ശരീരത്തിലേക്ക് തറഞ്ഞുകയറി. പിറ്റേന്ന് ചങ്ങനാശ്ശേരി കോവിലകത്ത് കൊടുക്കാമെന്നേറ്റ അമൂല്യവജ്രങ്ങൾ അടങ്ങിയ ആമാടപ്പെട്ടി ഇട്ടിയുടെ അറപ്പുരയിലിരിക്കുകയായിരുന്നു. അത് തിരിച്ചെടുക്കും മുമ്പാണ് എല്ലാം സംഭവിച്ചത്. അതിപ്പോൾ ഇട്ടിയുടേതായിക്കഴിഞ്ഞിട്ടുണ്ടാവും....

ഇതെല്ലാം നടന്നുകഴിഞ്ഞിട്ട് ഇപ്പോൾ രണ്ടുവർഷം തികഞ്ഞിരിക്കുന്നു. ഇതിനിടെ ഞാൻ രഹസ്യമായി പറഞ്ഞയച്ച ദൂതന്റെ പിറകെ ആണ്ടവന്റെ പുത്രനെത്തി. ചികിത്സ തുടർന്നുപോയി. ഇപ്പോൾ വടിയൂന്നി ആയാസപ്പെട്ട് പത്തു ചുവട്ടടി നടക്കാൻ ആണ്ടവനാകും....

എന്റെ വാളിന്റെ മൂർച്ചയെപ്പറ്റി കേട്ടറിവുള്ള വൈദ്യൻ ആണ്ടവന്റെ ചികിത്സ മുഴുവൻ പരമരഹസ്യമായി വെച്ചു. അതുകൊണ്ട് അന്യരാരും അങ്ങനെയൊരു മനുഷ്യജീവി ചികിത്സയിലുള്ള കാര്യം അറിഞ്ഞില്ല. ഇട്ടിയാകട്ടെ താൻ കുത്തിക്കൊന്ന മനുഷ്യന്റെ പ്രേതം വല്ല കാട്ടുമൃഗങ്ങളും കടിച്ചുകീറിത്തിന്നിരിക്കുമെന്ന് പൂർണ്ണമായും വിശ്വസിച്ചു. പതുക്കെപ്പതുക്കെ അയാൾ പറമ്പുകളും പാടങ്ങളും വാങ്ങി. കൃഷി കേമമായി നടത്തി. കോട്ടപോലെ ഒരു വീട് പണിതു. സമൂഹത്തിലെ ഉന്നതനായി. മാന്യനായി.

ഇപ്പോൾ പൂവിങ്കൽ .ഇട്ടിയുടെ മകളുടെ പെൺകൊടയാണ്. പെൺകൊട എന്നാൽ നാട്ടിൽ ഇന്നേവരെ ഉണ്ടാകാത്തവിധം ആർഭാടത്തോടെയുള്ള പെൺകൊട. കഴിഞ്ഞദിവസം പുതിയൊരു ഉറുമിയും പരിചയും പണിതുകൊണ്ടുവന്ന കിഴവൻ പാച്ചരൻ കൊല്ലനാണ് ആർഭാട വിവാഹത്തെപ്പറ്റിയും ഇട്ടിയുടെ ഔദാര്യത്തെപ്പറ്റിയും പാടിപ്പുകഴ്ത്തിയത്.

“ന്റ കുഞ്ഞാതീ, ആ പൂവിങ്കലിട്ടിത്തമ്പുരാനങ്ങുന്നിനെപ്പോലെ പണം വാരിക്കോരി തരുന്നൊരാള് ഈ പൂമി മലയാളത്തിലില്ല. കുറെ മാസം മുൻപ് അങ്ങുന്ന് എന്റെ ആലേലോട്ടുവന്നു. എന്നെ വിളിച്ചിട്ട് കുറെ വെട്ടിരുമ്പും, അരിവാളും തൂമ്പായും കുന്താലീം ഒക്കെ പണിതു തരാൻ കൽപ്പിച്ചു. ഏഴുതട്ടുള്ള ഇരുമ്പു പെട്ടികള് കുറെ വാർത്തുതരാൻ പറഞ്ഞു. പുതുതായി പണിയുന്ന വീടിനുള്ള താഴുകളും താക്കോലുകളും പണിതീർക്കാൻ ആജ്ഞാപിച്ചു. ഞാൻ എല്ലാം കൃത്യമായി പണിതു കൊടുത്തു. ‘എല്ലാം കൂടി എന്തായി പാച്ചരാന്ന്,’ അങ്ങുന്ന് ഒരു ചോദ്യം. ‘നാലും മൂന്നും ഏഴ് പണമായേ....’ എന്ന് ഈയുള്ളവനൊരു ഉത്തരോം. ഒടനെ അങ്ങുന്ന് കരുണയോടെ ചോദിക്കുവാ....‘നീയെന്താ കൊല്ലപ്പണിക്കാ ഇങ്ങനെ നഷ്ടം വരുത്തുന്നതെന്ന്.....’ അങ്ങനെ ചോദിച്ചിട്ട്

അദ്യം എന്നോട്, ചേമ്പില പറിച്ചോണ്ട് വന്ന് ഒരു കുമ്പിള് കുത്താൻ പറഞ്ഞു. ഞാനൊടനെ അയ്യത്തൂന്ന് ഒരു ചേമ്പില പറിച്ചോണ്ട് വന്ന് കുമ്പിള് കുത്തി. ഒടനെ അദ്യം ആ കുമ്പിള് നിറയെ നാണയങ്ങൾ നിറച്ചിട്ട്, 'ഇതു മതിയോടാ കെളവൻ പാച്ചരാ'ന്ന് ചിരിച്ചോണ്ട് ഒരു ചോദ്യം. ന്റെ കുഞ്ഞാതീ, സത്യം പറയട്ടെ ഞാനതുകണ്ട് കണ്ണ് തെള്ളി വായും പൊളിച്ചു നിന്നുപോയി. അല്ല, അതിരിക്കട്ടെ കുഞ്ഞാതിയെ പൂവിങ്കലങ്ങുന്ന് മോടെ പെൺകൊടയ്ക്കൊന്നും വിളിച്ചിട്ടില്ല....അല്ലിയോ...?"

"ഇല്ലെ"ന്ന് ഞാൻ അറിയിച്ചപ്പോൾ കിഴവന് അത്ഭുതം. "അയ്യോ.... അതെന്താ അങ്ങനെ? ഈ നാട്ടിലേം മറുനാട്ടിലേം വല്യവല്യ ആളുകളെയൊക്കെ അങ്ങുന്ന് പെൺകൊടക്ക് വിളിച്ചിട്ടൊണ്ടല്ലോ. പിന്നെന്താ ഈ പേര് വിട്ടുപോയത്...? ഓ, പറയജാതീൽ ജനിച്ചതുകൊണ്ടാകാം... അല്യോ...?"

പാച്ചരൻ കൊല്ലൻ സമാധാനം കണ്ടെത്തി.

"ഉം..."

ഉദാസീനമായി മൂളിയിട്ട് ജിജ്ഞാസ അടക്കാനാവാതെ ചോദിച്ചു.

"ആരെയൊക്കെയാ ആ ഇട്ടി വിളിച്ചിട്ടുള്ളതെന്ന് കൊല്ലപ്പണിക്കനറിയാമോ?"

"അറിയാമോന്ന് ചോദിച്ചാ ന്റ മോൻ പൊന്നപ്പൻ പറഞ്ഞ് അറിയാം. അവടെ അവൻ കുറെ നാളായി പെൺകൊടയ്ക്കുള്ള പന്തല് പണിയിലാ. പന്തലെന്നു വെച്ചാ നാലുദിക്കിലോട്ടും പന്തലാ. കിഴക്കേ ദിക്കീന്ന് വരുന്നവർക്ക് കിഴക്കൊരു പന്തൽ. വടക്കൂന്ന് വരുന്നവർക്ക് വടക്കൊരു പന്തൽ. തെക്കൂന്ന് വരുന്നവർക്ക് തെക്കൊരു പന്തൽ. പടിഞ്ഞാറൂന്ന് വരുന്നവർക്ക് പടിഞ്ഞാറൊരു പന്തൽ...ഈ നാല് പന്തലിന്റേം നടുക്കായിട്ടാ പെൺകെട്ടിനുള്ള മാനസപ്പന്തൽ. അല്ല, വല്യവല്യതമ്പുരാക്കന്മാര് പല ദിക്കീന്നും വരുമ്പം ഇങ്ങനൊക്കെ ഒരുക്കാതെ പറ്റുമോ...?"

"ആരാണ് ഈ വല്യതമ്പുരാക്കന്മാരെന്ന് പണിക്കൻ പറഞ്ഞില്ല...."

"ഓ...അതങ്ങ് മറന്നു. ന്റെ മോച്ചാര് പറയുന്നത് കേട്ടതാണേ. അങ്ങ് പുലിയൂരീന്ന് കോടീശ്വരനായ പുലിയിങ്കലാശാനൊണ്ട്. കുന്നുവം കളരീലെ പുതിയ കുന്നുവൻ കുരുക്കളച്ചനൊണ്ട്. കരിങ്കല്ല് കച്ചോടക്കാരൻ കായലിക്കണ്ടെ മൊതലാളിയൊണ്ട്. കൊമ്പനാനേം കൊടിതോരണങ്ങളുമുള്ള മങ്കൊമ്പിലച്ചനൊണ്ട്.... പതിനെട്ടുകളരിയിലെ ആശാന്മാരെല്ലാമൊണ്ട്....അങ്ങനങ്ങനെ ഒരു പിടി കുബേരൻമാരും കളരി ആശാന്മാരുമാണേ എഴുത്തയച്ചു ക്ഷണിച്ചപ്രകാരം പെൺകൊടയ്ക്കു എത്തുന്നത്...."

"അപ്പോ പെൺകൊട പൊടിപൊടിക്കും... അല്ലേ പണിക്കാ....."

"തംശയമൊണ്ടോ? നമ്മടെ നാട്ടിൽ ഇതൊക്കെ ഒരു ചരിത്രമാകും.... എന്നാലും പൂവിങ്കലങ്ങുന്ന് കുഞ്ഞാതിയെ ക്ഷണിക്കാതിരുന്നത് ഒരു കഷ്ടമായിപ്പോയി...."

പണിക്കന് എന്റെ മേലുള്ള സഹതാപം വർദ്ധിച്ചു.

"ഓ....അത് സാരമില്ല പണിക്കാ...."

മുറിക്കകത്തേക്ക് കയറിക്കൊണ്ട് അശ്രദ്ധമായി ഞാൻ പറഞ്ഞു. ഉറുമിയുടെ പണം കിട്ടിയതോടെ തിടുക്കം കാണിച്ച് കൊല്ലപ്പണിക്കൻ പടിയിറങ്ങിപ്പോയി.

പെൺകൊടയുടെ ദിവസമായി. പണിക്കൻ വർണ്ണിച്ചതുപോലെ അത്യാർഭാടപൂർണ്ണമായ പെൺകൊട. ക്ഷണിക്കപ്പെട്ട എല്ലാ അതിഥികളും നാനാദിക്കിൽ നിന്നുമെത്തി. എല്ലാവരും മാന്യസ്ഥാനങ്ങളിൽ ഉപവിഷ്ടരായി. തകിലും നാദസ്വരവും താലപ്പൊലിയും സംഗീതസദസ്സുമെല്ലാം സദസ്യരുടെ മനസ്സിളക്കി. താലികെട്ട് നടന്നു. നവവരൻ വധുവിന്റെ കൈപിടിച്ച് പ്രദക്ഷിണം വെക്കുന്നു. അപ്പോഴാണ് മാനസപ്പന്തലിന്റെ ഒരുഭാഗത്ത് ഉരുൾപൊട്ടൽപോലൊരു മുഴക്കം കേട്ടത്. അവിടെ കൂടിയവരെല്ലാം ഭയസംഭ്രമത്തോടെ നോക്കുമ്പോൾ, വാളും പരിചയും ഉയർത്തി ഏറ്റവും മുന്നിലായി ഞാനും, പിന്നാലെ വടികുത്തിപ്പിടിച്ച് പരിക്ഷീണനായി നടക്കുന്ന ആണ്ടവൻ ചെട്ടിയാരും. അതിനുപിന്നിലായി വാൾക്കാരുടെ ഒരു വലിയ നിരയും മണ്ഡപത്തിലേക്ക് വരികയാണ്. ഒന്നും മനസ്സിലാകാതെ ജനങ്ങൾ അന്ധാളിക്കുമ്പോൾ മാനസപ്പന്തലിൽ കാരണവരായി നിറഞ്ഞുനിന്ന പൂവിങ്കൽ ഇട്ടിയുടെ അരക്കെട്ടിൽ ബലമായി പിടിച്ചുനിർത്തി ആണ്ടവരെ ചൂണ്ടി അലറുംവിധം ഞാൻ ചോദിച്ചു: "നിങ്ങൾക്കറിയാമോ ഇതാരെന്ന്? വടിയൂന്നി കുനിപ്പിടിച്ചുനിന്നു വിറയ്ക്കുന്ന അവശനായ ഈ മനുഷ്യൻ ആരെന്ന്? നിങ്ങടെ മോടെ പെൺകൊടയ്ക്ക് എല്ലാ വലിയ പണക്കാരേം ക്ഷണിച്ചു. എന്നാൽ, ഇതിനെല്ലാം കാരണക്കാരനായ മനുഷ്യനെ നിങ്ങൾ മറന്നു....അല്ല, നശിപ്പിച്ചു..."

എന്നെ നിയന്ത്രിക്കാൻ ഞാൻ പാടുപെടുന്നുണ്ടായിരുന്നു.

"കുഞ്ഞാതീ...എന്നെ അപമാനിക്കരുത്... ദയവായി....ദയവായി... ഞാൻ കാലുപിടിക്കാം...."

പൂവിങ്കലിട്ടി അറുക്കാൻ പിടിച്ചകോഴിയെപ്പോലെ പിടഞ്ഞുവീണ് കേണു.

"അപമാനമോ? നിങ്ങൾക്കെന്തപമാനം? അത് അഭിമാനമുള്ളവർക്കല്ലേ ഉള്ളൂ.... കൊലയാളീം കൊള്ളക്കാരനുമായ നിങ്ങൾക്കത് പറഞ്ഞിട്ടൊണ്ടോ?"

ആണ്ടവനെ ഞാൻ ഒന്നുകൂടി മുന്നോട്ട് നീക്കി നിർത്തി. കൂപ്പുകൈകളോടെ കുമ്പിട്ടപേക്ഷിക്കുന്ന ഇട്ടിയോട് നിരാർദ്രനായി ഞാൻ അട്ടഹസിച്ചു.

"നോക്ക്....ഇതാരെന്ന് നോക്ക്.... ഇയാളെ നിങ്ങൾ അറിയുമോ? രണ്ടു വർഷം മുമ്പ് ചെറിയനാട്ടെ മുളംകാട്ടിൽ നിങ്ങൾ കുത്തിക്കൊന്ന് ഉപേക്ഷിച്ച വജ്രവ്യാപാരി ആണ്ടവൻ ചെട്ടിയാരേ...? ഒരിക്കൽ നിങ്ങടെ എല്ലാമായിരുന്ന നിങ്ങടെ പ്രിയപ്പെട്ട മൊതലാളി...."

പൂവിങ്കലിട്ടിയുടെ മുഖത്ത് അമ്പരപ്പും ഭയവും അവിശ്വസനീയതയും ഒരുപോലെ നിഴലിച്ചു. പ്രേതത്തെ കണ്ടമാതിരി അയാൾ വിളറി. അടിയേറ്റ നായ കണക്കെ ദീനമായി മോങ്ങിക്കൊണ്ട് ആണ്ടവന്റെ കാലിൽ

പിടിച്ച് അയാൾ കെഞ്ചി.

മൊതലാളീ....മാപ്പ്....മാപ്പ്.........മാപ്പ്......

മെലിഞ്ഞുണങ്ങിയ ആണ്ടവൻ ചെട്ടിയാരുടെ തളർന്ന കണ്ണുകൾ ജലാർദ്രങ്ങളായി.

"മൊതലാളിയോട് മാപ്പുപറഞ്ഞാൽപ്പോരാ. നിങ്ങൾ വിളിച്ചുവരുത്തിയ ഇക്കാണുന്ന സമസ്തജനങ്ങളോടും മാപ്പ് പറയണം. ഉം...വേഗമാകട്ടെ..."

കാട്ടുതീപോലെ ജ്വലിച്ചു നിൽക്കാൻ ഞാൻ അശേഷം മടിച്ചില്ല. പിന്നെ വൈകിയില്ല; പൂവിങ്കൽ ഇട്ടി എന്ന പുതുപ്പണക്കാരൻ നാലുദിക്കിലേക്കും തിരിഞ്ഞ് കൈകൾ കൂപ്പി താണുതൊഴുത് മാപ്പ്...മാപ്പ്....എന്ന് ദയനീയ ശബ്ദത്തിൽ അപേക്ഷിച്ചപ്പോൾ നിശ്ചലമായ സദസ്സിനോട് രണ്ടുമൂന്ന് വാക്യങ്ങളിലായി ഞാൻ പൂവിങ്കൽ ഇട്ടിയുടെ പ്രഭുത്വത്തിന്റെ രഹസ്യവും അയാൾ മരണപ്രാപ്തനാക്കിയ ചെട്ടിയാരുടെ കഥയും വ്യക്തമായി അവതരിപ്പിച്ചു.

സദസ്സാകെ ഇളകിമറിഞ്ഞു.

"ഇനി എന്നെ വിട്ടേക്കു കുഞ്ഞാതി...എന്റെ മകളെ ഓർത്തെങ്കിലും വിട്ടേക്കു..." എന്ന് തൊഴുതുപിടിച്ച് അയാൾ അപേക്ഷിച്ചപ്പോൾ എല്ലാവരും കേൾക്കെ ഞാൻ വീണ്ടും ഉറക്കെപ്പറഞ്ഞു.

"പൂവിങ്കലിട്ടിയെ വിട്ടയക്കാൻ ഈ കുഞ്ഞാതി ആരുമല്ല. അയാൾക്ക് അതിനുള്ള അധികാരവും ആരും തന്നിട്ടില്ല. തന്റെ സ്വത്തു മുഴുവൻ അപഹരിച്ച് തന്നെ അപായപ്പെടുത്തി വധിക്കാൻ ശ്രമിച്ചതിന്റെ പേരിൽ ഇതാ ഈ നിൽക്കുന്ന ആണ്ടവൻ ചെട്ടിയാർ തെക്കുംകൂർ തമ്പുരാന്റെ മുമ്പിൽ ഒരു സങ്കടം ബോധിപ്പിച്ചിട്ടുണ്ട്. അതുപ്രകാരം പൂവിങ്കലിട്ടിയെ കൊട്ടാരനടപടിക്കു വിധേയമാക്കി ശരിയായ ശിക്ഷ നൽകാൻ തെക്കുംകൂർ തമ്പുരാൻ തീരുമാനിച്ചിട്ടുണ്ട്. അതിനാൽ ഈ ഇട്ടിരാമക്കൈമളെ തമ്പുരാന്റെ ഭടനായകന് സമസ്തലോകത്തിന്റെയും സമക്ഷം ഞാൻ കൈമാറുകയാണ്...മകൾ നവവരന്റെ വീട്ടിലേക്കും അച്ഛൻ രാജാവിന്റെ തടവറയിലേക്കും ഇനി പോകാൻ അനുവദിക്കുക..."

ഞാൻ പറഞ്ഞ് അവസാനിപ്പിച്ചതും വാളേന്തി പിന്നിൽ നിന്ന ഒരു സൈന്യാധിപൻ വന്ന് പൂവിങ്കലിട്ടിയെ ചങ്ങലയണിയിച്ചതും ഒരേ നിമിഷത്തിലായിരുന്നു.

അതോടെ, അതുവരെ ശബ്ദഘോഷങ്ങളിലും ആഹ്ലാദമേളങ്ങളിലും മുഴുകിയിരുന്ന ആ കല്യാണവീട് നിമിഷങ്ങളോളം കഠിനമായ ഒരു നിശ്ശബ്ദതയിൽ അമർന്നുപോയി!!

പന്ത്രണ്ട്

"**കേ**ട്ടോ കുഞ്ഞാതീ, ആ മാന്ത്രികൻ അടിമക്കണ്ണ് സുൽത്താന്റെ കളരിയാ കളരി. ഒരൊറ്റ തൂണേലാണ് ആ നെടും കളരിമൊത്തം നിൽക്കുന്നത്. നല്ല കിടുക്കന്മാരായ ശിൽപ്പികൾക്കല്ലാതെ അങ്ങനെയൊന്ന് പണിഞ്ഞു നിർത്താൻ പറ്റില്ല. ആ ഒറ്റത്തൂണോ? അത് കൊത്തുപണികളുടെ ഒരു കൂടാരവും. കളരി മാത്രമല്ല, അതിന് ചുറ്റും സുൽത്താൻ ഒരു കോട്ടേം തീർത്തിട്ടൊണ്ട്. അമ്പമ്പോ....! ഇങ്ങനേമൊണ്ടോ ഒരു കോട്ട? മുള്ളുകൊണ്ട് ഒരു ചുറ്റുകോട്ട. പിറകെ കരിങ്കല്ലുകൊണ്ട് മറ്റൊരു കോട്ട. കോട്ടയ്ക്കടീലൂടൊരു തൊരങ്കമുണ്ടെന്നാ പറേന്നത്. ഞാനൊരു വട്ടം കണ്ടതാ. കണ്ണു തള്ളിപ്പോയി കുഞ്ഞാതി. ഗോപുരോം ഇടനാഴീം നിലവറേം വിളക്കുമരോം ആയുധപ്പുരേം രഹസ്യവഴികളും ഒക്കെ നിറഞ്ഞ ആ കോട്ടപോലൊരു കോട്ട, സത്യത്തിൽ തെക്കുംകൂർ തമ്പുരാനുപോലും ഉണ്ടെന്ന് തോന്നുന്നില്ല. കോട്ടേടേം കളരീടേം പണിക്ക് ഞാനും അപ്പനും ഉൾപ്പെടെ പത്തിരുപത് ആശാരിമാരുണ്ടായിരുന്നതാ. ഇപ്പം അവന്മാരങ്ങ് ദൂരേന്ന് കൊറേ അറബിപ്പണിക്കന്മാരെക്കൊണ്ടാ കൊത്തുപണിയൊക്കെ ചെയ്യിപ്പിക്കുന്നത്. ഞങ്ങളെയൊക്കെ ആവശ്യത്തിന് പണം തന്ന് പറഞ്ഞുവിട്ടു. ദേ, ഇന്നലെ കേട്ടു വരുന്ന ഞായറാഴ്ച കളരീടേം, കോട്ടേടേം പാലുകാച്ചാണെന്ന്...ഈ നാട്ടിലെ വല്യവല്യ തമ്പുരാക്കന്മാരേം കളരി ആശാൻമാരേം ഒക്കെ ക്ഷണിച്ചിട്ടുണ്ട്. കുഞ്ഞാതിയേം ക്ഷണിച്ചിട്ടുണ്ടാകുമല്ലോ. പോണം കുഞ്ഞാതീ... ആ മാന്ത്രിക സിദ്ധനായ പാണ്ടിക്കുറുപ്പിന്റെ കോട്ട പോയൊന്ന് കാണണം കുഞ്ഞാതീ... അതൊരു വലിയ കാഴ്ചയാ...."

അറപ്പുരേം പത്തായവും ഒക്കെ പുതുക്കിപ്പണിയാൻ വന്ന കൊച്ചു നീലാണ്ടനാശാരിയാണ് പണിക്കിടെ, ഒരു വെറ്റില മുറുക്കു മുറുക്കി പാണ്ടി

ക്കുറുപ്പിന്റെ കോട്ടയെപ്പറ്റി വിശദമായ ഒരു വിവരണം തന്നത്. നാട്ടിൽ നാലുപേരറിയുന്ന എന്നെ ഇത്തരം വലിയ ചടങ്ങുകൾക്കൊക്കെ ക്ഷണിക്കുമെന്നാണ് പലരേയും പോലെ അയാളുടെയും വിശ്വാസം. എന്നെ ചടങ്ങിനു ക്ഷണിച്ചിട്ടുണ്ടെന്നോ ഇല്ലെന്നോ ഞാൻ ആശാരിയോട് പറഞ്ഞില്ല. അയാൾ എന്തിന് അതറിയണം? കീഴ്ജാതിക്കാരനാണെന്ന ഒറ്റക്കാരണത്താൽ എന്നെ തഴഞ്ഞ കാര്യം മാലോകരെ മുഴുവൻ അറിയിച്ചിട്ടിപ്പോൾ എന്തു നേടാനാണ്? എങ്കിലും ഒന്നുറപ്പിച്ചു. ആ കോട്ട പോയി കാണണം. അതിന്റെ പാലുകാച്ച് ദിവസം തന്നെ. വല്യ അറബി മാന്ത്രികനാണല്ലോ അടിമക്കണ്ണ്. അയാളെ ലജ്ജിപ്പിക്കുന്ന ചിലവിദ്യകൾ കാട്ടി സദസ്യരുടെ പ്രീതി നേടണം. അതിന് ചീതയേയും ഒപ്പം കൂട്ടണം. ചീതയ്ക്കറിയാവുന്നപോലെ മാന്ത്രികവിദ്യകൾ ഇവിടെ ആർക്കറിയാം? അറിവുള്ള വിദ്യകൾ വിറ്റ് ചിലരെപ്പോലെ അവൾ പണമുണ്ടാക്കുന്നില്ലെന്ന് മാത്രം!

“ക്ഷണിക്കാത്തിടത്ത് പോകണ്ട കുഞ്ഞേട്ടാ...” എന്നു ചീത തടസ്സം പറഞ്ഞതാണ്. എന്റെ നിർബ്ബന്ധം കൊണ്ടാണ് അവൾ വരാൻ തയ്യാറായത്. “യാത്ര വെറും കൈയോടെ വേണ്ട. അവിടെ കൂടുന്ന സദസ്യരുടെ മുമ്പിൽ ചില മാന്ത്രിക വിദ്യകൾ കാട്ടണം. അവരെ വിസ്മയിപ്പിക്കണം. എത്രയോ വിദ്യകളാണ് കരടിയാം കോട്ടയിലെ കരടിയമ്മൂമ്മ പഠിപ്പിച്ചു തന്നിട്ടുള്ളത്. അതുകൊണ്ട്, ഊതുമ്പോൾ പറക്കുന്ന വിശിഷ്ടമായ ആ വീരാളിപ്പട്ടുകൂടി എടുത്തേക്ക്. അതുമല്ല, മൂവായിരം പണത്തിന് നമ്മൾ വാങ്ങിച്ച ആ തങ്കക്കൊയ്ത്തരിവാളും കൂടി എടുക്ക്. അതുകൊണ്ട് ചെയ്യാവുന്ന വിദ്യകളൊക്കെ കാണിക്ക്. ആ പാണ്ടിക്കുറുപ്പ് സുൽത്താന്മാരുടെ പൊങ്ങച്ചക്കൊമ്പ് നമുക്കൊന്ന് ഒടിക്കണം...”

ആരോടൊക്കെയോ ഉള്ള പ്രതിഷേധവും വാശിയുമായിരുന്നു എന്റെ സ്വരത്തിന്. എന്റെ മോഹങ്ങൾ സഫലമാക്കാം എന്ന ചിന്ത ആയിരുന്നു ചീതയ്ക്ക്. എന്റെ വാക്കുകൾ കേട്ട് മന്ദഹസിച്ച് അവൾ അകത്തേക്ക് പോയി.

പാണ്ടിക്കുറുപ്പ് എന്ന അടിമക്കണ്ണ് സുൽത്താന്റെ കോട്ടമാളികയുടെ ‘വിത്തുംബലിയും’ എന്ന പാലുകാച്ച് ചടങ്ങിന്റെ മുഹൂർത്ത സമയത്ത് ഞങ്ങൾ – ഞാനും ചീതയും അവിടെ എത്തി. വൻനിരക്കാരുടെ വലിയൊരു കൂട്ടം തന്നെ അപ്പോളവിടെ ഉണ്ടായിരുന്നു. പതിനെട്ട് കളരിക്കാരും ഇരുപത്തൊന്ന് ആതിമാരും മുൻനിരയിൽ സ്ഥാനം പിടിച്ചിരുന്നു. സുൽത്താന്റെ ബന്ധുക്കളും മിത്രങ്ങളും അവർക്ക് പിന്നിൽ. എനിക്കറിയാത്ത അനേകം മാന്ത്രികവേഷക്കാർ നടുവിൽ. ചെമ്പിച്ച താടിക്കാരും തൊപ്പിക്കാരുമായവരുടെ മറ്റൊരുപട എവിടെയും. വില്ലുവണ്ടിയിൽ വന്നിറങ്ങി ജാള്യതകൂടാതെ നടന്ന് സദസ്സിലേക്ക് നോക്കി തിരക്കിൽ നിൽക്കുന്ന സുൽത്താന്റെ അടുത്തുചെന്ന് ഞങ്ങൾ ഇരുവരും കൈകൂപ്പി അഭിവാദ്യം ചെയ്തു. സുൽത്താൻ ഞങ്ങളെ കണ്ട് പൊടുന്നനെ ഞെട്ടി, വെള്ളത്തുണിപോലെയൊന്ന് വിളറി.

"കോട്ടയും കളരിയും കാണാനോ, വിത്തും ബലിയും ചടങ്ങിൽ പങ്കെടുക്കാനോ നിങ്ങൾ ഞങ്ങളെ ക്ഷണിച്ചില്ലെന്നറിയാം. അതെന്തുകൊണ്ടാണെന്നും അറിയാം. പക്ഷേ, നിങ്ങളുടെ കോട്ടക്കളരികൾ കാണണമെന്ന് ഞങ്ങൾ അതിയായി ആഗ്രഹിച്ചുപോയി. അതുകൊണ്ട്...അതുകൊണ്ട് മാത്രം വന്നതാണ്..."

വെട്ടിത്തുറന്ന് പറയാൻ ഞാൻ മടി കാണിച്ചില്ല.

"മാപ്പാക്കണം കുഞ്ഞാതി...തിരക്കിനിടയിൽ ഞമ്മക്ക് പറ്റിയ ഒരു പിഴവ്. അതു സാരമാക്കാതെ നിങ്ങൾ ഇബിടെ വന്നല്ലോ. അതിൽ പെരുത്ത് സന്തോഷം...."

വിളർച്ചമാറ്റി സുൽത്താൻ ഖേദപ്രകടനങ്ങൾക്കൊരുങ്ങി.

"ഞങ്ങൾക്കും സന്തോഷമുണ്ട്. പ്രശസ്തരായ മാന്ത്രികരും മാന്യൻമാരും നിറഞ്ഞ ഈ സദസ്സിൽ ചില മാന്ത്രിക വിദ്യകൾ കാണിക്കുന്നതിൽ..."

തികച്ചും സ്വാഭാവികമെന്ന മട്ടിൽ ഞാൻ ഉദ്ദേശ്യമറിയിച്ചു.

"മാന്ത്രികവിദ്യകളോ? കുഞ്ഞാതി മാന്ത്രികനുമാണോ?"

ഏതോ അപൂർവ്വ മന്ത്രവിദ്യ കണ്ടിട്ടെന്ന മട്ടിൽ സുൽത്താൻ അത്ഭുതം കൂറി. "എന്റെ മാന്ത്രിക വിദ്യകളൊന്നും ഞാൻ ഇവിടെ ഇപ്പോൾ പ്രദർശിപ്പിക്കുന്നില്ല. ഇപ്പോഴത്തെ പ്രദർശനം എന്റെ പെണ്ണ് ചീതയുടേതാണ്..."

"ങ്ഹാ– ങ്ങടെ ബീവിയും മന്ത്രവാദിനിയാണോ? നമുക്കങ്ങോട്ട് ബിശ്വാസം ബരണില്ല..."

അര നിമിഷം സുൽത്താൻ വിസ്മയലോകത്തുപെട്ടതുപോലെ നിന്നു. പെട്ടെന്ന് അയാൾ ഞെട്ടിയുണർന്ന്, ഒട്ട് ധാർഷ്ട്യം കലർന്ന്, വെല്ലുവിളിയുടെ സ്വരം കൈക്കൊണ്ടു.

"എങ്കി ങ്ങടെ ബീവിയെ ആദ്യം ഞമ്മളൊന്ന് പരീക്ഷിക്കട്ടെ. എന്നിട്ടുമതി പ്രകടനങ്ങൾ... എന്താ ശമ്മതമാണോ?"

"ഓ...ഒരു കുഴപ്പവുമില്ല...."

നിസ്സാരഭാവത്തിലായിരുന്നു എന്റെ മറുപടി. അത് അയാൾ പ്രതീക്ഷിച്ചതല്ല. എങ്കിലും, ജാള്യത മറയ്ക്കാൻ അയാൾ ശ്രമിച്ചു. കപടമായൊരു ചിരി എടുത്തണിഞ്ഞു. എന്നിട്ട് സദസ്യരുടെ ശ്രദ്ധ കേന്ദ്രീകരിക്കാൻ അയാൾ ഉറക്കെ കൈയടിച്ചു. അതിനെക്കാൾ ഉച്ചത്തിൽ വിളിച്ചു പറഞ്ഞു.

"മാലോകരെ, കേൾക്കിൻ....എല്ലാവരും കേൾക്കിൻ....ഇവിടെ കൂടിയ കൂട്ടർക്കെല്ലാം ആനന്ദമുണ്ടാക്കാനായി ഞമ്മൾ ചില മാന്ത്രിക ബിദ്യകൾ ഇപ്പോൾ അവതരിപ്പിക്കുകയാണ്. ഇതൊരു മത്സരമാണ്. വിജയിക്കുന്നവർക്ക് മൂവായിരം പണം കൊടുക്കാൻ ഞമ്മള് തീരുമാനിച്ചിട്ടൊണ്ട്. ആദ്യമത്സരം ചെങ്ങന്നൂ കുഞ്ഞാതി എന്ന പഹയന്റെ ബീവിം ഞമ്മളുമായിട്ടാണ്. മാന്ത്രിക ലോകത്തെ ഉസ്താദായ ഞമ്മളോടാണ് ഒരു പെണ്ണിന്റെ ഹാലിളക്കം. ബെറുതെ തോറ്റ് തൊപ്പിയിട്ട് ഓടാൻ ഭാവിച്ചാണ്

ബീവി എത്തിയിരിക്കുന്നത്...എങ്കി ഞമക്ക് തൊടങ്ങാം...."

സദസ്യർ അമ്പരന്ന് നോക്കിയിരിക്കെ സുൽത്താൻ ആദ്യം തന്നെ തന്റെ വിടുവായത്തം വിളമ്പി. അയാളുടെ ആത്മപ്രശംസയിൽ പലർക്കും അരോചകത്വം തോന്നിയെങ്കിലും, നല്ലൊരു മത്സരം കാണാമല്ലോ എന്ന വിചാരത്താൽ അവർ ആവേശഭരിതരായി. എന്തായിരിക്കും ആദ്യ മത്സര ഇനം? അവർ ആകാംക്ഷ പൂണ്ടു.

ആകാംക്ഷയുടെ ഒടുവിൽ അവർ കണ്ടു. സുൽത്താൻ, പാലുകാച്ചുകഴിഞ്ഞ കോട്ടയുടെ ഒരറ്റത്തേക്ക് നീങ്ങുകയാണ്. അയാളുടെ കൈയാംഗ്യത്തെ പിൻതുടർന്ന് ഞങ്ങളും. അതിന് പിന്നാലെ കാഴ്ചക്കാരും. കോട്ടയ്ക്ക് വടക്കുഭാഗത്തെ വലിയൊരു കിണറിനടുത്ത് സുൽത്താൻ നിന്നു. ജനങ്ങളെ നോക്കി അയാൾ ഉറക്കെ പ്രസംഗിക്കാൻ തുടങ്ങി. "എല്ലാരും കാണുക.... ഞമ്മുടെ മുന്നിലൊള്ളത് ബളരെ ആഴമൊള്ള പഴയൊരു കിണറാണ്. ഈ ആഴക്കിണറ്റിലേക്ക് ഞമ്മളൊരു തങ്കവള ബലിച്ചെറിയുകയാണ്. കിണറ്റിൽ ആരും ഇറങ്ങാൻ പാടില്ല. അഞ്ചുനിമിഷത്തിനകം ഞമ്മളെറിഞ്ഞ വള ഞമ്മടെ കയ്യിലെത്തിക്കണം. ഈ മത്സരത്തിലേക്കായി ചെങ്ങന്നൂ കുഞ്ഞാതിയുടെ ബീവി ചീതപ്പെണ്ണ് എന്ന പാലുവം പെണ്ണിനെ (ഇതിനകം സുൽത്താൻ ചീതയുടെ വിവരങ്ങളെല്ലാം ഗ്രഹിച്ചു കഴിഞ്ഞിരിക്കുന്നു.) ഞമ്മള് ബെല്ലുവിളിക്കുന്നു....

പ്രസംഗം കഴിഞ്ഞയുടനെ നാടകീയ ചലനങ്ങളോടെ കൈയിൽ കിടന്ന ഒരു വള ഊരി ഉമ്മവെച്ച് സദസ്സിനെ കാണിച്ച് അയാൾ അത് ആഴത്തിലേക്കെറിഞ്ഞു. അതുകണ്ടതോടെ അടുത്തും അകലെയും നിന്ന സദസ്സാകെ ഇളകിമറിഞ്ഞു. സുൽത്താന് സമീപമെത്തിയ ചീതയെ ഒരായിരം കണ്ണുകൾ പല ഭാവങ്ങളോടെ വലം വെച്ചു. ഒട്ടും കൂസാതെ, തലയുയർത്തി കിണറിനടുത്തുനിന്ന ചീത ഒന്നുകൂടി കുനിഞ്ഞ് വളയുടെ സ്ഥാനം തിട്ടപ്പെടുത്തി. പ്രാർത്ഥിച്ച് തന്റെ ചെറിയ ഭാണ്ഡത്തിൽ നിന്ന് മൂവായിരം പണത്തിന്റെ തങ്കത്തിലുള്ള കൊങ്കനരിവാൾ എടുത്തു. കാന്തശക്തിയുള്ള മാന്ത്രിക അരിവാൾ പ്രേക്ഷകരെ കാണിച്ചു. എന്നാൽ അതിന്റെ പിടിയിൽ കെട്ടിയ അത്യന്തം സൂക്ഷ്മവും ശക്തവുമായ ചരട് ചീതയ്ക്കല്ലാതെ ആർക്കും കാണാനായില്ല. (ആ ചരടിന്റെ ഒരറ്റം ചീതയുടെ കൈപ്പിടിയിലായിരുന്നു). ഒപ്പം ചീതയുടെ വക ഒരു പ്രസ്താവനയും വന്നു.

"മാന്യ സദസ്യർക്ക് വന്ദനം. ആഴക്കിണറ്റിലേക്ക് സുൽത്താൻ അടിമക്കണ്ണ് വലിച്ചെറിഞ്ഞ കനകവള ഞാൻ എന്റെ ചെറിയ അരിവാൾ കൊണ്ട് രണ്ടു നിമിഷങ്ങൾക്കകം പുറത്തെടുക്കുന്നതാണ്. ഭാരതത്തിലെ ദ്രോണാചാര്യർക്കുപോലും പണ്ട് കുരുപാണ്ഡവ കുമാരന്മാർ പൊട്ടക്കിണറ്റിലേക്ക് എറിഞ്ഞ പന്തെടുക്കാൻ അനേകം അസ്ത്രങ്ങൾ അയക്കേണ്ടി വന്നു. പക്ഷേ, എനിക്ക് ഈ അരിവാളല്ലാതെ മറ്റൊന്നും കൈയിലില്ല. നിങ്ങൾ എല്ലാവരും കാൺകെ ഞാൻ ഈ അരിവാൾ കിണറ്റിലേക്ക് വലിച്ചെറിയുകയാണ്. നിമിഷങ്ങൾക്കകം ഈ അരിവാളും

സുൽത്താന്റെ വളയും എന്റെ കയ്യിലെത്തുന്നത് നിങ്ങൾക്ക് കാണാനാവും...."

പ്രസ്താവം തീർന്നതും മന്ത്രം ജപിച്ച് കൊങ്കനരിവാൾ കിണറ്റിലേക്കെറിഞ്ഞതും ഒരുമിച്ചായിരുന്നു. സദസ്സ് ആകാംക്ഷയും അത്ഭുതവും കലർന്ന ഭാവങ്ങളോടെ നിൽക്കുമ്പോൾ, സുൽത്താന്റെ കനകവള ചുണ്ടിൽ കോർത്തെടുത്തുകൊണ്ട് നിമിഷങ്ങൾക്കകം കൊങ്കനരിവാൾ മെല്ലെ മെല്ലെ ഉയർന്നുവന്ന് ചീതയുടെ കൈയിലെത്തി. അരിവാൾപ്പിടിയിലെ ചരട് വലിയുന്നതും മറ്റും മന്ത്രബദ്ധമായ ആവാഹനക്രിയ ആയിട്ടേ സദസ്യർക്ക് തോന്നിയുള്ളൂ.

പരീക്ഷണത്തിൽ പരാജയപ്പെട്ട മാന്ത്രിക ഉസ്താദ് ലജ്ജിച്ച് തല കുനിച്ച് മൂവായിരം പണം എതിരാളിക്ക് കൊടുക്കാമെന്ന് സമ്മതിച്ചു. ചീതപ്പെണ്ണാകട്ടെ, പണത്തിനുവേണ്ടി കാത്തുനിൽക്കാതെ സദസ്സിനെ വന്ദിച്ച് ഏറെ ആത്മവിശ്വാസത്തോടെ വീണ്ടും ഒരു പ്രഖ്യാപനം.

"മാന്യസദസ്യരേ....മാന്യ മാന്ത്രിക ശ്രീ ഉസ്താദ് എന്നോട് നടത്തിയതായിരുന്നു ആദ്യ പരീക്ഷണമെന്ന് നിങ്ങളെല്ലാം കണ്ടു. ഇനി അടുത്തത് ഞാൻ ഉസ്താദിനെ വെല്ലുവിളിച്ചുകൊണ്ടു നടത്തുന്ന ഒരു സൂത്രവിദ്യയാണ്. ഈ പരീക്ഷണത്തിൽ ഉസ്താദിനോ സദസ്സിലുള്ള മറ്റ് മാന്ത്രികർക്കോ പങ്കെടുക്കാം. ആരായാലും പരീക്ഷണത്തിൽ ജയിക്കുന്നവർക്ക് അയ്യായിരം പണം ഞാൻ നൽകും. മറിച്ചാണെങ്കിൽ എതിരാളി അയ്യായിരം എനിക്കു തരണം."

ചീതയുടെ പ്രഖ്യാപനം കേട്ട് സദസ്സ് ഒന്നു സ്തബ്ധമായി. പീഠങ്ങളിലിക്കുന്ന മാന്ത്രികർ പരസ്പരം നോക്കി. ഉസ്താദ് രക്തം വാർന്ന പോലെ ഒന്നുകൂടി വിളറി. വെല്ലുവിളി സ്വീകരിക്കാതെ വയ്യ. ഇത് അഭിമാന പ്രശ്നമാണ്. ഒരു പെണ്ണിന്റെ മുമ്പിൽ തോറ്റുപോവുക എന്നത് ദയനീയമാണ്. വിശേഷിച്ച് താണജാതിക്കാരിയായ ഒരുവളുടെ മുന്നിൽ. എന്നാൽ സ്വീകരിച്ച് പരാജയപ്പെട്ടാലോ? പിന്നെ ജീവിച്ചിരിക്കുന്നതെന്തിന്? വീരാരാധനയോടെ തന്നെ വീക്ഷിക്കുന്ന നൂറായിരം പേരുടെ മുമ്പിലാണ് താൻ തല കുമ്പിടേണ്ടത്. ന്റ ഖോജരാജാവായ തമ്പുരാനേ... ഇബൾ ഇത്ര വമ്പത്തിയാണെന്ന് ആരറിഞ്ഞു?

"എന്താ... എന്റെ വെല്ലുവിളി സ്വീകരിക്കാമല്ലോ...."

ചീത തയ്യാറെടുത്തു കഴിഞ്ഞിരിക്കുകയാണ്. അവളുടെ വാക്കുകൾ കേട്ടപ്പോൾ മൂർച്ചയുള്ള ഒരു കത്തി കരളിൽ തുളച്ചു കയറിയ പോലെ ഉസ്താദ് സുൽത്താൻ ഒന്നു പിടഞ്ഞു. എങ്കിലും ഭാവം മറച്ചുകൊണ്ട് "തീർച്ചയായും സ്വീകരിക്കുന്നു..." എന്ന് ധൈര്യം അവലംബിച്ച് മറുപടി നൽകി. എന്താണിവൾ കാട്ടിക്കൂട്ടാൻ പോകുന്നത്? ജാഗ്രതയോടെ നിന്നു.

ഒന്ന് ഊതിയാൽ ബഹുദൂരം പറക്കുന്ന വീരാളിപ്പട്ട് ചീത ഭാണ്ഡത്തിൽ നിന്നെടുത്തു. പട്ട് നിവർത്തി എല്ലാവരേയും കാണിച്ചു. പട്ടിന്റെ ഒരു തുമ്പിൽ കെട്ടിയിട്ടുള്ള ബലമുള്ള, അതി സൂക്ഷ്മമായ ചരട് എല്ലാവരിൽ നിന്നും മറച്ചു. മറച്ചില്ലെങ്കിൽത്തന്നെയും അതാരും അങ്ങനെ

കാണുകയില്ല. അത്ര നേർത്തതാണ്.

“മാന്യരേ, എന്റെ കൈയിലുള്ളത് പറക്കുന്ന ഒരു പട്ടാണ്. ഞാനൊന്ന് ഊതിയാൽ മതി ഈ പട്ട് അകലേക്ക് പറക്കും. അത് പറന്നു പറന്ന് എവിടെയെങ്കിലും ഒരു ഉയരത്തിൽ ചെന്നു തങ്ങും. ആ ഉയരത്തിൽ കയറിച്ചെന്നെടുക്കാതെ അഞ്ചുനിമിഷങ്ങൾക്കുള്ളിൽ പട്ട് എന്റെ കയ്യിൽ തിരിച്ചേൽപ്പിച്ചാൽ ആ ആൾ ജയിച്ചിരിക്കും. ആർക്കും ഈ വെല്ലുവിളി സ്വീകരിക്കാം...”

ചീത സദസ്സിനെ നോക്കി മന്ദഹസിച്ചു നിന്നു. സദസ്സ് ഘനമൗനത്തിലാണ്. സകലരും ഉൽക്കണ്ഠയോടെ ചീതയുടെ മാന്ത്രികവിദ്യ നിരീക്ഷിച്ചുകൊണ്ടിരിക്കുകയാണ്. അവളാകട്ടെ, കൂടുതൽ ആത്മവിശ്വാസത്തോടെ ചുവന്ന പട്ടുയർത്തി സ്വന്തം മുഖത്തിന് നേരെ പിടിച്ച് ശ്വാസം ആഞ്ഞ് വലിച്ച് പുറത്തേക്ക് ഒരൊറ്റ ഊതൽ...

ചെമ്പട്ട് ഒരു പക്ഷിയെപ്പോലെ ദ്രുതഗതിയിൽ ഉയർന്നു പറന്ന് കോട്ടക്കുവെളിയിലെ കാളിപ്പറമ്പിൽ നിൽക്കുന്ന കരിമ്പനയുടെ മുകളിൽ ചെന്ന് തങ്ങി. അവിടെ അത് വെയിലേറ്റ് രക്തനക്ഷത്രം കണക്കെ മിന്നിത്തിളങ്ങി.

എല്ലാവരും അമ്പരന്ന് കണ്ണിൽ കണ്ണിൽനോക്കി.

എങ്ങനെ കരിമ്പനമേൽ നിന്ന് പട്ടെടുക്കാനാവും?

ഇല്ല. അത് സാദ്ധ്യമല്ല....ആർക്കും അതിനാവില്ല.

ഉസ്താദ് പ്രതീക്ഷയറ്റ് കൽപ്രതിമ മാതിരി നിന്നു. ഇരുപത്തിയൊന്ന് ആതിമാരും പതിനെട്ട് ഇണങ്ങൻമാരും ഇതൊക്കെ ശുദ്ധ തട്ടിപ്പാണെന്ന് ആരോപിച്ച് ഒരു കലഹമുണ്ടാക്കാൻ നോക്കിയെങ്കിലും മന്ത്രവിദ്യയുടെ പ്രത്യേകത ഇങ്ങനെയൊക്കെയാണെന്ന് മറ്റു മാന്ത്രികർ പറഞ്ഞ് അവരെ ബോദ്ധ്യപ്പെടുത്തി സമാധാനിപ്പിച്ചിരുത്തി. നിരീക്ഷകരെല്ലാം നെറ്റിക്കുമേൽ കൈപ്പത്തി ചരിച്ചുവെച്ച് മേലോട്ടുനോക്കി വാപൊളിച്ചു നിന്നതല്ലാതെ ഒരക്ഷരം പറഞ്ഞില്ല. പ്രവർത്തിച്ചില്ല.

സദസ്യരെല്ലാം തോറ്റ് പിന്തിരിഞ്ഞപ്പോൾ ഊഴം ചീതപ്പെണ്ണിന്റേതായി. പട്ടിനെ ആവാഹിച്ചു വരുത്തുന്ന ആംഗ്യങ്ങളോടെ കാണാച്ചരടിലെ പിടിവിടാതെ വീരാളിപ്പട്ട് മെല്ലെ മെല്ലെ താഴേക്ക് കൊണ്ടുവന്ന് ചീത തന്റെ കൈയിലെത്തിച്ചപ്പോൾ ഉണ്ടായ അവസാനമില്ലാത്ത കരഘോഷം കോട്ടയെ കിടിലംകൊള്ളിച്ചു.

“ഇനിയുണ്ട് വിദ്യകൾ കാണിക്കാൻ” എന്ന് ചീതപ്പെണ്ണ് ഭാവഭേദമൊന്നുമില്ലാതെ പറഞ്ഞപ്പോൾ, “അയ്യോ....വേണ്ടേ....വേണ്ടേ....” ഇതിൽ കൂടുതൽ പാതാളത്തോളം താഴാൻ നമുക്കു വയ്യെന്റെ കുഞ്ഞാതിപ്പെണ്ണേ...” എന്നായിരുന്നു മാന്ത്രിക ഉസ്താദ് അടിമക്കണ്ണ് സുൽത്താന്റെ തല കുനിച്ചുകൊണ്ടുള്ള മറുപടി.

ആവേശം പൂണ്ട സദസ്യർ കാൺകെ ഉസ്താദ് നൽകിയ എണ്ണായിരം പണം ഏറ്റുവാങ്ങിക്കൊണ്ട് ഞാൻ സദസ്സിനോടായി ഉറക്കെ പറഞ്ഞു. “മാന്യരേ....ഇവിടെ അവതരിപ്പിച്ച മാന്ത്രിക മത്സരങ്ങൾക്ക്

ഞങ്ങൾക്കിപ്പോൾ ലഭിച്ച എണ്ണായിരം പണത്തിൽ, ഒരു പണം പോലും ഞങ്ങൾ സ്വന്തം ആവശ്യത്തിനെടുക്കുന്നില്ല. ആ തുക ഞങ്ങൾ ഉസ്താദിന് തിരിച്ചു നൽകുകയാണ്. എന്നാൽ ആ തുകകൊണ്ട് ഒരുന്നൂറ് കീഴാള കുടുംബങ്ങൾക്ക് വീടുകൾ വെച്ചുകൊടുക്കാൻ ഉസ്താദിന് കഴിയണം എന്നൊരു അഭ്യർത്ഥന ഞങ്ങൾക്കുണ്ട്. അതായിരിക്കും ഞങ്ങൾ ഇരുവർക്കും കിട്ടുന്ന സന്തോഷകരമായ പ്രതിഫലം..."

"ബളരെ നല്ല കാര്യം. കുഞ്ഞാതി ഇബിടെ നിർദ്ദേശിച്ചപോലെ കാര്യങ്ങൾ നടപ്പിലാക്കാൻ നാളെ മുതൽ ഞമ്മൾ ശ്രമം ആരംഭിക്കും. അതിനൊരു മാറ്റവുമില്ല...."

സുൽത്താന്റെ പ്രസ്താവന ഉള്ളിൽ തട്ടിയെന്നോണമായിരുന്നു. പിന്നെ എന്തോ ആലോചിച്ച് മനസ്താപം കലർന്ന രീതിയിൽ അയാൾ സദസ്സിനോട് തുടർന്നു: "മഹാജനങ്ങളേ, ങ്ങക്കറിയാമോ? ഈ അടിമക്കണ്ണ് സുൽത്താൻ ഇമ്മിണി നേരംകൊണ്ട് ഒരു പുതിയ മനുശ്യനായി മാറിയിരിക്കുകയാണ്. ഒരു പുതിയ ബെളിച്ചമാണ് കുഞ്ഞാതീടെ ബീവി ഞമക്ക് പകർന്നത്. ഈ ബീവി ചെറിയ ആളല്ല. അബർ ഞമ്മടെ രണ്ട് ചിറകുകളാണ് ബെട്ടിമുറിച്ചത്. ഏതു ചിറകുകളാണെന്നോ? ഞമ്മടെ അഹംഭാവത്തിന്റെ ചിറകുകൾ.. ഇബരുടെ താഴ്മയുടെയും കഴിവിന്റെയും ബലിയ മനശ്ശിന്റെയും മുമ്പിൽ ഈ ഞമ്മള് ഒന്നുമല്ലാതായിരിക്കുകയാണ്.....ഇബര് ഞമ്മടെ ഗുരുക്കന്മാരാണ് കൂട്ടരേ...ഗുരുക്കന്മാര്...."

കൈകൂപ്പി വന്ദിച്ച് സുൽത്താൻ തന്റെ വാക്കുകൾ അവസാനിപ്പിക്കുമ്പോൾ, ആ കണ്ണുകളിൽ അതുവരെ കാണാത്തൊരു നനവ് സദസ്യർ കണ്ടു!

പതിമൂന്ന്

ആലോചിക്കുമ്പോൾ എന്റെ ചീതപ്പെണ്ണിനെക്കുറിച്ചുള്ള അഭിമാനം ഏറുകയാണ്. അവൾ ഇത്ര സമർത്ഥയാണെന്ന് ആദ്യം കരുതിയില്ല. കുറുമ്പുകാരിയാണെന്ന് തോന്നിയിരുന്നു. ആദ്യ സമാഗമത്തിൽത്തന്നെ അവൾ അത് തെളിയിച്ചു. അവൾ കെട്ടിയ അമ്മാവന്റെ വേഷവും ഭാഷയും എങ്ങനെ മറക്കും? ആ അമ്മാവനിലൂടെ അവൾ തന്നെ സരസ്സമായൊന്ന് വിഡ്ഢിയാക്കി. പരിഭവം തോന്നിയില്ല. മറിച്ച് അവളുടെ അഭിനയ ചാതുര്യത്തിൽ ഒന്നഭിനന്ദിക്കണമെന്ന് തോന്നി. അതവൾ ഏറ്റുവാങ്ങി. തുടർന്നുവന്ന പല പ്രതിസന്ധികളിലും ചീത താങ്ങുംതണലുമായി. എല്ലാറ്റിലും തന്നോടൊപ്പം നിന്നു. കരടിയാൻ കോട്ടയിലും ചെത്താളിമാർക്കിടയിലും സീത കാണിച്ച തന്റേടം ഏതോ പുരാണ നായികമാരുടേതിന് തുല്യമായിരുന്നു. ഒടുവിൽ മാന്ത്രിക ഉസ്താദിന്റെ അഹംഭാവഫണം അവൾ അടിച്ചു തകർത്തു. നൂറ്നൂറ് ഉന്നതന്മാർ സമ്മതിക്കും വിധം, അത്ര വിദഗ്ധമായി. അവൾക്കുവേണ്ട ഒത്താശകൾ ചെയ്തുകൊടുക്കാനായതിൽ അഭിമാനമുണ്ട്. കാരുണ്യത്തിന്റെ കാര്യത്തിലും അവൾ തനിക്കു മുന്നിലാണ്. സാധുക്കളായ കീഴാളർക്ക് കൂര നിർമ്മിച്ചുകൊടുക്കണമെന്ന ആശയം ചീതയുടേതായിരുന്നല്ലോ. അതെന്തായാലും നടപ്പിലായിട്ടുണ്ട്. ഇപ്പോളിതാ മറ്റൊരു പെണ്ണും ചെയ്യാത്ത-ചെയ്യാൻ മുതിരാത്ത ഒരു പ്രവൃത്തികൂടി അവൾ ചെയ്തിരിക്കുന്നു. കുന്നുവം മാണി എന്ന സുന്ദരിപ്പെണ്ണിനെ എന്റെ രണ്ടാം ഭാര്യയായി അംഗീകരിക്കാൻ അവൾ മുൻകൈയെടുത്തിരിക്കുന്നു. അവളുടെ ആ ഉദാരമനസ്സിന്റെ വലിപ്പത്തിന് മുന്നിൽ ഞാൻ എത്ര നിസ്സാരനാണ്.

കുന്നുവം ദേശത്തെ മാണിപ്പെണ്ണിനെ കാണാനോ കെട്ടാനോ ഒന്നും മുൻകൂട്ടി നിനച്ചിരുന്നില്ല. എല്ലാം യാദൃച്ഛികമായി സംഭവിച്ചതാണ്.

ജീവിതം എന്ന യാദൃച്ഛികതയിലുണ്ടായ തിളക്കമാർന്ന മറ്റൊരു യാദൃച്ഛികത. അങ്ങനെ മാത്രമേ ഞാൻ ഇതേപ്പറ്റി വിചാരിക്കുന്നുള്ളൂ.

കൃഷിക്കാര്യങ്ങളിൽ കൂടുതൽ ശ്രദ്ധവേണമെന്ന് തോന്നിത്തുടങ്ങിയിട്ട് കുറച്ചുകാലമായി. പറമ്പിലും പാടത്തും കൃഷിയുണ്ടെങ്കിലും അവിടെയൊന്നും ഞാനിറങ്ങി വളമിടുകയോ വെള്ളമൊഴിക്കുകയോ ചെയ്തിട്ടില്ല. എന്നാൽ മുതിരയും പയറും വിതച്ച് വെള്ളം കോരി വളർത്തിയപ്പോഴാണ് കൃഷിയിലെ സുഖമെന്തെന്ന് ഞാനറിഞ്ഞത്. സുഖം പോലെതന്നെ ദുഃഖവും വൈകാതെ ഞാൻ അറിഞ്ഞു. അതാണ് നിർഭാഗ്യം! അയൽക്കാരൻ കോന്നന്റെ രണ്ട് പാണ്ടിപ്പശുക്കൾ വന്ന് എന്റെ സമൃദ്ധമായ പെരുമ്പയർ മുഴുവൻ തിന്നുകളഞ്ഞു....പശുക്കളെ അടിച്ചോടിച്ചെങ്കിലും കോന്നനെ അറിയിച്ച് വഴക്കുണ്ടാക്കിയില്ല. മറിച്ച് ഇനി മേലിൽ പശുക്കൾ കയറി പയർ തിന്നാതിരിക്കാൻ പത്തലുകൾ നിരത്തി ബലമായി ഒരു വേലി കെട്ടിച്ചു. വേലി കെട്ടുന്നവരെ സഹായിച്ചുകൊണ്ട് നിൽക്കുമ്പോഴായിരുന്നു വേലിക്കരുകിലെ ഇടവഴിയിലൂടെ പുള്ളുവൻ കൊച്ചടിയാനും സിൽബന്ദിയും കൂടി കുടവും വീണയുമൊക്കെയായി ആ വഴി വന്നത്. "അല്ലേ കുഞ്ഞാതീ, ഇതെന്താ വേലി കെട്ടുവാന്നോ?" എന്നു ചോദിച്ചുകൊണ്ട് ആരംഭിച്ച കൊച്ചടിയാന്റെ സംസാരം പെട്ടെന്ന് കെട്ടുകല്യാണത്തിലേക്കും കുന്നുവത്തെ മാണിപ്പെണ്ണിലേക്കും കടന്നു.

"ഞങ്ങൾ കുന്നുവം ദേശത്തെ ആ ചേനേഴത്തു വീട്ടിൽ ഒരു സർപ്പം പാട്ടിന് പോയിട്ടുവരുന്ന വഴിയാ. അവിടുത്തെ മാണിപ്പെണ്ണിന്റെ പെൺകൊടയാ ഈ വരുന്ന ബുധനാഴ്ച. പെണ്ണിന്റെ തന്തേടെ അനന്തരോൻ ചെറുക്കൻ നെടുമല്ലൂക്കണ്ട എന്നൊരാളാ കെട്ടുന്നത്. പക്ഷേങ്കില്, പെണ്ണിച്ചിര എടങ്ങേറിലാണെന്നാ കേട്ടത്...."

"എന്തുപറ്റി?"

"എന്തുപറ്റിയെന്നു ചോദിച്ചാ, അതിന്റെ ഉത്തവാദി കുഞ്ഞാതിയാ...."

എടുത്തടിച്ച മട്ടിലായിരുന്നു കൊച്ചടിയാന്റെ വർത്തമാനം.

"ഞാനോ? ഞാനെന്തു പിഴച്ചു...?"

ഞാൻ ശരിക്കും ആശ്ചര്യപ്പെട്ടുപോയി.

"പിഴച്ച കാര്യം പിന്നെപ്പറയാം. ഞാൻ ചോദിക്കട്ടെ, കുഞ്ഞാതി പണ്ട് കെട്ടുകല്യാണച്ചെറുക്കനായിരുന്നിട്ടുണ്ടോ?"

"ഒണ്ടോന്ന്. അക്കാര്യം പറഞ്ഞാൽ വല്യരസമാ. കുട്ടിക്കാലത്ത് കുട്ടപ്പൻ കണിയാൻ എന്റെ ജാതകം നോക്കിപ്പറഞ്ഞിട്ടുള്ളതെന്താണെന്നോ? നാലും മൂന്നും ഏഴ് പെണ്ണുങ്ങളെ ഞാൻ താലി കെട്ടുമെന്നാ. ഏഴില്ലെങ്കിലും നാലെണ്ണത്തിനെ താലികെട്ടാൻ എനിക്ക് ഭാഗ്യമുണ്ടായിട്ടുണ്ട്....."

ചിരിച്ചുകൊണ്ട് ഞാൻ വിശദമാക്കി.

"അതിലൊന്ന് ആ കുന്നുവത്തെ മാണിപ്പെണ്ണാ. അല്ലിയോ...?"

"അതേ അതിനെന്താ?"

"എന്താന്നു ചോദിച്ചാ അവള് പറേന്നത്...എനിക്കാ കണ്ടൻ ചേട്ടനെ വേണ്ട. എന്നെ കൊച്ചുനാളിൽ താലികെട്ടിയ കുഞ്ഞാതിച്ചേട്ടനെ മതീ

ന്നാ... ഇത് രഹസ്യമായി ഞാനറിഞ്ഞ ഒരു കാര്യമാണേ കുഞ്ഞാതി. ഇയാള് ഇതിന്റെ പേരിൽ അവിടെച്ചെന്ന് കാര്യങ്ങൾ കൂടുതൽ വഷളാക്കാനൊന്നും നിക്കണ്ടാ..."

സിൽബന്ദി ആ സമയം പുറകിൽ നിന്ന്, അക്ഷമയോടെ, "മാമാ നേരം വൈകുന്നു. നമുക്കിനി വെട്ടിക്കോട്ടമ്പലത്തി പാടാൻ പോകണ്ടേ?" എന്നുറക്കെപ്പറഞ്ഞതോടെ,

"കുഞ്ഞാതിയെ കണ്ടതുകൊണ്ട് ഞാനങ്ങ് തൊറന്നു പറഞ്ഞതാ. നേരം ഒരുപാടായി...." എന്നിങ്ങനെ ധൃതികാട്ടി തുറന്നു ചിരിച്ചുകൊണ്ട് കൊച്ചടിയാൻ യാത്രയായി.

കൊച്ചടിയാൻ പോയിട്ടും അയാളുടെ വാക്കുകൾ മനസ്സിൽ നിന്ന് മായുന്നില്ല. അവ ഉച്ചത്തിൽ പ്രതിദ്ധ്വനിക്കുകയാണ്. കുന്നുവം മാണി എന്ന സുന്ദരിപ്പെണ്ണ് എന്നെ കെട്ടാനായി വീട്ടുകാരുറപ്പിച്ച കല്യാണത്തിന് വിസമ്മതം കാണിക്കുന്നു എന്നറിഞ്ഞപ്പോൾ ഉള്ളിന്റെയുള്ളിൽ, ഇതുവരെ ഉണ്ടാകാത്ത ഒരാഗ്രഹം നാമ്പുനീട്ടി ശക്തമായി പടരുന്നു. ഒരു പറയനെ സംബന്ധിച്ച് എത്ര സ്ത്രീയേയും വിവാഹം ചെയ്യാം എന്ന സാമൂഹിക നിയമം എന്റെ ആഗ്രഹത്തെ ന്യായീകരിക്കുന്നു. മനസ്സ് വല്ലാതെ അസ്വസ്ഥമാകുന്നു. കയർപൊട്ടി എവിടെയൊക്കയോ മേഞ്ഞു മേഞ്ഞു പോകുന്നു....

കുട്ടിക്കാലത്തെ താലികെട്ട് കല്യാണം ഓർമ്മയിൽ നിന്നും മാഞ്ഞിട്ടില്ല. താലികെട്ടിപ്പറയനും മിന്നുകെട്ടിപ്പറയനും മോതിരം കെട്ടിപ്പറയനും....ഓ! അങ്ങനെ പറയനിൽത്തന്നെ എത്ര വിഭജനങ്ങൾ...അതിൽ താലിക്കെട്ടിപ്പറയനാകണം ഞാൻ. പണ്ടത്തെ ഏതോ സൂത്രശാലികൾ മുസ്ലീം ആക്രമണകാരികളിൽ നിന്ന് പെണ്ണിനെ രക്ഷിക്കാൻ വേണ്ടി കൈക്കൊണ്ട ഒരു ഉപായം. താലി കഴുത്തിലുള്ള പെണ്ണിനെ – അത് ബാലിക ആയാലും – അക്രമികൾ തൊടുകയില്ലത്രേ! അതുകൊണ്ട് ബ്രാഹ്മണർ തൊട്ട് താഴോട്ടുള്ള ജാതികളെല്ലാം ബാല്യത്തിലെ താലികെട്ട് ഒരു പതിവാക്കി. ആചാരമാക്കി. അതിൽ പറയർക്ക് ഒരു പ്രത്യേകതയുണ്ട്. പെണ്ണിന്റെ യഥാർത്ഥ കല്യാണത്തിന് പണ്ടത്തെ കെട്ടുകല്യാണക്കാരനും എത്തണം. കല്യാണം കഴിഞ്ഞാൽ, കെട്ടുകല്യാണം കഴിച്ചവന് ഒരു മുണ്ടും പണവും പടിയാണ്. അയാൾക്ക് അതും വാങ്ങി പിരിഞ്ഞുപോകാം. പക്ഷേ മാണിപ്പെണ്ണിന്റെ പെൺകെട്ടിന്, അവിടെച്ചെന്ന് മുണ്ടും പണവും വാങ്ങി പിരിഞ്ഞുപോകാൻ മനസ്സനുവദിക്കുന്നില്ല.

ഇപ്പോഴും ഓർക്കുന്നു. കുഞ്ഞുന്നാളിൽ കണ്ട സുന്ദരിയായ മാണിപ്പെണ്ണിനെ. മാടൻ തമ്പുരാന്റെ നടയിൽ, കുളിച്ച് പട്ടുടുത്ത്, ഗുരുകാരണവന്മാരുടെയും പൂജാരിയുടെയും സമീപത്ത് നിൽക്കുമ്പോൾ അമ്മമാരോടൊപ്പം കരയുള്ള പട്ടുടുത്തുനിന്ന നാല് പെൺകുട്ടികൾ. അതിൽ കത്തിച്ച നെയ്‌വിളക്കിൻനാളം പോലെ പ്രകാശിച്ച മാണിപ്പെണ്ണ് എന്ന ഏഴു വയസ്സുകാരി. കാരണവന്മാരിൽ ആരോ നീട്ടിയ താലികോർത്ത മഞ്ഞച്ചരട്. അതുവാങ്ങി നടയ്ക്കഭിമുഖമായി നിന്ന് മാണിപ്പെണ്ണിന്റെ കഴുത്തിൽ കെട്ടി

യപ്പോൾ ചെറുതായൊന്ന് കൈവിറച്ചത് മറന്നിട്ടില്ല. അമ്മയിൽനിന്ന് വാങ്ങിച്ച ദക്ഷിണയും വെറ്റിലപ്പാക്കും, ഒടുവിലവൾ തന്ന് കൂപ്പിത്തൊഴുതുപോയത്, മനസ്സിന്റെ ആഴങ്ങളിൽ തടശിലപോലെ കിടപ്പുണ്ട്.

കളരിപഠനം തുടങ്ങിയശേഷം ഇങ്ങനെയുള്ള കാര്യങ്ങളെല്ലാം മനസ്സിൽ നിന്ന് മാറ്റിവെച്ചു. മാണിപ്പെണ്ണും മറ്റ് പെൺകിടാങ്ങളും ഹൃദയത്തിന്റെ അറകളിലെങ്ങോ പോയൊളിച്ചു. പിന്നീടുണ്ടായതെല്ലാം സാഹസിക കർമ്മങ്ങൾ. പല അക്രമികളെയും വകവരുത്തുന്നതിനിടയിലാണ് പാലുവംദേശത്തെ ചീതപ്പെണ്ണിനെ കാണുന്നത്. വിവാഹം കഴിച്ചത്. അവളോടുള്ള സ്നേഹത്തിന് ഇപ്പോഴും ഒരു കുറവും വന്നിട്ടില്ല. എന്നിട്ടും രണ്ടുമാസം മുൻപ് കുന്നുവംദേശത്തെ ഒരു ബന്ധുവിന്റെ പെൺകെട്ടിന് പോയപ്പോൾ അവിചാരിതമായി മാണിപ്പെണ്ണിനെ ആ പെൺവീട്ടിൽവെച്ച് കണ്ടതുമുതൽ പറഞ്ഞറിയിക്കാനാവാത്ത, തരളമായ ഒരസ്വസ്ഥത. ആദ്യം മനസ്സിലായില്ല, രണ്ടുപേർക്കും. കല്യാണപ്പന്തലിൽ മുൻനിരയിലിരിക്കുന്ന എന്നെപ്പറ്റി ആരോ അവളോട് പറഞ്ഞുകൊടുത്തപ്പോഴാണ് തിരിച്ചറിയാൻ കഴിഞ്ഞത്. ഇടക്കൊരവസരം കിട്ടിയപ്പോൾ അവൾ എന്റെയടുത്തേക്ക് ഓടിവന്നു. പ്രഭാതത്തിൽ വിടർന്ന സൂര്യകാന്തിപോലെ മന്ദഹസിച്ചുകൊണ്ട് പതിഞ്ഞസ്വരത്തിൽ ചോദിച്ചു. "എന്നെ അറിയുമോ?" "ഓർക്കുന്നില്ല" എന്നു പറഞ്ഞപ്പോൾ, "കുഞ്ഞുന്നാളിൽ കുഞ്ഞാതി താലികെട്ടിയ കുന്നുവത്തെ മാണിപ്പെണ്ണാണ് ഞാൻ...." എന്ന് അവൾ സ്വയം ഓർമ്മപ്പെടുത്തി.

"മാണിപ്പെണ്ണോ....?" അത്ഭുതപ്പെട്ടുകൊണ്ട്, വീണ്ടും വീണ്ടും അവളെ നോക്കിപ്പോയി. കണ്ണ് പിൻവലിക്കാൻ തോന്നുന്നില്ല.

"നീയങ്ങ് വളർന്ന് പണ്ടത്തെക്കാളും സുന്ദരിയായിരിക്കുന്നു മാണിപ്പെണ്ണേ...." എന്ന് പറയാതിരിക്കാൻ കഴിഞ്ഞില്ല.

ഞാൻ പറഞ്ഞുതീരുമ്പോൾ അവൾ ഒരു കുറിഞ്ഞിപ്പൂപോലെ ലജ്ജിച്ച് കൂമ്പുകയായിരുന്നു.

"കണ്ടതിൽ വളരെ സന്തോഷം. എന്നെ ഓർത്തതിൽ അതിലും സന്തോഷം...."

ഹൃദയത്തിന്റെ ആത്മാർത്ഥത ഞാൻ വെളിവാക്കി.

"എന്നെ മറക്കാത്തതിലും...."

അവൾ മന്ത്രിക്കുംപോലെ പറഞ്ഞു. പിന്നീട് വീട്ടുവിശേഷങ്ങൾ എന്തൊക്കെയോ പങ്കിട്ടുനിൽക്കുമ്പോൾ, കാരണവത്തികൾ ആരോ വന്ന്: "അല്ലേ, നീ ഇവിടെ നിക്കുവാരുന്നോ പെണ്ണേ..." എന്ന് ആശ്ചര്യപൂർവ്വം ചോദിച്ച് അവളുടെ കൈ ബലമായി പിടിച്ച് ഭക്ഷണപ്പന്തലിലേക്ക് കൊണ്ടുപോയി.

ആ മാണിപ്പെണ്ണാണ് മുറച്ചെറുക്കനുമായി നിശ്ചയിച്ച കല്യാണം നിരസിച്ചുകൊണ്ട് തന്റെ പെണ്ണാകാൻ കാത്തുനിൽക്കുന്നത്. എങ്കിൽ ഇനി അവളെ നിരാശപ്പെടുത്തിക്കൂടാ. അവളെ നേരിട്ട് കാണുകതന്നെ വേണം. വേണ്ടത് ചെയ്യണം. ഒരിക്കൽക്കൂടി അവളെ താലികെട്ടി, സാവ

കാശം വീട്ടിലേക്ക് കൂട്ടിക്കൊണ്ടുവരണം. അപ്പോൾ ചീതപ്പെണ്ണ്? ഓ, അതു സാരമില്ല. ആണുങ്ങൾക്ക് എത്രവേണമെങ്കിലും പെൺകെട്ട് നടത്താമല്ലോ. അക്കാര്യം അവളെ സാവധാനം പറഞ്ഞ് ബോദ്ധ്യപ്പെടുത്തിയാൽ മതി. അവൾ സമാധാനിച്ചുകൊള്ളും. അംഗീകരിച്ചുകൊള്ളും.

പിന്നീട് വേലികെട്ടുന്ന പണിക്കാരോടൊപ്പം നിൽക്കാൻ കഴിഞ്ഞില്ല. മനസ്സ് അനിയന്ത്രിതമായി കുതറുന്നു. അക്ഷമമാകുന്നു. അവിടെ പുതിയ ചില ആശകളും ആശയങ്ങളും മുളപൊട്ടുന്നു. അതനുസരിച്ച് ഇനി പ്രവർത്തിക്കാതെ വയ്യ. "കൊച്ചായീ, എനിക്ക് അത്യാവശ്യമായി ഒരിടംവരെ പോണം. നിങ്ങൾ ജോലി മുടക്കണ്ടാ. ഞാൻ തിര്യെ എത്താൻ വൈകും..." എന്ന് പണിക്കാരോട് ദുരിശത്തിൽ പറഞ്ഞ് ധൃതികാട്ടി ഞാൻ വീട്ടിലേക്ക് നടന്നു.

കുളിച്ച് വേഷം മാറിവന്ന എന്നെക്കണ്ട് വിവരമന്വേഷിച്ച ചീതപ്പെണ്ണിനോട്, "അത്യാവശ്യമായി എനിക്കൊരു യാത്രയുണ്ട്" എന്നു മാത്രമേ പറഞ്ഞുള്ളൂ. എങ്ങോട്ട് എന്ന ചോദ്യത്തിന്, "തെക്കുംകൂറിലെ വല്യതമ്പുരാനെ അത്യാവശ്യമായി ഒന്നു മുഖം കാണിക്കണം..." എന്നും പറഞ്ഞു. അധികമൊന്നും ചോദിക്കാൻ അനുവദിച്ചില്ല. കൂടുതൽ ചോദ്യങ്ങളും ഉണ്ടായില്ല. അങ്ങനെ ആവശ്യമില്ലാതെയുള്ള ചോദ്യങ്ങൾ എറിയുന്ന പതിവ് പണ്ടേ ചീതക്കില്ലല്ലോ.

മദ്ധ്യാഹ്നത്തോടെ, വില്ലുവണ്ടി തെക്കുംകൂർ തമ്പുരാക്കന്മാർ ഇടക്കാല വിശ്രമത്തിന് ഉപയോഗിക്കാറുള്ള കോട്ടയൂർ എന്ന കുറ്റൂർ കളരിക്കൊട്ടാരത്തിലെത്തി. അവിടെ വല്യതമ്പുരാൻ വീരരവിവർമ്മ ഉണ്ടായിരുന്നു. രണ്ട് ദിവസം മുൻപ് യാദൃച്ഛികമായി അങ്ങനെയൊരു അറിവ് കിട്ടിയതുകൊണ്ടാണ് ധൈര്യമായി കുറ്റൂരിലേക്ക് വെച്ചടിച്ചത്. തമ്പുരാനെ ഒന്നിലേറെ പ്രാവശ്യം മുമ്പ് മുഖം കാണിച്ചിട്ടുണ്ട്. പരിചയപ്പെട്ടിട്ടുണ്ട്. വാത്സല്യപൂർവ്വമുള്ള അഭിനന്ദനങ്ങൾ ലഭിച്ചിട്ടുണ്ട്.

ഭൃത്യന്മാരിലൂടെ വിവരമറിഞ്ഞ തമ്പുരാൻ കൊട്ടാരത്തിന്റെ പൂമുഖത്തളത്തിൽ വന്നുനിന്നു. ഭക്ത്യാദരങ്ങളോടെ ഒതുങ്ങി, മുറ്റത്തു നിൽക്കുന്ന എന്നെക്കണ്ട് തമ്പുരാൻ ഗൗരവത്തോടെ ഒന്നു പുഞ്ചിരിച്ചു.

"എന്താ കുഞ്ഞാതീ വിശേഷം?"

"അടിയന് ഒരു ചെറിയ സഹായം വേണം വല്യമ്പ്രാനേ."

"മനസ്സിലായില്ല..."

"അവിടുന്ന് കയറി സവാരി നടത്താറുള്ള ആ കുട്ടിക്കൊമ്പനെ അടേ്യന് ഒന്നിരവ് തരണം ഒരു ദിവസത്തേക്കു മതിയേ..."

"എന്ത്? കുട്ടിശങ്കരനെയോ?"

"ആന്നേ...."

തമ്പുരാന്റെ ഭാവം മാറി. കണ്ണുകൾ തീക്ഷ്ണമായി. പൊട്ടിത്തെറിച്ചുകൊണ്ട് അദ്ദേഹം ഉറക്കെപ്പറഞ്ഞു.

"വേണ്ടാ, വേണ്ട, നീയുമായി മേലാൽ ഒരാനക്കച്ചവടമില്ല. നിന്റെ തന്ത കണ്ടൻ പറയൻ പണ്ട് ഞങ്ങടെ ഒരാനയെ തടിപിടിപ്പിക്കാനെന്നും

പറഞ്ഞ് ഇരവൽ കൊണ്ടുപോയി. പിന്നീടവൻ ചരിഞ്ഞ വാർത്തയാ ഞങ്ങൾക്ക് കിട്ടിയത്. നിങ്ങള് ആനയെ പരിപാലിക്കാനറിയാത്ത ചതിയ ന്മാരാ...."

"അയ്യോ തമ്പുരാനേ, അക്കഥ അടേ്യനും കേട്ടിട്ടുണ്ടേ. അത് അച്ഛന്റെ കൊഴപ്പം കൊണ്ടല്ലാരുന്നേ.... ഇവിടുന്നയച്ച പാപ്പാൻ കുട്ടുവിന്റെ നോട്ടക്കുറവാരുന്നേ... അയാളാണേ നമ്മടാനയെ ശ്രദ്ധിക്കാതിരുന്നത്. അതുകൊണ്ടല്ലാരുന്നോ കൂടെയുണ്ടായിരുന്ന മദയാന അന്നത്തെ കുഞ്ഞ യ്യപ്പനെ കുത്തിക്കൊന്നത്. തമ്പുരാനും അക്കഥയൊക്കെ അറിവൊള്ള താണല്ലോ...."

"അതെങ്ങനെ വ്യാഖ്യാനിച്ചാലും ആനക്കാര്യത്തിൽ നമ്മൾ തമ്മിൽ ഒരിടപാടില്ല. നീ തിരിച്ചുപൊയ്ക്കൊള്ളൂ കുഞ്ഞാതീ..."

തമ്പുരാൻ കൈകൂട്ടിത്തിരുമ്മി ഉദാസീനനായി തിരിഞ്ഞ് അറപ്പുര യിലേക്ക് നടക്കാൻ തുടങ്ങി.

"അയ്യോ തമ്പുരാനേ, അങ്ങനെ പറേല്ലേ! അടേ്യനിപ്പം ഒരു കാര്യം ചെയ്യാം. ചരിഞ്ഞുപോയ പഴയ കുഞ്ഞയ്യപ്പന്റെ വെലേം തരാം കുട്ടി ക്കൊമ്പൻ കുട്ടിശ്ശങ്കരന്റെ വാടകക്കൂലീം തരാം. എന്നാലും തമ്പുരാന്റെ ആനയെ അടേ്യന് ഒരു ദിവസത്തേക്ക് കിട്ടാതെ പറ്റത്തില്ലേ...."

"എന്താ ഉദ്ദേശ്യം?"

വിചാരിച്ചതിനപ്പുറം പണം കിട്ടുമെന്നായപ്പോൾ തമ്പുരാന്റെ സ്വരം മയപ്പെട്ടു. അനുഭാവപൂർണ്ണമായി.

"അടേ്യങ്ങടെ നടേൽ ഒരു എഴുന്നള്ളത്തിനാണേ...."

"ശെരി, ശെരി. കുഞ്ഞാതി പറഞ്ഞതുകൊണ്ട് നാമങ്ങ് സമ്മതിക്കു വാ. ആനയ്ക്കൊള്ള തോട്ടീം വടീം വെള്ളിപ്പിച്ചാത്തീം, നാരായോം, തലേൽക്കെട്ടുമൊക്കെയൊണ്ടോ?"

തമ്പുരാൻ കുശലങ്ങളന്വേഷിച്ചു.

"അതെല്ലാം ചെറുതായി അടേ്യന്റെ കയ്യിലൊണ്ടേ..."

"എങ്കിപ്പിന്നെ വേഗം പണം എണ്ണിവെക്ക്..."

തമ്പുരാൻ അക്ഷമ അഭിനയിച്ചു. അതു മനസ്സിലാക്കി ഭാണ്ഡത്തിൽ കരുതിവെച്ച തൂശനിലയെടുത്ത് വേഗം കുമ്പിളുകുത്തി. ഭാണ്ഡത്തിൽ നിന്ന് പണക്കിഴികൾ എടുത്തുകുടഞ്ഞിട്ടു. പണത്തുട്ടുകൾ എണ്ണിനോ ക്കാതെ വാരിയെടുത്ത് കുമ്പിൾ നിറച്ചു. പണക്കുമ്പിൾ കണ്ടപ്പോൾ തമ്പു രാന്റെ മുഖത്ത് പുതുവെയിൽ വീണപോലെ ഒരു തിളക്കമുണ്ടായി. പണ ക്കുമ്പിൾ സൂക്ഷിച്ചെടുത്ത് അകത്തുകൊണ്ടുപോകാൻ ഭൃത്യനോട് ആജ്ഞാപിച്ചിട്ട് തമ്പുരാൻ എന്നോടു പറഞ്ഞു:

"കുട്ടിശ്ശങ്കരനെ നല്ലോണം നോക്കിക്കോണം. കുഞ്ഞാതി അപേക്ഷി ച്ചതുകൊണ്ടുമാത്രം നാം അവനെ തരുവാ. നാളെ സായാഹ്നത്തിന് മുൻപ് അവനെ നമ്മുടെ ആനക്കൊട്ടിലിൽ എത്തിച്ചിരിക്കണം..."

"ഒന്നിനും ഒരു മാറ്റോം ഉണ്ടാവില്ലേ...."

വാല്യക്കാരനോട്, എനിക്ക് കുട്ടിശ്ശങ്കരന്റെ ആനക്കൊട്ടിൽ കാണി

ച്ചുതരാൻ തമ്പുരാൻ കൽപ്പിച്ചു. മുറ്റത്തേക്കിറങ്ങി വന്ന അയാളോടൊപ്പം ഞാൻ കൊട്ടാരത്തിന്റെ തെക്കുവശത്തെ ആനക്കൊട്ടിലിലേക്ക് നടന്നു.

മുൻപരിചയമില്ലാത്ത ആന ഇടയാതിരിക്കാൻ കാറ്റനും ചെറിയനും തൊട്ടുള്ള നാലുകൂട്ടം പച്ചമരുന്നുകൾ പിഴിഞ്ഞ് നീരെടുത്ത് ആനയെ മണപ്പിച്ചപ്പോൾ കുട്ടിശ്ശങ്കരൻ അനുസരണയുള്ളവനായി. കളരി പഠിത്തത്തിനിടയിൽ ഗജപരിചയവും നേടിയിരുന്നതിനാൽ പരിചയസമ്പന്നനായ പാപ്പാനെപ്പോലെ കുട്ടിശ്ശങ്കരന്റെ പുറത്തേക്ക് ചാടിക്കയറി. ആനയെ മുന്നോട്ട് നടത്തിച്ചു. കുന്നുവം മാണിയുടെ വീടിനെപ്പറ്റി വില്ലുവണ്ടിക്കാരൻ ആണ്ടിയേട്ടൻ തെക്കുംകൂർ യാത്രക്കിടയിൽ എന്നോട് പറഞ്ഞുതന്നിരുന്നു. കുന്നുവം ദേശം അടുക്കാറായപ്പോൾ ആളില്ലാത്ത ഒരുവഴിയമ്പലത്തിലിറങ്ങി ഭാണ്ഡത്തിൽ സൂക്ഷിച്ചിരുന്ന അവിലും പഴവും കഴിച്ചു. സമീപത്തെ കുളത്തിലിറക്കി ആനയെ വെള്ളം കുടിപ്പിച്ചു. മേല് കഴുകി കരക്കെത്തി വേഷം മാറ്റി. നാൽപ്പത് മുഴമുള്ള കച്ചപ്പുറം കച്ച ഞൊറിഞ്ഞുടുത്തു. മേനിക്കൊത്ത മേതാനമുണ്ട് അരയിൽ കെട്ടി. പുലിനഖമാല കഴുത്തിലണിഞ്ഞു. ചിത്രപ്പണിയുള്ള പട്ടുറുമാൽ ഭംഗിയായി തലയിൽക്കെട്ടി. ഗോപിക്കുറി ചന്തത്തിലിട്ടു. തോൾവള ചാർത്തി. അരയിൽ ഉറുമിയും കഠാരയും ചേർത്തുവെച്ചു. രാജകീയ പ്രൗഢിയോടെ ആനപ്പുറത്തിരുന്നു. ഒറ്റനോട്ടത്തിൽത്തന്നെ മാണിപ്പെണ്ണിനെയും കുടുംബത്തെയും അമ്പരപ്പിക്കണം.

സായാഹ്നത്തോടടുത്തപ്പോൾ ഞാൻ മാണിപ്പെണ്ണിന്റെ വീട്ടിലെത്തി. വഴിയിൽ കണ്ട ആളുകളെല്ലാം ആനയേയും ആനക്കാരനേയും വലുതായ വിസ്മയത്തോടെ നോക്കുന്നുണ്ടായിരുന്നു. പലദിക്കിൽ വെച്ചും കുട്ടികൾ പിന്നാലെ കൂടി. ആർക്കും പക്ഷേ, അടുക്കാനുള്ള ധൈര്യമുണ്ടായില്ല. ഇടവഴികൾ പലതും പിന്നിട്ട് മാണിപ്പെണ്ണിന്റെ വീട്ടുമുറ്റത്തേക്കു കടക്കുമ്പോൾ "അയ്യോ....ആന! ആനവന്നേ....തെക്കും കുറ്റി തമ്പുരാനും ആനയും വന്നേ...." എന്ന ഒരു ആരവമാണ് എന്നെ എതിരേറ്റത്. "കണ്ടൻചേട്ടാ....ദേ, ആന നമ്മുടെ മുറ്റത്തെത്തി. വാ...കാണാൻ താഴെ ഇറങ്ങി വാ..." എന്നിങ്ങനെ ആരവം തുടർന്നു. മുറ്റത്ത് പന്തലിച്ചു നിൽക്കുന്ന വരിക്കപ്ലാവിന്റെ തണലിൽ ഞാൻ ആനയെ നിർത്തി. നിലത്തിറങ്ങാതെ ചുറ്റും നോക്കുമ്പോൾ, മുന്നിൽ കൗതുകം കൊണ്ടു നിൽക്കുകയാണ് മാണിപ്പെണ്ണും അടുത്തുതന്നെ ഒരു ചെറുപ്പക്കാരനും. കൃത്രിമമായി ഞാനിണക്കിവെച്ച അറ്റം പിരിച്ച കൊമ്പൻമീശയും കവിളിലെ കറുത്ത മറുകും നെറ്റിയിലെ വ്രണപ്പാടും വേഷഭൂഷാദികളും കൊണ്ടാകണം മാണിപ്പെണ്ണിന് എന്നെ മനസ്സിലായില്ല. (ഞാൻ ഇങ്ങനെ വരുമെന്ന് സ്വപ്നത്തിലും അവൾ പ്രതീക്ഷിക്കുന്നുമില്ലല്ലോ.) പുളിയിലക്കരമുണ്ടും മേൽക്കച്ചയുമുള്ള അവളുടെ അടുത്തേക്കുള്ള എന്റെ വരവ് അത്ര ഇഷ്ടപ്പെടാതെ നിൽക്കുന്നത് നെടുമല്ലൂക്കണ്ടയാണെന്ന് ഞാൻ ഊഹിച്ചു.

നെടുമല്ലൂക്കണ്ടയെപ്പറ്റി അപ്പോൾ കാര്യമായിട്ടൊന്നും എനിക്കറി

ഞ്ഞുകൂടായിരുന്നു. പിന്നീട് മാണിപ്പെണ്ണ് പറഞ്ഞാണ് അയാളുടെ ചെറുതായൊരു ചിത്രം എനിക്കു കിട്ടുന്നത്. മാണിയുടെ അപ്പന്റെ അനന്തരവനാണ് നെടുമല്ലൂക്കാരൻ കണ്ട. ചെറുപ്പത്തിലെ അച്ഛൻ മരിച്ച കണ്ട അയൽക്കാരനായ ചെപ്പടിവിദ്യക്കാരൻ മമ്മതിന്റെ ശിഷ്യനായി നാടുതോറും സഞ്ചരിച്ചും ആശാനെ സഹായിച്ചും വിദ്യകൾ കാണിച്ചും കുറച്ച് പണമുണ്ടാക്കി. വീട് പുതുക്കി. പരിഷ്കാരിയായി നടിച്ചു. അമ്മാവന്റെ പുത്രി മാണിപ്പെണ്ണിനെ കെട്ടണമെന്നതാണ് കണ്ടയുടെ ഒരേയൊരു പൂതി. അതുകൊണ്ട് അയാൾ തരംകിട്ടുമ്പോഴെല്ലാം അമ്മാവന്റെ വീട്ടിൽ വരും. മാണിപ്പെണ്ണിനെ കാണുകയും വശപ്പെടുത്തുകയുമാണ് ലക്ഷ്യം. അങ്ങനെ ഒരു സായാഹ്നത്തിൽ മാണിപ്പെണ്ണിന്റെ വീട്ടുമുറ്റത്ത് ഒരു നെടും തൂണ് നാട്ടി അയാൾ ദണ്ഡിപ്പ് വേല നടത്തുകയായിരുന്നു. കാണാൻ താഴെ മാണിപ്പെണ്ണും. തറ്റുടുത്ത് തൂണിലേക്ക് അയാൾ ഒരു കരിംകുരങ്ങിനെപ്പോലെ ചാടിക്കയറി. തൂണിന്റെ മുകളിൽ ഇരുകാലിൽ ആദ്യം നിന്നു. പിന്നെ ഒറ്റക്കാലിൽ നിന്നു. ശേഷം തൂണിന്റെ മുകളിൽ ഇരുന്നു. താഴെ നിൽക്കുന്ന മാണിപ്പെണ്ണിനോട്, "ആ വെറ്റവട്ടി മേലോട്ട് ഒന്നെറിഞ്ഞേ പെണ്ണേ, എനിക്കിവിടെ ഇരുന്നൊന്ന് കുശാലായി വെറ്റേമ്മാൻ ചവയ്ക്കണം..." എന്ന് പറഞ്ഞു. കണ്ടയുടെ വിദ്യകൾ കൗതുകത്തോടെ കണ്ടുനിന്ന മാണിപ്പെണ്ണ് മുറുക്കാൻവട്ടിയെടുത് മേലോട്ട് എറിഞ്ഞു. അത് കാൽവിരൽകൊണ്ട് അത്ഭുതകരമായി പിടിച്ചെടുത്ത കണ്ട അവിടെയിരുന്ന് സാവകാശമൊന്നു മുറുക്കി. എന്നിട്ട്, "ഞാനീ വട്ടി താഴേക്കിടുകയാണ്. നിനക്ക് കഴിവുണ്ടെങ്കിൽ പിടിച്ചോ...." എന്നു പറഞ്ഞ് നിമിഷത്തിനകം വെറ്റവട്ടിയൊന്ന് കറക്കി മനഃപൂർവ്വം മുകളിലേക്കെറിഞ്ഞു. മാണിപ്പെണ്ണിന് അതുകിട്ടുംമുൻപേ, പാതിവഴിയിൽവെച്ച് പിടിച്ചെടുക്കണമെന്ന് കണ്ട വിചാരിച്ചു. പക്ഷേ അയാൾക്കതു ലഭിക്കും മുൻപേ അയാളിരുന്ന തൂണോളം പൊക്കത്തിൽ ഒരു ചാട്ടം ചാടി മാണിപ്പെണ്ണ് വെറ്റവട്ടി കരസ്ഥമാക്കി. അങ്ങനെയൊരു ചാട്ടവും പിടിച്ചെടുക്കലും കണ്ട സ്വപ്നേപി വിചാരിച്ചില്ല. അയാൾ അവളുടെ കഴിവിനു മുമ്പിൽ ലജ്ജിച്ചു ചൂളിപ്പോയി. ചൂളൽ മാറ്റാൻവേണ്ടി കണ്ട അവളെ അഭിനന്ദിച്ചു. "കൊള്ളാം.... മിടുക്കി.... മിടുമിടുക്കി..." എന്ന് ശ്ലാഘിച്ചിട്ട് അയാൾ തുറന്നു പറഞ്ഞു. "മാണിപ്പെണ്ണേ, നീ ഒട്ടും മോശമല്ല. നിന്നെക്കുറിച്ച് ഞാനിത്രയും പ്രതീക്ഷിച്ചില്ല..."

അത് കേട്ടിട്ട് മാണിപ്പെണ്ണ് നിസ്സാരമായി വിളിച്ചുപറഞ്ഞു. "ഞാനൊട്ടും മോശമല്ല. ഞാൻ മാത്രമല്ല, എന്നെ കെട്ടിയ എന്റെ മാരനും മോശമല്ല നെടുമല്ലിച്ചേട്ടാ...."

മാണിപ്പെണ്ണിന്റെ അർത്ഥം വെച്ചുള്ള ആ സംസാരം കണ്ടയെ നിരുത്സാഹപ്പെടുത്തി. "തന്നെ കെട്ടിയ മാരനെപ്പറ്റിയുള്ള" പ്രശംസ കാര്യമില്ലാത്തിടത്തു കൂടിപ്പറയുക മാണിപ്പെണ്ണിന്റെ ഒരു പതിവാണ്. വാസ്തവത്തിൽ അത് തന്നെ മുറിപ്പെടുത്താൻ വേണ്ടിയുള്ള ഒരു ആയുധമാണ്. അത് കേൾക്കുമ്പോഴൊക്കെ കണ്ടയുടെ മുഖത്ത് മഴക്കാറ് തിങ്ങും. ഇപ്രാ

വശ്യവും അത് ആവർത്തിച്ചു. കോപവും വെറുപ്പും കലർന്ന സ്വരത്തിൽ കണ്ട പറഞ്ഞു.

"വേണ്ട....വേണ്ട....എനിക്ക് നിന്നെ കെട്ടിയവന്റെ കഥയൊന്നും കേക്കണ്ടാ...."

"എങ്കിൽ ഞാൻ പറയുന്നുമില്ല..." എന്നു പറഞ്ഞ് താൽപര്യമില്ലാതെ വീടിന്റെ കോലായിലേക്ക് നടന്ന മാണിപ്പെണ്ണിനോട് കണ്ട അപേക്ഷിച്ചു: "പെണ്ണേ പോകല്ലേ, ഈ നെടുമല്ലിച്ചേട്ടൻ വെറുതെ പറഞ്ഞതാ. പരിഭവിക്കല്ലേ മുത്തേ...."

മാണിപ്പെണ്ണ് അത് കേട്ടതായിപ്പോലും ഭാവിച്ചില്ല.

മാണിപ്പെണ്ണിന് നെടുമല്ലൂക്കണ്ടയോട് അശേഷം ഇഷ്ടമുണ്ടായിരുന്നില്ല. അച്ഛന്റെ നിർബ്ബന്ധംകൊണ്ടാണ് കണ്ട വിളിക്കുന്നിടത്ത് ചിലപ്പോഴെങ്കിലും അവൾ ചെല്ലുന്നത്. ചെല്ലുമ്പോഴൊക്കെ കുട്ടിക്കാലത്തെ താലികെട്ട് കാര്യം പറഞ്ഞ് കണ്ടയെ നിരാശപ്പെടുത്തും. അതു കേട്ടെങ്കിലും അയാൾ തന്നെ വെറുക്കട്ടെ എന്നായിരുന്നു അവളുടെ ചിന്ത. ഏതായാലും ഞാൻ ആനയുമായി മാണിപ്പെണ്ണിന്റെ വീട്ടുമുറ്റത്ത് ചെല്ലുന്നത് ദണ്ഡിപ്പ് സംഭവം കഴിഞ്ഞ വേളയിലായിരുന്നു.

"ആനപ്പുറത്തിരിക്കുന്ന അങ്ങ് തമ്പുരാനാണോ? അതോ ഭടനായകനാണോ?"

താഴെ നിൽക്കുന്ന മാണിപ്പെണ്ണിന്റെ ചോദ്യം.

"രണ്ടുമല്ല, വെറുമൊരു ആനക്കാരൻ. അത്രമാത്രം...."

"ങേ? ആനക്കാരനോ? ഈ വേഷത്തിൽ ആനക്കാരുണ്ടോ?"

അങ്ങനെ അവൾ ചോദിച്ച് അമ്പരക്കുമ്പോൾ, ഞാൻ കുട്ടിശ്ശങ്കരന്റെ പുറത്തുനിന്ന് താഴേക്ക് ചാടിയിറങ്ങി. ആനയുടെ വലംകൊമ്പോട് ചേർന്നു നിന്ന് പറഞ്ഞു:

"ഈ വേഷത്തിലും ചില ആനക്കാർ വരും..."

"അങ്ങനെ ഏതാനക്കാർക്കും കേറി നെരങ്ങാനുള്ളൊരു പൊതുവഴിയല്ലിത്. കുന്നുവം ചേനേഴത്തു വീടിന്റെ പൂമുറ്റമാ...മനസ്സിലായോ തനിക്ക്?"

മാണിപ്പെണ്ണിന്റെ പിന്നിൽ അരോചകമായ മുഖഭാവത്തോടെ അസ്വസ്ഥനായി ഞെരിപിരിക്കൊണ്ടുനിന്ന നെടുമല്ലൂക്കണ്ട പെട്ടെന്ന് ശബ്ദമുയർത്തി.

"അബദ്ധം പറ്റിയതാണേ...ഞങ്ങള് ആറേഴ് ആനപ്പാപ്പാൻമാർ ഒരുമിച്ച് കുറ്റൂർ ദേശത്തൂന്ന് തിരിച്ചതാണേ. കാട്ടിൽ കെടപ്പുള്ള കുറെ തടി പിടിക്കാനിറങ്ങിയതാണേ... ഒക്കെയും പുറകിലായിപ്പോയ എനിക്ക് ഇടയ്ക്ക് വഴിതെറ്റിപ്പോയേ..."

കണ്ടയുടെ മുന്നിൽ അതിവിനയമുള്ളൊരു ആനപ്പാപ്പാനായി ഞാൻ അഭിനയിക്കാൻ ശ്രമിച്ചു. അതുപക്ഷേ നെടുമല്ലൂക്കണ്ട വേഗം തിരിച്ചറിഞ്ഞു.

"അഭിനയമൊന്നും വേണ്ട. തടികേടാകാതെ താൻ വേഗം തിരിച്ചു

പോകാൻ നോക്ക്.."

കണ്ടയുടെ ശബ്ദം രൂക്ഷമായി

"ഒരു കരിക്ക് കുടിച്ചിട്ട് പോകാമേ. ദാ, ആ നിക്കുന്ന ചെന്തെങ്ങീന്ന് ഒരെണ്ണം ഈ പാപ്പാനൊന്ന് അടർത്താൻ അനുവദിക്കുമോന്നാ...?"

-കണ്ടയെ ഒന്നുകൂടി ചൊടിപ്പിക്കണമെന്ന് എനിക്കു തോന്നി.

"സകലരുടെയും ദാഹം തീർക്കുന്ന വഴിയമ്പലമല്ലിത്..."

കണ്ട ശൗര്യം കുറയ്ക്കാൻ തയ്യാറായില്ല.

"കണ്ടൻചേട്ടാ, എന്താ ഇങ്ങനെ? ചെന്തെങ്ങീന്ന് ഒരു കരിക്കു കൊടുത്തതുകൊണ്ട് നമുക്കെന്തു നഷ്ടം വരാനാ...?"

-ധർമ്മസങ്കടത്തിലായ മാണിപ്പെണ്ണ് കണ്ടയെ വിലക്കാൻ തുനിഞ്ഞു.

"എങ്കി മാണിപ്പെണ്ണ് ആ തെങ്ങേക്കേറി ഒരു കരിക്ക് പറിച്ചുകൊടുക്ക്....തെണ്ടി നടക്കുന്ന ആനപ്പാപ്പാൻമാരെ സഹായിക്കാത്ത കൊഴപ്പമേയൊള്ളു...ഞാൻ പറേന്നത് ഇഷ്ടപ്പെട്ടില്ലെങ്കി ദേ, ഞാനങ്ങു പോയേക്കാം...."

പെട്ടെന്ന് ദേഷ്യംവന്ന കണ്ട വീടിന്റെ പൂമുഖത്തിണ്ണയിലേക്ക് ചാടിത്തുള്ളിക്കയറിപ്പോയി.

"കണ്ടൻചേട്ടന് മൂക്കിൻതുമ്പത്താ ദേഷ്യം...മറ്റാരോടേം ഞാൻ മിണ്ടിപ്പറയരുതെന്നാ കൽപ്പന..."

മാണിപ്പെണ്ണ് ആത്മഗതംപോലെ ഉറക്കെപ്പറഞ്ഞു

"കുഞ്ഞിന്റെ ആരാ അത്...? കെട്ടിയോനാണോ?"

-ഞാൻ നിഷ്കളങ്കത നടിച്ചു.

"ഏയ്, അതെന്റെ അച്ഛന്റെ അനന്തരവനാ. എന്നെ കെട്ടണമെന്ന മോഹവുമായി പിറകെ കൂടിയിരിക്കുകയാ...."

വെറുപ്പും പരിഹാസവുമായിരുന്നു മാണിപ്പെണ്ണിന്റെ ശബ്ദത്തിൽ.

"അപ്പോ കുഞ്ഞിന്റെ താലികെട്ട് കഴിഞ്ഞിട്ടില്ല. അല്ലേ...?"

"കഴിഞ്ഞതാണ്. എന്നെ ഒരാൾ താലികെട്ടിയിട്ടുണ്ട്. കുട്ടിക്കാലത്ത്...."

"ആരാ അദ്ദേഹം? എന്താ പേര്?"

"പേര് ഞാൻ പറയില്ല. പക്ഷേ ആളിനെ കണ്ടാൽ...."

മാണിപ്പെണ്ണ് പെട്ടെന്ന് ലജ്ജിച്ചപോലെ നിർത്തി. "ആളിനെക്കണ്ടാൽ...?"

എന്റെ ആകാംക്ഷ നിയന്ത്രണങ്ങൾക്കപ്പുറമായിരുന്നു.

"ആളിനെക്കണ്ടാൽ....അത്...അത്...ഈ ആനക്കാരനെപ്പോലെയാണ്....."

എന്റെ മുഖത്തുനിന്ന് കണ്ണെടുക്കാതെ അവൾ അത് പറയുമ്പോൾ അറിയാതെ വിരൽ ചുണ്ടിപ്പോയി. പിന്നെ ആ വിരൽ നാണിച്ചു കടിച്ചു.

"എന്നെപ്പോലെയോ? എങ്കിൽ അത് കുഞ്ഞാതി എന്നൊരാൾ ആയിരിക്കും. കേട്ടിട്ടില്ലേ, ചെങ്ങന്നൂ കുഞ്ഞാതിയെപ്പറ്റി....?"

എന്റെ വാക്കുകൾ കേട്ട് അവളുടെ അത്ഭുതം ഇരട്ടിച്ചു. ആ മിഴികൾ ഒന്നുകൂടി വെട്ടിത്തിളങ്ങി. കവിളിൽ സന്ധ്യാകുങ്കുമം ഇറ്റുവീണു.

"ചെങ്ങന്നൂ കുഞ്ഞാതിയെ നിങ്ങൾ അറിയുമോ? ഇപ്പോ എവിടെയുണ്ട് അദ്ദേഹം...?"

അവളുടെ സ്വരം വികാരസാന്ദ്രമായി ഉയർന്നുപോയി.

"എവിടെയുണ്ടെന്നു ചോദിച്ചാൽ....? ദേ, ഇവിടെയുണ്ട്. ഈ മാണിപ്പെണ്ണിന്റെ മുന്നിൽത്തന്നെ...."

അതുപറഞ്ഞ് ഞാൻ എന്റെ മൂക്കിന് താഴെ ഒട്ടിച്ചുവെച്ച പിരിച്ച കൊമ്പൻമീശയും നെറ്റിയിലെ വ്രണപ്പാടും കറുത്ത മറുകുമെല്ലാം ദൂരേക്ക് വലിച്ചെറിഞ്ഞു.

"യ്യോ....ന്റെ കുഞ്ഞാതിച്ചേട്ടൻ....കുഞ്ഞാതിച്ചേട്ടൻ"

മാണിപ്പെണ്ണ് അത്ഭുതാഹ്ലാദങ്ങൾ കൊണ്ട് തുള്ളിപ്പോയി. എന്തു ചെയ്യണമെന്ന് അറിയാത്തവിധം അവൾ ഒരു മാത്ര കുഴങ്ങി. പിന്നെ ഓടിവന്ന് ആവേശത്തോടെ എന്നെ കെട്ടിപ്പിടിക്കാനവൾ ആഞ്ഞു. പൊടുന്നനെയാണ് പിന്നിൽ നിന്ന്, "മാണിപ്പെണ്ണേ...." എന്നൊരു ഉഗ്രൻ അലർച്ച കേട്ടത്. തുടർന്ന് കടുത്ത ശകാരവും.

"ഓ....ഇവനാണോ നിന്റെ കുഞ്ഞാതി? നിന്നെ കാത്തിരിക്കുകയാണെടാ ഞാൻ. ആനപ്പാപ്പാന്റെ വേഷോം കെട്ടി വന്നിരിക്കുന്നു....ചെറ്റ. ഫൂ! ഇനിമേലാൽ നീ എന്റെ പെണ്ണിനെ കാണാൻ പാടില്ല. ഈ നെടുമല്ലൂക്കണ്ടയോ പറേന്നേ...നിന്നെ ഞാൻ ഇന്ന്..."

ഞങ്ങൾ (എനിക്കും മാണിപ്പെണ്ണിനും) രണ്ടുപേർക്കും എന്തെങ്കിലും പറയാനോ തടസ്സം പിടിക്കാനോ കഴിയും മുൻപ്, പൂമുഖം വിട്ടിറങ്ങി വന്ന നെടുമല്ലൂക്കണ്ട എന്റെ നേർക്ക് ശകാരം ചൊരിഞ്ഞ് ഒട്ടുപിന്നിലേക്ക് ഓടി, മറച്ചുപിടിച്ച ഒരു കഠാര എന്റെ നെഞ്ച് ലക്ഷ്യമാക്കി ആഞ്ഞെറിഞ്ഞു. കണ്ട ഉന്നം പിടിക്കുന്നത് മിന്നായംപോലെ കണ്ട് ഞാൻ വലത്തേക്ക് ഒന്നു തെന്നി ഒഴിഞ്ഞതും, പാഞ്ഞുവന്ന കഠാര ആനയുടെ പിൻകാലിൽ കുത്തിത്തറച്ചതും, വേദനയോടെ ആന ഒന്നലറി ചിന്നം വിളിച്ച് മുന്നോട്ട് കുതിച്ചതും, ഭയന്നോടിയ നെടുമല്ലൂക്കണ്ട എഴുന്നുനിന്ന ഏതോ വേരിൽത്തട്ടി മലർന്നടിച്ചു വീണതും അയാളുടെ നെഞ്ചിലേക്ക് ആന കൊമ്പുകൾ താഴ്ത്തിയതും എല്ലാം ഞൊടിയിടയിൽ സംഭവിച്ചു കഴിഞ്ഞു. വാസ്തവത്തിൽ എന്താണ് സംഭവിക്കുന്നതെന്ന് വ്യക്തമായി എനിക്ക് ബോദ്ധ്യം വന്നില്ല. ഭയങ്കരമായ ഒരു ദുഃസ്വപ്നദൃശ്യം പോലെ എന്തോ ഒന്ന് മുന്നിൽ നടക്കുന്നു. അത്രമാത്രം..... തല ഒരു നിമിഷം മരവിച്ചുപോയോ?

കാതടപ്പിക്കുന്ന ഒരു നിലവിളിയാണ് എന്നെ ഉണർത്തിയത്. അന്തം വിട്ട് അലറിവിളിക്കുകയാണ് മാണിപ്പെണ്ണ്. നിലവിളിയോടെ അവൾ കുഴഞ്ഞുവീണോ? മുന്നിൽക്കണ്ട മറ്റൊരു ദൃശ്യം എന്നെ നടുക്കി. ചോരയിൽ പിടയ്ക്കുന്ന നെടുമല്ലൂക്കണ്ടയുടെ ശരീരം കൊലയാളിയായ കുട്ടിശ്ശങ്കരൻ തുമ്പിക്കൈയിൽ ചുരുട്ടി എടുക്കുന്നു. ചവട്ടിയരക്കും മുമ്പ് കണ്ട

യുടെ ശരീരം രക്ഷിക്കണ്ടേ? പരിഭ്രാന്തിയോടും ക്രോധത്തോടും ഞാൻ അലറി: "കുട്ടിശ്ശങ്കരാ....അരുത്..."

തുമ്പിക്കൈയിലെടുത്ത ശരീരം നിലത്തടിച്ച് അരയ്ക്കാനൊരുങ്ങിയ ആന, തോട്ടിയാൽ വലിക്കപ്പെട്ടപോലെ നിശ്ചലമായി. പ്രാണന് വേണ്ടി പിടയ്ക്കുന്ന കണ്ടയെ അവൻ നിലത്തു തന്നെയിട്ടു.

"കുട്ടിശ്ശങ്കരാ...അടങ്ങ്...നീ അടങ്ങ്...."

ആനയുടെ പിൻകാലിൽ തറച്ചിരുന്ന കഠാര ഞാൻ വേഗം വലിച്ചൂരി. വളർവടിയും തോട്ടിയും ഉപയോഗിച്ച് ആനയെ പ്രാണനറ്റുപോകുന്ന ശരീരത്തിനരികിൽ നിന്ന് മാറ്റി. ചങ്ങലകൊണ്ട് പ്ലാവിനോട് ചേർത്ത് തളച്ചു. മേൽക്കച്ചകീറി കണ്ടയുടെ നെഞ്ചിലെ മുറിവ് കെട്ടാൻ തുടങ്ങുമ്പോഴേക്കും ആ ശരീരത്തിന്റെ ചലനങ്ങൾ അവസാനിച്ചു. അപ്പോഴേക്കും വീടിനുള്ളിൽ നിന്നും പരിസരത്തുനിന്നും ഓടിവന്ന ആളുകൾ ഭയാശങ്കകളോടെ അലമുറയിടാൻ തുടങ്ങി.

"അയ്യോ....ആനയിടഞ്ഞേ...ആന ഒരാളെ കൊന്നേ...ആരും ഇങ്ങോട്ട് വരല്ലേ....."

അവിടെ നടന്ന കാര്യങ്ങളെന്തെന്ന് ഓടിക്കൂടിയവർക്ക് പെട്ടെന്ന് ഗ്രഹിക്കാനായില്ല. ആന ഒരു യുവാവിനെ കുത്തിക്കൊന്നിട്ടിരിക്കുന്നു. ചേനേഴത്തെ മാണിപ്പെണ്ണ് മണ്ണിൽ കുഴഞ്ഞുവീണുകിടക്കുന്നു. അപരിചിതനായ ഒരു പാപ്പാൻ ആനയുമായി നിൽക്കുന്നു. ഇതിൽ ആർക്ക് എവിടെ എന്താണ് പിഴച്ചത്...? ആനയെ ബന്ധിച്ചിട്ടുണ്ടെന്നു കണ്ടപ്പോൾ ആളുകൾക്ക് അൽപ്പം ആശ്വാസമായി. അവർ കാര്യങ്ങൾ പരസ്പരം ചോദിച്ചറിയുന്നതിനിടയിൽ ഞാൻ മാണിപ്പെണ്ണിനെ വാരിയെടുത്ത് വീടിന്റെ പൂമുഖത്തിണ്ണയിലേക്കോടി. അപ്പോഴേക്കും ആരോ ഒരാൾ പച്ച വെള്ളം അവളുടെ മുഖത്ത് തളിച്ചു കഴിഞ്ഞു... കണ്ണുതുറക്കുന്ന അവൾ പറയുന്ന സത്യം ഇനി ജനങ്ങൾ അറിയട്ടെ!

നെടുമല്ലൂക്കണ്ടയുടെ ശവസംസ്കാരത്തിൽ പങ്കെടുത്ത്, കുട്ടിശ്ശങ്കരനെ തിരികെ ഏൽപ്പിച്ച് ഞാൻ വീട്ടിലെത്തിയത് അടുത്തദിവസം ഉച്ച കഴിഞ്ഞാണ്. ആകെ ക്ഷീണിച്ചു തളർന്നിരുന്ന ഞാൻ വീട്ടിലെത്തുമ്പോഴേക്കും ഏതോ കച്ചവടക്കാർ പറഞ്ഞ് സംഭവങ്ങളെപ്പറ്റി ചീതപ്പെണ്ണ് ഏറക്കുറെ അറിഞ്ഞിരുന്നു. പട്ടുവിൽക്കാൻ വീട്ടിലെത്തിയ മുസ്ലീങ്ങളാണ് പറഞ്ഞ് കേൾപ്പിച്ചത്. "ങ്ങടെ കുഞ്ഞാതി ഇന്നലെ ഒരാനേം കൊണ്ട് ഒരു പെണ്ണിനെ കാണാൻ അവടെ കുടീച്ചെന്നു. കുഞ്ഞാതിയുടെ ബരവ് അശേഷം പിടിക്കാതിരുന്ന അവടെ മുറച്ചെറുക്കൻ അയാളെ കൊല്ലാൻ കത്തിയെറിഞ്ഞു. അത് ഉന്നം തെറ്റി ആനയുടെ കാലിൽ തറച്ചു. ആന ആ പാവത്തിനെ കുത്തിക്കൊന്നു...എല്ലാറ്റിനും കാരണക്കാരി ആ പെണ്ണാ. അവളാ അവടെ വീട്ടിലോട്ട് കുഞ്ഞാതിയെ ബിളിച്ചു ബരുത്തിയത്....." പിന്നെയും എന്തൊക്കെയോ അപഖ്യാതികൾ പട്ടുകച്ചവടക്കാർ കൂട്ടിച്ചേർത്തു.

തേച്ചുകുളിച്ച്, ഉച്ചയൂണും കഴിഞ്ഞ് മയങ്ങി എഴുന്നേറ്റതുകണ്ട് ചീത

പ്പെണ്ണ് അടുത്തുവന്ന് സാവകാശം ചോദിച്ചു:

"കുഞ്ഞേട്ടനെന്തിനാണ് എന്നിൽ നിന്ന് അക്കാര്യം ഇത്രനാളും മറച്ചുവെച്ചത്?"

"മനസ്സിലാകുന്ന ഭാഷയിൽ പറപെണ്ണേ..."

"കുന്നുവം ദേശത്തെ ഏതോ പെണ്ണിനോട് കുഞ്ഞേട്ടന് ഇഷ്ടമുണ്ടെന്ന കാര്യം...."

"ഓ...അതോ...? അതത്ര പറയാനൊന്നുമില്ല. പലപ്രാവശ്യം നിന്നോട് പറഞ്ഞിട്ടുള്ളതല്ലേ നാല് പെൺകിടാങ്ങളെ കുട്ടിക്കാലത്ത് ഞാൻ താലി കെട്ടിയിട്ടുള്ള കാര്യം...അതിലൊന്നിന് എന്നോട് കടുത്ത ആരാധന...പ്രണയം...സ്നേഹം..."

"കുഞ്ഞേട്ടന് അങ്ങോട്ടില്ല....?"

"ഇല്ലെന്ന് പറഞ്ഞാൽ കള്ളം. അവളോട് എനിക്കും ഇഷ്ടമുണ്ട്...."

"എന്നോടുള്ള ഇഷ്ടത്തേക്കാൾ അധികം....?"

ഞാൻ ഉത്തരം പറഞ്ഞില്ല. ഗൂഢമായി മന്ദഹസിക്കാൻ ശ്രമിച്ചത് വികൃതമായിപ്പോയി. ചീത അത് ശ്രദ്ധിച്ചു.

"എനിക്കു മനസ്സിലാകുന്നു കുഞ്ഞേട്ടാ. പക്ഷേ കുഞ്ഞേട്ടനെന്നെ ഇത്രവേഗം മടുക്കുമെന്ന് ഞാനൊട്ടും നിനച്ചില്ല..."

കരച്ചിലിന്റെ ഛായ അവളുടെ പരിഭവത്തിൽ കലർന്നു.

"എഴുതാപ്പുറം വായിക്കാതെന്റെ പെണ്ണേ... ഞങ്ങൾ തമ്മിൽ അങ്ങനെ യാതൊരു ബന്ധവും ഉണ്ടായിട്ടില്ല...."

ഹൃദയം തുറന്നു ഞാൻ പറഞ്ഞു.

"എന്നോടെന്തിനാ കുഞ്ഞേട്ടാ ഒളിക്കുന്നത്? എല്ലാം ഞാൻ അറിഞ്ഞു. ഇന്നലെ കുഞ്ഞേട്ടൻ അവളെ കാണാൻ ആനപ്പുറത്തുപോയതും, ആന അവളുടെ മുറച്ചെറുക്കനെ കൊന്നതും തൊട്ടുള്ള കഥകൾ...."

"അറിഞ്ഞതെല്ലാം വാസ്തവമാണ് ചീതേ...അങ്ങനെ അപ്രതീക്ഷിതമായി ചിലത് സംഭവിച്ചു..."

കുറ്റബോധം കലർന്നതായിരുന്നു എന്റെ സ്വരം

"അപ്രതീക്ഷിതമായ ചിലത് ഇനിയും ഇവിടെ സംഭവിക്കും."

ആലോചനയോടെ അവൾ പറഞ്ഞു.

"നീ എന്തോ അർത്ഥം വെച്ച് സംസാരിക്കുന്നു."

"എന്റെ സംസാരത്തിന് ഒരർത്ഥമേയുള്ളൂ കുഞ്ഞേട്ടാ. ഞാൻ തുറന്നു പറയട്ടെ. ആ സംഭവം അറിഞ്ഞതിൽപ്പിന്നെ ഞാൻ വിടാതെ ആലോചിച്ചുകൊണ്ടിരുന്നത് എന്താണെന്ന്...?"

"പറയൂ...."

"കുഞ്ഞേട്ടന്റെ മോഹങ്ങൾക്കൊന്നും ചീതപ്പെണ്ണ് എതിര് നിൽക്കരുത്...."

അതുപറയുമ്പോൾ ചീതയുടെ കണ്ണുകൾ നിറഞ്ഞു.

"അതൊന്നുമോർത്ത് എന്റെ പെണ്ണ് വിഷമിക്കണ്ടാ. നിനക്കിഷ്ടമില്ലാത്ത ഒരു കാര്യവും ഞാൻ ചെയ്യില്ല..."

ഞാൻ അവളുടെ കണ്ണീർ തുടച്ചു.

"ഈ സ്നേഹം.... കുഞ്ഞേട്ടന്റെ ഈ സ്നേഹം...ഇതാണെന്നെ തളർത്തുന്നത്...."

ചീതയുടെ സ്വരം തേങ്ങലിൽ കുതിർന്നു.

"നീ സമാധാനിക്ക്, നടന്നതൊക്കെ ഞാൻ കേൾപ്പിക്കാം. അപ്പോൾ നിനക്ക് കാര്യങ്ങൾ ബോദ്ധ്യമാകും...."

കുന്നുവം മാണിയുമായി മാസങ്ങൾക്കു മുമ്പ് കല്യാണവീട്ടൽവെച്ചു കണ്ടതും, നെടുമല്ലൂക്കണ്ടയുമായി അവളുടെ അച്ഛൻ കല്യാണം ഉറപ്പിച്ചതും, അതറിഞ്ഞ് അവളെ കാണാൻ തെക്കുംകൂർ തമ്പുരാന്റെ ആനപ്പുറത്ത് പോയതും, പിന്നീടുണ്ടായ സംഭവങ്ങളുമൊക്കെ വിശദമായി ഞാൻ ചീതയെ പറഞ്ഞു കേൾപ്പിച്ചു. എല്ലാംകേട്ട് നെടുവീർപ്പിട്ടുകൊണ്ട് ചീതപ്പെണ്ണ് പറഞ്ഞു.

"എന്റെ തീരുമാനങ്ങൾക്ക് കൂടുതൽ ഉറപ്പുണ്ടാവുകയാണ് കുഞ്ഞേട്ടാ."

ഒട്ടു നിശ്ശബ്ദതയ്ക്കു ശേഷം അവൾ ഉൽക്കണ്ഠപ്പെട്ടു.

"അതിരിക്കട്ടെ, ആ മാണിപ്പെണ്ണിന്റെ ഇപ്പോഴത്തെ സ്ഥിതി എന്താണെന്ന് കുഞ്ഞേട്ടൻ അന്വേഷിച്ചോ...?"

"ഇല്ല"

"എങ്കിൽ അതന്വേഷിക്കണം. എന്നെ അത് അറിയിക്കുകേം വേണം."

അമ്മ പൊടുന്നനെ മുറിയിലേക്ക് വന്നതുകൊണ്ട് ഞങ്ങളുടെ സംഭാഷണം അവിടെ നിലച്ചു. നടന്ന കഥകൾ അമ്മയ്ക്കായി അൽപ്പ വ്യത്യാസത്തോടെ ആവർത്തിക്കാൻ ഞാൻ തയ്യാറെടുത്തു. അപ്പോഴും ചീതപ്പെണ്ണിന്റെ മനസ്സ് ശരിയായി വായിക്കാനാവാത്തതോർത്ത് ഞാൻ ആശങ്കപ്പെട്ടു.

ചീതപ്പെണ്ണ് പറഞ്ഞില്ലെങ്കിൽക്കൂടിയും ഞാൻ മാണിപ്പെണ്ണിനെക്കുറിച്ച് അന്വേഷിക്കുമായിരുന്നു. കാരണം അവളുടെ അച്ഛൻ ചേനേഴുത്ത് കറുപ്പൻ ഒരു പിടിവാശിക്കാരനാണെന്ന് ഞാൻ കേട്ടിട്ടുണ്ട്. അയാൾ മകളുടെ നേർക്ക് വല്ല കടുംകൈയും ചെയ്യാതിരിക്കില്ല....?

നാലുദിവസം കഴിഞ്ഞപ്പോൾ ഒരു മഷിനോട്ടക്കാരൻ കുറവന്റെ വേഷം കെട്ടിച്ച് ഞാൻ എന്റെ വിശ്വസ്തൻ കുട്ടനെ മാണിപ്പെണ്ണിന്റെ വീട്ടിലേക്കയച്ചു. വളരെ വിദഗ്ദ്ധമായി അവൻ അവിടത്തെ സ്ഥിതിഗതികളറിഞ്ഞ് രഹസ്യമായി മാണിപ്പെണ്ണിനെ കണ്ട് സംസാരിച്ചു. 'കണ്ട'യുടെ മരണത്തിന് ഉത്തരവാദി മകളാണെന്ന് ആരോപിച്ചും, വിവാഹിതനായ കുഞ്ഞാതി കാര്യം കണ്ട് പെണ്ണിനെ ചതിക്കാൻ അടുത്തുകൂടിയതാണെന്നും, മകളെ വീടിന് പുറത്തിറങ്ങാൻ അനുവദിക്കാതെ അപ്പൻ മുറി പൂട്ടി താക്കോലുമായി നടക്കുകയാണെന്നും, അയൽക്കാരൻ മാമൂട്ടിൽ കേളുവിന്റെ പുത്രനുമായി ഒരു മാസത്തിനകം മാണിയുടെ പെൺകൊട നടത്തുമെന്നും, അനുസരിച്ചില്ലെങ്കിൽ മകളെ കൊന്നുകള

യാനാണ് അപ്പന്റെ ഉദ്ദേശ്യമെന്നും മറ്റുമുള്ള വിവരങ്ങൾ കുട്ടൻ മനസ്സ ലാക്കി എന്റെ അടുത്തെത്തി. കുറവന്റെ വേഷങ്ങൾ അഴിച്ച് കുന്നുവത്തെ സ്ഥിതിഗതികൾ കുട്ടൻ വിസ്തരിക്കുമ്പോൾ അവിടേക്ക് ചീതപ്പെണ്ണ് കടന്നുവന്നു. കണ്ണിറുക്കി, പെട്ടെന്ന് വിവരണം നിർത്താൻ പോയ കുട്ട നോട്, "നീ പേടിക്കാതെ പറ കുട്ടാ. കഥ ഞാനും കേൾക്കേണ്ടതല്ലേ" എന്നുപറഞ്ഞ്, തഴപ്പായ വിരിച്ച് അവൾ നിലത്തിരുന്നു. കുട്ടൻ പൊയ്ക്ക ഴിഞ്ഞപ്പോൾ ചീതപ്പെണ്ണ് എന്നോടു ചോദിച്ചു.

"കുഞ്ഞേട്ടാ, നമ്മുടെ പുരാണങ്ങളിലെ ഈശ്വരൻമാരുടെ ഒരു പ്രത്യേകത എന്താണെന്ന് കുഞ്ഞേട്ടന് പറയാമോ?"

"പുരാണം നന്നായി അറിയാവുന്നത് നിനക്കല്ലേ? നീ പറയൂ..."

"എന്നാൽ പറയാം. നമ്മുടെ ഈശ്വരന്മാർ എല്ലാവർക്കും കുറഞ്ഞത് രണ്ട് ഭാര്യമാരുണ്ട്...."

"രണ്ടു ഭാര്യമാരോ....?"

"അതേ, രണ്ട് ഭാര്യമാർ. വിഷ്ണുവിന് ലക്ഷ്മിയും ഭൂമീദേവിയുമു ണ്ട്. ശിവന് പാർവ്വതിയും ഗംഗയുമുണ്ട്. കൃഷ്ണന് രുക്മിണിയും സത്യ ഭാമയുമുണ്ട്, മുരുകനും ഗണപതിക്കും......"

കേട്ടപ്പോൾ എനിക്ക് ഊറിച്ചിരിക്കാൻ തോന്നി.

"ഇപ്പോഴിത് എന്നോട് പറയുന്നതിന്റെ ഉദ്ദേശ്യമെന്താ?"

"മനസ്സിലായില്ലേ..?"

"ഇല്ല"

എന്നാൽ മനസ്സിലാക്കിത്തരാം. നമ്മൾ ആരാധിക്കുന്ന, നമ്മെ രക്ഷി ക്കുന്ന, ഈശ്വരന്മാർക്ക് രണ്ടു ഭാര്യമാർ വീതമുണ്ടെങ്കിൽ എന്നെ രക്ഷി ക്കുന്ന ചെങ്ങന്നൂരാതിക്കും ഇനി രണ്ടു ഭാര്യമാരാകാം...എന്താ, ശരിയ ല്ലേ...?"

"നീ കാര്യം തെളിച്ചുപറ ചീതേ...."

"തെളിച്ചുപറയാം.... കേട്ടോ.... ഈ ചീതപ്പെണ്ണ് ദേ, ഇന്നുതന്നെ കുന്നുവംദേശത്തേക്ക് പോകുന്നു. മാണിപ്പെണ്ണിനെ കാണുന്നു. അവളുടെ അപ്പൻ ചേനേഴുത്ത് കറുപ്പനോട് സംസാരിക്കുന്നു. എന്റെ ഭർത്താവ് കുഞ്ഞാതി അങ്ങയുടെ മകൾ മാണിയെ രണ്ടാം കെട്ട് കെട്ടുന്നതിൽ എനിക്ക് യാതൊരുവിധ എതിർപ്പുമില്ലെന്ന് വ്യക്തമായി അറിയിക്കുന്നു. അടുത്ത മാടൻകാവിൽ വെച്ച് നിങ്ങൾ രണ്ടാളുടെയും കല്യാണം നട ത്താൻ ഉറപ്പിക്കുന്നു. എന്താ ഇപ്പോ മനസ്സിലായോ...?"

"ചീതേ....?"

ഉയർന്നുപോയ എന്റെ ശബ്ദത്തിന് പലഭാവങ്ങളും ഉണ്ടായിരുന്നു.

"ഇനി എതിര് പറയരുത് കുഞ്ഞേട്ടാ...കുഞ്ഞേട്ടന്റെ ചീത തീരുമാ നിച്ചു കഴിഞ്ഞു അതിന് യാതൊരു മാറ്റവുമില്ല. എന്റെ കുഞ്ഞേട്ടന്റെ ഒരു മോഹവും നടക്കാതെ പോകരുത്. അതിന് ഈ പാലുവംപെണ്ണെ ന്നല്ല, ഒരു പെണ്ണും തടസ്സമാകരുത്. കുന്നുവത്തേക്ക് പോകാൻ ഇനി എന്നെ അനുവദിക്കൂ കുഞ്ഞേട്ടാ...."

ആ വാക്കുകൾ അവസാനിച്ചത് കരച്ചിലോളമെത്തുന്ന ഒരു നീണ്ട ഗദ്ഗദത്തിലായിരുന്നു.

"ചീതേ..."

മറ്റൊന്നും പറയാനാവാതെ ആ മനസ്സിന്റെ മുന്നിൽ ഞാൻ തളർന്നു നിന്നു. കവിളിലേക്ക് തുളുമ്പിയ കണ്ണീർ തുടച്ച് മുറിയിലേക്ക് പോകാനൊരുങ്ങിയ ചീതയുടെ വലംകൈയിൽ ഞാൻ ബലമായി പിടിച്ചപ്പോൾ, ഉയർന്നുപൊങ്ങിയ ഒരു കടൽത്തിരപോലെ അവൾ എന്റെ മാറിലേക്ക് കുഴഞ്ഞുവീണു ചിതറി......!

പതിനാല്

ആരോ സന്ധ്യക്ക് കൊളുത്തിയ തിരിനാളങ്ങൾ കൽവിളക്കിൽ ഇപ്പോഴും തെളിഞ്ഞു നിൽപ്പുണ്ട്. കുറെനേരം കൂടി അത് ചുറ്റിനും പ്രകാശം പരത്തിയേക്കും. ആ വെട്ടത്തിൽ, തമ്പുരാൻകാവ് ഭീകരനായൊരു വ്യാളി വാ തുറന്നു കിടക്കുംവിധം കാണപ്പെട്ടു. തിരിവെട്ടമണഞ്ഞ് ഇനി അത് ഒരു വേള കരിന്തിരി കത്തിയാൽ കൂടിയും സാരമില്ല. മങ്ങിയ ഇരുട്ടിൽ, ഏകാന്തതയിൽ ഇരിക്കാം. അതത്ര പ്രയാസമുള്ള കാര്യമല്ല. അല്ല, പ്രയാസമാണെങ്കിലും ഇരുന്നേ മതിയാകൂ. ഗുരുനാഥനെ കണ്ടേ മതിയാകൂ. അദ്ദേഹം ഇവിടേക്ക് വരുമെന്ന് ഉറപ്പിച്ചു പറഞ്ഞിരിക്കുകയാണ്. അൽപ്പം നേരത്തെ ഞാൻ എത്തിയത് അദ്ദേഹത്തിന്റെ കുഴപ്പമല്ലല്ലോ....

"മാടൻ തമ്പുരാൻ കാവിന് മുന്നിലെ ആൽത്തറയിൽ, ത്രിസന്ധ്യ കഴിയുമ്പോൾ നീ എത്തുക. കുറെ കാര്യങ്ങൾ സംസാരിക്കാനുണ്ട്. ഒരു വേള തിരിച്ചുവരാത്ത ഒരു തീർത്ഥയാത്രയാകും എന്റേത്. അതിനുമുമ്പ് ചില കാര്യങ്ങൾ നിന്നോട് വിശദമായി സംസാരിക്കണം. അറിഞ്ഞുകൊണ്ടായാലും അല്ലെങ്കിലും നീ കാരണമാണ് ശത്രു എന്റെ ഒളിത്താവളം അറിഞ്ഞത്. അവൻ എന്നെക്കാൾ പ്രബലനാണെന്ന് എനിക്കുറപ്പുണ്ട്. ഏതു രീതിയിലായാലും, കുടിപ്പക മൂത്ത് കണക്കു തീർക്കാൻ അവൻ ഉത്സാഹിക്കും. അവനോട് പരാജയപ്പെടാതെ എന്നെ സുരക്ഷിതനാക്കാൻ ഇന്ന് നിനക്കു മാത്രമേ കഴിയൂ...."

ശിഷ്യനായ ഒരു സിൽബന്ധിയാണ് എന്നെ നേരിൽക്കണ്ട് ഇക്കാര്യം അറിയിച്ചത്. അറിഞ്ഞ നിമിഷം തൊട്ട് മനസ്സും ശരീരവും സജ്ജമായി, അദ്ദേഹത്തിന് രക്ഷയേകാൻ. കരിയാപ്പണിക്കൻ എന്ന ആ ഗുരുനാഥനോടല്ലാതെ ജീവിതത്തിൽ മറ്റാരോടാണ് എനിക്കിത്ര കടപ്പാടുള്ളത്? ആ

ഗുരുനാഥൻ പഠിപ്പിച്ച വിദ്യ ഒന്നു മാത്രമല്ലേ എനിക്കൊരു ജീവിതം പണിതു തന്നത്? ആശിച്ചതും ആശിക്കാത്തതുമായ പലതും നേടാൻ സഹായിച്ചത്? നാലുപേരറിയുന്ന, ചെങ്ങന്നൂ കുഞ്ഞാതിയാകാൻ കഴിഞ്ഞത്?

കഴിയുന്ന സഹായങ്ങളല്ലാതെ ആർക്കും ഒന്നും ഇതുവരെ ചെയ്തിട്ടില്ല. അനീതികൾക്കും അനാചാരങ്ങൾക്കും ജാതീയതയ്ക്കുമെതിരായിട്ടല്ലാതെ ഇതുവരെ പോരാടിയിട്ടില്ല. കൊള്ളരുതായ്മകൊണ്ട് തേർവാഴ്ച നടത്തി കരിംഭൂതങ്ങൾ പോലെ നിന്ന് സമൂഹത്തെ വിറപ്പിച്ച പ്രമാണിമാർ പലരേയും തുടച്ചുമാറ്റാൻ ശ്രമിച്ചതല്ലാതെ ഒരതിക്രമത്തിനും ആയുധമെടുത്തിട്ടില്ല. അതുകൊണ്ട് മനസ്സിൽ എപ്പോഴും സന്തോഷത്തിന്റെ ഒരു പൂത്തിരി കെടാതെയുണ്ടാകും. എല്ലാറ്റിനും ഇടയാക്കിയ മാടൻതമ്പുരാന്, ഒരായിരം പ്രണാമം.!

ആലും മാവും ലയിച്ചുചേർന്നു നിൽക്കുന്ന, ശാന്തമായ ഈ കൽത്തറയിൽ വന്നു കാത്തിരിക്കാൻ ഗുരുനാഥൻ നിർദ്ദേശിച്ചത് മനഃപൂർവ്വമാണ്. അദ്ദേഹത്തിന്റെ കളരിയിൽ — 19-ാം കോട്ടയിൽ — താൻ ചെല്ലാൻ പാടില്ലെന്ന താക്കീതിന്റെ ഓർമ്മയിലാകാം ആ നിർദ്ദേശം. ചെന്നാലെന്തു പറ്റും? അതറിഞ്ഞുകൂടാ. ആ രഹസ്യം ഗുരുനാഥനിൽ ഒതുങ്ങുന്നു.

ഒരു തരത്തിൽ നന്നായി. ഇരിക്കാൻ തുടങ്ങിയിട്ട് നാഴിക രണ്ടായെങ്കിലും, ഈ കാത്തിരിപ്പിൽ എന്തെല്ലാം ഓർമ്മകളാണ് അയവിറക്കാനായത്. ഗുരുനാഥനെ ആദ്യം പക്ഷിരൂപത്തിൽ കണ്ടതുമുതലുള്ള ഓർമ്മകളാണ്. ഒടിവിദ്യയും കളരിവിദ്യയും അഭ്യസിച്ചതും മറുകര ദേശങ്ങൾ കാണാൻപോയതും അതിരമ്പുഴ കോട്ടകടന്ന് അതിരമ്പുഴ അച്ചന്റെ അതിക്രമങ്ങൾക്ക് അന്ത്യം വരുത്തിയതും, പാലുവം കോയിയുമായി ഏറ്റുമുട്ടിയതും ചീതപ്പെണ്ണിനെ കണ്ടതും പെൺകൊട നടത്തിയതും പാണ്ടിക്കുറുപ്പിനെയും പൂവിങ്കലിട്ടിയേയും പാഠം പഠിപ്പിച്ചതും, തൊട്ട് കുന്നുവം ദേശത്തെ മാണിപ്പെണ്ണിനെ കെട്ടിയതുവരെയുള്ള അനേകം സംഭവങ്ങൾ തിരകൾ മാതിരി പിറകെ വന്നുമറിയുകയായിരുന്നല്ലോ. ഓർക്കാൻ ഇനിയുമുണ്ട് കഥകൾ.

മലനാടൻ കുഞ്ഞിനെ ഓർമ്മ വരികയാണ്. അയാളെ സഹായിക്കാൻ കഴിഞ്ഞതിലൊരു ചാരിതാർത്ഥ്യമുണ്ട്. ഉണ്ടോ? പൂർണ്ണമായ തൃപ്തിയുണ്ടോ? ആലോചിക്കുമ്പോൾ അതിൽ അൽപ്പം വിഷമമുണ്ട്. സഹായിച്ചവരെ ഞാൻ ഒറ്റിക്കൊടുത്തില്ലേ? എന്ന് എങ്ങനെ പറയാനാവും? രക്ഷപ്പെടാനുള്ള സൂചന നൽകിയതല്ലേ? അനുസരിക്കാതിരുന്നത് അവരുടെ കുഴപ്പമല്ലേ? ആത്യന്തികമായി ദുഷ്ടരായ അവർക്ക് കിട്ടാനുള്ളത് കിട്ടി എന്നു സമാധാനിക്കുന്നതാണ് ഏറെ ഉചിതം. ഏതായാലും ഇമ്മാതിരി ഒരു ധർമ്മസങ്കടം ജീവിതത്തിൽ വേറെ ഉണ്ടായിട്ടില്ലെന്നത് ഒരു വാസ്തവം!

ഒരതിർത്തി തർക്കത്തിൽ നിന്നുണ്ടായ പ്രശ്നമാണ്. തെക്കുംകൂർ തമ്പുരാന്റെ പ്രതിനിധിയായ മാടമ്പി ഉണ്ണ്യാമൻ കർത്താവും പാണ്ടിക്കുറുപ്പ് മുഹമ്മദ് സാഹിബ്ബും തമ്മിലുണ്ടായ ഒരു തർക്കം. ഇരുവരുടെയും ദേശാതിർത്തികൾ സന്ധിക്കുന്നിടത്ത് താനേ മുളച്ചുപൊന്തിയ ഒരു വലിയ ചെമ്പകമരമാണ് തർക്കത്തിന് അടിവേരായത്. മരത്തിനവകാശി താനാണെന്ന് തെക്കുംകൂർ മാടമ്പിയും, അതല്ല മരം തന്റെ മാത്രമാണെന്ന് പാണ്ടിക്കുറുപ്പും ഒരുപോലെ വാദിച്ചു. മരം വെട്ടരുതെന്ന് മാടമ്പിയും വെട്ടുമെന്ന് പാണ്ടിക്കുറുപ്പും. ആഴ്ചകൾ കഴിഞ്ഞപ്പോൾ രണ്ടും കൽപ്പിച്ച് മുഹമ്മദ് മരം വെട്ടാരംഭിച്ചു. മരം ദിവ്യത്വമുള്ള ഒന്നായിരുന്നു. വെട്ടാൻ തുടങ്ങിയ വെട്ടുകാരന്റെ മഴു തട്ടിത്തെറിച്ച് കണ്ടു നിന്നവന്റെ നെഞ്ച് പിളർന്നു. പിന്നെ കോഴിയേയും ആടിനേയും ഒരു പെണ്ണിനെയും ബലികഴിച്ച് ചോര തർപ്പണം ചെയ്തു. മരം അതോടെ വീണു. പാണ്ടിക്കുറുപ്പിന് സംതൃപ്തിയായി. തെക്കുംകൂർ മാടമ്പി അസംതൃപ്തനും. അയാൾ വെറുതെ വിടുമോ? ഒരു കൊച്ചുപടയെത്തന്നെ പാണ്ടിക്കുറുപ്പിന് എതിരായിറക്കി. പ്രധാനികൾ മലനാടന്മാരെന്നു പേരുകേട്ട പന്ത്രണ്ട് സഹോദരൻമാരായിരുന്നു. അവരുടെ ഉശിരിന് മുമ്പിൽ പിടിച്ചുനിൽക്കാൻ പാണ്ടിക്കുറുപ്പിന്റെ മുസ്ലീം പടയ്ക്ക് കഴിഞ്ഞില്ല. അവർ പരാജയപ്പെട്ടു. മലനാടന്മാർ ചെമ്പകത്തടി പിടിച്ചെടുത്തു. വിജയാഘോഷം പൊലിപ്പിക്കാൻ ആ പന്ത്രണ്ട് പേരും ക്രമംകെട്ട് മദ്യപിച്ച് പാതിരാത്രിയിൽ കറങ്ങിച്ചെന്നു വീണത് രണ്ട് മുഠാളന്മാരുടെ മുമ്പിൽ. മൂവിക്കൽ ഇട്ടിയെന്നും മൂവിക്കൽ തമ്പിയെന്നും പേരുള്ള വനം കൊള്ളക്കാരായ രണ്ട് കുടിയേറ്റക്കാർ. അവരുടെ താവളത്തിനടുത്താണ് ലഹരിയിൽ കിറുങ്ങി വീണത്. മയങ്ങി വെളിവില്ലാതെ കിടന്ന പന്ത്രണ്ട് യോദ്ധാക്കളേയും കൊള്ളക്കാർ വരിഞ്ഞുകെട്ടി തങ്ങളുടെ തടവറയിലാക്കി. ആ കാട്ടുകള്ളന്മാരുടെ താവളം കീഴടക്കാൻ അസാധാരണ പാടവം വേണം. കാട്ടിൽ, നിഗൂഢമായി കെട്ടിയ, അപകടം പതിയിരിക്കുന്ന കോട്ടയാണ് അവരുടെ താവളം. വിവരങ്ങൾ രഹസ്യമായി എങ്ങനെയോ അറിഞ്ഞ്, മലനാടന്മാരുടെ ഒരു അനന്തരവൻ – മലനാടൻ കുഞ്ഞ്–എന്റെ അടുത്തെത്തി. മലനാടൻകുഞ്ഞ് തന്റെ പന്ത്രണ്ട് അമ്മാവന്മാരേക്കാൾ കേമനാണ്. പക്ഷേ, മൂവിക്കൽ കോട്ടയിൽ നേരെ കയറിയങ്ങ് ചെല്ലാനാവില്ല. എന്റെ സഹായം കൂടിയുണ്ടെങ്കിൽ കാട്ടുകള്ളന്മാരെ ഒരു പാഠം പഠിപ്പിക്കാം.

മലനാടൻ കുഞ്ഞിന്റെ സങ്കടം എനിക്ക് ഉൾക്കൊള്ളാനായി. മൂവിക്കൽ ഇട്ടിയുടെയും സംഘത്തിന്റെയും കോട്ടയിൽ എത്തിച്ചേരാനുള്ള വഴിയും കാട്ടിലൂടെയുള്ള രഹസ്യമാർഗ്ഗങ്ങളും പുതിയ അടവ് മുറകളും ഞാൻ മലനാടൻ കുഞ്ഞിന് പറഞ്ഞുകൊടുത്തു. എങ്കിലും മൂവിക്കലിട്ടിയെ പിടികൂടി കൊല്ലരുതെന്ന് ഞാൻ ആഗ്രഹിച്ചു. കാരണം, കാട്ടുകള്ളന്മാരെങ്കിലും അവർ ഒരിക്കൽ എന്റെ ജീവൻ രക്ഷപ്പെടുത്തിയ രക്ഷ

കന്മാരാണ്. അതും മറക്കാനാവില്ല. ഏതാനും മാസം മുമ്പാണ് ആ സംഭവം. മാണിപ്പെണ്ണിന്റെ ആഗ്രഹം സഫലമാക്കാൻ കാട്ടുതേൻ അന്വേഷിച്ച് കിഴക്കൻ കാട്ടിൽ ചെന്നതായിരുന്നു ഞാൻ. കാട്ടുതേൻ ആവശ്യത്തിലേറെ കിട്ടി. അതുമായി മടങ്ങാൻ തുടങ്ങുമ്പോഴാണ് ഞെട്ടിക്കുന്ന ഒരു കാഴ്ചകണ്ടത്. നേർമുന്നിൽ നിൽക്കുകയാണ് ഒരു ഒറ്റയാൻ. അവൻ ആഞ്ഞുകുതിച്ചാൽ എന്റെ കഥ അവിടെ തീരും. വളഞ്ഞുതിരിഞ്ഞ് ഓടുകയല്ലാതെ മാർഗ്ഗമില്ല. പിന്നെ രണ്ടും നിശ്ചയിച്ച് ഒരൊറ്റ ഓട്ടമായിരുന്നു. ചെന്നുവീണത് മൂവിക്കലിട്ടിയുടെയും തമ്പിയുടെയും മുന്നിൽ. എന്നോട് കാര്യം ചോദിക്കും മുമ്പേ അവർ വിവരം ഗ്രഹിച്ചു. കാട്ടിൽ ആനക്കൊമ്പ് വേട്ടക്കിറങ്ങിയ അവർക്ക് ഒറ്റയാനെ ആകർഷിച്ച് തങ്ങളുടെ തിരുമുമ്പിലെത്തിച്ച സഹായി ആയി ഞാൻ. അടുത്ത നിമിഷം തുടരെയുള്ള വെടിയൊച്ചയും ഒറ്റയാന്റെ മരണവിളിയുമാണ് കേട്ടത്. ആനയുടെ മസ്തകം വെട്ടിപ്പൊളിച്ച്, ചെത്തിയെടുത്തു കൂർപ്പിച്ച വെണ്ണക്കൽപോലുള്ള കൊമ്പുകൾ, അവരെടുക്കുന്നത് കാവൽക്കാരനെപ്പോലെ ഞാൻ കണ്ടുനിന്നു. ക്ഷീണിച്ചു തളർന്ന അവർക്ക് ഏറെ തേനടകൾ ഞാൻ കൊടുത്തു. അവരെന്നെ അവരുടെ കോട്ട നിൽക്കുന്ന രഹസ്യ സങ്കേതത്തിൽ, കൊണ്ടുപോയി. എന്നെപ്പറ്റി ആരൊക്കെയോ പറഞ്ഞ് കേട്ടിരുന്ന അവർ, ഇടയ്ക്കെങ്കിലും ആ കോട്ട സന്ദർശിക്കുവാൻ എനിക്ക് വിശദമായി വഴി പറഞ്ഞുതന്നു. എല്ലാം പരമ രഹസ്യമായി സൂക്ഷിക്കണമെന്ന ഒരു താക്കീതും നൽകി. പിരിയുമ്പോൾ സന്തോഷത്തോടെ ചില വിഗ്രഹങ്ങൾ സമ്മാനമായും തന്നു. അങ്ങനെയുള്ള വനം കൊള്ളക്കാരുടെ രഹസ്യങ്ങളാണ് ഞാൻ മലനാടൻകുഞ്ഞിന് പറഞ്ഞുകൊടുത്തത്. കൊള്ളക്കാരും അക്രമികളുമാണെങ്കിലും ഒരിക്കൽ എന്റെ ജീവൻ രക്ഷിച്ചത് അവരല്ലേ? അവരെ ചതിക്കുന്നത് നന്ദികേടാവില്ലേ? അതുകൊണ്ട് മലനാടൻ കുഞ്ഞിന്റെ നേതൃത്വത്തിൽ ഒരു സംഘം കോട്ട ആക്രമിക്കാൻ സാദ്ധ്യതയുണ്ടെന്നും ജാഗ്രത്തായി ഇരിക്കണമെന്നുള്ള വിവരം മൂവിക്കൽ ഇട്ടിയെ ഒരു ദൂതൻ മുഖേന പാടുപെട്ട് ഞാൻ അറിയിച്ചു. അവർ അങ്ങനെ രക്ഷപ്പെടുമെന്നു തന്നെ ഞാൻ കരുതി. പക്ഷേ, വിധി ആ കൊള്ളക്കാർക്ക് എതിരായിരുന്നു. എന്റെ വാക്കുകൾ അവർ നിസ്സാരമായി തള്ളി. തങ്ങളുടെ ആയുധബലത്തിൽ അവർ ഊറ്റംകൊണ്ടു. ഏതു മല്ലന്മാരേയും നേരിടാൻ തങ്ങൾക്ക് ശക്തിയുണ്ടെന്നവർ വിശ്വസിച്ചു. അതുകൊണ്ടവർ ഓടി ഒളിക്കാനൊന്നും ശ്രമിച്ചില്ല. മലനാടൻകുഞ്ഞും സംഘവും മൂവിക്കൽകോട്ട വളയുമ്പോൾ ഇട്ടിയും തമ്പിയും പുറത്തെവിടെയോ ആയിരുന്നു. സംഘാംഗങ്ങൾ ആരോ പറഞ്ഞ് അവർ ഓടിയെത്തിയപ്പോഴേക്കും മലനാടന്മാർ പന്ത്രണ്ട് പേരെയും അനന്തരവൻ തടവറയിൽ നിന്ന് രക്ഷപ്പെടുത്തിയിരുന്നു. തടവിലിട്ട് അവരെ അസ്ഥിപഞ്ജരങ്ങളാക്കാനായിരുന്നു കൊള്ളക്കാരുടെ ശ്രമം. കൂടുതൽ വൈകിയിരുന്നെങ്കിൽ അങ്ങ

നെയും സംഭവിക്കുമായിരുന്നു. ശക്തമായ ഒരു പോരാട്ടംകൊണ്ട് മലനാടൻ കുഞ്ഞിനും സംഘത്തിനും വനംകൊള്ളക്കാരെ അമർച്ച ചെയ്യാനും തെക്കുംകൂർ തമ്പുരാന്റെ ഠാണാവിൽ അടച്ചിടാനും സാധിച്ചു. അത് നന്നായെന്ന് എനിക്കും തോന്നി. ഉള്ളിൽ ഗൂഢമായ ഒരു സന്തോഷവും. എന്റെ ജീവരക്ഷകരായിരുന്നു അവരെങ്കിലും, എത്രയോ ജീവിതങ്ങൾ നശിപ്പിച്ച നീചന്മാരായിരുന്നില്ലേ അവർ? അതുകൊണ്ട് അവരുടെ ബന്ധനത്തിൽ എനിക്കൊട്ടും ഖേദമുണ്ടായില്ല.

കള്ളന്മാരെ കൊല്ലാതെ, ബന്ധനത്തിലാക്കാൻ എനിക്കും കഴിഞ്ഞിട്ടുണ്ട്. നാടുഭരിക്കുന്ന തമ്പുരാന്റെ കാവൽഭടന്മാരുടെ പണി ഞാനും ചെയ്തിട്ടുണ്ട്. സത്യത്തിൽ അതു ചെയ്യാൻ യാദൃച്ഛികമായൊരു ഭാഗ്യം കിട്ടിയെന്ന് വിചാരിക്കുന്നതാണ് ശരി. പ്രശസ്തമായ ആറന്മുള അമ്പലത്തിലെ ഭണ്ഡാരം കുത്തിപ്പൊളിച്ച് പണവും സ്വർണ്ണവും ഭാണ്ഡത്തിലാക്കി ഇടവഴിയിലൂടെ പതുങ്ങി നടന്ന 'കരിമല്ലൂരാതി' എന്ന പെരുംകള്ളനെയാണ് പിടികൂടി അധികാരികളെ ഏൽപ്പിക്കുവാൻ എനിക്കു സാധിച്ചത്. അരണ്ട നിലാവുള്ള ഒരു പാതിരാത്രിയിലായിരുന്നു ആ സംഭവം. തെക്കുംകൂർ തമ്പുരാനുമായി നടത്തിയ ഒരു കച്ചവടം. ഒരു വള്ളം നിറയെ പുഞ്ചനെല്ല് വേണമെന്ന് അദ്ദേഹം ആളയച്ച് അറിയിച്ചു. നല്ല വിളവെടുപ്പ് ഉണ്ടായ കാലമായിരുന്നതുകൊണ്ട് പറഞ്ഞതത്രയും നെല്ല് നൽകാൻ എനിക്ക് പ്രയാസമില്ലായിരുന്നു. പ്രജകൾക്ക് സൗജന്യമായി കൊടുക്കാനല്ലേ? തമ്പുരാൻ വിലയായി തരുന്ന പണം അൽപ്പം കുറഞ്ഞാലും ഈ വർഷത്തെ 'അതിക്കരാഴി' അദ്ദേഹത്തിന് തന്നെ കൊടുക്കാമെന്ന് ഉറപ്പിച്ചു. അതുകൊണ്ടുപോയി കൊടുത്ത് വള്ളക്കാരൻ മന്ദിരനുമായി ചൂട്ടുവെളിച്ചത്തിൽ, ആറൻമുള അമ്പലത്തിനടുത്തുള്ള പെരുവഴിയിലൂടെ നടന്നുവരുമ്പോഴായിരുന്നു പെട്ടെന്നൊരാൾ വലിയൊരു കെട്ടുമായി ഇടവഴിയിലേക്ക് ഓടിമാറി പതുങ്ങുന്നത് കണ്ടത്. "ആരെടാ അത്?" എന്നുവിളിച്ചു ചോദിച്ചപ്പോൾ, മറുപടി പറയാതെ അവൻ പതുങ്ങി നടന്ന് ഒറ്റ ഓട്ടമായിരുന്നു. എങ്കിൽ, അവനെ വിടരുത് എന്ന് നിശ്ചയിച്ച് ഞങ്ങൾ രണ്ടും പിന്നാലെ ഓടി. വഴിയോരത്തെ ചെളിക്കുത്തിലേക്ക് ചാടിയ അവനെ കുളത്തിലിട്ടുതന്നെ പിടികൂടി. വിചാരിച്ചതിലേറെ ശക്തനായിരുന്നു അവൻ. കരയിൽ പിടഞ്ഞുവീണ അവനെ കീഴടക്കാൻ പിന്നെ കടുത്ത മുഷ്ടിയുദ്ധം തന്നെ വേണ്ടിവന്നു. ഒടുവിൽ അവശനായ അവന്റെ കൈകൾ, മേൽക്കച്ച അഴിച്ച് പിറകിലേക്ക് കൂട്ടിക്കെട്ടി. ബഹളം കേട്ട് സമീപവാസികൾ ആരൊക്കെയോ ഓടിക്കൂടി. എല്ലാവരും ചേർന്ന് അവനെ വഴിവക്കിലെ പുളിമരത്തോട് ചേർത്തു കെട്ടിയിട്ടു. അപ്പോഴേക്കും കിഴക്ക് പെരുമീൻ ഉദിച്ചു കഴിഞ്ഞിരുന്നു.

നേരം പുലർന്നുകഴിഞ്ഞാണ് ഞങ്ങൾ അവന്റെ മുഖം ശരിയായി കണ്ടത്. പ്രാകൃതനായ ഒരു കാട്ടാളനായാണ് അവൻ കാണപ്പെട്ടത്. 'കരി

മല്ലൂരാതി' എന്ന പെരുംകള്ളനാണ് അവനെന്ന് ഒടുവിൽ അറിഞ്ഞപ്പോൾ, വലിയ ആവേശം തോന്നി. കണ്ടിയൂരും കവിയൂരും പുലിയൂരും അടക്കം മഹാക്ഷേത്രങ്ങൾ പലതും കൊള്ളചെയ്ത കരിമല്ലൂരാതിയെ കീഴടക്കി എന്ന വാർത്ത ആ നാടുവാഴിത്തമ്പുരാനെ ആശ്ചര്യപ്പെടുത്തി. അദ്ദേഹത്തിന്റെ ധീരരെന്നു പേരുകേട്ട ഭടനായകർ ശ്രമിച്ചിട്ടും കഴിയാത്ത കാര്യമാണ് ഞാൻ ചെയ്തതെന്ന് മനസ്സിലാക്കി തെക്കുംകൂർ തമ്പുരാൻ എന്നെ വിളിച്ച് പ്രത്യേക സമ്മാനങ്ങൾ നൽകി. "ചെങ്ങന്നൂ കുഞ്ഞാതിക്ക് വല്ലോം പറയാനുണ്ടോ?" എന്ന് ചടങ്ങിനവസാനം ചോദിച്ച തമ്പുരാനോട് ഞാൻ വിനയം വിടാതെ പറഞ്ഞു "തമ്പുരാനേ അടിയന് ഒരപേക്ഷയുണ്ട്...."

"ശരി കേൾക്കട്ടെ..." തമ്പുരാനും പ്രമാണിമാരും കാത് കൂർപ്പിച്ചു. ഞാൻ ചുറ്റുമൊന്ന് കണ്ണോടിച്ച്, മന്ദഹാസം വിടാതെ തുടർന്നു:

"തമ്പുരാനേ - ആറന്മുള അമ്പലത്തിലെ ഭണ്ഡാരം കൊള്ളയടിച്ച പെരുംകള്ളനായ കരിമല്ലൂരാതിയെ പിടിച്ചുകെട്ടിയതിന് അടിയന് വിലപ്പെട്ട സമ്മാനങ്ങൾ തന്നു. അതിലടിയന് ഒരുപാട് സന്തോഷമുണ്ട് എന്നാൽ അടിയനെപ്പോലെ ജാതിയിൽ താഴ്ന്നവരെന്ന് അവിടുത്തെ പോലുള്ളവർ വിളിക്കുന്ന ലക്ഷങ്ങളോളം അടിമകൾക്ക് ആറന്മുള അമ്പലം പോലുള്ള പുണ്യസ്ഥലങ്ങളിൽ കാലുകുത്താൻ ഒരവകാശവുമില്ല. അമ്പലത്തിന്റെ പരിസരത്തുപോലും അടിയാന്മാർക്ക് കടക്കാനാവില്ല. ഈ ഒരവസ്ഥ അങ്ങയെപ്പോലുള്ളവർ മാറ്റിത്തരണമെന്നാണ് അടിയന്റെ അപേക്ഷ. ആറന്മുളയും ചെങ്ങന്നൂരും പോലുള്ള എല്ലാ ദേശങ്ങളിലെയും ചെറിയ-വലിയ അമ്പലങ്ങളിൽ കേറാനും, തൊഴാനും അടിയങ്ങൾക്കും ആഗ്രഹമുണ്ട്. ആ ആഗ്രഹം നിറവേറ്റിത്തരികയാണെങ്കിൽ, അവിടുന്ന് ഇപ്പോൾ അടിയന് തന്ന ഈ സമ്മാനങ്ങളേക്കാൾ വിലപ്പെട്ടത് അതാകുമെന്ന് അടിയൻ വിചാരിക്കുന്നു. അതിനുള്ള ഒരു കൽപ്പന തിരുമുഖത്തുനിന്ന് ഉണ്ടാകണമെന്നു മാത്രമാണ് അടിയനിപ്പോഴുള്ള ഒരപേക്ഷ...."

എന്റെ അപേക്ഷ തീരുംമുമ്പു തന്നെ സദസ്സിലുണ്ടായിരുന്ന പല പ്രമാണിമാരും മുറുമുറുപ്പ് തുടങ്ങി. "നിർത്ത്.... നിർത്ത്.....ധിക്കാരം പറച്ചിൽ നിർത്ത്....."

"അസാദ്ധ്യമായതൊന്നും ഇവിടെ വിളമ്പാൻ അവനെ അനുവദിക്കേണ്ട..." എന്നു തുടങ്ങി ചിലരുടെ ശബ്ദങ്ങൾ ഉച്ചത്തിലായതും, "അതേപ്പറ്റി നാം കൂടുതൽ ആലോചിക്കട്ടെ" എന്നു പറഞ്ഞ് തമ്പുരാൻ ഒടുവിലൊരു സമാധാനം കണ്ടെത്തിയതും മറ്റും മനസ്സിൽ നിന്ന് അശേഷം മാഞ്ഞിട്ടില്ല. ആശാവഹമായി തമ്പുരാൻ ഒന്നും പറഞ്ഞില്ലെങ്കിൽക്കൂടിയും എനിക്ക് ഈ കാര്യത്തിൽ ഒരു സംതൃപ്തിയുണ്ട്. അത് മറ്റൊന്നുമല്ല. എന്നെപ്പോലുള്ള തീണ്ടൽ ജാതിക്കാരായ സാധുക്കളുടെ ഒരു ചിരകാലാഭിലാഷം മേലാളന്മാരുടെ മുന്നിൽ ആദ്യമായി തുറന്നുപറയാൻ കഴി

ഞ്ഞതിലുള്ള ഒരു സംതൃപ്തി. എന്റെ അപേക്ഷ ഇന്ന് തള്ളിക്കളഞ്ഞാലും നാളെ മറ്റൊരു തമ്പുരാൻ അത് പരിഗണിക്കുമെന്ന പ്രതീക്ഷ....

അഥവാ, പ്രതീക്ഷകളൊക്കെ സഫലമാക്കാൻ സാധിക്കുന്നവർ ഈ ലോകത്ത് എത്ര പേരുണ്ടാകും? തീരെ കുറവായിരിക്കും. വേണമെങ്കിൽ ഇല്ലെന്നും പറയാം. എങ്കിലും പ്രതീക്ഷകൾ കൈവെടിയുന്നവരല്ല നമ്മൾ. പ്രതീക്ഷകളോടെയാണ് അയാൾ എന്നെയും സമീപിച്ചത്. എന്നിട്ട് എനിക്ക് വല്ലതും സാധിച്ചുകൊടുക്കാനായോ? ഇല്ല. ഇല്ലെന്നു തന്നെയല്ല, അയാളുടെ പ്രതീക്ഷകളിൽ കുടുങ്ങി ഞാനും കുഴപ്പത്തിലായി. അതൊക്കെ ഓർക്കാതിരിക്കുന്നതാണ് ഭേദം. അറിയാം. നന്നായി അറിയാം. എന്നിട്ടും ഓർത്തുപോകുന്നു.

പതിനഞ്ച്

തെക്കും മേലുണ്ണി നല്ലൊരു കളരി ഗുരുവാണ്. യുവാവായൊരു കളരിഗുരു. ഇത്ര ചെറുപ്പത്തിലെ ആചാര്യസ്ഥാനം കിട്ടിയവർ ചുരുങ്ങും. വിദ്യ അഭ്യസിക്കാൻ എത്തുന്നവരുടെ ജാതിമതങ്ങളൊന്നും ഉണ്ണി നോക്കാറില്ല. എല്ലാവരേയും ഉണ്ണി ഒരുപോലെ കണ്ടു. കളരി വിദ്യക്കൊപ്പം "വചനം, വേദം, വ്യവസ്ഥ" എന്നീ മൂന്ന് തത്ത്വങ്ങളും അവിടെ പഠിപ്പിച്ചു.

"മാൻ കിടപ്പതു ചോലയിൽ
മയിലാടി നിൽപ്പതു കൊമ്പിന്മേൽ
തേനിരിപ്പതു നാവിന്മേൽ
ചെറുതേനിരിപ്പതു നെഞ്ചിന്മേൽ..."

എന്നൊക്കെയുള്ള പാട്ടുകൾ ഒരിക്കൽ അവിടെ ചെന്നപ്പോൾ ഉണ്ണി പഠിപ്പിക്കുന്നത് ഞാൻ കേട്ടുനിന്നുപോയി. അവ ഇപ്പോഴും നെഞ്ചിൽ തങ്ങിനിൽക്കുന്നു. അങ്ങനെയൊക്കെയുള്ള, സാത്വികനെന്ന് ഞാൻ കരുതിയ ഉണ്ണിക്ക് എന്തുപറ്റിയെന്നറിയില്ല. ആകസ്മികമായി അയാളൊരു പ്രേമബന്ധത്തിൽപ്പെട്ടുപോയി. പ്രേമമെന്നൊന്നും പറയാൻ പാടില്ല. കാരണം പെണ്ണിന് അയാളോട് ഇഷ്ടമുണ്ടായിരുന്നോ എന്ന് അയാൾക്ക് തന്നെ നിശ്ചയമില്ല. അപ്പോൾ ഒരു ദിക്കിലോട്ടു മാത്രമുള്ള ഒരിഷ്ടമായിരുന്നു അത്. മാവേലിക്കരക്കാരനായ ഉണ്ണി ഏതോ കാര്യത്തിന് ചങ്ങാതിയുമൊത്ത് കൊല്ലത്തുപോയപ്പോഴാണ് അവളെ കണ്ടത്. ആനന്ദവല്ലീശ്വരം ക്ഷേത്രത്തിൽ തൊഴാനെത്തിയ അതിസുന്ദരിയായ പെണ്ണിനെ യാദൃച്ഛികമായി കണ്ട ഉണ്ണിക്ക് ഒറ്റ നോട്ടത്തിൽത്തന്നെ അവളോട് പ്രേമമായി. അവളുടെ രൂപം അയാളുടെ മനസ്സിൽ നിന്ന് മായാതെയായി. ചന്ദനത്തിൽ കടഞ്ഞെടുത്തതുപോലുള്ള അവളുടെ ശരീരവും നീലത്താമര

യിതൾപോലെ വാലിട്ടെഴുതിയ വലിയകണ്ണുകളും ഏഴരമാറ്റ് നീളമുള്ള കറുത്തിരുണ്ട പീലിത്തലമുടിയും, ചന്ദ്രോദയം പോലുള്ള മന്ദഹാസവും ഒക്കെ അയാളുടെ മനസ്സിൽ നിറഞ്ഞുനിന്നു. തന്റെ ഗുരുസ്ഥാനം കൊണ്ടും സമ്പത്തുകൊണ്ടും പോർമിടുക്കുകൊണ്ടും അവളെ പെട്ടെന്ന് സ്വന്തമാക്കാമെന്ന് ഉണ്ണി നിനച്ചു. പക്ഷേ അതത്ര എളുപ്പമുള്ള സംഗതി ആയിരുന്നില്ല. അവളെ പരിണയിക്കാൻ ഉണ്ണിയേക്കാൾ കേമന്മാരായ പല പ്രമാണിമാരും മാടമ്പിമാരും കച്ചകെട്ടി നടപ്പുണ്ടായിരുന്നു. അവർക്കുപോലും അവളെ കിട്ടാൻ ഇടയില്ലത്രേ. കാരണം, മധുരയിലെ സുന്ദരനായൊരു മന്നൻ ആയിരുന്നു. തമിഴനായ അയാൾക്കേ മകളെ കൊടുക്കൂ എന്ന് അച്ഛൻ വല്യവീട്ടിൽപിള്ള ഉറപ്പിച്ചിട്ടുണ്ടുപോലും!

ഇതറിഞ്ഞിട്ടൊന്നും തെക്കും മേൽ ഉണ്ണി പിന്തിരിഞ്ഞില്ല. അയാൾക്ക് അവളില്ലാതെ ജീവിക്കാനാവില്ലെന്നൊരു തോന്നൽ. അങ്ങനെ ആരോ തെറ്റിദ്ധരിപ്പിച്ചാണ് ഉണ്ണി ഒരു ദിവസം എന്റെ അടുക്കലെത്തിയത്.

“കുഞ്ഞാതി വിചാരിച്ചാൽ സാധിക്കാത്ത കാര്യമില്ലെന്നാ എല്ലാരും പറേന്നേ. എന്നെ ഈ കാര്യത്തിൽ കുഞ്ഞാതിയൊന്ന് സഹായിക്കണം. എന്തു പ്രതിഫലം വേണമെങ്കിലും തരാം.....”

അമ്പരന്നുപോയ എന്നോട് തന്റെ അനുരാഗ കഥ ഉണ്ണി ചുരുക്കി പറഞ്ഞു. ഉണ്ണിയെ അൽപ്പകാലമായി അറിയാവുന്നതുകൊണ്ടും, വിവരിച്ച കഥകേട്ടും ഞാൻ അയാളെ ലോക കാര്യങ്ങൾ പലതും പറഞ്ഞ് പിന്മാറാൻ പ്രേരിപ്പിച്ചു. എത്ര ശ്രമിച്ചിട്ടും അതൊന്നും ഏശുന്നില്ലെന്നറിഞ്ഞ് നിർബ്ബന്ധത്തിന് വഴങ്ങി അയാളോടൊപ്പം ഞാൻ കൊല്ലത്തേക്കു പോയി. പെണ്ണിന്റെ അച്ഛനെ നേരിൽ കണ്ടു. വിശദമായി സംസാരിച്ചു. ധനാഢ്യനും പ്രതാപിയുമായ വല്യവീട്ടിൽപിള്ള ആതിഥ്യമര്യാദ വിടാതെ പറഞ്ഞു:

“മീനാക്ഷിയെ മധുരയിലെ സുന്ദരരാജന് കൊടുക്കാമെന്ന് ഞാൻ വാഗ്ദാനം ചെയ്തിരിക്കുകയാണ്. വാക്കുറപ്പ് കഴിഞ്ഞാഴ്ച ആയിരുന്നു. ഇനി അതിൽ നിന്ന് വ്യതിചലിക്കുക അചിന്ത്യമാണ്. നിങ്ങൾ ഇക്കാര്യം പറഞ്ഞ് ഇനി ദയവായി ഇവിടെ വരരുത്...”

ഞങ്ങൾ അലോഹ്യമൊന്നും പ്രകടമാക്കാതെ, അദ്ദേഹം നീട്ടിയ ഇളം നീരും കുടിച്ച് തിരികെ പോന്നു. ഇതുകൊണ്ട് ഉണ്ണി അടങ്ങുമെന്ന് ഞാൻ ധരിച്ചു. പക്ഷേ, അയാൾക്ക് അടക്കമുണ്ടായില്ല. എന്നല്ല, മധുരവരെപ്പോയി സുന്ദര രാജനെക്കണ്ട്, എടുത്ത തീരുമാനത്തിൽ നിന്ന് പിന്മാറാൻ വല്ല സാദ്ധ്യതയുമുണ്ടോ എന്ന് ആരായുക കൂടി വേണമെന്ന് ആ നിരാശാ കാമുകൻ വാശിപിടിച്ചു. അന്വേഷണത്തിനയക്കാൻ അയാൾ തീരുമാനിച്ചതോ എന്നെയും. എനിക്കു പോകാനുള്ള സകല സജ്ജീകരണങ്ങളും ഒരുക്കിവെച്ച് അയാളെന്റെ സ്വൈരം കെടുത്തി. ഒരു കുട്ടിയെപ്പോലെ ശാഠ്യവും കരച്ചിലുമായി. അവസാനം ഒരു പരീക്ഷണം എന്ന നിലയിലും ഒരു യുവാവ് പ്രേമനൈരാശ്യം മൂത്ത് ആത്മഹത്യ ചെയ്യരുതെന്ന

വിചാരത്താലും ഞാൻ ഉണ്ണിയുമൊത്ത് മധുരയ്ക്കുപോയി. അവിടെ ചെന്നപ്പോൾ പലതുകൊണ്ടും ഞാൻ അമ്പരന്നു. സുന്ദരരാജൻ എന്ന ഭാവിവരൻ ഒരു ദേശത്തെ ഭരണാധികാരിയാണ്. നല്ല കൈയൂക്കും സൈന്യബലവുമുള്ള ആൾ. ചെറുപ്പക്കാരൻ. സുന്ദരൻ, അയാളോട് ഇക്കാര്യം എങ്ങനെ സംസാരിക്കും? അപ്പോഴാണ് അപ്രതീക്ഷിതമായി ഞാൻ ഒരാളെ അവിടുത്തെ അങ്കക്കളരിയിൽ വെച്ച് കണ്ടത്. സത്യത്തിൽ ആ ദർശനം അത്യത്ഭുതമായിപ്പോയി. അത് മറ്റാരും ആയിരുന്നില്ല. എന്റെ ഗുരുനാഥൻ സാക്ഷാൽ കരിയാപ്പണിക്കൻ എന്ന ചേന്നൻ പണിക്കൻ. അദ്ദേഹം നാടുവിട്ടുവന്നത് മധുരരാജാവിന്റെ സൈനികർക്ക് ആയുധപരിശീലനം കൊടുക്കുന്ന ആചാര്യൻ എന്ന നിലയിലായിരുന്നു. മധുരയിൽ വെച്ച് എന്നെ കണ്ടത് അദ്ദേഹത്തിലും അതിശയം വളർത്തി.

"ഞാൻ ഇവിടെ താമസിക്കുന്ന കാര്യം ഒരു കാരണവശാലും ആ എരിയാപ്പണിക്കന്റെ ചെവിയിലെത്തരുത്." എന്നദ്ദേഹം ഭീഷണിയിലും അതിലേറെ ഭീതിയിലും എന്നോട് സൂചിപ്പിച്ചു.

"എനിക്കു കുഴപ്പമില്ല. പക്ഷേ തെക്കുംമേൽ ഉണ്ണി അങ്ങയെ കണ്ടിട്ടുണ്ട്. മനസ്സിലാക്കിയിട്ടുമുണ്ട്. നിങ്ങൾ തമ്മിലുള്ള ശത്രുത അയാൾ കേട്ടറിഞ്ഞിട്ടുമുണ്ട്...."

അപകട വഴി പറയാതിരിക്കാൻ എനിക്കായില്ല.

"ഓ.. അതു സാരമില്ല..." എന്ന് ഗുരുനാഥൻ അത് നിസ്സാരമാക്കി. വന്നതിന്റെ ഉദ്ദേശ്യമെല്ലാം ഞങ്ങൾ ഗുരുവിനോട് പറഞ്ഞു. പടുവിഡ്ഢികളെ കണ്ടതുപോലെ അദ്ദേഹം ഞങ്ങളെ ഒന്നു തറപ്പിച്ചു നോക്കി. എന്നിട്ട് പരിഹാസപൂർവ്വം ചിരിച്ച് എന്നോടായി സംസാരിച്ചു.

"കുഞ്ഞാതീ, നീ എന്നു മുതലാണ് ഇത്ര ബുദ്ധികെട്ടവനായത്? കൊല്ലത്തെ പെൺകുട്ടിയുമായുള്ള പുടവകൊട സുന്ദര രാജപ്രഭു ആഘോഷപൂർവ്വം നടത്താനിരിക്കുകയാണ്. ഇക്കാര്യത്തിൽ അദ്ദേഹത്തിന് ഒരു മനംമാറ്റം ഉണ്ടാക്കാൻ ഇന്ദ്രനും ചന്ദ്രനും വിചാരിച്ചാൽപ്പോലും കഴിയില്ല. നിങ്ങൾ എത്രയും വേഗം നാട്ടിലേക്ക് മടങ്ങുക..."

ഇരട്ടിച്ച ഇച്ഛാഭംഗത്തോടെ ഉണ്ണിയും, വിഡ്ഢിവേഷം കെട്ടിയതിൽ ലജ്ജിച്ച് ഞാനും അന്നുതന്നെ നാട്ടിലേക്ക് തിരിച്ചു. മേലാൽ ഇത്തരം വിഷയങ്ങളുമായി എന്നെ സമീപിക്കരുതെന്ന് ഞാൻ ഉണ്ണിയെ താക്കീതുചെയ്തു. ഇനിയെങ്കിലും അയാൾ പഴയപോലെ കളരി അഭ്യസനവുമായി മര്യാദയ്ക്ക് കഴിഞ്ഞുകൊള്ളുമെന്ന് ഞാൻ പ്രതീക്ഷിച്ചു. എന്നാൽ അങ്ങനെയല്ല സംഭവിച്ചത്. മധുരയിലെ സുന്ദരരാജനുമായി ഏറ്റുമുട്ടി അയാളെ കീഴടക്കി തന്റെ ശക്തി തെളിയിച്ച് മോഹിച്ച പെണ്ണിനെ സ്വന്തമാക്കണമെന്ന് അയാൾ വീണ്ടും ഇച്ഛിച്ചു. എന്നെ കിട്ടുകയില്ലെന്ന് അറിയാവുന്ന ഉണ്ണി എന്റെ ഗുരുവിന്റെ മുഖ്യ എതിരാളിയായ എരിയാപ്പണിക്കനെ സഹായിയാക്കി. തന്നെ പേടിച്ച് മധുരയിലേക്ക് ഒളിച്ചോടിയ കരിയാപ്പണിക്കനെ (ഇദ്ദേഹം മധുരയിൽ കഴിയുന്ന കാര്യം ഉണ്ണിയിൽ നിന്ന് ഏരിയാപ്പണിക്കനറിഞ്ഞു.) കൈയോടെ പിടിച്ച് വധിക്കാമെന്ന് എരിയാ

പ്പണിക്കനും കണക്കുകൂട്ടി. തന്റെ നിരവധി ശിഷ്യന്മാരേയും ചില ആതിമാരെയും ഉണ്ണി പാടുപെട്ട് സംഘടിപ്പിച്ചു. സംഘടിപ്പിക്കാനുള്ള ഓട്ടത്തിനിടയിൽ, മധുരയിൽ നടന്ന കല്യാണക്കാര്യമൊന്നും ഉണ്ണിയറിഞ്ഞില്ല. അയാൾ വലിയക്ലേശം സഹിച്ച് തന്റെ ചെറിയ സൈന്യവുമായി മധുരയിലെത്തി. സുന്ദരരാജന്റെ ശക്തരായ ഭടന്മാരുമായി ഏറ്റുമുട്ടി. അവർക്ക് ഉണ്ണിയേയും സംഘത്തേയും തോൽപ്പിക്കാൻ ഒരു പ്രയാസവുമുണ്ടായില്ല. തമിഴ് ഭടന്മാർ തെക്കുംമേൽ ഉണ്ണിയേയും എരിയാപ്പണിക്കനേയും മറ്റും പിടികൂടി തടവറയിലാക്കി. ആശ്വാസത്തോടെ എന്റെ ഗുരു കരിയാപ്പണിക്കൻ സ്വന്തം ദേശത്തേക്ക് തിരിച്ചു. സമാധാനത്തോടെ ഇനി നാട്ടിൽ ജീവിക്കാം എന്നദ്ദേഹം സമാധാനിക്കാൻ തുടങ്ങുമ്പോൾ ആ ധാരണ തകർത്തുകൊണ്ട് ഒരു പനയോലക്കുറിപ്പ് അദ്ദേഹത്തിന് ലഭിച്ചു. “ചേന്നൻ പണിക്കാ, മധുരയിലെ കൽത്തുറുങ്ക് എന്റെ കൊലയറയാകുമെന്ന നിന്റെ സ്വപ്നം നീ ഇനി തിരുത്തിക്കൊൾക. ഞാൻ നാട്ടിലെത്തിക്കഴിഞ്ഞു. ഇനി ഏതു നിമിഷവും എന്റെ കൈയാൽ നിനക്ക് അന്ത്യം സംഭവിക്കുമെന്ന് ഓർത്തുവെക്കുക....” എന്ന് എരിയാപ്പണിക്കൻ എന്ന കേളു....

കായിതം ലഭിച്ചതോടെ ഗുരുനാഥൻ പരിഭ്രാന്തനായി. എരിയാപ്പണിക്കനെ ഇനി നേരിടുക അസാദ്ധ്യമാണ്. ഏറെ പ്രതികാരത്തോടെയാകും അവന്റെ പുതിയ വരവ്. അവൻ തന്നെ കണ്ടെത്തും മുൻപ് കരിയാവും കോട്ട എന്ന തന്റെ കളരിവിടണം. പ്രിയശിഷ്യനായ ചെങ്ങന്നൂ കുഞ്ഞാതിയുടെ സഹായം തേടണം. കുഞ്ഞാതിയോട് 19-ാം കളരിയായ കരിയാവുംകോട്ടയിൽ പ്രവേശിക്കരുതെന്ന് പണ്ട് സൂചിപ്പിച്ചിട്ടുള്ളതാണ്. അതുകൊണ്ടവൻ ഇവിടേക്കു വരില്ല. അവനെ മറ്റെവിടെയെങ്കിലും സന്ധിക്കുന്നതാവും ഉചിതം. അങ്ങനെ സന്ധിക്കുന്നതിനായി ഗുരുനാഥൻ ചിന്തിച്ചു, തെരഞ്ഞെടുത്ത സ്ഥലമാണ് മാടൻതമ്പുരാൻ കാവിന്റെ മുന്നിലുള്ള ഈ ആൽത്തറ. അദ്ദേഹം എത്തുമെന്ന് ദൂതൻ അറിയിച്ച സമയം കഴിഞ്ഞിട്ട് വീണ്ടും ഒരു നാഴിക ആയിരിക്കുന്നു. അതോ, അതിലധികമോ?

ഗുരുനാഥനെ കാണാൻ ഞാൻ പോവുകയാണെന്നും ശത്രുവായ എരിയാപ്പണിക്കന്റെ വധ ഭീഷണിയിൽപ്പെട്ട അദ്ദേഹത്തെ രക്ഷിക്കേണ്ടത് ശിഷ്യനായ എന്റെ കടമയാണെന്നും, അതിനാൽ കരിയാവും കോട്ട എന്ന അദ്ദേഹത്തിന്റെ കളരിവരെ പോകാനിടയുണ്ടെന്നും ഒരുപക്ഷേ എരിയാപ്പണിക്കനുമായി ഏറ്റുമുട്ടലുണ്ടാകുമെന്നും മറ്റും ചീതപ്പെണ്ണിനോട് പറഞ്ഞിട്ടാണ് ഞാൻ ഇവിടേക്ക് തിരിച്ചത്. ഞാൻ ഏറെ വൈകിയാൽ, ഒരു വേള അവൾ എന്നെത്തേടി കരിയാവും കോട്ടയിലെത്തിയേക്കാം. ഒരിക്കൽ ആ വഴി വില്ലുവണ്ടിയിൽ സഞ്ചരിക്കുമ്പോൾ ഞാൻ അവൾക്ക് അകലെ നിന്ന് കരിയാവുംകോട്ട കാണിച്ചുകൊടുത്തിട്ടുണ്ട്. അതുകൊണ്ട് വഴിതെറ്റുകയില്ല. ചീതപ്പെണ്ണിനോട് ഞാൻ യാത്രപറഞ്ഞിറങ്ങുമ്പോൾ അവളുടെ ഒക്കത്ത് കണ്ണൻമോനും ഉണ്ടായിരുന്നു. ഒരു പിറന്നാൾ മാത്രം ആഘോഷിച്ച കണ്ണൻമോൻ. അവന്റെ കവിളിൽ മുത്തം കൊടുത്തിറ

ങ്ങുമ്പോൾ അവൻ ച്ചാ....ച്ചാ... എന്നു വിളിച്ച് പിടഞ്ഞു. അവനെ എടുത്ത് ചുമലിൽവെച്ച് ലാളിക്കണം. അതാണ് ആ പിടച്ചിലിന്റെ അർത്ഥം. ലാളിക്കാൻ ആഗ്രഹമുണ്ട്. പക്ഷേ, അതിനുള്ള നേരമില്ലല്ലോ. ഒരിക്കൽക്കൂടി അവന്റെ കവിളിൽ ഉമ്മവെച്ച് "ഞാൻ വേഗമിങ്ങെത്താം" എന്ന് ചീതയോട് പറഞ്ഞ് പ്രേമപൂർവ്വം അവളെയൊന്ന് നുള്ളി ആയുധങ്ങളോടെ ഞാൻ പടിയിറങ്ങി. അപ്പോൾ പടിക്കൽ നിന്ന് ചീത പ്രാർത്ഥിക്കുന്നത്, തിരിഞ്ഞുനോക്കുമ്പോൾ കണ്ടു. പ്രാർത്ഥനയൊക്കെ, ചീതയ്ക്കല്ല മാണിപ്പെണ്ണിനാണ് അധികം. യാത്രക്കിറങ്ങുമ്പോൾ കുറച്ചുകാലമായി ചീതയും മാണിപ്പെണ്ണും വീട്ടുപടിക്കൽ ഒന്നിച്ചുണ്ടാകും. ഇന്നലെ അവൾ കുന്നുവത്തെ സ്വന്തം വീട്ടിലേക്ക് പോയിട്ട് മടങ്ങിവന്നിട്ടില്ല. അവരുടെ മുത്താലമ്മ നടയിൽ ഇന്ന് ഉത്സവമാണത്രേ. മുടിയാട്ടമോ, പാക്കനാർ തുള്ളലോ, ചെണ്ടമേളമോ ഒക്കെ വിശേഷാൽ ഉണ്ടുപോലും. അതെല്ലാംകണ്ട് നാളെ ഉച്ചയോടെ എത്തുമെന്നാണ് പറഞ്ഞിട്ടുള്ളത്.

ഉത്സവങ്ങളും സഞ്ചാരവുമൊക്കെ ചീതപ്പെണ്ണിനേക്കാൾ പ്രിയം മാണിപ്പെണ്ണിനാണെന്ന് തോന്നുന്നു. പക്ഷേ, ഇരുവരേയും കൊണ്ട് ഒരു പാട് സ്ഥലങ്ങളിൽ പോകാനോ അവിടമെല്ലാം കാണിക്കാനോ കഴിഞ്ഞിട്ടില്ല. എല്ലാം എന്റെ ഓരോ തിരക്കുകൾ. എങ്കിലും ഒരു കാര്യത്തിൽ ഭാഗ്യമുണ്ട്. രണ്ടു ഭാര്യമാരും തമ്മിൽ ഇന്നുവരെ ഒരു പിണക്കവും ഉണ്ടായിട്ടില്ല. ഒരു മത്സരവും വിദ്വേഷവും ഉണ്ടായിട്ടില്ല. ചേച്ചിയും അനുജത്തിയും പോലെ ഒത്തൊരുമയോടാണ് ഇന്നുവരെ കഴിഞ്ഞത്. നാളെയും അങ്ങനെ ആയിരിക്കട്ടെ. കുമ്പളാംപൊയ്കയിലെ സ്വർണ്ണാമ്പലിനെപ്പറ്റി സാന്ദർഭികമായി ഒരിക്കൽ വിവരിച്ചപ്പോൾ മാണിപ്പെണ്ണ് പറഞ്ഞു. "കുഞ്ഞേട്ടനും ചീതേച്ചിയും ഒരുമിച്ച് നടത്തിയ യാത്രപോലെയാകരുത് ഇനിയത്തെ യാത്ര. അന്ന് നമ്മള് നാലുപേരും ഒന്നിച്ചുണ്ടാകണം. എനിക്കൊരാഗ്രഹമുണ്ട്. പറയട്ടെ? നമ്മളാരും ഇതുവരെ കണ്ടിട്ടില്ലാത്ത പൊയ്കയിലെ നൂറിതൾ ഉള്ള ആ സ്വർണ്ണാമ്പൽപ്പൂവ് കുഞ്ഞേട്ടൻ നീന്തിച്ചെന്ന് പറിച്ചെടുക്കണം. ഒരു പാമ്പിനും കടിക്കാനാവാത്ത കവചങ്ങളും ധരിച്ചുവേണം നീന്താൻ. അങ്ങനെ പറിച്ചെടുക്കുന്ന സ്വർണ്ണാമ്പൽ നമുക്ക് നമ്മുടെ മുത്താലമ്മയുടെ അറയിൽ വെക്കണം. അവിടെ ഓരോ ദിവസവും പൊഴിയുന്ന സ്വർണ്ണനാണയങ്ങൾ സാധുക്കളുടെ സേവനത്തിനായി മാറ്റിവെക്കണം.. അതിലെ ഒരു നാണയം പോലും നമ്മൾ എടുക്കരുത്...."

"അതെന്താ മാണിപ്പെണ്ണേ അങ്ങനെ പറഞ്ഞത്? ഇത്ര പാടുപെട്ട് പറിച്ചുകൊണ്ടുവന്നിട്ട് അതിൽ നിന്ന് പൊഴിയുന്ന ഒരു സ്വർണ്ണനാണയമെങ്കിലും നമുക്ക് സ്വന്തമാക്കണ്ടേ?"

"വേണ്ട, വേണ്ട കുഞ്ഞേട്ടാ; നമുക്ക് സുഖമായി കഴിയാനുള്ളതെല്ലാം മാടൻ തമ്പുരാൻ തന്നിട്ടുണ്ട്. നമ്മുടെ തലമുറയ്ക്കും വരും തലമുറയ്ക്കും എല്ലാം. അത് ധാരാളമാണ്."

മാണിപ്പെണ്ണിന്റെ വലിയ മനസ്സ് കണ്ട് ഉള്ളിൽ നിഗൂഢമായ ആനന്ദ

ത്തിന്റെ ഒരായിരം ഇതളുള്ള ഒരു താമരപ്പൂ വിരിഞ്ഞു. എന്റെ മനസ്സ് വായിച്ചറിഞ്ഞ പെണ്ണുങ്ങൾ തന്നെയാണല്ലോ ദൈവമേ രണ്ടും....

മാണിപ്പെണ്ണ് സൂചിപ്പിച്ച നാലുപേരിൽ ഒരാൾ ഒന്നരവയസ്സുകാരൻ കണ്ണൻമോനാണ്. അവൻ ഇന്ന് ജീവിച്ചിരിക്കുന്നതു തന്നെ മാണിപ്പെണ്ണിന്റെ കാരുണ്യം കൊണ്ടാണ്. ത്യാഗഭരിതമായ ആ മനസ്സിന് എത്ര നന്ദിപറഞ്ഞാലും മതിവരില്ല.

അങ്ങനൊരു സംഭവം നടന്നിട്ടിപ്പോൾ രണ്ട് മാസമായിക്കാണും. കണ്ണൻമോൻ പൂമുഖത്തിണ്ണയിലിരുന്ന് ചായമിട്ട മരക്കുതിരയെ ഓടിക്കുകയാണ്. അവന്റെ ശ്രദ്ധ മുഴുവൻ കുതിരയെ പായിക്കുന്നതിലാണ്. അടുത്താരുമില്ല. ചീത കുളിക്കാൻ പോയിരിക്കുന്നു. അമ്മ അടുക്കളയിൽ കറിക്ക് നുറുക്കുന്നു. മാണിപ്പെണ്ണ് അമ്മയെ സഹായിക്കുന്നു. പണിക്കാരൊക്കെ അവരവരുടെ ജോലികളിലും. ഒരു കരിമൂർഖൻ ഇഴഞ്ഞിഴഞ്ഞ് പൂമുഖത്തിണ്ണയിൽ കയറിപ്പറ്റി കണ്ണൻ മോന്റടുത്തേക്ക് നീങ്ങുകയാണ്. ഒരുനിമിഷം കഴിഞ്ഞാൽ, പാമ്പ് കുതിരയെ ചലിപ്പിച്ചുകൊണ്ടിരിക്കുന്ന കുഞ്ഞിന്റെ കൈയിൽക്കൊത്തും. കൊത്തുറപ്പിച്ചാണ് പാമ്പിന്റെ ലക്ഷ്യം വെച്ചുള്ള നീക്കം. എന്തോ പൂമുഖത്തു നിന്നെടുക്കാനായി അവിടേക്ക് ആകസ്മികമായി വന്ന മാണിപ്പെണ്ണ്, ഞെട്ടിക്കുന്ന ആ കാഴ്ചകണ്ട്, "യ്യോ....ന്റെ കുഞ്ഞ്...." എന്നു നിലവിളിച്ച് മുന്നോട്ടൊരു കുതിപ്പ്. കണ്ണൻമോൻ മാണിപ്പെണ്ണിന്റെ കൈയിൽ. പക്ഷേ, കുതിപ്പിനിടയിൽ പാമ്പിന്റെ തലയ്ക്കുമേൽ അറിയാതെ ചവിട്ടിപ്പോയി. നൊമ്പരമേറ്റ പാമ്പ് ഉഗ്രമായൊന്നു ചീറ്റി. മാണിപ്പെണ്ണിന്റെ കാൽത്തണ്ടയിൽത്തന്നെ ആഞ്ഞൊരുകൊത്ത്. കൊത്തേറ്റ മാണിപ്പെണ്ണ്, "അമ്മേ, ഓടിവായോ....ന്നെ പാമ്പ് കടിച്ചേ...." എന്ന് ഉറക്കെ നിലവിളിച്ച് പൂമുഖത്തുതന്നെ നിന്നു. ഓടിയാൽ വിഷം അതിദ്രുതം ശരീരത്തിൽ പടർന്നുകേറുമെന്ന് അറിയാവുന്ന പെണ്ണ് ധൈര്യപൂർവ്വം കുഞ്ഞിനെപ്പൊക്കിപ്പിടിച്ച് അവിടെത്തന്നെ ഇരുന്നു. പേടിച്ച കുഞ്ഞിന്റെ നിലവിളിയും മാണിപ്പെണ്ണിന്റെ ഒച്ചയും കേട്ട് അടുക്കളയിൽ നിന്ന് അമ്മയും പുറത്തുനിന്ന് പണിക്കാരും പാഞ്ഞുവന്നു. അവർ നോക്കുമ്പോൾ മാണിപ്പെണ്ണ് കുഞ്ഞിനെ പൊക്കിപ്പിടിച്ച് പരിഭ്രമത്തോടെ നിലത്തിരിക്കുന്നു. കരിമൂർഖൻ പൂമുഖം വിട്ട് അറപ്പുര ലക്ഷ്യമാക്കി തലതാഴ്ത്തി മെല്ലെ നീങ്ങുന്നു. ഒരാൾ കൈയിലിരുന്ന മുളവടികൊണ്ട് പാമ്പിനെ പൂമുഖത്തുനിന്ന് മുറ്റത്തേക്ക് തോണ്ടിയെറിഞ്ഞു. മറ്റേയാൾ കടിയേറ്റ ഭാഗത്തിന് മുകളിലായി തുണികീറി മുറുക്കിക്കെട്ടി.

ഞാൻ വിവരം അറിയുമ്പോഴേക്കും ബോധം കെട്ട് വാടിക്കരിഞ്ഞ മാണിപ്പെണ്ണിനെ കട്ടിലിലിട്ട് പണിക്കാർ നാലുപേർ ചേർന്ന് വിഷഹാരി കൊച്ചുകിട്ടൻ വൈദ്യന്റെ അടുക്കലെത്തിച്ചു കഴിഞ്ഞിരുന്നു. "നേരത്തോടുനേരം കഴിഞ്ഞേ എന്തെങ്കിലും പറയാനൊക്കൂ. കടിച്ചത് മുന്തിയ എനമാ...ഏതായാലും ഇവിടെ കെടക്കട്ടെ. ഒടേതമ്പുരാനോട് പ്രാർത്ഥിച്ചു കൊണ്ടിരുന്നോ...." എന്ന്, തുടരെ മരുന്നുകൊടുത്തുകൊണ്ട് വൈദ്യൻ

പറയുമ്പോഴാണ് ഞാൻ വില്ലുവണ്ടിയിൽ അവിടെ എത്തുന്നത്. "നോക്കട്ടെ കുഞ്ഞാതീ....ന്റെ പരമാവധി ശ്രമിക്കാം. എല്ലാം നിങ്ങടെ കൊച്ചിന്റെ തലേവര പോലിരിക്കും..." എന്ന് എന്റെ മുഖത്തു നോക്കാതെ വൈദ്യൻ വിധിയെഴുതുമ്പോൾ അകക്കാമ്പിലെങ്ങോ കഠാര തറച്ചുക യറും പോലെയുള്ള വേദന ഉണ്ടായി.

മാടൻ തമ്പുരാൻ ഞങ്ങളെ കൈവിട്ടില്ലെന്ന് പിറ്റേ ദിവസത്തോടെ ബോദ്ധ്യപ്പെട്ടു. മാണിപ്പെണ്ണ് കണ്ണ് തുറന്നു. സായാഹ്ന പുഷ്പത്തിന്റെ വിളർച്ച കണക്കെ അവൾ ചിരിച്ചു. പതുക്കെപ്പതുക്കെ ജീവിതത്തിലേക്ക് നടന്നുതുടങ്ങി. രണ്ടുമൂന്നാഴ്ചകൊണ്ട് അവൾ പൂർണ്ണമായും സുഖപ്പെ ട്ടു. വൈദ്യരുടെ മരുന്നും ശുശ്രൂഷയും ഈശ്വരാധീനവും കൊണ്ടാണ് മാണിപ്പെണ്ണ് രക്ഷപ്പെട്ടതെന്ന കാര്യത്തിൽ ഒരു സംശയവുമില്ല.

"ഒടേതമ്പുരാൻ കനിഞ്ഞു. നിങ്ങടെ ഭാഗ്യം...ഇനി വീട്ടിച്ചെന്ന് വിശ്ര മിച്ചോണ്ടാ മതി... ഒരാഴ്ചകൂടി ഈ എണ്ണ കാലിൽ കടിച്ചിടത്ത് പുരട്ടി ക്കോ...." എന്ന് പറഞ്ഞ് വൈദ്യൻ അനുഗ്രഹിക്കുമ്പോഴും ഓർമ്മി പ്പിച്ചു: "കേട്ടോ കുഞ്ഞാതി, മാണിപ്പെണ്ണ് ആളൊരു പുണ്യവതി തന്നെ യാ. സ്വന്തം ജീവൻ കൂടി ത്യജിച്ചല്ലിയോ ഈ കൊച്ച് ആ കുഞ്ഞിന്റെ ജീവൻ രക്ഷിച്ചത്...ഇതിനാ നമ്മള് ത്യാഗമെന്നൊക്കെപ്പറേന്നത്...."

അങ്ങനെയൊരു ത്യാഗസ്വരൂപിണിയെ ലഭിച്ചതും ഭാഗ്യം! ആ ത്യാഗ ത്തിന് മുമ്പിൽ ഗുരുവിന്റെ രക്ഷയ്ക്കായി ഞാൻ നടത്തുന്ന ശ്രമമൊന്നും ത്യാഗമാണെന്ന് തോന്നുന്നില്ല. ഗുരുവിനുവേണ്ടി രാത്രിയിൽ ഞാൻ ഇറങ്ങി പുറപ്പെട്ടതൊന്നും പാവം മാണിപ്പെണ്ണ് അറിഞ്ഞുകാണില്ല. അറി ഞ്ഞിരുന്നെങ്കിൽ അവൾ ഏറ്റവും സന്തോഷിച്ചേനേ.

അടുത്തെവിടെയോ ശംഖൂതുന്നതിന്റെ മുഴക്കം. തുടർന്ന് മണിയ ടി. പറകൊട്ടൽ, ആകെയൊരു ശബ്ദഘോഷം. വിചാരങ്ങളിൽ നിന്ന് ഞെട്ടിയുണർന്നു പോയി...

നോക്കുമ്പോൾ പരിസരത്ത് ചൂട്ടുകറ്റയുടെ ചുവന്ന വെളിച്ചം. ഒപ്പം രണ്ട് മൂന്ന് രൂപങ്ങൾ. മാടൻകാവിന്റെ നടയിലെത്തി കൂപ്പിത്തൊഴുമ്പോ ഴാണ് അവർ ശംഖ് മുഴക്കിയത്. ഉറക്കെ പ്രാർത്ഥിച്ച് താണ് തൊഴുത് ആൽത്തറയോടു ചേർന്നു നടന്നുപോകുമ്പോഴാണ് അവർ എന്നെ കണ്ട ത്. ഓ, വേലത്താനും കൂട്ടരുമാണ്.

"അല്ലേ ഇതാര്, കുഞ്ഞാതിയോ? എന്താ ഈ ആൽത്തറേൽ രാത്രി ഒറ്റയ്ക്കിരിക്കുന്നത്....?"

"ഒരാളെ കാത്തിരിക്കുവാ. ആൾ ഇതുവരെ എത്തിയില്ല. നിങ്ങൾ ഇതെല്ലാമായിട്ട് എങ്ങോട്ടാ?"

"ഞങ്ങള് ഒരു ചാവ് തുള്ളലിന് പോവാ. നമ്മുടെ കണിയാന്റയ്യത്തെ മണിയനമ്മാവൻ മരിച്ചതിന്റെ ഓർമ്മദെവസമല്ലിയോ? അവിടെ പ്രത്യേക പൂജേം കളംപാട്ടുമൊക്കെയൊണ്ട്. എന്നാ ഞങ്ങളങ്ങോട്ട് നടക്കട്ടെ കുഞ്ഞാതീ...."

"ആയ്ക്കോട്ടെ...."

മണിമുഴക്കിക്കൊണ്ട് വേലത്താനും കൂട്ടരും മുന്നോട്ട് നടന്നു. ചൂട്ടു വെട്ടം അവരോടൊപ്പം അകന്നു. അവർ മറഞ്ഞുകഴിഞ്ഞപ്പോഴാണ് പെട്ടെന്ന് ഓർത്തത്. ഞാൻ എന്തിനാണ് ഗുരുവിനെ ഇനിയും കാത്ത് ഇവിടിരിക്കുന്നത്? അദ്ദേഹം എത്തിച്ചേരാമെന്നു പറഞ്ഞ സമയം കഴിഞ്ഞിട്ട് നാഴിക രണ്ടായല്ലോ. സമയനിഷ്ഠയുള്ള ആളാണ് ഗുരു. സമയനിഷ്ഠയെപ്പറ്റി എത്രയോ വട്ടം കളരിയഭ്യസനത്തിനിടയിൽ അദ്ദേഹം ഉപദേശിച്ചിരിക്കുന്നു. അപ്പോൾപ്പിന്നെ ഗുരുവിന് എന്തെങ്കിലും സംഭവിച്ചിരിക്കാൻ ഇടയുണ്ടോ? വല്ല ആപത്തും...? എങ്കിൽ.....എങ്കിൽ....ഞാൻ എന്തിന് ഇവിടിരിക്കണം? അദ്ദേഹത്തിന്റെ കളരിയിലേക്കുതന്നെ പോയി നോക്കാം. ചെല്ലരുതെന്നാണ് താക്കീത്. എങ്കിലും ചെല്ലാതെ തരമില്ല. നാലഞ്ചുനാഴിക ദൂരമുണ്ട്. നടന്നുപോകാനേ ഇപ്പോൾ പഴുതുള്ളൂ.... നടക്കുക തന്നെ....

പോകും വഴി എങ്ങും നിലാവിന്റെ ചൂട്ടുകറ്റ എരിഞ്ഞു കിടന്നിരുന്നു. അതിൽ നിന്നുയരുന്ന പുകപോലെ ഇരുട്ടും. കവലകളിൽ കൊളുത്തിവെച്ച മൺചെരാതുകൾ കണക്കെ ആകാശത്ത് മങ്ങിയ നക്ഷത്രങ്ങൾ. അവയെ വൈരാഗ്യത്തോടെ ഊതിയണയ്ക്കാൻ പതുങ്ങിവരുന്ന കാർമേഘങ്ങൾ. അകലെയെങ്ങോ ഇടിമുഴങ്ങുന്നുണ്ട്. രാപ്പക്ഷികൾക്കൊപ്പം ചിറകടിക്കുന്ന കാറ്റിന് പതിവിലേറെ തണുപ്പ്. മഴപെയ്യാൻ ഇടയുണ്ട്. വൈകില്ല. ഉറപ്പാണ്. അതിനുമുമ്പ് കരിയാവുംകോട്ടയിൽ എത്തണം. ഒന്നുകൂടി ആഞ്ഞു നടക്കാം.

കരിയാവും കോട്ട എന്ന കളരിയിൽ കുഞ്ഞാതി എത്തുമ്പോൾ നിലാവ് വറ്റിക്കഴിഞ്ഞിരുന്നു. ഇരുട്ട് ഏതോ തകർന്ന കോട്ടപോലെ ചുറ്റും ചിതറി കിടന്നിരുന്നു. കളരിയോട് അടുക്കുംതോറും ശക്തമായ ചീറ്റലിന്റെയും ഉഗ്രമായ ഏറ്റുമുട്ടലിന്റെയും ആരവം ഇടിമുഴക്കങ്ങൾപോലെ കേട്ടു. തിടുക്കപ്പെട്ട് നടന്നടുക്കുമ്പോൾ ഇരുട്ടിൽ നാല് പച്ചക്കണ്ണുകൾ ജ്വലിക്കുന്നു. ഇരു ദിക്കുകളിൽ നിന്ന് പാഞ്ഞെത്തുന്ന അവ കൂട്ടിമുട്ടുന്നു. തെറിച്ചകലുന്നു. ഉച്ചത്തിൽ മുക്രയിടുന്നു. ചീറ്റി അമറി ഏറ്റുമുട്ടി ഒഴിയുന്നു. ഉറുമിപോലെ പുളഞ്ഞു വീശിയ മിന്നലിൽ തെളിഞ്ഞുകണ്ടു. അത് രണ്ട് കാളകൂറ്റൻമാരാണ്. അവ കൊടുംപകയോടെന്ന വണ്ണം വീണും മറിഞ്ഞും കൊമ്പുകൾ കോർത്തും ഏറ്റുമുട്ടുകയാണ്. പാതിരാത്രിയോടടുക്കുന്ന വേളയിൽ കൂരിരുട്ടിൽ കിടന്ന് ഏറ്റുമുട്ടുന്നു. ഈ കാളകൂറ്റൻമാർ ഏത്? മനസ്സിലാക്കാൻ ഒട്ടും വിഷമമുണ്ടായില്ല. തീർച്ചയായും അവ മൂരിക്കാളകളല്ല. ഒടിവിദ്യയിലൂടെ കാളകളുടെ രൂപം ധരിച്ച പറയന്മാർ ആരോ ആണ്. ഇപ്പോൾ ഈ പരിസരത്ത് ഏതു പറയന്മാർ വരും? തീർച്ചയായും അതിൽ പ്രവീണരായ എന്റെ ഗുരുനാഥൻ കരിയാപ്പണിക്കനും അദ്ദേഹത്തിന്റെ ആജന്മശത്രു എരിയാപ്പണിക്കനും അല്ലാതെ മറ്റാരാകാൻ?

പെട്ടെന്നായിരുന്നു മഴയുടെ വരവ്. കോരിച്ചൊരിഞ്ഞ്, കുത്തിയൊലിക്കുന്ന ഒരു മഴ. കാളകൾ രണ്ടും അമർച്ചയോടെ ഇരുട്ടിൽ മറഞ്ഞു

പോയി. അവിടെ കൊടുംകാറ്റിന്റെ വേഗതയിൽ, വിശാലമായ കളരിപ്പുരയിലേക്ക് കൽപ്പടവുകൾ താണ്ടി ഓടിക്കയറുന്ന ഗുരുവിനേയും പിന്നാലെ, നനഞ്ഞൊലിക്കുന്ന കാട്ടുപോത്തുപോലെയുള്ള എതിരാളിയേയും മിന്നൽ വെളിച്ചത്തിൽ വ്യക്തമായി കണ്ടു. മാടൻതമ്പുരാനേ.....! ശത്രുവിന്റെ വായിൽ എന്റെ ഗുരുനാഥൻ അകപ്പെട്ടു കഴിഞ്ഞിരിക്കുന്നു. ശിഷ്യനായ, രക്ഷകനായ, ഞാനിവിടെ നിൽക്കുന്ന കാര്യം അദ്ദേഹത്തെ എങ്ങനെ അറിയിക്കും? പ്രതിമ പോലെ നിന്നതുകൊണ്ട് എന്തുകാര്യം? എങ്ങനെ ഗുരുവിനെ രക്ഷപ്പെടുത്താനാവും?

ഊരിപ്പിടിച്ച ഉറുമിയും പരിചയുമായി കുഞ്ഞാതി കളരിയിലേക്ക് ചാടിക്കയറി. കളരിച്ചുവരുകളിൽ അപ്പോഴും കുത്തുവിളക്കുകൾ നിറഞ്ഞു കത്തുന്നുണ്ട്. ഒരു ഭാഗത്ത് ചങ്ങലവട്ടയും. ആ വെളിച്ചത്തിൽ വാശിയോടെ പൊരുതുന്ന ഗുരുവിനെയും ശത്രുവിനെയും നന്നായി കാണാം. ചതിവാള് വെട്ടുന്നതിലും കള്ളക്കോൽ പ്രയോഗിക്കുന്നതിലും സമർത്ഥനായ എരിയാപ്പണിക്കന്റെ മുന്നിൽ ഗുരു ദുർബ്ബലനാകുന്നു. തളരുന്നു. വേണമെങ്കിൽ പിന്നിൽ നിന്ന് എനിക്ക് എരിയാപ്പണിക്കനെ കുത്തിവീഴ്ത്താം. പക്ഷേ അത് അങ്കനിയമങ്ങൾക്കെതിരാണ്. ഗുരുവിന് അതിഷ്ടപ്പെടുകയുമില്ല. നേരിട്ട് വെട്ടി മരിക്കുന്നതിലാണ് ധീരത. അതിലാണ് അന്തസ്സും അഭിമാനവും. എന്നിട്ടും ആക്രമിച്ചു കയറുന്ന ശത്രുവിന് മുന്നിൽ ഗുരു പരാജയപ്പെടുന്നതു കണ്ട് വിളിച്ചുപോയി.

"ഗുരുനാഥാ...."

വിളികേട്ട്, ശ്രദ്ധപതറിത്തിരിഞ്ഞ ഗുരുവിന്റെ കഴുത്തിന് നേർക്ക്, ആ പഴുതിൽ എരിയാപ്പണിക്കൻ വെട്ടി. ഉന്നം പിഴച്ചില്ല. തടുക്കാനാവും മുമ്പ് കരിയാപ്പണിക്കൻ എന്ന എന്റെ ഗുരുനാഥന്റെ തല, കഴുത്തിൽ നിന്ന് വേർപെടാതെ അറ്റു..."കുഞ്ഞാതീ....." എന്ന് അദ്ദേഹം അവസാനമായി വിളിച്ചത് പൂർത്തിയാക്കാനായില്ല. പിളർന്ന വായിലൂടെ ഒഴുകിയ കടും ചോരയിൽ അത് മുങ്ങിപ്പോയി. എങ്കിലും, അപൂർണ്ണമായ ആ വിളി കുഞ്ഞാതി കേട്ടു. അത് തന്നോടുള്ള ഒടുവിലത്തെ അപേക്ഷയല്ലേ? ശത്രുവിനെ വകവരുത്താനുള്ള അപേക്ഷ. അപേക്ഷിച്ചില്ലെങ്കിലും, ഗുരുവിന്റെ ഘാതകൻ തന്റെയും പ്രതിയോഗി തന്നെ. അവനെ വകവരുത്തേണ്ടത് തന്റെ കടമയാണ്. ഒരു നിമിഷത്തെ ചിന്ത തീരുംമുൻപേ ക്രോധം നിറഞ്ഞ ചോദ്യമുയർന്നു:

"നീ ആര്?"

ചുടുചോര ഇറ്റുവീഴുന്ന വാൾ ചൂണ്ടി എരിയാപ്പണിക്കൻ അടുക്കുകയാണ്.

"ഞാൻ..... ഞാൻ.....കുഞ്ഞാതി. ചെങ്ങന്നൂ കുഞ്ഞാതി. ഗുരുവിന്റെ......."

"വേണ്ട. മനസ്സിലായി. ഇവിടെ നിനക്ക് എന്താണ് വേണ്ടത്?"

വാൾ ഉയർത്തി കലിപൂണ്ട് അയാൾ നിന്നു.

"എനിക്കുവേണ്ടത് ....വേണ്ടത്....നിന്റെ.....നിന്റെ തല...."

അതൊരു ആളിക്കത്തലായിരുന്നു.

"എന്റെ തല....എന്റെ തല...." അയാൾ അത് ആവർത്തിച്ചു പറഞ്ഞ് ഭീകരമായൊന്നു പൊട്ടിച്ചിരിച്ചിട്ട് ഗർവ്വോടെ തുടർന്നു:

"അതിന് നീ മറ്റൊരു ജന്മം ജനിക്കണം കുഞ്ഞാതി....."

"ഈ ജന്മം തന്നെ എനിക്ക് ധാരാളം. ഇതാ, പറഞ്ഞുവെട്ടുകയാണ്. നോക്കി തടുത്തോളൂ...."

കുഞ്ഞാതി ഇത്രപെട്ടെന്ന് അങ്കത്തിനൊരുങ്ങുമെന്ന് എരിയാപ്പണിക്കൻ വിചാരിച്ചില്ല. അവനെ നിമിഷങ്ങൾക്കകം തോൽപ്പിച്ച് വെട്ടിവീഴ്ത്താമെന്നായിരുന്നു കണക്കു കൂട്ടൽ. ഇപ്പോഴിതാ, അവൻ തന്റെ നേർക്ക് വെല്ലുവിളിക്കുന്നു. എങ്കിൽ, വിട്ടുകൊടുക്കുക വയ്യ......

പിന്നെ ശക്തമായൊരു പോരാട്ടമായിരുന്നു. കൈക്കരുത്തും മെയ്യഭ്യാസവും ഒരുപോലെ ഇടഞ്ഞുമിന്നിയ സന്ദർഭം. മേലായം ചാടി മറിയുകയും കീഴായം ഒഴിഞ്ഞു മാറുകയും ചെയ്യുന്നതിന്റെ ആവർത്തനം. വാളുകൾ ഝണഝണ ധ്വനിയോടെ ഏറ്റുമുട്ടുമ്പോൾ തീപ്പൊരി ചിതറിത്തെറിക്കുന്ന പ്രകാശം. എതിരാളി അതിശക്തനാണെന്ന് ഇരുകൂട്ടരും ഗ്രഹിച്ച നിമിഷങ്ങൾ. താൻ നേരിട്ടുള്ളവരിൽ ഏറ്റവും കരുത്തനായ എതിരാളിയാണ് എരിയാപ്പണിക്കനെന്ന് കുഞ്ഞാതി മനസ്സിലാക്കിയ വേളകൾ. എരിയാപ്പണിക്കന്റെ കള്ളക്കോലുകളും ചതിവാളുകളും കണ്ട്, തടുത്തതിന്റെ വിജയങ്ങൾ. കൊടുമ്പിരിക്കൊണ്ടിരുന്ന ആക്രമണങ്ങൾക്കൊടുവിൽ ഇരുവരുടെയും ശക്തി ക്ഷയിച്ചുവരും മുൻപ് കുഞ്ഞാതിയുടെ മൂർച്ചയേറിയ വാൾത്തലപ്പേറ്റ് അങ്കക്കളരിക്കു പുറത്തേക്ക് എരിയാപ്പണിക്കന്റെ തല തെറിച്ചു. പിടയ്ക്കുന്ന കബന്ധത്തിന്റെ നെഞ്ചിൽ ചവിട്ടി കുഞ്ഞാതി ഭ്രാന്തമായി അലറി.

"ഗുരുനാഥാ ..... കൊന്നു.... അങ്ങയുടെ മാറ്റാനെ ഞാൻ കൊന്നു..."

കലിയടങ്ങിയ നിശ്ശബ്ദതയിൽ ആ ശബ്ദം കളരിയാകെ മുഴങ്ങി.

ചുടുരക്തം പുഴപോലെ ഒഴുകുന്ന കളരി. അതിൽ പൂഴ്ന്നു കിടക്കുന്ന രണ്ട് കബന്ധങ്ങൾ. ഒടുങ്ങാത്ത കുടിപ്പകയുടെയും ശത്രുതയുടെയും ദയനീയമായ അന്ത്യങ്ങൾ.

ഒതുക്കിപ്പിടിച്ച് ആരോ സംസാരിക്കുന്ന മർമ്മരം. ഉൽക്കണ്ഠയോടെ പുറത്തേക്കു നോക്കുമ്പോൾ, ആരോ ചവിട്ടുപടികൾ കയറിവരുന്നു. അരണ്ടവെളിച്ചത്തിലും വ്യക്തമായി അത് ചീതപ്പെണ്ണാണ്. തോളത്തുറങ്ങുന്ന കുഞ്ഞിനെ വലതുകൈകൊണ്ട് പൊത്തിപ്പിടിച്ചിരിക്കുന്നു. മഴത്തുള്ളികൾ ഇറ്റുവീഴുന്ന ഓലക്കുട അവർക്കായി ചരിച്ചു പിടിച്ചുകൊണ്ട് ഒപ്പം വില്ലുവണ്ടിക്കാരൻ ആണ്ടിയേട്ടൻ.

ദൈവമേ, അവർ തന്നെ തേടി വന്നിരിക്കുകയാണ്. സമയം കഴിഞ്ഞും വീട്ടിലെത്താത്ത ഭർത്താവ് ഉറപ്പായും കരിയാവും കോട്ടയിൽ ഉണ്ടാവുമെന്ന് ചീതപ്പെണ്ണിനറിയാം. അവിടെ പ്രവേശിക്കരുതെന്ന ഭർത്താവിനുള്ള വിലക്കിനെപ്പറ്റിയും അറിയാം. എങ്കിലും കളരിയിൽ പ്രതിയോഗികളുമായി ഏറ്റുമുട്ടി എന്തെങ്കിലും വിപത്ത്....

"ചീതേ.... അരുത്.... ഇങ്ങോട്ടു വരരുത്, ഇവിടെയുള്ളത് നിങ്ങടെ കണ്ണുകൾക്കുള്ള കാഴ്ചയല്ല...."

ചീത കളരിക്കുള്ളിലേക്ക് കടന്നുവരും മുമ്പേ വിലക്കി. എന്നിട്ട്, ജയോന്മാദം കലരാതെ ഉറക്കെ വിളിച്ചുപറഞ്ഞു:

"ചീതേ.... എനിക്കിപ്പോൾ ദുഃഖം കലർന്ന ആഹ്ലാദമാണ്. എന്റെ ഗുരുവിനെ വെട്ടിക്കൊന്നവന്റെ കഴുത്ത് ഞാനും ഛേദിച്ചു. എനിക്കെന്റെ ദൗത്യം പൂർത്തിയാക്കാൻ....."

പറഞ്ഞു പൂർത്തിയാക്കും മുമ്പേ

"ഹമ്മേ...." എന്ന ദയനീയമായ ഒരു അലർച്ചയോടെ കുഞ്ഞാതി കളരിയുടെ വാതിൽപ്പടിയിലേക്ക് കമിഴ്ന്ന്, മുഖമടിച്ച് വീണു. പിൻകഴുത്തിന് ചുവടെ തറച്ചുകയറിയ ഒരു കഠാര അയാളെ വീഴ്ത്തുകയായിരുന്നു.

"ദൗത്യം പൂർത്തിയാക്കിയതിൽ മതിമറക്കണ്ടാ കുഞ്ഞാതി. എന്റെ അച്ഛന്റെ തല കളരിക്കുപുറത്ത് കാലവർഷത്തിലേക്ക് വെട്ടിയെറിഞ്ഞത്, നീ ഒരിക്കലും കാണാത്ത ഈ മകന് സഹിച്ചില്ല. ഒരു മകനും സഹിക്കില്ല. ഇത് നിന്റെ അവസാനത്തെ പകവീട്ടലായി ഒടുങ്ങട്ടെ...."

പതറാതെ ഉച്ചത്തിൽ മുഴങ്ങിയ ആ ശബ്ദം ഒടുങ്ങിയതും മഴകൊഴുപ്പിക്കുന്ന കൂരിരുട്ടിലേക്ക് ആരോ ഓടിമറഞ്ഞതും ഒപ്പമായിരുന്നു.

"ന്റ കുഞ്ഞേട്ടാ....." എന്ന തകർന്ന നിലവിളയോടെ ചീതപ്പെണ്ണ് കുഞ്ഞുമായി മുന്നോട്ടാഞ്ഞു. കുഞ്ഞിനെ തിടുക്കത്തിൽ തറയിൽ കിടത്തി അവൾ പടിയിൽ കിടക്കുന്ന കുഞ്ഞാതിയെ വാരിയെടുക്കാൻ തുടങ്ങുമ്പോഴേക്കും വണ്ടിക്കാരൻ ആണ്ടിയേട്ടൻ കുഞ്ഞാതിയുടെ പിൻകഴുത്തിൽ തറച്ച കഠാര വലിച്ചൂരി. കുതിച്ചു ചാടിയ ചോര തന്റെ തലക്കെട്ടഴിച്ച് വലിച്ചുകീറി പൊതിഞ്ഞുകെട്ടാൻ ഒരു പരിശ്രമം നടത്തി. ചീതപ്പെണ്ണിന്റെ മടിയിലേക്ക് കുഴഞ്ഞുവീണ കുഞ്ഞാതിയുടെ ചുണ്ടിൽ അന്തിനക്ഷത്രത്തിന്റെ മങ്ങിയ വെളിച്ചം പോലെ ഒരു മന്ദഹാസം തെളിഞ്ഞു.

"ചീതേ... പ്രായമായ.... ന്റെമ്മയെ നോക്കണം.... കണ്ണൻമോനേ....ന്റ കണ്ണൻ മോനേ.... മിടുക്കനായി വളർത്തണം. അവനെ ചെങ്ങന്നൂ കുഞ്ഞാതിയെക്കാൾ കേമനായി ..... കേമനായി ...."

കഠിന വേദനകൊണ്ട് വാക്കുകൾ മുറിഞ്ഞു. ശ്വാസം കിട്ടാതെ കുഞ്ഞാതി പിടഞ്ഞു. വരണ്ടുപോയ കണ്ഠത്തിൽ നിന്ന് മുറിഞ്ഞ വാക്കുകൾ രക്തം പുരണ്ട് പുറത്തുവന്നു. പുറത്തേക്ക് തള്ളിവരുന്ന, തുളുമ്പി ഒഴുകുന്ന കണ്ണുകൾ ചുറ്റും എന്തോ ഗഹനമായി അന്വേഷിച്ചു.

"എവിടെ.....? എവിടെ ന്റെ കുഞ്ഞ്? ന്റ....ന്റ.... കണ്ണൻ മോൻ.... അവസാനമായി അവനെ ഞാനൊന്ന് കണ്ടോട്ടെ...."

ഉറക്കം വിട്ടു പേടിച്ചു കരയാൻ തുടങ്ങുന്ന കുഞ്ഞിനെ ആണ്ടിയേട്ടൻ നിലത്തുനിന്ന് വാരിയെടുത്ത് കുഞ്ഞാതിയുടെ നേരെപിടിച്ചു. അയാൾ അവന്റെ കുഞ്ഞുനെറ്റിയിൽ അമർത്തി ചുംബിച്ചു.

"ചീതേ....ന്റെ......ന്റ........"

കുഞ്ഞാതി അവളെ നോക്കി മന്ദഹസിക്കാൻ ശ്രമിച്ചു. പെട്ടെന്ന് അയാളുടെ ശരീരം ഒന്നു പിടഞ്ഞു. കനത്ത വേദനയാർന്ന ഒരു ഞരക്കം അയാളിൽനിന്ന് പുറത്തുവന്നു. ആ കണ്ണുകൾ ഒന്നു തുറന്നടഞ്ഞു.

ഹൃദയം പൊട്ടുന്ന ഒരു നിലവിളി ആ മുഖത്തേക്ക് ആർത്തലച്ചു വീണ് ചിതറി.

കളരിക്കു പുറത്ത് അപ്പോഴും മഴ തകർത്തു പെയ്തുകൊണ്ടിരുന്നു!!!

ചെങ്ങന്നൂ കുഞ്ഞാതി

നാടോടികഥാകാവ്യം

ചെങ്ങന്നൂരാതിയുടെ ജനനം വിദ്യാഭ്യാസം

അരിയരിയോ തിരിതിരിയോ നാമം ചൊല്ലെന്റെനാവേ
അരിയെന്നക്ഷരം തിരുളെന്നകെണപതിയെൻഗുരുനാമം
എന്റാശാൻ ചൊല്ലിത്തന്നതാണേ യൻപത്തൊന്നക്ഷരം
ഒന്നിനൊന്നു മറവു കൂടാതെ തിരുനാവേ വിളങ്ങേണം

അല്ലല്ലേനമമെയലല്ലേനാമമെ,യെൻ ഗുരുനാമം
എലംമലയിലെയണിതൂങ്ങും കുയിലിന്റൊരേലൊച്ചപോലെ
അക്കണക്കേയെതുകണക്കേയെൻതൊരം തെളിയേണം
ഏതേതു പൊൻകവിത ഇന്നു നമ്മളു പാടണം പാട്ട്

ചെങ്ങന്നൂരുകുഞ്ഞാതിയെക്കൊണ്ടു പാടണംപാട്ട്
ചെങ്ങന്നൂകുഞ്ഞാതിയെക്കൊണ്ടു പാടണംപാട്ട്.

ചെങ്ങന്നൂരു കുഞ്ഞാതിചെനിച്ചു വളർന്നു
അരമണികിങ്ങിണിയിട്ടു വളർത്തുന്നെന്റമ്മ
ഏഴരതിരുവയസ്സോളം വളർത്തുന്നെന്റമ്മ
കുഞ്ഞിനുവിത്ത്യയില്ലാതെയിരുന്നൊരു കാലം
കരിയാവുംകോട്ടയിലെ കരിയാപണിക്കൻ
എരിയാവുംകോട്ടയിലെ എരിയാപണിക്കൻ
എരിയാപണിക്കനുമായിട്ടൊരങ്കമുണ്ടായി
അങ്കത്തിത്തോറ്റോടിപ്പോന്നു കരിയാപണിക്കൻ
ചെങ്ങന്നൂക്കോയിലിന്റെ തെക്കുവശത്ത്

ചെമ്പിട്ടപാലത്തിനു പടിഞ്ഞാറുമാറി
ഇരുമ്പിട്ടപാലത്തിനു കിഴക്കുവശത്ത്
എരിവേലും കാച്ചിക്കിടക്കുന്നു കരിയാപണിക്കൻ
പക്കത്തിരിക്കുന്നേ എരിയാപണിക്കൻ
കരിയാപണിക്കനെയവൻകൊത്തിയെടുത്തു
എരിയാപണിക്കനവിടുന്നിളകിപ്പറന്നു
ചെങ്ങന്നൂപ്പുരയുടെ കുന്നേലക്കോണിൽ
ഇടിവെട്ടിത്തലപോയെലൊരുമുണ്ടവരിക്ക
മുണ്ടവരിക്കപ്പിലാംകമ്പേകൊണ്ടങ്ങുവെച്ചേ
ആഴിപൂഴികളിച്ചിരിക്കുന്നവൻ ചെങ്ങന്നൂരാതി
ആഴിപൂഴിചങ്ങഴി നാഴികളിച്ചിരിക്കുമ്പം
അതുനേരം കാണാമായൊരു പുള്ളുവെട്ടാട്ടം
കൊത്തുന്നു ചവിട്ടുന്നേയെരിയാപണിക്കൻ
ചവിട്ടിയ ചവിട്ടു പിഴച്ചങ്ങുതാഴെയും വീണേ
ഓടിച്ചെന്നെടുക്കുന്നേയവൻ ചെങ്ങന്നൂരാതി
തേണ്ടമ്മേ തേണ്ടമ്മേയൊരു പക്ഷിപിറാവേ
കൊണ്ടുക്കളയെടാമോനെ പൊന്നുമകനേ
അല്ലെങ്കിലിരിക്കട്ടെ മോനു കളിപ്പാനും കൊള്ളാം
കൊള്ളാമെടാ കൊള്ളാമെടായെന്റെ പൊന്നുമകനെ

കപ്പക്കുഴിമഞ്ഞകിളച്ചു പിഴുതു
ചാണയക്കല്ലേ വച്ചുവടുകെയരച്ചു
എണ്ണയും മഞ്ഞളുമായവൻ കൂട്ടിക്കുഴച്ചു
കൊത്തിയ കൊത്തിലാകെ വാരിപ്പുരട്ടി
എണ്ണയും മഞ്ഞളുമായവൻ കൂട്ടിക്കുഴച്ച്
ചവുട്ടിയ ചവുട്ടിലൊക്കെ വാരിപ്പുരട്ടി
ഏഴണിമച്ചം പുറത്തവൻ കൊണ്ടങ്ങുവച്ചേ
വീട്ടിലും പുഴുവാണേയവൻ തീനും കൊടുത്തേ

കാലം പതിറ്റാണ്ടൊന്നു കഴിഞ്ഞൊരുശേഷം
ഏഴണിമച്ചം പുറത്തൊരു പൊന്തിമുഴക്കം
പെല്ലേനെ,പ്പെല്ലെനെയവൻ ചെല്ലുന്നതുണ്ടേ
ഏഴണിമച്ചും പുറത്തവൻ ചെന്നൊരുനേരം
നൂറ്റൊന്നു ശിഷ്യരുമവിടെ കൂടിട്ടുമുണ്ടേ
ഇതെന്തൊരു മാകത്തെന്നുനിരൂപിക്കുന്നുണ്ടേ
കതകുമറഞ്ഞേനയവൻ നിക്കുന്നനേരം
ഓരോരോ വിത്ത്യകളൊക്കയും കാണിക്കുന്നുണ്ടേ

കരിയാപണിക്കനുമവൻ കാണിക്കുന്നുണ്ടേ
അതുനേരം പറയുന്നേയവൻ കരിയാപണിക്കൻ
നിങ്ങളെന്നാ പോയിനൂയെന്റെ ശിഷ്യരുകൂട്ടേ
ഞാനങ്ങുവരികയും ചെയ്യാമെന്റെ ശിഷ്യരുകൂട്ടേ
നൂറ്റൊന്നുശിഷ്യരുമങ്ങു പോകുകചെയ്തു
തിരിഞ്ഞങ്ങുനോക്കുന്നുണ്ടു കരിയാപണിക്കൻ
ചെങ്ങന്നൂകുഞ്ഞാതിനെ കാണുന്നതുണ്ടേ
കരിയാപണിക്കനവൻ കാണുന്നതുണ്ടേ.
"നീയിങ്ങുകേറിവന്നാട്ടെടാ ചെങ്ങന്നൂരാതി
നിനക്കു കളരിയുണ്ടോടാ ചെങ്ങന്നൂരാതി
എനിക്കു കളരിയില്ലെന്റെ കരിയാപണിക്കാ
നീയൊരു കളരികെട്ടേണം ചെങ്ങന്നൂരാതി
നിനക്കൊരു "കരുവിത്ത്യ"ഞാം വെച്ചുതരാമേ

വേകം ക്ഷണത്തിലും കളരിപണിതു
മുപ്പത്തീരടി കളരിയാണേയവൻ കെട്ടുക ചെയ്തു
ലക്ഷണവെയ്ക്കുന്നേയവൻ ചെങ്ങന്നൂരാതി
ഓരോരോ വിത്ത്യകളൊക്കെ പഠിച്ചുതുടങ്ങി
കോഴിപ്പോരങ്കപ്പോരു ചില പോരുതുടങ്ങി
കോഴിപ്പോരഭ്യാസം പഠിപ്പിക്കുന്നതുണ്ടേ
ഓരങ്കം ഈരങ്കം ചിലചോടുകാണിച്ചേ
എലിയങ്കം പുലിയങ്കം ചില പോരുകാണിച്ചേ-
പതിനെട്ടു ചുവടുകളും പഠിക്കുന്നതുണ്ടേ
പതിനെട്ടു ചുവടുകളും പഠിച്ചുതികഞ്ഞു
പതിനെട്ടടവുകളും പഠിപ്പിക്കുന്നതുണ്ടേ
പതിനെട്ടടവുകളും പഠിച്ചുതികഞ്ഞു.
നീയൊന്നുകേട്ടാലുമെന്റെ ചെങ്ങന്നൂരാതി
അതുനേരം പറയുന്നേയവൻ കരിയാപണിക്കൻ
കാലം പതിറ്റൊരാണ്ടുകഴികയും ചെയ്തു
എനിക്കിനിപോകയും വേണം ചെങ്ങന്നൂരാതി
ലക്ഷണകൊടുക്കുന്നേയവൻ ചെങ്ങന്നൂരാതി
ഒരുകുമ്പിളിവിട്ടിലും പുഴുവും ലക്ഷണവെച്ചു
കരുത്താനം കൊടുക്കുന്നേയവൻ കരിയാപണിക്കൻ
കരുത്താനം കൊടുത്തിട്ടു "കുടുമ്പി" മുറുക്കി.
പതിനെട്ടുകളരിലും നീ പോകുകചെയ്യും
ഇരുപത്തൊന്നാശാനോടും വെട്ടിജയിക്കും.
പത്തൊൻപതാം കളരിലും നീ പോകരുതേടാ

പത്തൊൻപതാം കളരീവെച്ചു നിന്റെന്തിയമാണേ
ഞാനവിടെ വരികയും ചെയ്യും ചെങ്ങന്നൂരാതി
ആത്തിന്തോ-തിനിന്തോ-തിന-തിന്താതിനുന്താ
എന്റെതിരുപ്പേരു നീ ചൊല്ലരുതേടാ
എന്റെ തിരുപ്പേരു നീ ചൊല്ലുന്നകാലം
അന്നുനീ മരിക്കയും ചെയ്യും ചെങ്ങന്നൂരാതി
എന്നു പറഞ്ഞേച്ചുമവൻ പോകുക ചെയ്തു.

കുഞ്ഞാതിയുടെ യാത്രകൾ

കേട്ടാലും കേക്കണമമ്മെ പെറ്റൊരുതള്ളേ
എനിക്കിച്ചിരി കഞ്ഞിയോ വെള്ളമോ വേകംതരേണം
പറ്റിട്ടു പഴംകഞ്ഞി മോനു ഞാൻ കാലത്തേതന്നെ
പിന്നെന്റെ മകനെന്നാടാ കഞ്ഞിക്കു താകം
അപ്പനെ പേടിച്ചിട്ടു പറയാനുംവയ്യാ
അമ്മെനെ ചങ്കിച്ചിട്ടു പറയാനുംവയ്യാ
ആകട്ടെയിരിക്കട്ടെ മോനെ പൊന്നുമകനെ
നീയൊന്നു പറകയുംവേണം പെറ്റൊരു മോനേ
എനിക്കൊരു മറുകരതേയം ചുറ്റിവരണം
എനിക്കൊരു ചെറുകരതേയം ചുറ്റിവരണം
അതിനെന്റെ മകന്റെയൊരുപ്രായം വരട്ടെ
മറുകര, ചെറുകര, തേയം ചുറ്റിനടക്കാൻ
ഞാം വല്ലോം പറയുമ്പോളമ്മ വേണ്ടാവചനം
വേണ്ടാവചനമൊന്നും ചൊല്ലരുതമ്മേ
ഞാനും വളർന്നങ്ങൊരുത്തനുമായേ
ഞാനും വളർന്നമ്മെ തരക്കാരോടൊപ്പം
അഞ്ചുകൊമ്പനണിതാതോലമ്മ കയ്യിലെടുത്തേ
പെരയിപ്പെരമുറിയമ്മ തല്ലിത്തുറന്നേ
അരികിടക്കും അരിപ്പത്തായം തല്ലിത്തുറന്നേ
ചങ്കരം ചെറുചങ്ങഴിക്കൊന്നളന്നിട്ടേ
ചില്ലി മുളന്നാഴിക്കമ്മെ മൂന്നുചരിച്ചേ
ഏഴുനാവിയരിയെന്റമ്മ താങ്ങിയളന്നേ
പറയിപറക്കോത കെട്ടിയ പാലണിമുറം

പാലണിച്ചെറുമുറമമ്മചെന്നങ്ങെടുത്തേ
തച്ചൻ താൻ ചെത്തിയൊരളേ--തച്ചനൊരളേ
കൊല്ലൻതാൻ പൂണിട്ടൊളക്കാ പൂണനൊളക്കാ
വമ്പൻപനയൊരളമ്മ പിടിച്ചുനിറുത്തി
ആഞ്ഞുവലിഞ്ഞമ്മയരിയവയ്ക്കുന്നേ
ആമ്പിയും ചാമ്പിയുമമ്മയരിവിളക്കുന്നു
മാനത്തെ മേകംപോലെയരിമിനുക്കുന്നു
ആറുചിന്നം, നൂറുചിന്നമരിനുറുങ്ങുന്നേ
നൂറുചിന്നം നൂറ്റെട്ടുചിന്നമരി മിനുക്കുന്നു
പാലണിച്ചെറുമുറത്തിലമ്മയരിയങ്ങുവാരി
ഉമിപോകെയരി തിരികെയൊന്നെറ്റിയെറിഞ്ഞേ
വായെന്നും പോയെന്നുമരിപാറ്റിയമ്മ
മോരിലരികഴുകിയമ്മ പാലിച്ചരിച്ചേ
പാലിപ്പതം നിറുത്തിയമ്മ പാക്കഞ്ഞിവെച്ചേ
തൊട്ടത്തിച്ചെറുചിങ്ങനമ്മക്കോതിയരിഞ്ഞേ
പന്തലിപ്പാവയ്ക്കയമ്മ വട്ടമരിഞ്ഞേ
വള്ളിവഴുതനയമ്മ കീറിയരിഞ്ഞേ
ചിറ്റഞ്ചും കറികളുമെല്ലാം വെച്ചുചമച്ചേ
എന്നെപ്പെറ്റമ്മേ നിങ്ങളുകേക്കുകവേണം
എനിക്കൊന്നു തേക്കയും കളിക്കയുംവേണം
അവന്റപ്പൻതന്നാരപ്പുര പൂട്ടുതുറന്നേ
എണ്ണക്കടമെടുത്തവൻ മണ്ണോടുചാരി
ആഴക്കകൊള്ളുന്നൊരു ചവിട്ടിങ്ങെടുത്തേ
മൂഴക്കക്കൊള്ളുന്നൊരു ചവിട്ടിങ്ങെടുത്തേ
മൂഴക്കയെണ്ണകൊണ്ടവൻ മുടിയും മിനുക്കി
ആഴക്കയെണ്ണകൊണ്ടവൻ മെയ്യുംതടവി
ഇഞ്ചയും താളിയും കൂടെ കൂട്ടിച്ചതച്ചേ
തലയിലെവാരിയവനങ്ങു തേക്കുകചെയ്തു
ഒന്നല്ലേ മുങ്ങിയവൻ മുടിയൊന്നുലർത്തി
രണ്ടല്ലോ മുങ്ങിയവൻ മെയ്യുംതടവി
നാലല്ലോ മുങ്ങിയവൻ നടക്കല്ലേക്കേറി
മുടിതോർത്തും മുണ്ടെടുത്താണേ മുടിയുംതുവർത്തി
മെയ്തോർത്തും മുണ്ടെടുത്താണേ മെയ്യുംതുവർത്തി
അവിടുന്നും പോരുകയാണേ ചെങ്ങന്നൂരാതി
ഇടിപൊടി പടിപ്പുരമുറ്റത്തുവന്നിങ്ങുകേറി
കാറ്റാടും കളർതിണ്ണ കരടുംമിനുക്കി
പാണപ്പെരുമ്പായമ്മ തോറകടഞ്ഞിട്ടേ
ഇരുതലപൊരുതിട്ടുകെട്ടിയ വെള്ളിക്കരണ്ടി
നാല്ക്കാലിമണി പീഠമമ്മയിരുപ്പാനുമിട്ടേ

വാലുള്ള പാൽക്കിണ്ടീലമ്മ വെള്ളവും വെച്ചേ
വാപൂജ, കൈനനവും ജല(ചെല) ചുത്തവുംകൊണ്ടേ
ചുരമ്മം ചെറുകിണ്ണത്തി കഞ്ഞിവിളമ്പി
പാണ്ടിപ്പെരുംതളുകേലമ്മ ചോറുവിളമ്പി
ആയ്മം തണുക്കോളമവൻ കഞ്ഞികുടിച്ചു
കൊയ്മം തണുക്കോളമവൻ ചോർവാരിയുണ്ടു
കുമ്പം നിറയോളമവൻ ചോർവാരിയുണ്ടു
വാപൂജ-കൈപൂജ-കഴിയുന്നവനേ
ആടും കവുങ്ങേലെയാടും പഴുക്കാ
നെയ്ച്ചേരികൊടിയിലെവെറ്റ കണ്ണിലവെറ്റ
വേലത്തിചക്കി നീറ്റിയണിനൂറുകൂട്ടം
ചാപ്പാണംതെരുവിലെ പൊയില പുള്ളിപൊയില
മാമ്പുള്ളിക്കണക്കിട്ടാണേ ചുണ്ണാമ്പുതൊട്ടേ
നാലുംപതം ചേർത്താണേ വെറ്റിലതിന്നു
തണ്ടൂരിത്തടിയാണേ പൊയിലയും തിന്നു (തണ്ടൂരി)
എതിരങ്ങളുമതിരങ്ങളുമൊക്കെ തമ്പായിക്കൊണ്ടേ
ചവർപ്പും പുളികളുമൊക്കെ തുപ്പിക്കളഞ്ഞേ
ആടുവെട്ടിയരുതിരംപോലെ തിന്നതു തുപ്പി
അവന്റപ്പൻ തന്നാരപ്പുരപൂട്ടുതുറന്നേ
മൂലക്കനിക്കുന്നേലൊരു പേഴുമരിച്ചേ
നൽച്ചന്ദനം നാടൻപുഴുമവൻ നോക്കിയെടുത്തേ
കളമഞ്ചും കസ്തൂരി(കത്തിരി)യവൻ നോക്കിയെടുത്തേ
ചന്ദനവെലിക്കല്ലുമ്മേ ചെല്ലുന്നവനേ
കുറുകെത്താൻ അരച്ചിട്ടു നെടുകെവലിച്ചു
യാത്തിരക്കുറിയാണേ പൊടികറിതൊട്ടേ
നമ്പൂരികുറിയാണേ കുറിനാലുതൊട്ടേ
എട്ടും നാലും പന്ത്രണ്ടു പൊടിക്കുറി തൊട്ടേ
മേനിക്കൊരുവെള്ളമുണ്ടാണേ നോക്കിയെടുത്തേ
കാണിക്കുകരിംകച്ച നോക്കിയെടുത്തേ
മേനിക്കൊരു വെള്ളമുണ്ടവൻ കെട്ടിയുടുത്തേ
കാണിക്കുകരിംകച്ചയവൻ കെട്ടിയുടുത്തേ
പലതരം കച്ച കെട്ടിയൊരുതരം തൊങ്ങൽ
ഒരുതരം കച്ചകെട്ടി പലതരം തൊങ്ങൽ
അവന്റപ്പൻ തന്നാരക്കോപ്പും കൈയിലെടുത്തേ
അവന്റപ്പൻ ചുരികയും പരിചയും കൈയിലെടുത്തേ
ഇടിപൊടി പടിപ്പുരമുറ്റത്തുവന്നങ്ങുനിന്നേ
എന്നെപ്പെറ്റമ്മേയിന്നു നിങ്ങളുകേക്ക
എന്നെയിപ്പം കണ്ടാലമ്മയാരെന്നുചൊല്ലും
തങ്കണ്ണു തനിക്കും പലിക്കും പെറ്റമകനെ

പെഴവാക്കു ചൊല്ലരുതമ്മേ പെറ്റൊരുതള്ളേ
എന്റൊരുമകനെക്കണ്ടാലാരെപ്പോലെ
തെക്കുംകുറ്റി വലിയമ്പുരാന്റെയകം പടിപോലെ
തന്നാടുകഴിയോളം നീയുരിയാട്ടുകൊള്ളോ
മറുനാടുകഴിഞ്ഞാ നീയാളടികൊള്ളോ
ചെങ്ങന്നൂ കൊച്ചുകളരീടെ പൂട്ടുതുറന്നേ
പണമിരിക്കും പണപ്പെട്ടിയെടുത്തുകൊണ്ടന്നു
മുടിക്കെങ്കിമൂവായിരം പണമെണ്ണിയെടുത്തു
നടക്കെങ്കി നാലായിരം പണമെണ്ണിയെടുത്തേ
നാലും മുന്നേഴായിരം പണമെണ്ണിയെടുത്തേ
ചുരികയും പരിചയും വെച്ചൊരു പൂണാരക്കെട്ട്
ഏഴരമുട്ടുള്ള വടി – പൊൻചൂരക്കോല്
ചൂരവടിയും ചെന്നിങ്ങെടുത്തുകൊണ്ടന്നേ
അമ്മേടെ വലംകാലുതൊട്ടവൻ വന്ദനംചെയ്തു
അപ്പൻ കൊല തെയ്വമവന്റെ മുമ്പാകെ നിക്ക
ചാത്തച്ചൻ മുന്നോടി പുറവകം നിക്ക
ചേട്ടച്ചാതി മുന്നോടിയെന്റെയിടംവലം നിക്ക
എന്റാശാൻ കരിയാപണിക്കൻ മുടിയെവതിക്ക
ചുരികപ്പരതേവർ ചുരികെവതിക്ക
പരിചപ്പരതേവൻ ചുരിചെവതിക്ക
ചെങ്ങന്നൂപ്പരതേവരെ നിരൂപിച്ചവനെ
അവന്റപ്പൻ കൊലതെയ്വത്തെ നിരൂപിക്കുന്നവനെ
നമുക്കൊന്നുപോകണമപ്പാ ചെങ്ങന്നൂരപ്പാ
ഞാനെന്നാ പോയിവരട്ടെ പെറ്റൊരുതള്ളേ
നീയങ്ങുപോകുംവഴിക്കു ചതിവൊണ്ടുമോനെ
അങ്ങത്തെവരുംഫലം ഞാനങ്ങുചെന്നാലറിയാം
ഇങ്ങത്തെവരും ഫലം ഞാനിങ്ങുവന്നാലറിയാം.

വഴിയാത്രയും പാലുവംകോയിയും

ആകട്ടെയിരിക്കട്ടെ തള്ളെപെറ്റൊരുതള്ളെ
ഞാനെന്നാ പോയിവരട്ടെ പെറ്റൊരുതള്ളെ
പുണാരക്കെട്ടെടുത്തവൻ തമ്പുറത്തിട്ടേ
നാരായിണനാമോം ചൊല്ലിവലങ്കാലുവച്ചേ
കൂടെത്തുണചൊല്ലിയിടം കാലുവെച്ചേ
അന്നാടുകഴിവോളമവൻ തീണ്ടാട്ടുകൊണ്ടേ
അന്നാടു കഴിഞ്ഞപ്പോളവനാളായിപ്പോയി
മടമുമ്പിച്ചിറവെള്ളം മറിയുംകണക്കേ
ചിറമുമ്പിപ്പരലോടിക്കളിക്കുംകണക്കേ
കാറ്റത്തു കരിയില പറക്കുംകണക്കേ
അത്തരത്തിരുവേകം വഴിപോകയല്ലാണോ
ഒന്നോടി ഒന്നുനടന്നവൻ പോകയല്ലാണോ
കാള കെട്ടും കാത്താട്ടമ്പലമൊന്നു കഴിഞ്ഞേ
കുതിരകെട്ടും കുത്താട്ടമ്പലമൊന്നു കഴിഞ്ഞേ
ഇടിവെട്ടും ഇടപ്പുള്ളിത്തോടൊന്നുകവിഞ്ഞേ
കാക്കച്ചിമണിയാറമ്പലമൊന്നുകഴിഞ്ഞേ
ഒന്നോടി ഒന്നുനടന്നവൻ പോകയല്ലാണോ
അത്തരത്തിരുവേകം വഴിപോകയല്ലാണോ
മഴപെയ്യും മാമ്പ്രപ്പാടമൊന്നുകഴിഞ്ഞേ
കുന്നുവൻ കുഞ്ഞിലഞ്ഞിമൂട് കപ്പലിമൂട്
കപ്പലിത്തറമുട്ടിത്തണലിറകൊണ്ടേ
കന്നിക്കുരുവുമെടുത്തു നിറം കാണുന്നുണ്ടേ
ഇതുപോലെ നിറംതരമൊത്തൊരു പെൺതരംവേണം

ഒന്നോടി ഒന്നുനടന്നവൻ പോകയല്ലാണോ
പാലുവം മുണ്ടകപ്പാടത്തു ചെന്നങ്ങിറങ്ങി
ആയിരം ആളടിയാരൊരു വേലപണിയേ
ആയിരം കന്നുകളാലുഴുതുപൊടിച്ചേ
അതുനേരമിരിക്കുന്നുയവൻ പാലുവും കോയി
കടകത്തും കുന്നും പുറത്തിരിക്കയല്ലാണോ
"ഓടിയൊളിതിനെന്റെ ആളടിയാരെ
തെക്കുംകുറ്റിമന തമ്പുരാന്റിളംപട വന്നേ"
ആയിരം കന്നുകാളേടെനുകം വെട്ടിവിട്ടേ
ആയിരമാളടിയാരു മോടിയൊളിച്ചേ
അത്തിക്കിലെ പക്ഷിപുറാവെല്ലാം ചേക്കപിടിച്ചേ
വേകംക്ഷണത്തിലും വരികയല്ലാണോ
ചെങ്ങന്നൂ കുഞ്ഞാതി വരികയല്ലാണോ
ഓടിയെഴുന്നേക്കുന്നവൻ പാലുവംകോയി
കൈനീട്ടിത്തൊഴുന്നേയവൻ പാലുവംകോയി.
"എന്നെത്താൻ തൊഴുകയും വേണ്ട പാലവും കോയി
ഞാനൊരു പറയിപെറ്റ പറക്കിടാത്തനാണേ"
"പട്ടിക്കഴുവേറി- പറക്കഴുവേറി
നിന്നെ ഞാൻ തൊഴുതോടാ പറക്കഴുവേറി"
കുടയുടെ മണ്ടലം ചവുട്ടിയൊടിച്ചേ
അയ്കരണം, പൊയ്കരണമടിയും തുടങ്ങി
ആചാരത്തല്ലാലൊരു തല്ലുകൊള്ളുന്നേ
പിന്നത്തെത്തല്ലെല്ലാമവൻമാറിത്തടുത്തേ
ഇത്തര മിടുക്കനാണോടാ പാലുവംകോയി
നമ്മളു പഠിച്ചതീലോരങ്കം നോക്കുകവേണം
പൂണാരക്കെട്ടുമങ്ങഴിച്ചെടുക്കുന്നേ
ചുരികയും പരിചയുമെടുക്കുന്നവനേ
ചുരികയ്ക്കു മുനകുത്തി പരിചയ്ക്കു ചാരി
കൊല്ലുംകൊലതെയ്‌വം മനസെനിനച്ചു
ചേട്ടച്ചാതിമുന്നോടിയെമനസെനിനച്ചു
അവന്റാശാൻ കരിയാപണിക്കനെ മനസെനിനച്ചു
ചുരികയ്ക്കു ഈടിട്ടൊരേലമടിച്ചേ
പുറന്നോട്ടു വീഴുന്നേയവൻ പാലുവംകോയി
നെഞ്ചത്തുകേറിയിരുന്നവൻ ചെങ്ങന്നൂരാതി
"എന്നോടു കളിക്കല്ലേക്കോയി പാലവംകോയി
എന്നോടു കളിച്ചവരാരും നേരായിട്ടില്ല.
എന്നോടു കളിച്ചാലും നാഴി ചോരയ്ക്കുചേതം"
"കൊല്ലല്ലെ-കൊലയ്ക്കല്ലെ-വഴിയാത്തിരക്കാരാ
എന്നെയിപ്പം കൊല്ലല്ലെ-വഴിയാത്തിരക്കാരാ

നിന്നെപ്പെറ്റ നിന്റമ്മയാണം-കൊല്ലരുതെന്നെ
എന്നെപ്പെറ്റയെന്റമ്മയാണം-കൊല്ലരുതെന്നെ
തമ്പുരാൻതിരുനാവാണെ-കൊല്ലരുതെന്നെ
നമ്മളുപഠിച്ചതിലൊരങ്കം-നോക്കുകതന്നെ
എന്നോടുകളിച്ചാലെ നാഴി ചോരയ്ക്കുചേതം
എന്റെയടിയാട്ടിയാണേ പാലുവം പെണ്ണേ
അവളെ നിനക്കുതരാമെടായാത്തിരക്കാരാ
പാലുവംപെണ്ണു നിന്റെഓയാരമല്ല
കയ്യിപ്പണവുമുണ്ടേപെങ്കൊണ്ടുപോകും.
പാലുവംതേയവുമിന്നു നിനക്കുതരാമേ
പാലുവംപുറയുമിന്നു നിനക്കുതരാമേ
നെഞ്ചത്തുകേറിയിരുന്നു ചുരികപിഴുതേ
ചെങ്ങന്നൂ കുഞ്ഞാതീടെ ചുരികപിഴുതേ
മറുവയം തല്ലിയെഴുന്നേല്പിക്കുന്നേ
പാലുവംകോയിനെയെഴുന്നേല്പിക്കുന്നേ
ചെങ്ങന്നൂകുഞ്ഞാതിയെഴുന്നേല്പിക്കുന്നേ
ആകട്ടെയിരിക്കട്ടെകോയി പാലുവുംകോയി
എന്നോടു കളിച്ചോരാരും നേരായിട്ടില്ല.
എന്നോടു കളിച്ചാലിത്തിരിച്ചോരയ്ക്കു ചേതം
ഞാനെന്നാ പോയിവരട്ടെ പാലുവംകോയി
ചുരികയും പരിചയും വെച്ചൊരു പൂണാരക്കെട്ട്
യാത്തിരയൊരുങ്ങുന്നുയവൻ ചെങ്ങന്നൂരാതി
പാലുവംകുടിവഴികേറി പോകയല്ലാണോ
ചെങ്ങന്നൂകുഞ്ഞാതി പോകയല്ലാണോ

ചെങ്ങന്നൂകുഞ്ഞാതിയും പാലുവംകോയിയും തമ്മിലുള്ള അങ്കം

പാലുവം പാടത്തിന്നൊരു കൈപ്പണിവേല
ആയിരമാളടിയാരുടെ കൈപ്പണിവേല
പാലുവംപാടത്തിന്റെ കിഴക്കെയറ്റത്ത്
കടകത്തും കുന്നുംപുറത്തിരിക്കുന്നു കോയി
നാക്കിലഅണിമാടത്തിലിരിക്കുന്നു കോയി
ആയിരമാളടിയാരുടെ കൈപ്പണിവേല
യാത്തിരിക്കുറിതൊട്ട്-നെടുകുറിതൊട്ട്
പൊൻചൂരക്കോലുവടിയും-വീശി-ആതി-ചെങ്ങന്നൂരാതി.
ചുരികയും പരിചയുമൊരുപൊക്കണക്കെട്ട്
മടമുമ്പിചെങ്കോലകളിക്കും കണക്കേ-
കാറ്റത്തു കരിയിലവാരി തൂളുംകണക്കേ
ചാടിക്കളിച്ചു മദിച്ചുചെന്നേ
പാലുവം പാടത്തു ചെന്നങ്ങിറങ്ങി
ഉയർന്ന വരമ്പേറി ചെല്ലുന്നതുണ്ടേ
ചെങ്ങന്നൂകുഞ്ഞാതി ചെല്ലുന്നതുണ്ടേ
തീണ്ടാവഴി ദൂരത്തു ചെന്നതുനേരം
ആയിരമാളടിയാരുമോടിയൊളിച്ചേ
തെക്കംകുറ്റിത്തമ്പുരാന്റെയകമ്പടിവരിന്നേ
തലപ്പണം മുലപ്പണം കരംപിരിവാണേ
ആരിടെ വരമെന്നറിഞ്ഞതുമില്ല
ആയിരമാളടിയാരുമോടിയൊളിച്ചേ
കോവണിമാടത്തിക്കേറിയിരുന്നേ
പാലുവം കോയിയവിടെക്കേറിയിരുന്നേ

തീണ്ടാവഴി ദൂരത്തുചെന്നുനിന്നു-ചെങ്ങന്നൂരാതി
ഓടിയെഴുന്നേക്കുന്നേ പാലുവംകോയി
കൈനീട്ടിത്തൊഴുന്നേയവൻ പാലുവംകോയി
എന്നെത്താൻ തൊഴുകയും വേണ്ട പാലുവംകോയി
പറയിപറക്കള്ളിപെറ്റ പൊൻമകൻ ഞാനും
പട്ടിക്കഴുവേറി-പറക്കഴുവേറി
നീയെന്നെ തീണ്ടിയോടാ പറക്കഴുവേറി
ഇത്തിര മിടുക്കനാണോ പറക്കഴുവേറി
കോവണിമാടത്തിന്റെ കാലൊന്നെടുത്തേ
അയ്കരണം പൊയ്കരണമടിയും തുടങ്ങി
പൊൻചൂരക്കോലുവടികൊണ്ടു തടുത്തതുനേരം
അതുനേരം ചൊല്ലുന്നു കോയി പാലുവംകോയി
ഇത്തിരിമിടുക്കനാണോ വഴിയാത്തിരക്കാരാ
നീയിവിടെ നിക്കേണം വഴിയാത്തിരക്കാരാ
ഒന്നോടി ഒന്നു നടന്നവൻ പാലുവംകോയി
ചരികയും പരിചയും കൈയിലെടുത്ത്
മുപ്പല്ലിക്കുന്തവുമായി വന്നങ്ങുനിന്നു
അങ്കത്തിനും ചുങ്കത്തിനും വന്നവനല്ല
വഴിപോകുംയാത്തിരക്കാരനാപാലുവംകോയി
വഴിയങ്കംപൊരുതുന്നതു വേണ്ടാതീനം
വേണ്ടാതീനത്തിനു വന്നവനല്ല— ഞാനേ-
കോയിപാലുവം കോയി
മുപ്പല്ലിക്കുന്തവും കൈയിലെടുത്ത്
ചുരികയുംപരിചയും കൈയിലെടുത്ത്
കിഴക്കുംപടിഞ്ഞാറായി-അങ്കമിരുത്തി
മൂന്നാംചുവടിട്ടൊരു-മുച്ചെവിടിട്ടേ
നാലാം ചുവടേനടന്നു-കളിച്ചു
എലിയങ്കം പുലിയങ്കം ചിലനോട്ടമുറച്ചേ
എലിമീശവിറപ്പിച്ചു കോയിപാലുവംകോയി
പുലിമീശവിറപ്പിച്ച കോയിപാലുവംകോയി
നാലാംചുവടേൽ-നടന്നുകളിച്ച
മുപ്പല്ലിക്കുന്തവുമെടുത്തൊരുനീട്ടുകൊടുത്തേ
ആകട്ടെയിരിക്കട്ടെ കോയിപാലുവംകോയി
കണ്ണാടികളിപരിശയാതികൈയിലെടുത്ത്
കണ്ണാടികളി പരിശക്കൊരുതട്ടുകൊടുത്തു
മുപ്പല്ലിക്കുന്തം മൂന്നുമുറിയായ് വീണു
ആകട്ടെയിരിക്കട്ടെ വഴിയാത്തിരക്കാരാ
ഇത്തിരിമിടുക്കനോ വഴിയാത്തിരക്കാരൻ
എന്നോടുകളിക്കല്ലെ കോയിപാലുവംകോയി

എന്നോടുകളിച്ചോരാരും നേരായിട്ടില്ല
നോക്കിത്തടുത്തോളോ കോയിപാലുവംകോയി
പോരിൽമുഴുത്തൊരു പോരുപോരുവരുന്നു
നോട്ടത്തിമുഴുത്തൊരുനോട്ടം നോട്ടംവരുന്നേ
കണ്ണാടികളി പരിശയ്ക്കു കോരിയെടുത്തേ
മേപ്പോട്ടുതന്നെയങ്ങോരേറുകൊടുത്തേ
താപ്പട്ടുവന്നപ്പം കന്നിയട്ടചുരുങ്ങുംപോലെ
നാഭിത്തളത്തിലും ചുരികപിടിച്ചു
മുതുകത്തെകൊണ്ട ചുരികചങ്കിലൊറച്ചു
കൊലനോട്ടം നോക്കുന്നേയവൻ ചെങ്ങന്നൂരാതി
നീയെന്നെ കൊല്ലരുതേ വഴിയാത്തിരിക്കാരാ
നീയെന്നെ കൊല്ലരുതേ വഴിയാത്തിരിക്കാരാ

പാലുവം പെണ്ണുമായുള്ള വിവാഹം

പാലുവം പുരമുറ്റത്തു ചെല്ലുന്നവനേ
ചെങ്ങന്നൂകുഞ്ഞാതി ചെല്ലുന്നതുണ്ടേ
ഓടിയെഴുന്നേക്കുന്നേയപ്പൻ പാലുവനപ്പൻ
കൈനീട്ടിത്തൊഴുന്നേയപ്പൻ പാലുവനപ്പൻ
എന്നെത്തൊഴേണ്ടയപ്പാ-പാലുവന്നപ്പാ
ഞാനൊരു പറയിപെറ്റ പറക്കിടാത്തനാ
ചെങ്ങന്നൂതേയത്തുനിന്നു വരികയല്ലാണോ
അതുനേരം നിരൂപിക്കുന്നുപെണ്ണു പാലുവംപെണ്ണേ
എന്റപ്പനെ തൊഴീച്ചതിനും ഞാനും തൊഴീക്കും
അപ്പന്റനിന്തരവനാണു മച്ചുനൻചേട്ടൻ
മറുവേഷം കെട്ടുന്നുപെണ്ണു പാലുവംപെണ്ണ്
നേരിട്ടുകിഴക്കുന്നവൻ വരികയല്ലാണോ
തേണ്ടപ്പാ, തേണ്ടപ്പാ, തമ്പുരാൻകോയി
ഓടിയെഴുന്നേക്കുന്നവൻ ചെങ്ങന്നൂരാതി
കൈനീട്ടിത്തൊഴുന്നേയവൻ ചെങ്ങന്നൂരാതി
“ഇത്തരമിടുക്കനുമാണോ ചെങ്ങന്നൂരാതി”
അപ്പനെ തൊഴിച്ചതിനു പകരം ഞാനും തൊഴിച്ചു
“ഇത്തരമിടുക്കിയാണോ പാലുവംപെണ്ണേ
നിന്നെ ഞാൻ കൊണ്ടേപോകും പാലുവംപെണ്ണേ”
“ആകട്ടെയിരിക്കട്ടെയപ്പാ പാലുവനപ്പാ
പാലുവംപെണ്ണിനെയിന്നു മാലതരുമോ”
“എന്റെ പഴംപുര നീയും കളിയിക്കാനാണോ”
“അപ്പന്റെ പഴംപുരഞ്ഞാം കളിയിക്കുവാണേ
പുത്തൻ പുതുപ്പുര ഞാൻ വെപ്പിച്ചുതരാം”

"എന്റെ പഴംകിണറു നികത്താനുമാണോ"
"അപ്പന്റെ പഴംകെണറു ഞാൻ നികത്തുവാണേ
പുത്തൻ പുതുക്കിണറു ഞാൻ വെട്ടിച്ചുതരാം"
പാലുവംപെണ്ണിനെയും നിനക്കുതരാമേ
ഞാൻ പറയുന്നവേല നീയും കേക്കുകവേണം
കുന്നുവംപറമണ്ണത്തൊരു ചുണ്ടപ്പനയെ
ചുവടോടെ പിഴുതു-നീ-യിവിടെത്തരേണം
നൂറ്റൊന്നു നൂഴിലക്കുഞ്ഞിനെ വരുത്തുന്നവനെ
മാന്തിപ്പിഴുതെടുക്കുന്നേ ചെങ്ങന്നൂരാതി
മൂടോടെകൊണ്ടങ്ങുവന്നേ ചെങ്ങന്നൂരാതി
"ഇനിയെങ്കിലും പെണ്ണുതരുമോ പാലുവനപ്പാ"
"ഞാംപറയിണവേല നീ കേക്കുകവേണം
ആയിരപ്പറക്കണ്ടവുമുണ്ടേ മുണ്ടകക്കണ്ടം
മുണ്ടകക്കണ്ടമൊന്നു ഉഴുതുപൊടിച്ചു"
ആയിരപ്പറ എള്ളൊടു ചാമ വിതയ്ക്കുകവേണം"
ആയിരപ്പറ എള്ളോടു ചാമയളവുംകൊടുത്തേ
ആയിരം കന്നുകളാലുഴുതു പൊടിച്ചേ
ആയിരപ്പറയെള്ളൊടു ചാമ വിതയും കഴിഞ്ഞേ
"ഇനിയെങ്കിലും പെണ്ണുതരണേ പാലുവനപ്പാ"
"പാലുവംപെണ്ണിവെ നിനക്കുതരണേൽ
ആയിരപ്പറയെള്ളൊടു ചാമയളവുതരേണം"
അത്തിക്കിലെ നെയ്യനുറുമ്പിനെ വരുത്തിയല്ലോ
എള്ളൊടു ചാമയോടളവും വരുത്തി
ആയിരപ്പറയെള്ളൊടു ചാമയളവും കൊടുത്തേ
"ഇനിയെങ്കിലും പെണ്ണുതരേണ പാലുവനപ്പാ"
പതിനെട്ടു കരക്കാരിക്കുമപ്പൻ ചീട്ടുകൊടുത്തേ
പൊയ്ക്കണ്ടം പൊരുനാഴിച്ച നേരമെടുത്തേ
"കേട്ടാലും കേക്കണമപ്പാ പാലുവനപ്പാ
പാലുവംപെണ്ണിനെ – ഞാനിന്നു വേളികഴിച്ചാ
എനിക്കാണും തിരുതനമുണ്ടോ- പാലുവനപ്പാ"
"എന്തിരു തിരുതനംവേണം ചെങ്ങന്നൂരാതി"
"അപ്പന്റെ തലവെട്ടിത്തിരുതനംവേണം
അമ്മെടെ വലംമുലവെട്ടിത്തിരുതനംവേണം
"തടുത്തുതരം പറയല്ലേ-ആതി ചെങ്ങന്നൂരാതി
"നിന്റെയൊരാണത്തോം ഞാൻ കാണുകചെയ്തു
ആയിരപ്പറക്കണ്ടവുമുണ്ടേ മുണ്ടുകക്കണ്ടം
മുണ്ടകക്കണ്ടമിന്നു നിനക്കുതരാമേ"
പോകുന്നു നടക്കുന്നേയവൻ പാലുവനപ്പൻ
കൂടെത്തിരിക്കുന്നുപെണ്ണു പാലുവംപെണ്ണ്

കുന്നുവൻ കളരിമുഖത്തവർ ചെല്ലുകയാണ്
പൊയ്കണ്ടം പൊതനാഴിച്ച ഉദയനനേരം
പാലുവം പെണ്ണിനെയിന്നു വേളി കഴിച്ചേ
ചെങ്ങന്നൂകുഞ്ഞാതിയിന്നു വേളികഴിച്ചേ
പതിനെട്ടുവാത്തിയത്തോടെ വരികയല്ലാണോ
പാലുവംപെരക്കലിന്നു വരികയല്ലാണോ

കുന്നുവനച്ചനുമായുള്ള പോര്

ഏഴാമത്തെദിവസത്തിന്നാളപ്പറയുന്നവനേ
നമുക്കൊരുയാത്തിരപോണം പാലുവംപെണ്ണേ
അതുനേരം പറയുന്നേയമ്മ-പാലുവനമ്മ
പോകണ്ട-പോകണ്ട-മോനെ-പൊന്നുമകനേ
ചതിയൊണ്ടുപിഴയൊണ്ടുമോനേ-പൊന്നുമകനേ

ചെട്ടിക്കുടിവഴികേറി പോകരുതേടാ
ചെട്ടികളെട്ടുപകനിനക്കൊണ്ടേ
പാണ്ടിത്തെരുമുകളേറിപോകരുതേടാ
പാണ്ടികളുപത്തെണ്ണം പകനിനക്കൊണ്ടേ

ആകട്ടെയിരിക്കട്ടെപെണ്ണേ-പാലുവംപെണ്ണേ
നമുക്കൊന്നുപോകാംപെണ്ണേ-പാലുവംപെണ്ണേ
ചുരികയും പരിചയും വെച്ചൊരുപൂണാരക്കെട്ട്
കൈയിലെവളയെടുത്തു വളകിലുക്കേടി
വഴിപ്പാട്ടുപാടണംപെണ്ണേ പാലുവം പെണ്ണേ

വേകത്തിലണിഞ്ഞൊരുങ്ങുന്നുപെണ്ണു പാലുവംപെണ്ണ്
ചീരകത്താലിക്കെടംവലം കുമ്പളത്താലി
കുമ്പളത്താലിക്കെടംവലം ചീരകത്താലി
അതുനേരംചെല്ലുന്നേയമ്മ പാലുവനമ്മേ
നാട്ടാരാംആണാളെക്കൊലകൊല്ലിക്കല്ലേടി
ആകട്ടെയിരിക്കട്ടെയമ്മേ-പാലുവനമ്മ

ഞങ്ങളന്നാപോയിവരട്ടെ-പാലുവനമ്മേ

ഞെച്ചടാ, ഞെടിയടാ വളകിലുക്കെടി
വഴിപ്പാട്ടുപാടെടി പെണ്ണേ പാലുവംപെണ്ണേ
ചെട്ടിത്തെരുവുകേറി ചെല്ലുകയല്ലാണോ
ചെട്ടികളെട്ടെണ്ണം വന്നുമുമ്പുതടുത്തു
ചെട്ടികളെട്ടിനേയും കൊന്നുമുടിച്ചു
പാണ്ടിത്തെരുവഴി കേറിച്ചെല്ലുകയാണേ
പാണ്ടികളുപത്തെണ്ണം വന്നുമുമ്പുതടുത്തു
പാണ്ടികളുപത്തിനേയും കൊന്നുമുടിച്ചു
കുന്നുവൻകുടിവഴി കേറിച്ചെല്ലുകല്ലാണോ
കുന്നുവൻകുഞ്ഞിലഞ്ഞിമൂട് - കപ്പലിമൂട്
കപ്പലിത്തറമൂട്ടിത്തണലിറകൊണ്ടേ
ചുരികകമത്തിയിരുന്നു ചെങ്ങന്നൂരാതി
കോമുണ്ടുമടക്കിയിരുന്നു പാലുവംപെണ്ണ്
പാലുവംപെണ്ണിന്റെ മെയ്യിത്തലചായിക്കുന്നേ
ചിന്തുംചെറുപ്പേനും കുത്തിയിരിക്കയല്ലാണോ
അതുനേരം കേക്കുന്നു മൊരുപൊന്തിമുഴക്കം
കേട്ടാലും കേക്കണമേടി കെട്ടിയപെണ്ണേ
എവിടാടി ഏതിക്കിലാടി പൊന്തിമുഴക്കം
എന്നെക്കെട്ടിയ കളരീലാണേ പൊന്തിമുഴക്കം
ആണുങ്ങളും ചിഴ്യരുമുള്ള കളരിമുകത്ത്

ആണിതം-ഞാണിതം-ഞാംവേണേ-കാണിച്ചുതരാം
ചുരികയും പരിചയുമഴിച്ചെടുക്കുന്നേ
ചുരികയ്ക്കു മുനകുത്തി പരിചയ്ക്കുചാരി
പരിചയ്ക്കു മുനകുത്തി ചുരികയ്ക്കു ചാരി
ചുരികയ്ക്കു ഈഠടിട്ടൊരേലമടിച്ചേ

മാനം പോയ് പൂമിയാണെലൊന്നു ഞെടുങ്ങി
കുന്നുവം കളരീടെ മുകളുതെറിച്ചേ
കുന്നുവനച്ചനിരിക്കുന്ന നാക്കാലിപീഠം
നാക്കാലിമണിപീഠത്തിന്റെ നാക്കൊന്നൊടിഞ്ഞേ
അതുനേരംപറയുന്നു കുന്നുവനച്ഛൻ
നമ്മുടെ കളരിനടുക്കിയതാരു തന്നാണോ
കളരീടെ പുറവകം ചെന്നുതിരക്കിവരണം
ചെങ്ങന്നൂകുഞ്ഞാതിക്കു ചിലപോഴത്തംമുണ്ടേ
ചിഴ്യരിത്തിരുമൂപ്പന്മാരെ ചൊല്ലിയയച്ചേ
കുന്നുവൻകുന്നലഞ്ഞിമൂട് കപ്പലിമൂട്

കപ്പലിത്തറമുകത്തു വന്നതുനേരം
അതുനേരമിരിക്കുന്നു രണ്ടുയാത്തിരക്കാരും
ഒരുപേരിതിരുപേരെ രണ്ടുയാത്തിരക്കാരും
ആരാടാ എന്താടാ ഇരിക്കുന്നതാരോ
ആരാണോ എന്താണോ ഇരിക്കുന്നതാരോ
നാക്കില്ലാനമ്പിയാണോടാ ഇരിക്കുന്നതാരാ
മൂക്കില്ലാമൂളിയാണോടാ ഇരിക്കുന്നതാരാ
കുന്നുവം കളരീലേക്കു വരുവാനക്കൊണ്ടേ
കുന്നുവനച്ചനും ഞങ്ങളെ ചൊല്ലിയയച്ചേ
നാക്കില്ലാനമ്പിയാണെങ്കി നിനക്കെന്തുചേതം
മൂക്കില്ലാമൂളിയാണെങ്കി നിനക്കെന്തു ചേതം
ഇതൊന്നുപറയല്ലെ വഴിയാത്തിരക്കാരാ
കുന്നുവം കളരീലേക്കു വരുവാനക്കൊണ്ട്
കുന്നുവനച്ചനും ഞങ്ങളെ ചൊല്ലിയയച്ചേ
കളരീടെ കന്നേലക്കോണെനിക്കു തരാമെങ്കി
ഞാംകൂടെ പോരാമെന്റെ ചിഴ്യരുകുട്ടേ

ഇതൊന്നും പറയല്ലേ വഴിയാത്തിരക്കാര
നിങ്ങളിപ്പം വന്നില്ലെങ്കിഞ്ഞാളു കൊണ്ടേപോകും
കൂടെത്തിരിക്കുന്നേയവൻ ചെങ്ങന്നൂരാതി
ഒപ്പം തിരിക്കുന്നുപെണ്ണു പാലുവംപെണ്ണ്
പതിനെട്ടുകരക്കാരുമവിടെ കൂടിട്ടുമുണ്ടേ
പിച്ചക്കു വിലമാനമവിടെ കൂടിട്ടുമുണ്ടേ
എട്ടച്ചനിടമാടമ്പിമാരും കൂടിട്ടുമുണ്ടേ
മീശയ്ക്കു മണികെട്ടുന്ന തണ്ടാപണിക്കൻ
തണ്ടാപണിക്കനുമവിടെ കൂടിട്ടുമുണ്ടേ
നൂറ്റൊന്നു ചിഴ്യരുമവിടെ കൂടിട്ടുമുണ്ടേ
അവരുടെ ആയുധക്കോപ്പുകളെടുത്തുകൊണ്ടന്നേ
അതുനേരം പറയുന്നു ആതിച്ചെങ്ങന്നൂരാതി
ഇതുകണ്ടു കിടുകിടുക്കരുതടി പാലുവംപെണ്ണേ
കൊടവട്ടം, കൊടവട്ടം തണലിറകുത്താം
നീയെന്റെ പരിചച്ചുവട്ടീന്നു പോകരുതേടി
ചുരികയും പരിചയുമഴിച്ചെടുക്കുന്നേ
അപ്പം കൊലതെയ്‌വത്തെ മനതാരിമുന്നി
കൊല്ലുംകൊലതെയ്‌വത്തെ മനതാരിമുന്നി
കൊല്ലുംകൊലതെയ്‌വംമിടവലംനിക്ക
ചേട്ടച്ചാതി മുന്നോടിയെന്റെയിടംവലം നിക്ക
എന്റാശാൻ കരിയാപണിക്കൻ മുടിയെവനിക്ക
തെക്കും വടക്കും രണ്ടങ്കമിരുത്തി

കിഴക്കും പടിഞ്ഞാറും കൊലകുറി നാട്ടി
മൂന്നാംചുവടിട്ടൊരു മുച്ചെവിടിട്ടേ
നാലാംചുവടെക്കേറി നടന്നുകളിച്ചു.
ചുരികയ്ക്കു മുനകുത്തി പരിചയ്ക്കുചാരി
ചുരികയ്ക്കു ഈടിട്ടൊരേലമടിച്ചേ
കുന്നുവനച്ചനിരിക്കുന്ന നാക്കാലിപീഠം
നാക്കാലിയണിപീഠത്തിന്റെ കോങ്കോലുതെറ്റി
നൂറ്റൊന്നു ചിഴ്യന്മാരുടെ ചോടുപിണങ്ങി
"ചിഴ്യരീമൂപ്പനെയെടാ കൊല്ലകൊമരാ
അതിലിത്തിരുമൂപ്പുള്ള ഉലവള്ളരാതി
നാക്കില്ലാനമ്പിയാണെങ്കി നിനക്കെന്തുചേതം
മുക്കില്ലാമുളിയാണെങ്കി നിനക്കെന്തുചേതം
ചാർത്തിനു മുഹൂർത്തമുള്ളവൻ പെങ്കെട്ടിയിട്ടു
കയ്യിപ്പണമുള്ളവൻ പെങ്കൊണ്ടുപോകും
എന്നോടുകളിച്ചവരാരും നേരായിട്ടില്ല
എന്നോടു കളിച്ചാലും നാഴി ചോരക്കുചേതം"
മൂന്നാം ചുവടിട്ടെയൊരു മുച്ചെവിടിട്ടേ
നാലാം ചുവടേൽ നടന്നു കളിച്ചേ

കുന്നുവനച്ചനേം കൊലകൊന്നുകഴിഞ്ഞേ
എട്ടച്ചനിടമാടമ്പിമാരെയും കൊലകൊന്നുകഴിഞ്ഞേ
ചിഴ്യരിത്തിരുമുപ്പന്മാരെയും കൊലകൊന്നുകഴിഞ്ഞേ
കമ്പംകലികൊണ്ടു പെണ്ണുഓടുന്നവളെ
കാടുകരകേറിയാണു പെണ്ണുപോകുന്നുപെണ്ണ്
എട്ടച്ചനിടമാടമ്പിമാരെ കൊലകൊന്നുകഴിഞ്ഞ്
ചീരാമൻ ചെറുകത്തിയെടുത്തു വിശറുവടിച്ചു
പൂവാലൻ ചെറുകാറ്റടികൊള്ളുന്ന നേരം
പാലുവം പെണ്ണിനെയിന്നു കാണാനുമില്ല
എവിടാണോ ഏതിക്കിലാണോ പാലുവംപെണ്ണ്

കരടിയാങ്കോട്ടയിൽ കണ്ടത്

കമ്പംകലികൊണ്ടു ഓടുന്നവളെ പാലുവംപെണ്ണ്
കാടുകരകേറിയാണ് പെണ്ണുപോകിണുപെണ്ണ്
കരടിയാംകോട്ടയിലും ചെന്നുകേറുകല്ലാണോ
മൂടെല്ലാം കൂണുകുരുത്ത കരയിടാംതള്ള
വായിലൊരു പല്ലുമില്ലാത്ത കരടിയാംതള്ള
പിന്നൊള്ളകരടികളെല്ലാം തീറ്റിക്കുപോയെ
നൂറ്റൊന്നുകരടികളുള്ള കരടിയാംപള്ളി
"നീയെവിടുന്നുവന്നുമകളെ പൊന്നുമകളെ"
"കുന്നുവംകളരീന്നും ഞാം വന്നവതാണേ
കമ്പംകലികൊണ്ടു ഞാം പോന്നവളാണേ"
"നീയിങ്ങുപോരെടിപെണ്ണേ പൊന്നുമ്മകളെ"
കതകുതുറന്നവളാമുറിയിലും കേറി
മനുഷ്യന്റെ എല്ലുംഎലുമ്പും വാരിമുകത്ത്
എല്ലുമെലുമ്പുമെല്ലാം കണ്ടൊരുനേരം
കമ്പംകലികൊണ്ടുപെണ്ണു പാലുവംപെണ്ണ്
എന്നെയിപ്പം തിന്നുമല്ലോ ഞാനെന്തുവേണ്ടി
എങ്ങിനെ ഞാനിവിടുന്നു വെളിയിലിറങ്ങും
വാനംതുരക്കുന്നു പെണ്ണുപാലുവംപെണ്ണ്
അന്നേരം നിക്കുന്നതുകണ്ടു മുളകുപൊടിയും
മുളകുപൊടിയും കയ്യിപ്പിടിച്ചുകൊണ്ട്-
അവിടുന്നും ഓടുന്നു പെണ്ണ് പാലുവംപെണ്ണ്.
പുല്ലാഞ്ഞാവള്ളിക്കെട്ടിലും ചെന്നങ്ങുകേറി
നേരെമൊരുനേരമായപ്പംപെണ്ണ് പാലുവംപെണ്ണ്

പുല്ലാഞ്ഞിവള്ളിക്കെട്ടിലൊളിഞ്ഞിട്ടുനോക്കി
അതുനേരംവരുന്നല്ലോ കരടിയാംകൂട്ടം
അന്നേരം കേൾക്കുന്നുണ്ടൊരുമുശുടുമണത്ത്
പുല്ലാഞ്ഞിഇളവള്ളിക്കെട്ടിലും ചെല്ലുന്നതുണ്ടേ
കരടിയാംകോട്ടയിലും ചെല്ലുന്നവളേ
കരടിയാംകൂട്ടത്തോടെ ചെല്ലുന്നവളേ
നീയെങ്ങുംപോകേണ്ടമോളെ പൊന്നുമകളെ
നിനക്കൊരു കച്ചവിത്തിയചൊല്ലിത്തരാമേ.
എഴുന്നുപറക്കാനുമെഴുന്നൂറുകാതം
താണുപറക്കാനുമൊരു നാന്നൂറുകാതം
ചുറ്റിലാകി വട്ടംവട്ടം വട്ടംപറക്കാം
എറകപറകനിനക്കു ഞാൻ വെച്ചുതരാമേ
കൊക്കും കൊരവള്ളി നിനക്കുവെച്ചുതരാമേ
നീയെങ്ങും പോകണ്ടമോളെ പൊന്നുമകളെ
വിത്ത്യകളോരോന്നും പഠിക്കുന്നവളെ
പാലുവനപ്പന്റെ മകളു പാലുവംപെണ്ണ്
എഴുന്നുപറക്കാറായിയെഴുന്നൂറുകാതം
താണുപറക്കാറായി നാന്നൂറുകാതം
“ഞാനെന്നാപോയിവരട്ടെ കരടിയാംതള്ളേ
ഞാനൊന്നുപോയിവരട്ടെ പെറ്റൊരുതള്ളേ”
“നീയെവിടെപ്പോയാലുമെന്റെ പേരുപറയരുത്
ഞാനെവിടെയാണെന്നും നീ പറയരുതേടി.”
അവിടുന്നിറങ്ങിപ്പെണ്ണ് പാലുവംപെണ്ണ്
ചെങ്ങന്നൂക്കുഞ്ഞാതിയെത്തേടിത്തിരക്കി.

പുനഃസമാഗമം

അവിടുന്നിറങ്ങി പെണ്ണു പാലുവംപെണ്ണ്
ചെങ്ങന്നൂകുഞ്ഞാതിയെ തേടിയിറങ്ങി
ചെങ്ങന്നൂകുഞ്ഞാതിയെ തേടിത്തിരക്കി
പാലുവംപെണ്ണവളും പോകയല്ലാണോ
കള്ളുചെത്തും ചെത്താളിമാരവർ കണ്ടുകൊതിച്ചു
ഏഴല്ലോ ചെത്താളിമാരവർ കണ്ടുകൊതിച്ചു
പാലുവംപെണ്ണിന്റെയിടംവലംകൂടി
കേട്ടാലും കേക്കണമെന്റെ ചെത്താളിമാരെ
ഉറ്റോരുമുടയോരും വെറുത്തവളല്ല
പേടികളൊന്നും തന്നെ വന്നവളല്ല
നാല്പത്തൊന്നുനൊയമ്പു മുടക്കല്ലേ ചെത്താളിമാരെ
ഇന്നുതൊട്ടു നാല്പത്തൊന്നുവെളുക്കുംവരയ്ക്കും
തീണ്ടല്ലേ തൊടരുതെന്നെ ചെത്താളിമാരെ
മൂന്നുംകൂടിയ മുക്കവലയ്ക്കു ഞാൻ കള്ളുവിൽക്കാമെ
കള്ളനും തൊള്ളനും ഞാൻ കള്ളുവിൽക്കാമെ

കേട്ടാലും കേക്കണമമ്മോ കൊച്ചെളാമ്മോ
പട്ടിണി കുഴപ്പംകൊണ്ടു മിണ്ടരുതാമ്മോ
ഒരുകുറ്റി കള്ളുവെള്ളമെനിക്കുതരുമോ
മോറിച്ചിരിക്കുന്നുപെണ്ണു പാലുവംപെണ്ണു
നീറിക്കരയുന്നുപെണ്ണു പാലുവംപെണ്ണു
ഒന്നരക്കുറ്റിക്കുള്ള കള്ളുംമരുന്നും
കള്ളും മരുന്നും പിന്നൊരു കൂട്ടാനുംവെച്ചു.

എനിക്കൊന്നു തിന്നാംതരേണെ മൂത്തപറേനെ-
കോവാളകിളിത്തഞ്ചിന്നു തരികയും വേണം
ആറുമാസോം ഒരാണ്ടായി വെറ്റതിന്നിട്ട്
പാലുവംപെണ്ണിനേയും കണ്ടിട്ടുമില്ല.
പുല്ലാറും പൊയ്തഴവട്ടി കണ്ടങ്ങുവെച്ചുകൊടുത്തു
പുല്ലാറും പൊയ്തഴവട്ടി കണ്ടവനേങ്ങിക്കരഞ്ഞു
എന്താണോ ഏതാണോ കരയുന്നുനിങ്ങ!
മെറ്റെല്ലെ-മെറ്റല്ലെ- കെട്ടിയമാലോ
പാലുവം ചിക്കിനെയിന്നു കണ്ടുമറന്നോ
അഞ്ചെണ്ണമുക്കൂട്ടംകൂട്ടി വെള്ളമനത്തി
ചെങ്ങന്നൂകുഞ്ഞാതിയെ കളിപ്പിച്ചവളും
തലയിക്കെട്ടും പട്ടുറുമാലും തലയിക്കെട്ടി
മേനിക്കൊത്തമേതാനമുണ്ട് ഇടയ്ക്കും കെട്ടി
കച്ചപ്പുറംകച്ചയെടുത്തു കച്ചയും കെട്ടി
കൊഴലികിടന്ന കൊഴലാട്ടംമുണ്ടുനീട്ടിയുടുത്തു
ഈഴപ്പത്തലകെട്ടിപ്പെണ്ണ് ഈഴത്തിപ്പെണ്ണ്
ഈഴപ്പംതാരയിട്ടു മുണ്ടുമുടുത്തു
കഴുത്തുനിറയോളം താലികമ്പളത്താലി
കമ്പളത്താലിക്കിടവഴി ചീരുത്താലി
കൈപത്തുനിറയോളം പെണ്ണു മോതിരമിട്ടു
പൊയ്പാറപുല്ലുവട്ടിയിടം കൈയിലെടുത്തു
പൊയംചുണ്ടരിവാളുവലം കൈയിക്കൊണ്ടു
കോവാളികിളിതഞ്ചിതന്തോളിക്കൊണ്ടു
മെല്ലെനെമെല്ലെനെയവർ പോകയല്ലാണോ
ഒന്നോടി ഒന്നുനടന്നവർ പോകയല്ലാണോ
കുത്തുകല്ലും കോവേണിയവർ കേറിയിറങ്ങി
ചെങ്ങന്നൂകുഞ്ഞാതിയുടെ വീട്ടിലും വന്നു.

പൂവിങ്കത്തറവാട്

കാലംനല്ല പതിറ്റാണ്ടായി മുപ്പതിറ്റാണ്ടായി
പൂവിങ്കലെതനംതറവാടു ആറ്റൊഴിവായി
അതിനെന്തുവേണ്ടിയെന്നു നിരൂപിക്കുന്നവനേ
പൂവിങ്കലേ കുഞ്ഞാതിയവൻ നിരൂപിക്കുന്നുണ്ടേ
പൂവിങ്കലെ കൊല്ലൻ്റടുക്കലും പോകയല്ലാണോ
ഒന്നുരണ്ടു വിളിക്കുന്നേയവൻ പൂവിങ്കലിട്ടി
വിളിച്ചേന വിളികേക്കുന്നവനെ പൂവിങ്കക്കൊല്ലൻ
എന്തിനിപ്പം വന്നുവിളിച്ചെന്റെ പൂവിങ്കലിട്ടി
എനിക്കൊരു പണിത്തരം പണിതുതരേണം
എന്തൊരു പണിത്തരമാണേ പൂവിങ്കലിട്ടി
കാലംപതിറ്റാണ്ടായി മുപ്പതിറ്റാണ്ടേ
പൂവിങ്കത്തറവാടു വനവാതംതന്നെ
പൂവിങ്കത്തറവാടു പുതുക്കയും വേണം
വെട്ടിരുമ്പു കൊടുവാളു പണിതുതരേണം
പണ്ടത്തെ പഴയാലേ കേറുന്നുകൊല്ലൻ
പാണ്ടിയിരുമ്പില്ല ഇവിടെ പച്ചിരുമ്പില്ല
കൊച്ചീലിരുമ്പില്ല ഇവിടെ കൊച്ചിരുമ്പില്ല.
പൊത്തിരുമ്പുപൊടിയിരുമ്പെല്ലാം നോക്കിപ്പെറുക്കി.
കയ്യുടെ കൊഴനോക്കി കൊടുവാളുപണിതേ
കൈയിന്റെ കൊഴനോക്കി തൂമ്പാപണിതേ
ഏഴുതിരിനിലവിളക്കൊന്നു പണിതെടുക്കുന്നു.
പിറ്റേന്നാളുനേരം വെളുത്തന്നു പൂവിങ്കലിട്ടി
പൂവിങ്കക്കൊല്ലൻ്റടുക്കലും ചെല്ലുകല്ലാണോ

ഒന്നുരണ്ടു വിളിക്കുന്നു പൂവിങ്കലിട്ടി
വിളിച്ചേനു വിളികേക്കണു പൂവിങ്കക്കൊല്ലൻ
കുന്താലിയും തുമ്പായുമെ കൊണ്ടുവെച്ചുകൊടുത്തേ
ഇതിന്റൊരു വിലചൊല്ലാം പൂവിങ്കക്കൊല്ലോ
നാലും മുന്നേഴുപണം വിലചൊല്ലുന്നു കൊല്ലൻ
കുമ്പിളിന്റിലകുത്തി പണം കുടഞ്ഞിട്ടേ
വെട്ടിരുമ്പു കൊടുവാളെയവൻ കൈയിലെടുത്തേ
പൂവിങ്കവീട്ടിലോളം വരികയല്ലാണോ
ചിറ്റത്തിച്ചെത്തുന്നേയവൻ പൂവിങ്കലാതി
വട്ടത്തിചെത്തീട്ടു വകിടംവരുത്തി
മേക്കാട്ടു വെട്ടിയാണേയവൻമേപ്പട്ടുവിട്ടു.
കീക്കാടുവെട്ടിയാണേയവൻ താപ്പട്ടുവിട്ടു
ചിറ്റത്തിചെത്തിയിട്ട് ചിതവും വരുത്തി
വട്ടത്തിച്ചെത്തിയിട്ട് വകിടംവരുത്തി
ഏഴുനില നിലവിളക്കും കൊളുത്തിയാവച്ചേ
വെട്ടമുണ്ടേ വെളിച്ചമുണ്ടേ പൂവിങ്കവീട്ടിൽ
ഇരുളുണ്ടേ-വെളിവുമുണ്ടേ പൂവിങ്കവീട്ടിൽ
പൂവിങ്ക-തനംതറവാടും പുരക്കയല്ലാണോ

അപ്പനൊണ്ട് അപ്പൂപ്പനൊണ്ട്
മണ്ണുണ്ടായി മായമുണ്ടായി

പൂവിങ്കൽ വീട്ടിലെ പെൺകെട്ട്

പൂവിങ്കവീട്ടിലിന്നൊരു ചെങ്കോട്ടുകോഴം
പുലിയിങ്കശാലാനിന്നെഴുത്തയയ്ക്കുന്നേ
കുന്നുവനച്ചനുമെഴുത്തയയ്ക്കുന്നേ
പൂവിങ്കവീട്ടിലിന്നു വരുവാനക്കൊണ്ട്
കരിങ്കല്ലുകടിച്ചെറിയുന്നവൻ കായലിക്കണ്ട
കായിലിക്കണ്ടയ്ക്കു മെഴുത്തയയ്ക്കുന്നേ
ചാടിപ്പിടിക്കുന്നേയവൻ കടലുവംകണ്ട
കടലുവംകണ്ടയ്ക്കുമെഴുത്തയക്കുന്നേ
മീശയ്ക്കുമണികെട്ടിയ തണ്ടാപണിക്കൻ
തണ്ടാപണിക്കനുമെഴുത്തയയ്ക്കുന്നേ
കുന്നുവനച്ചനും കൊടിയും കുതിരേം
പൂവിങ്കവീട്ടിലിന്നു വരുവാനക്കൊണ്ട്
മാങ്കൊമ്പിലച്ചനുമൊരു ചീട്ടെഴുതുന്നേ
മാണിക്കനാനേനെക്കൂടി വരുവാനക്കൊണ്ട്
പതിനെട്ടാശാനും കൂട്ടരും വരാനക്കൊണ്ട്
പതിനെട്ടുകളരീലുമെഴുത്തയക്കുന്നേ
പൂവിങ്കവീട്ടിലെ ചെങ്കെട്ടുകോഴം
ചെങ്ങന്നൂകുഞ്ഞാതിയെയറിയിച്ചിട്ടില്ല
പൂവിങ്കവീട്ടിലെ പെങ്കെട്ടുകോഴം

തെക്കുന്നുവന്നവരിക്കു തെക്കൊരുപന്ത
വടക്കുന്നു വന്നവരിക്കു വടക്കൊരുപന്ത
പടിഞ്ഞാറുന്നു വന്നവരിക്കു പടിഞ്ഞാറുപന്ത

കിഴക്കുന്നു വന്നവരിക്കു കിഴക്കൊരുപന്ത
ഒത്തനടുക്കാണേപന്ത മാനുതപ്പന്ത
മാനുതപ്പന്തകത്താണ് മാപ്പിളക്കെട്ട്
ആ വാർത്തയറിയുന്നേ ആതി ചെങ്ങന്നൂരാതി
എനിക്കൊരുയാത്തിര പോണം പൊറ്റൊരുതള്ളേ
എവിടാടാ ഏതിക്കിലാടാ പൊന്നുമകനെ
പൂവിങ്കവീട്ടിലിന്നൊരു പെങ്കെട്ടുകോഴം
എന്നെയറിയിച്ചതില്ല പൊന്നുമകനെ
അതൊന്നും കേക്കാതെയവൻ പോകാനൊരുങ്ങി
ചെങ്ങന്നൂക്കൊലതെയ്‌വമെന്റെ മുമ്പാകെനിക്ക
ചാത്തച്ചൻ മുന്നോടിയെന്റെയിടംവലംനിക്ക
എന്റപ്പംകൊലതെയ്‌വം മൂടിയെവതിക്ക
ചുരികപ്പരതേവരു ചുരികെവതിക്ക
പരിചപ്പരതേവരു പരിചേവതിക്ക
കരിയാപണിക്കനെന്റെ മുടിയെവതിക്ക
ചുരികയും പരിചയുമവൻ കൈയിലെടുത്തേ
അവന്റപ്പം കുലതെയ്‌വത്തെ നിരൂപിച്ചവനെ
നമുക്കൊന്നു നോക്കണമപ്പാ ചെങ്ങന്നൂരപ്പാ
ചെങ്ങന്നൂമുന്നോടിയെ നിരൂപിച്ചവനെ
ഞാനെന്നാപോയിവരട്ടേ പൊറ്റൊരുതള്ളേ
പൂവിങ്കവീട്ടിലോളം പോയിവരട്ടെ
കാറ്റത്തു കരിയിലതൂളും കണക്കെ
ചിറമുമ്പിപ്പരലോടിമറിയും കണക്കെ
വെട്ടിവിട്ട ചിറവെള്ളം പായുംകണക്കെ
അത്തിരത്തിരുവേകം വഴിപോകയല്ലാണോ
ചെങ്ങന്നൂകുഞ്ഞാതിയിന്നു പോകയല്ലാണോ

പാണ്ടിക്കളരിയും ചെങ്ങന്നൂരാതിയും

പാണ്ടിക്കുറുപ്പുമിന്നു കളരിപണിതേ
പാണ്ടിക്കളരിയൊന്നു പുതുക്കിപ്പണിതു
ഒറ്റത്തൂണേലൊരുതുണേക്കളരി പണിതു
കളരിക്കുചുറ്റും നല്ലൊരു കോട്ടയുമുണ്ടേ
കല്ലുകൊണ്ടു കരിംകോട്ട-ഏഴണിക്കോട്ട
മുള്ളുകൊണ്ടു കോട്ടകെട്ടി--മുള്ളണിക്കോട്ട
പാണ്ടിക്കളരിക്കൊരു വിത്തും ബലിയും
പതിനെട്ടു കളരിക്കാരിക്കു ചീട്ടുകൊടുത്തേ
ഇരുപത്തൊന്നാതിമാരിക്കു ചീട്ടുകൊടുത്തേ
ചെങ്ങന്നൂകുഞ്ഞാതിക്കു ചീട്ടതുമില്ലേ
നമുക്കൊരുയാത്തിരപോണം പാലുവംപെണ്ണേ
എവിടാണോ-ഏതിക്കിലാണോ കെട്ടിയമാല
പാണ്ടിക്കളരിവരെയൊന്നു പോകുകവേണം
പാണ്ടിമേലച്ചനൊരു പൊലിവുപൊലിക്കാൻ
ഊതുമ്പംമാനേറുംപാട്ട് മാനുതപ്പട്ട്
വീരകാളിപ്പട്ടാണേയവൾ കൈയിലെടുത്തേ
മൂവായിരംപണത്തിന്റെ കൊങ്കനരിവാൾ
കൊങ്കനരിവായുമവൾ കൈയിലെടുത്തേ
ചെങ്ങന്നൂകുഞ്ഞാതിയവിടെ ചെല്ലുന്നതുണ്ടേ
പാലുവംപെണ്ണുമവിടെ ചെല്ലുന്നതുണ്ടേ
പതിനെട്ടുകളരിക്കാരവിടെ കൂടീട്ടുമുണ്ടേ
ഇരുപത്തൊന്നാതിമാരും കുടീട്ടുമുണ്ടേ
അതുനേരം ചൊല്ലുന്നുയവൻ ചെങ്ങന്നൂരാതി

പാണ്ടിക്കളരിക്കൊരു വിത്തും ബലിയും
പതിനെട്ടുകോട്ടക്കാരെയും കൂട്ടിക്കുറിച്ചു
പത്തൊൻപതു കളരിക്കാരെയും കൂട്ടിക്കുറിച്ചു
എന്നെയും കൂട്ടിക്കുറിച്ചില്ല പാണ്ടിക്കുറുപ്പേ

അങ്കത്തിനുമഭ്യാസത്തിനും വന്നവനല്ല
അടിക്കാനും പിടിക്കാനും ഞാൻ വന്നവനല്ല
മാറ്റാനും മറുതലയ്ക്കും ഞാൻ വന്നവനല്ല
അച്ചനോടും മറുവേലക്കായി ഞാൻ വന്നവനല്ല

അതുനേരം ചൊല്ലുന്നേ പെണ്ണു പാലുവംപെണ്ണ്
പതിനെട്ടിണങ്ങരിന്നു കേക്കയുംവേണം
പാണ്ടിക്കുറുപ്പുമിന്നു കേക്കയുംവേണം
ഊതുമ്പം മാനേറും പട്ട് മാനുതപ്പട്ട്
വീരാളിപ്പട്ടാണ് പൊലിക്കാംപോണു
ഞാനൊരു പൊലിവുപൊലിക്കാം പാണ്ടിക്കുറുപ്പേ
അതുതാനെ കേൾക്കുന്നുണ്ടൊരു പാണ്ടിമ്മേലച്ചൻ
കേട്ടാലും കേക്കുകവേണം പാലുവംപെണ്ണേ
കളരിപഠിച്ചവളാണോ പാലുവംപെണ്ണ്
അങ്കങ്ങളുവെട്ടാനും നിനക്കറിയാമോ
കയ്യിതിടക്കുന്ന കനകവളയെ
മുറ്റത്തെപൂംകിണരെക്കൊണ്ടിടുന്നതുമുണ്ടേ
കേട്ടാലും കേക്കണംപെണ്ണേ-പാലുവംപെണ്ണേ
കേറാതെ ഇറങ്ങാതെയെന്റെ പൊലിവെടുക്കണം
അതൊന്നു തന്നിട്ടുവേണം പൊലിവുപൊലിക്കാൻ
മൂവായിരം പണത്തിന്റെ കൊങ്കനരിവാൾ
കൊങ്കനരിവാ വലംകൈയിലെടുത്തേ
കീപ്പോട്ടുകുനിയുന്നുപെണ്ണു പാലുവംപെണ്ണ്
കൊങ്കനരിവാച്ചുണ്ടേ തോണ്ടിയെടുത്തേ
ഇരുപത്തൊന്നാതിമാരും കേക്കുകവേണം
പതിനെട്ടിനങ്ങരിന്നു കേക്കുകവേണം
പാണ്ടിക്കുറുപ്പുമിന്നു കേക്കുകവേണം
ഞാനൊരു പൊലിവുപൊലിക്കാം പാണ്ടിമ്മേലച്ചാ
ഊതുമ്പം മാനേറുംപട്ട് മാനുതപ്പട്ട്
വീരകാളിപട്ടാണെ അവൾ കൈയിലെടുത്തേ
കെട്ടിയ മാലനെ മനസ്സിനെനച്ച്
തിമിനെന്നുപറക്കുന്നവളു പാലുവംപെണ്ണ്
ഏഴല്ലോകരിമ്പന മോളിലും പട്ടുപൊലിച്ചെ
കേട്ടാലും കേക്കണമച്ചപാണ്ടിക്കുറുപ്പേ

കേറാതെയിറങ്ങാതെന്റെ പൊലിവെടുക്കേണം
ഇരുപത്തൊന്നാതിമാരും മേപ്പട്ടുനോക്കി
പതിനെട്ടിണങ്ങന്മാരും മേപ്പട്ടുനോക്കി
പാണ്ടിക്കുറുപ്പും താനുവൻ മേപ്പട്ടുനോക്കി
പെണ്ണിന്റെ പൊലിവെടുക്കാനാണുങ്ങളില്ല.
പാലുവംപെണ്ണു പൊലിച്ച പട്ടൊന്നെടുക്കാൻ
ഇരുപത്തൊന്നാതിമാരുംകങ്കണ്ണിനോക്കി
അതുനേരം ചൊല്ലുന്നേയവൻ ചെങ്ങന്നൂരാതി
ആണിതം, ഞാണിതമുള്ളോരാതിമാരില്ലേ
പാലുവംപെണ്ണു പൊലിച്ച പൊലിവൊന്നെടുക്കാൻ
കേട്ടാലും കേക്കണമെന്റെ പാണ്ടിക്കുറുപ്പേ
അച്ഛന്റെ പൊലിവച്ഛനെടുക്കാനും വയ്യേ.
ഞാനന്നാ പോയിവരട്ടെ പാണ്ടിവനച്ചാ
കാളികരിമ്പന മേലുള്ളമാനുതപ്പട്ട്
അച്ഛന്റെ പൊലിവച്ഛനെടുക്കാനുംവയ്യേ
കാളീനീലികരിമ്പനയൊന്നുകേക്കുകവേണം
ഊതുമ്പം മാനേറുംപട്ട് -മാനുതപ്പട്ട്
വീരകാളിപ്പട്ടു ഒന്നു താഴോട്ടുതായോ
കാളിനീലികരിമ്പന തലചായിക്കുന്നേ
കൈയിലെടുക്കുന്നേയവൾ മാനുതപ്പട്ട്
ആണിതംഞാണിതമില്ലാത്ത പാണ്ടിമേലച്ചാ
കളരിക്കുതിരുമൂപ്പന്മാരും കേക്കുകവേണം
ആണിതം ഞാണിതുമില്ലാത്ത കളരിപണിതു
കളരിക്കു വിത്തും ബലിയും കൊടുപ്പാനാരാ
ഞാനൊന്നു പോയിവരട്ടെ പാണ്ടിമ്മേലച്ചാ
അച്ഛന്റെ പൊലിവു വാങ്ങാനച്ഛനുവയ്യേ!

കുന്നുവംമാണിയുടെ വിവാഹം

പാണ്ടിപ്പറമ്പി, വൻപയറു-പയറുകിളിച്ചേ
പാണ്ടിപ്പശുക്കളുകേറി പയറെല്ലാം തിന്നേ
വെട്ടിരുമ്പു കൊടുവാളവൻചെന്നെടുക്കുന്നേ
പാർവള്ളിപത്തലുവെട്ടാനും കാട്ടിലിറങ്ങി
അന്നേരം വരവതുണ്ടേ വഴിയാത്തിരക്കാരേ
ആരാണോ ലെന്താണോ ഈ കാട്ടിലനക്കം
"ഞാനാണേ, ഞാനാണേയിതു കൊച്ചടിയാനേ
അടിയാരി പലതാണേ എന്റെ കൊച്ചടിയാനേ
തീരെക്കുറഞ്ഞവനല്ല പെരുത്തവനല്ല
ചെങ്ങന്നൂകുഞ്ഞാതിയെന്നു ഞാൻതന്നെയാണേ
നീയെങ്ങാനും പെങ്കെട്ടുകെട്ടിനിറുത്തിയിട്ടുണ്ടോ
നാലുംമുന്നേഴു പെങ്കെട്ടാൻ ചാതകമുണ്ടേ
അതിലേക്കും നാലുപെണ്ണു ഞാൻ കെട്ടിയതാണേ
കുന്നുവൻമാണിനേം നീ കെട്ടിയതാണോ
അവടപ്പന്റെനിന്തരവനാണേ പെങ്കൊണ്ടുപോണേ
പോയ്കണ്ടം പൊതനാഴിച്ച പെങ്കൊണ്ടുപോണേ
നെടുമല്ലുക്കണ്ടേം കൂട്ടരും പെങ്കൊണ്ടുപോണേ
കമ്പം കലിയറകൊണ്ടു ചെങ്ങന്നൂരാതി
മേപ്പോട്ടുവെട്ടിയ കാടവൻ മോപ്പോട്ടൊളിച്ചു
കീപ്പോട്ടുവെട്ടിയ കാടവൻ കീപ്പോട്ടുവിട്ടു
വെട്ടിരുമ്പു കൊടുവാളവൻ കാട്ടിലെറിഞ്ഞേ
പാർവള്ളിപ്പത്തലു വാരിയവൻ കാട്ടിലെറിഞ്ഞേ
കമ്പംകലിയിറകൊണ്ടു ചെങ്ങന്നൂരാതി

ഒന്നോടി ഒന്നുനടന്നവൻ പോകയല്ലാണോ
തെക്കുംകുറ്റി വലിയമ്പിരാന്റെ പടിക്കലുംചെന്നേ
വലിയമ്പിരാ-വലിയമ്പിരായെന്നു വിളിക്കണതുണ്ടേ
ആരാടാ എന്താണോ പടിക്കെവിളിച്ചേ
ഞാനാണേ ഞാനാണേ കൊച്ചടിയാനേ
അടിയാരി പലതരം കൊച്ചടിയാനെ
ചെങ്ങന്നൂരാതിയല്ലാണോ ഞാൻതന്നെയാണ്
നീയെന്തിനു വന്നതുമാണെന്റെ കൊച്ചടിയാനേ
തമ്പുരാനെ പേടിച്ചിട്ടു പറയാനുംവയ്യാ
തമ്പുരാട്ടിയെ ചങ്കിച്ചിട്ടു പറയാനുംവയ്യാ
ആകട്ടെയിരിക്കട്ടെടാ കൊച്ചടിയാനേ
നീയെന്തിനുവന്നതുമാണെന്റെ കൊച്ചടിയാനേ
അടിയനു ചെറുതായിട്ടൊരെരവുതരണം
എന്തൊരെരവാണെടാ കൊച്ചടിയാനെ
വെള്ളിപ്പീച്ചാത്തിനാരായമാണേ കൊച്ചടിയാനേ
അതും ചെറുതായിട്ടടിയന്റെ കൊട്ടുക്കലുണ്ടേ
തലയിക്കെട്ടു പട്ടുറുമാലാണോ കൊച്ചടിയാനേ
അതു ചെറുതായിട്ടടിയന്റെ കൊട്ടുക്കലുണ്ടേ
പിന്നെന്തൊരെരവാണെടാ കൊച്ചടിയാനേ
തമ്പുരാനേറിനടക്കുന്നയാനക്കിടാവേ!
യാനക്കിടാവിനെ ഇങ്ങോട്ടുകിട്ടിക്കവേണം
പണ്ടും നിന്റെ കാരണവന്മാരെന്റാനചതിച്ചേ
ഇന്നു നിനക്കെങ്ങിനെയാണാനെത്തരിണേ
പണ്ടെത്തയാനെടെ വിലയും തരാമേ
ഇന്നത്തെയാനെടെ കൂലീംതരാമേ
പഴുത്തുമ്പിലാല പറിച്ചവൻ കുമ്പിളുകുത്തി
കുമ്പിളു നിറയോളം പണം വാരിവെച്ചേ
പണംകണ്ടു മനംതണുക്കുന്നു വലിയമ്പിരാന്റെ
നാലുംമുന്നേഴാനയിവിടെ തീറ്റിക്കെട്ടുണ്ടേ
അതിലേക്കും നാലാന ഇന്നേലിക്കുപോയി
അതിലേക്കും രണ്ടാനയിന്നു കടവിങ്കജോലി
ഒറ്റക്കൊമ്പുനൊരുകൊമ്പനാണവൻ കുഞ്ഞുവനാന
കുഞ്ഞുവനാനയിന്നുവിടെ നില്പതുമുണ്ടേ
എനിക്കുതരുവാണെങ്കി അയ്യാനെമതിയെ
തോട്ടിവളർവടിയും കൊണ്ടുകൊടുത്തേ
വട്ടം ചവുട്ടുന്നു അവൻ കുഞ്ഞുവനാന
തിരുവാടപിടിക്കുന്നു അവൻ കുഞ്ഞുവനാന
കാറ്റനും ചെറിയനും മരുന്നുപറിച്ചേ
തുമ്മനും തൊമരനും മരുന്നുപറിച്ചേ

കൈയിടെ വെള്ളെലിട്ടു ഞെരടിയെടുത്തേ
കാറ്റുവശം തിരിഞ്ഞുനിന്നൂതിക്കൊടുത്തേ
ലതുകേട്ടു തലകുലുക്കി കുഞ്ഞുവനാന
യാനവലംചെമലേലവനേറുന്നവനെ
മാനക്കഴുത്തേലുമവൻ കേറുന്നതുണ്ടേ
അവിടുന്നുപോകുന്നുയവൻ കുഞ്ഞുവനാന
ചെങ്ങന്നൂകുഞ്ഞാതിയിന്നു പോകയല്ലാണോ

കുന്നുവം മുകളിലെ തെണ്ണിപ്പ്

കുന്നുവം പുരമുറ്റത്തൊരു കമ്പവുംനാട്ടി
കമ്പം മുകളിക്കേറിനെടുമല്ലിച്ചേട്ടൻ
കമ്പം ചുവട്ടിലും പെണ്ണു കുന്നുവംപെണ്ണ്
കമ്പിത്തിച്ചില ചില ചില തെണ്ണിപ്പുതാളം
എനിക്കൊന്നു തിന്നാംതരണം കുന്നുവംപെണ്ണേ
എങ്ങനെതരുന്നു ചേട്ടാ നെടുമല്ലിച്ചേട്ട
വട്ടിയും വെറ്റിലയുമിട്ടുതരണം
കുന്നുവംപെണ്ണിന്റെ വട്ടി പൊൻതഴവട്ടി
പൊൻതഴവട്ടിയും വെറ്റില ഇട്ടുകൊടുത്തേ
കമ്പം മുകളിനിന്നു പിടിക്കുന്നുവട്ടി
നാലുംപതം കൂട്ടിയവൻ വെറ്റമുറുക്കി
വട്ടിപിടിച്ചോണംപെണ്ണേ കുന്നുവംപെണ്ണേ
കമ്പമുകളിനിന്നു മേപ്പോട്ടെറിഞ്ഞു
കീപ്പോട്ടുവരുന്ന വഴിക്കു കുന്നുവംപെണ്ണ്
ചാടിപ്പിടിക്കുന്നുപെണ്ണു കുന്നുവംപെണ്ണ്
കൊള്ളാമെടി കൊള്ളാമെടി കുന്നുവംപെണ്ണേ
നീയും കുറഞ്ഞവളല്ല കുന്നുവംപെണ്ണേ
എന്നെക്കെട്ടിയ മാരനും കുറഞ്ഞവനല്ല
ഞാനും കുറഞ്ഞവളല്ല നെടുമല്ലിച്ചേട്ട

കുന്നുവംമാണി പെണ്ണിനെ കാണുന്നതും, പെൺകൊടയും

അതുനേരം വരവതുണ്ടേ ചെങ്ങന്നൂരാതി
ആനപ്പുറം കേറിവരുന്നതുമുണ്ടേ
ഈടോടുകാടുകളും ചവിട്ടിച്ചുകൊണ്ട്
കൈത കടക്കൈത പറിപ്പിച്ചുംകൊണ്ട്
കുന്നുവംതൊണ്ടുവഴിയവനാനയുംകൊണ്ട്
അതുനേരം വരവതുണ്ടേ ചെങ്ങന്നൂരാതി
"ആനക്കളികാണാനും പോരുന്നോ ചേട്ടാ"
"ഇരുവരും കൂടിയവരും പോകുന്നതുണ്ടേ
"പാണ്ടിക്കരു നാട്ടിലാനകേറീട്ടുമില്ല
ഇന്നിക്കുരുനാട്ടിലാന കേറിയതെന്തോ"
"പട്ടിണി പലതായേ-എടികൊച്ചടിയാട്ടി
ഏഴാനേം പാപ്പാനും ഞങ്ങൾ വന്നവരാണ്
ഏലംമല, ഏലിമലയ്ക്കു തടിപിടിപ്പാനായി
ആറാനേം പാപ്പാനുമൊരുവഴിപോയി
ഞാനുമെന്റാനക്കിടാവും വഴിതെണ്ണിപ്പോയി
എനിക്കുമൊരു കരിക്കുതരാമോ കൊച്ചടിയാട്ടി
"കുന്നുവംതെങ്ങും പറമ്പെല്ലാം പേയാറ്റിപ്പോയെ
അതുതന്നെയല്ലല്ല പിന്നാനേറുംതമരെ"
തെങ്ങിലും കേറാനുമൊട്ടാണുങ്ങളില്ല."
"നിന്റെയരികെ നിക്കുന്നതാരുതന്നാണോ"
"നാരപ്പനിപിടിച്ചു കിടന്നവനാണേ"
"അവൻ നിന്നെ കെട്ടിയതാണോ കൊച്ചടിയാട്ടി"
"അവനെന്നെ കെട്ടിയതല്ലേ-യാനേറുംതമരെ"

"എന്റപ്പൻ മരുമകൻ മച്ചുനനാണേ"
"പിന്നെനിന്നെ കെട്ടിയതാരു കൊച്ചടിയാട്ടി"
"അടിയങ്ങടെ ജാതിയിലുണ്ടൊരു ചെറുമരിയാത
കെട്ടിയമാരൻ ചെറുപ്പേരും ചൊല്ലുകയില്ല"
"ഇവിടെന്തിരുതത്തിരമാണെടി കൊച്ചടിയാട്ടി
കെട്ടിക്കുടികൊണ്ടന്നതാണോ കൊച്ചടിയാട്ടി
കൊള്ളാക്കുകെട്ടിയതാണോ കൊച്ചടിയാട്ടി."
"കെട്ടിക്കുടികൊണ്ടന്നതല്ലേന്റെ തമ്പുരാൻതമരെ
കൊള്ളാക്കുടികെട്ടിയതല്ലെന്റെ തമ്പുരാൻതമരെ
"ഇവിടുത്തെ മൂത്തപറേന്റെ തുരുമ്പുകല്യാണം
ആകട്ടെയിരിക്കട്ടെ കൊച്ചടിയാട്ടി
ഇവിടെല്ലമിരിക്കുന്നതുമാരുതന്നാണോ"
"എന്റപ്പന്റനിന്തരരാണു നെടുവല്ലുമാരെ
നെടുമല്ലുകണ്ടേംകൂട്ടരും വന്നതുമാണ്"
"നിന്നെക്കെട്ടിയമാലനെകണ്ടാലാരെപ്പോലാ"
"ഞാംവല്ലോം പറയുമ്പം തമ്പുരാം കോപിക്കുമല്ലോ"
"എനിക്കൊന്നും കോപമില്ലെടി കൊച്ചടിയാട്ടി"
"എന്നെക്കെട്ടിയ മാലനെക്കണ്ടാതങ്ങളെപ്പോലെ"
"പട്ടിക്കഴുവേറി-യെടി-പറക്കഴുവേറി (പറയന്റെ മോളെ)
പറയനേം-എന്നേം കൂട്ടിത്തരം കൂട്ടിയോടി"
"അതു ഞാനും പറഞ്ഞതല്ലേ തമ്പുരാൻതമരെ"
'നിന്നെക്കെട്ടിയതാരു തന്നാണെടികൊച്ചടിയാട്ടി"
"കെട്ടിയമാരൻ ചെറുപ്പേരും ചൊല്ലുകയില്ല"
"കേക്കാപ്പുറം ചൊല്ലിക്കളയെടികൊച്ചടിയാട്ടി"
"അക്കാര്യം പറയുമ്പോഴും തങ്കടമുണ്ടേ
കെട്ടിയനാളിലെനിക്കു തിരിടമില്ലാഞ്ഞു
കെട്ടിയപന്തലിത്തിരടമില്ലാഞ്ഞു
ചെങ്ങന്നൂകഞ്ഞാതിയെന്നെ കെട്ടിയതാണേ"

കമ്പംകലികയറിയാന കുഞ്ഞുവനാന
പന്നപഴം തെങ്ങെല്ലാമാനപിഴുന്നേ
കുടിവാഴതോട്ടത്തിലുമാനയിറങ്ങി
കുടിവാഴ പിഴുതങ്ങുകളകയും ചെയ്തു
പന്നംപഴം കിണറുമയ്യാന നികത്തി
നെടുവല്ലംക്കണ്ടേം കൂട്ടരേം കൊന്നുമുടിച്ചു.

കുഞ്ഞാതിയും അതിരമ്പുഴക്കോട്ടയും

കോട്ടാലും കേക്കണമമ്മേ പെറ്റൊരുതള്ളേ
എനിക്കും ചെറുതായിട്ടൊരു യാത്തിരപോണം
എവിടാടാ ഏതിക്കിലാടാ പൊന്നുമകനെ
അത്തിരമ്പുഴ കോട്ടവരെയും പോകണമിന്ന്

കല്ലുകൊണ്ടു കരിങ്കോട്ട ഏഴണിക്കുണ്ട്
മുള്ളുകൊണ്ടു മുള്ളണികോട്ട മൂവണിക്കുണ്ട്
ചെമ്പുകൊണ്ടു ചെമ്പറകോട്ടയൊരുഭാഗത്തൊണ്ട്
ചെമ്പിട്ടടിച്ചകോട്ട ചെമ്പറകോട്ട
അതിരംപുഴകോട്ടവരെയും പോകുകവേണ്ട
ഇരുപത്തൊന്നാതിമാരും കൂടുമവിടെ
മാറ്റാനും മറുതലയ്ക്കും നീ പോകുകവേണ്ട
പണ്ടു ചതിയനാണവനതിരംപുഴയച്ചൻ
ചുറ്റും കരിയാറവൻവെട്ടീട്ടുമുണ്ടേ
കരിയാറുപിഴച്ചാലെ മുതലപിടിക്കും
മാറ്റാനും മറുതലയ്ക്കും നീ പോകുകവേണ്ട
കോട്ടയിപ്പോകാൻവേണം മൂന്നുദിവസം
കരിയാറുപതക്കരുതേ പൊന്നുമകനേ
കരിയാറുപതക്കും നേരംമുതലപിണങ്ങും
മേലായം ചാടരുതു മോനെ പൊന്നുമകനേ
പക്ഷിപ്പിണക്കമുണ്ടു പൊന്നുമകനെ
നേരംവെളുത്തപ്പംചെന്നു ചെങ്ങന്നൂകുഞ്ഞ്
അതുനേരംവരവതുണ്ടേയാ പൂവൻമുതല

തണ്ടോടി തടിയാടിയോ പൂവൻമുതല
അതിരംപുഴയച്ചൻ വളർത്തുന്നപൂവൻമുതല
പലപലകേവുകാരെ ഞാം വിളിച്ചടിപ്പിച്ചേ
പലപലതോണിക്കാരെം ഞാം വിളിച്ചടിപ്പിച്ചേ
തീളായിലായിലടുത്തെന്റെ പൂവൻമുതല
ചുരികയും പരിചയും കൈയിലെടുത്ത്
മുതലപ്പുറം കേറിപോകുന്നതുണ്ടേ
അതുതന്റെ താവളം നോക്കീട്ടു പോകിണതുണ്ടേ
നിന്നെഞാനറിയുമെപൂവൻമുതലേ
നീ നിന്റെ താവളം നോക്കി പോകയല്ലാണോ
അരയോളം നീറ്റിലവൻ താഴുന്നതുണ്ടേ
ചുരികയും പരിചയും കൈയിലെടുത്തേ
മേലായംകൊള്ളുന്നേയവൻ ചെങ്ങന്നൂരാതി
നിനക്കെന്നെ മനസ്സിലായില്ലയതിരം പുഴയച്ചാ
അങ്ങോട്ടുവരികയാണയതിരം പുഴയച്ചാ
അതിരംപുഴകോട്ടമുകളിലു പോയിരിക്കുന്നു.
നൂറ്റൊന്നുചിഴ്യരുള്ളയതിരം പുഴയച്ചൻ
അതിരംപുഴകോട്ടമുകളിലും ചെന്നിരുന്നിട്ടു
പക്ഷീടെവേഷം ധരിച്ചവൻ കൂവുന്നതുണ്ടേ
ചെലചെലാകൂവുന്നേയവൻ ചെങ്ങന്നൂരാതി
പണ്ടൊന്നും ഇന്നില്ലാതൊരു പക്ഷിചിലപ്പ്
നിങ്ങളൊന്നിറങ്ങിത്തിരിക്കണം ചിഴ്യരുകൂട്ടം
പണ്ടൊന്നും ഈ നാട്ടിലാരും കണ്ടിട്ടുമില്ല.
പണ്ടൊന്നും ഇന്നില്ലാതൊരു പക്ഷിപ്പിറാവ്
ഒട്ടുനേരം കഴിഞ്ഞപ്പം പക്ഷിയെക്കാണുന്നതില്ല
വായ്തോക്കെടുത്താണേ വെടിയേഴുംവച്ചേ
വെടിച്ചില്ലിയേഴു പിടിച്ചാപക്ഷി പിറാവേ
പന്തപ്പിലാവിൻമുകളിലും കേറിയിരുന്നേ
അണിക്കിലെമാവും മരക്കാലും തീറുന്നുപോയെ
അതിരം പുഴകോട്ടയിലിന്നു മറിമായമാണേ.
അതുനേരം ചൊല്ലുന്നേയതിരംപുഴയച്ചൻ
മായംപതിനെട്ടുണ്ട് നീ ചെങ്ങന്നൂകുഞ്ഞേ
മായംമറിമായം മാറി നീതാണുവരണം
ഇരുപത്തൊന്നാതിമാരും കേട്ടറിവില്ല.
പതിനെട്ടുകോട്ടക്കാരെയും കൂട്ടിക്കുറിച്ചു.
പത്തൊൻപതു കളരിക്കാരെയും കൂട്ടിക്കുറിച്ചു
എന്നെയും കൂട്ടിക്കുറിച്ചില്ല യതിരംപുഴയച്ചൻ
പറവിദ്യയറിയാമോ-യതിരംപുഴയച്ചാ
അങ്കത്തിനുമഭ്യാസത്തിനും വന്നവനല്ല.

അടിക്കും പിടിക്കായും ഞാൻ വന്നവനല്ല.
അച്ഛനോടു മറുവേലക്കായി ഞാൻ വന്നവനല്ല.
കല്ലുകൊണ്ടു കരിങ്കോട്ടകാണുകവേണം
ഇരുമ്പുകൊണ്ടു ഇരുമ്പഴിക്കോട്ട കാണുകവേണം
ആരാന്റേം പുള്ളേരേംനീ കൊല്ലരുതേടാ
കോട്ടയകത്തോട്ടു നീ കേറുകവേണം
അച്ചനെന്നെവരുത്തിയതല്ല - യതിരംപുഴയച്ചാ
വായ്തോക്കു വലിച്ചെടുത്തുവെടിയേഴുവച്ചില്ലേ
ഇത്തിക്കിലെമാവും മരക്കാലും തീറുന്നുപോയെ
വെള്ളിക്കൊരണ്ടിയവനു മിട്ടുകൊടുത്തേ
കോട്ടവാതിലു പൂട്ടുന്നേയവൻ അതിരംപുഴയച്ചൻ
എന്നെ പയപ്പെടുത്തല്ലേയതിരംപുഴയച്ചാ
പോകാനൊരുങ്ങീട്ടു ഞാം വന്നവനല്ല.
അച്ചനോടു മറുതലക്കായി ഞാം വന്നവനാണ്
കോഴിപ്പോരങ്കപോര് പഠിച്ചവനാണ്
നാലുകാതം നാലരക്കാതം ഞാം നിന്നുപറക്കും
പൂച്ചങ്കം പുലിയങ്കം പഠിച്ചവനല്ല.
ചിഴ്യരിൽ തിരുമുപ്പൻ കൊല്ലുംകൊമരം
വാളെടുത്തു കളിക്കും കണ്ട വാളേറുകണ്ട.
അങ്കം കൊണ്ടു പൊരുതും ഞാന്നേയതിരംപുഴയച്ചാ
കുന്തത്തിനു വിരുതനാണവൻ പറയൻകടുത്ത
തോക്കിനു വിരുതനാണവൻ മാപ്പിളത്തൊമ്മി
അച്ചനെക്കൊല്ലാനായി വന്നവനാണ്
പൂച്ചങ്കം പുലിയങ്കമവൻ നോക്കുന്നതുണ്ടേ
മേലായംകൊള്ളുന്നേയവൻ ചെങ്ങന്നൂരാതി
നൂറ്റൊന്നു ചിഴ്യരും കേറുന്നതുണ്ടേ
ചെങ്ങന്നൂകുഞ്ഞാതിയും കേറുന്നതുണ്ടേ
എലിയങ്കം പുലിയങ്കം കാണുന്നതുണ്ടേ

കോട്ടവാതിലുപൂട്ടിക്കളയേണമതിരംപുഴയച്ചാ
കോട്ടെടെയകത്താണേയാതി ചെങ്ങന്നൂരാതി
ശിഷ്യരീത്തിരുമൂപ്പനെ കൊന്നുമുടിച്ചു
അതിരം പുഴയച്ചനെയും കൊന്നുകളഞ്ഞു.
കല്ലുകൊണ്ടു കരിംകോട്ടയവൻ തല്ലിപ്പൊളിച്ചു
മുള്ളുകൊണ്ടു മുള്ളുവേലിയവൻ നുള്ളിയഴിച്ചു
ചെമ്പുകൊണ്ടു ചെമ്പറക്കോട്ട തല്ലിയഴിച്ചു
ഇരുമ്പുകൊണ്ടു ഇരുമ്പാണിക്കോട്ട തല്ലിപ്പൊളിച്ചു.

തെക്കുംകുറ്റിത്തമ്പുരാനും പാണ്ടിക്കുറുപ്പും പാണ്ടിപ്പെരുമരവും

പാണ്ടീടെം മലയാളത്തിന്റെം അതിരുംതലക്കെ
കാക്കച്ചിയണിവയറ്റിക്കുരുത്തമരമെ
പാണ്ടിപ്പെരുമരമൊന്നു മുളച്ചുപൊടിച്ചു
പാണ്ടിയാറു കാതമിലച്ചിൽ പടർന്നേ
കൊച്ചിയേഴുകാതമിലച്ചിൽ പടർന്നേ
നൂറ്റൊന്നതിരുപുതുക്കി നടക്കാനുംവയ്യ
പാണ്ടിക്കുറുപ്പിനാവഴി പോകാനുംവയ്യ
പാണ്ടിപ്പെരുമരമൊന്നു വെട്ടണമെന്ന്
തെക്കുംകുറ്റി വലിയമ്പുരാനെഴുത്തയക്കുന്നേ
പാണ്ടിപ്പെരുമരമിന്നു വെട്ടുകവേണ്ട
പാണ്ടിപ്പെരുമരമിന്നു വെട്ടുകചെയ്യും
നാലല്ലോ കമ്മാളന്മാരിക്കു ചീട്ടുകൊടുത്തേ
നാലല്ലേ കമ്മാളന്മാരെ വരുത്തുന്നതുണ്ടേ
ഒന്നോങ്ങിരണ്ടോങ്ങി മഴുവും തൊടുത്തേ
മൂന്നാംമഴുവിനു മാണ്ടാപ്പൂളുതെറിച്ചേ
പൂളുതെറിച്ചതുമല്ല ചോരതെറിച്ചേ
നൂറ്റൊന്നുതേവതകളുവതിക്കും മരമെ
നൂറ്റൊന്നതിരകളുവതിക്കും മരമെ
അതുനേരം കേൾക്കുന്നേയവൻ പാണ്ടിക്കുറുപ്പ്
ഇതിനെന്തു വേണ്ടിയെന്റെ കമ്മാളന്മാരെ
നൂറ്റൊന്നുകോഴിയെവെട്ടി കരുതികൊടുക്കിൻ
നൂറ്റൊന്നുകോഴിയെവേഗം വരുത്തുന്നതുണ്ടേ
നാലല്ലോകമ്മാളന്മാരിടെ കൈയിക്കൊടുത്തേ

ചെമ്പകപ്പൂമരത്തിനു കുരുതികൊടുക്കാൻ
ഒന്നോങ്ങി രണ്ടോങ്ങി മഴുവുംതൊടുത്തേ
മൂന്നാംമഴുവിനുമാപ്പൂളുതെറിച്ചേ
പൂളുതെറിച്ചതുമല്ല ചോരതെറിച്ചേ
ഇതിനെന്തുവേണ്ടിയെന്റെ കമ്മാളന്മാരെ
നൂറ്റൊന്നതിരകളുവതിക്കും മരമെ
നൂറ്റൊന്നുലാടിനെ വെട്ടിക്കുരുതികൊടുപ്പിൻ
നൂറ്റൊന്നുലാടിനെവേകം വരുത്തുന്നതുണ്ടേ
നാലല്ലോകമ്മാളന്മാരിടെ കൈയിക്കൊടുത്തേ
നൂറ്റൊന്നുലാടിനെവെട്ടി കരുതികൊടുത്തേ
ചെമ്പകപ്പൂമരത്തിനു കരുതികൊടുത്തേ
ഒന്നോങ്ങി രണ്ടോങ്ങി മഴുവുംതൊടുത്തേ
മൂന്നാംമഴുവിനുമാണ്ടാപ്പൂളുതെറിച്ചേ
പൂളുതെറിച്ചതുമല്ല ചോരതെറിച്ചേ
അതുനേരം കേൾക്കുന്നേയവൻ പാണ്ടിക്കുറുപ്പ്
ഇനിയെന്തു വേണ്ടിയെന്റെ കമ്മാളന്മാരെ
ആളുവെട്ടിക്കുരുതികൊടുക്കണം പാണ്ടിക്കുറുപ്പേ
പാണ്ടിച്ചിപ്പെണ്ണിനെയിന്നു കരുതികൊടുക്കോ
അയ്യോട്ടം ഓടുന്നേയവൻ പാണ്ടിക്കുറുപ്പ്

പാണ്ടിപ്പെണ്ണിനെ കുരുതികൊടുക്കുന്നത്

തെക്കുംകുറ്റിത്തമ്പുരാനോടുള്ള വൈരാഗ്യത്തിൽ സ്വപുത്രിയെ പാണ്ടിക്കുറുപ്പ് മരം മുറിക്കുന്നതിനായി ബലി കൊടുക്കുന്നു.

അയ്യോട്ടമോടുന്നേയവൻ പാണ്ടിക്കുറുപ്പ്
പാണ്ടിപ്പടിപ്പുരതൻ മുറ്റത്തുചെന്നേ
ഒരുമകളെ തനിമകളെ പാണ്ടിച്ചിപ്പെണ്ണേ
എന്റൊരു പൊന്നുമകളെ പാണ്ടിച്ചിപ്പെണ്ണേ
വാ പെണ്ണേ. വാ പെണ്ണേയൊരു യാത്തിരപോകാം
പാണ്ടിപ്പെരുമരം വെട്ടിണ കാണാനുംപോകാം
ആകാതെ മടിയാതെ പെണ്ണു പോകുന്നതുണ്ടേ
പെറ്റൊരു തള്ളയറിയാതെ പോകുന്നതുണ്ടേ
പാണ്ടിപ്പെരുമരത്തിന്റരികിലും ചെന്നേ
നാലല്ലോ കമ്മാളന്മാരിടെ കൈയിക്കൊടുത്തേ
ചെമ്പകപ്പൂമരത്തിനു കുരുതികൊടുത്തേ
പാണ്ടിയാറുകാത മിലച്ചിലുകോതി
കൊച്ചിയേഴുകാതമിലിച്ചിലുകോതി
പാണ്ടിപ്പെരുമരമിന്നു വെട്ടിച്ചരിച്ചേ

മലനാടന്മാരും പാണ്ടിക്കുറുപ്പും

മരം മുറി സംബന്ധിച്ച കലഹത്തിൽ തെക്കും കുറ്റിത്തമ്പുരാൻ, മലനാടൻമാരുടെ സഹായത്തോടെ പാണ്ടിക്കുറുപ്പിന്റെ പടയാളികളുമായി ഏറ്റുമുട്ടുന്നു.

പന്തീരണ്ടു മലനാടന്മാർ മലവില്ലന്മാരെ
കേരളപ്പടയ്ക്കു പടവെട്ടിവന്നവരേ!
പന്തീരണ്ടു പടച്ചട്ടക്കുതിരയെ
പടയ്ക്കായ് ചമച്ചൊരുക്കി
വലിയൊരു വെടിവെച്ചുകുതിരയെ
ചാടിച്ചുകൊണ്ടുവരും
ചാട്ടത്തിനെതിരായ് പടവെട്ടിമറിയുന്നു
വാളുകൾ പറക്കുന്നു— പരിക്കുകൾ പറക്കുന്നു
എതിരായ് പടവെട്ടും - അതു പടയാളി
പന്തീരായിരം - എവിടെ?

* * * * *

എതിരാമലയിലൊരു ചമ്പകംനട്ടേ
ചെമ്പകംചുറ്റിനും വേലിയും കെട്ടി
വേനലാറുമാസം കോരിനനച്ചേ
ചെമ്പകം പൂത്തിട്ടൊരു പൂവതുണ്ടായി
ആർക്കാർക്കീ പൂ കൊണ്ടൊരു കാഴ്ചവെയ്ക്കണം
നമ്മുടെ തമ്പുരാൻ തെക്കുംകുറ്റിത്തമ്പുരാൻ
തമ്പുരാൻ തിരുമുമ്പിൽ കാഴ്ചവെയ്ക്കണം

* * * * *

മലയിഞ്ചിമഞ്ഞകുതിരുകൾ നല്ല നെല്ല്
കുലയുടെ വാഴതിനതെന്തിന്നാനാ
മലയാളി തന്റെ കുഴലുനാദംകേട്ട്
കച്ചയും കെട്ടി തൊങ്ങലുമിട്ട്
മലഞ്ചരിവുകൂടിപോ-പ്പോ-ഇന്തത്തിമിർത-ത്തെയ്
മലയമ്പുകൊണ്ടിട്ടൊഴുകുന്നു ചോര
ഓടുന്നു പ്രാണൻതിന- തെന്തിന്നാനാ
എതിർപ്പാനാരിവിടെ
പടയ്ക്കായ്വന്നുനിങ്ങൾ
തടുപ്പാനായ് വാളും പരിശകൈയിൽ—
എടുപ്പിൽ വാൾപരിശ
തടുപ്പിൻ വെട്ടുതട
പൊരുത്തപോർപൊരുതി
ജയിച്ചു പോന്നു നമ്മൾ
പോകണം ബാലന്മാരെ
മലങ്കരയ്ക്കെതകതിമിർ തെയ്

*　　*　　*　　*　　*

വരിശുകിരിശൊടു
മുരിശുവടിതട
പാറകവണികൾ പലതരം
ഇത്തരം പല ആയുധങ്ങ
ളെടുത്തു രാക്ഷസവീരരെ!
ഓതിരത്തിനടിക്കയും
കടകത്തിനാഞ്ഞുതടുക്കയും
വീണുവീണു മരിക്കയും
രുധീരം കിടന്നുതിളങ്ങലും

മുഹമ്മദിന്റെ പടയൊരുക്കം

പന്തീരണ്ടു പടയ്ക്കൊത്ത കുതിരയെ
പടയ്ക്കായ് ചമച്ചൊരുക്കി മുഹമ്മദ്
മട്ടോടെ ചമയങ്ങൾ ചമച്ചിട്ടു
കുതിരയ്ക്കു പടയെടുത്തോശൈശവൻ
വലിയോരുവെടിവെച്ചു കുതിരയെ
ചാടിച്ചുകൊണ്ടുവരും - അബ്ദുള്ളാ
ചാട്ടത്തിനെതിരായ് പടവെട്ടിപ്പറക്കുന്നു
എതിരായ് പടവെട്ടും അതുപടയാളി
പന്തീരായിരം എവിടെ.

ചെങ്ങന്നൂരാതിയും മങ്കൊമ്പിലച്ചനും

വൈയ്ക്കത്തും, വടയാറ്റും കളരികൾ ഉണ്ടായിരുന്ന മങ്കൊമ്പില ച്ചനെപ്പറ്റിയുള്ള പാട്ട്. പാട്ടിന് പൂർണ്ണതയില്ല.

മങ്കൊമ്പിവലിയാറുവഴി
വയ്ക്കത്തും വടയാറ്റും രണ്ടുകളരി
മങ്കൊമ്പിലച്ചന്റെ പെണ്ണ്
ഇരുനല്ലു നല്ല പെണ്ണിനെ
നൂറ്റൊന്നു ചിഴ്യരെച്ചൊല്ലി
മങ്കൊമ്പിലച്ചൻതല്ലും
കൊച്ചുവള്ളത്തിലക്കരെയിറങ്ങി
ഞാറമറവിൽ
മങ്കൊമ്പിലച്ചൻ നോക്കിയിരിക്കുമ്പം
കരിമ്പന കൊടുന്തേക്കേറിക്കിടന്നു
ഞാനെന്റെയരിങ്കണ്ണുകൊണ്ടു കണ്ടവനല്ലോ
കള്ളം പറയാതെയിരുന്നല്ലു പെണ്ണേ
ഒന്നെന്റെ തലയാണ് മങ്കൊമ്പിലച്ചാ
ഒന്നു വള്ളത്തിന്റെ തലയാണ് മങ്കൊമ്പിലച്ചാ
വള്ളത്തിന്റെ തലയിലു തലയക്കെട്ടുണ്ടോ

* * * * *

തിരുനക്കരമേത്തക്കടവിക്കുളിക്കുകവേണം
വെള്ളാനകരിയാനപ്പുറം കേറിവരണം
തിരുനക്കരമേത്തക്കടവി മറുതലയുണ്ടേ

വൻകളരിയും
വൻകണക്കും
അറിയേണം
മങ്കൊമ്പിലച്ചൻ നാലു പെണ്ണുകെട്ടി
ചെങ്ങന്നൂകുഞ്ഞാതി ഏഴു പെണ്ണുകെട്ടി
"ഞാൻ കെട്ടിയ പെണ്ണാണെങ്കി
എന്നെപ്പറഞ്ഞു തല്ലിയതെന്തിനാ"

*　*　*　*　*

അച്ഛനേം ചിഴ്യരേയും കൊന്നുമുടിച്ചു
ഇരുനല്ലു പെണ്ണിനെയും കൊണ്ടിങ്ങുപോന്നു.

ഉലുവന്തുപെണ്ണും-ഉലുവന്തുക്കോട്ടയും

ഉലുവന്തുപ്പെണ്ണിനെക്കുറിച്ചുള്ള കഥയ്ക്കും പാട്ടിനും പൂർണ്ണതയില്ല. ഇത്രയും വരികളേ പാടി കിട്ടിയുള്ളൂ.

ഉലുവന്തുപ്പെണ്ണിനെ എടുത്തുവളർത്തിയത്
മലനാട്ടിലാതി. ചാർത്തുകിട്ടിയത്
ചെങ്ങന്നൂരാതി
കെട്ടിയിട്ട് കൈനനവ് കഴിയുന്നിനു മുമ്പ്
നീ ഒളിച്ചോടി ഏഴുപറമ്പട ദൂരത്തുവരണം.
അങ്ങനെപോയി, ഉലുവക്കരപാലക്കടവിവച്ച്
മലനാട്ടിലാതിയേയും ഉലുവക്കരപ്പെണ്ണിനേയും
കണ്ടു-ഒരുവൻ കെട്ടുക-മറ്റൊരുത്തൻ
പെങ്കൊണ്ടു പോകുക
ഉലുവന്തുക്കളരീവന്ന്
ഉലുവന്തുരാതിയേയും ശിഷ്യരേയും കൊന്നു
ഉലുവന്തുപ്പെണ്ണിനേയും കൊന്നു

കലിമല്ലൂരാതിയും കരിമല്ലൂക്കോട്ടയും

കള്ളനായ കരിമല്ലൂരാതിയുടെ ആറന്മുള മോഷണക്കഥയും അങ്കം വെട്ടലും സൂചിപ്പിക്കുന്നു.

കരിമല്ലൂരാതി ആറന്മുളഭഗവാനെ
തൊഴാനായി-പന്ത്രണ്ടു കരടികൂടി പോരണം
ഉള്ളതറിയാനായി-ച്ചെങ്ങന്നൂരാതി
കരടിയാവുംകോട്ടയിൽ ചെന്നു:
പുറകോട്ടു പോന്നു.
കരിമലൂക്കോട്ടയിൽച്ചെന്ന്
കരിമല്ലൂരാതിയുമായി അങ്കംവെട്ടി ജയിച്ച
കരിമല്ലൂരാതിയെക്കൊന്നു

തെക്കുംമേലുണ്ണി

തെക്കുംമേലുണ്ണിയുടെ കളരി അഭ്യാസം സൂചിപ്പിക്കുന്ന പാട്ട്.

കംബികൊലവാഴ എയ്തുമുറിച്ച്
മലയിഞ്ചിക്കാടേ-കതിരുകൾ നല്ലനെല്ല്
മലകൾവെട്ടി-തിനവിതച്ചേ
മലയിഞ്ചിക്കാട്-കതിർമുഖംചൂടി
ഒരുതരംനെല്ല്-തിനകമെല്ലാം
എള്ളോടുചാമ-തിനവിതച്ചേ
കോരിവിളഞ്ഞു-തിനകമെല്ലാം
ഒത്തുവിളഞ്ഞ തിനകമെല്ലാം
മലയിഞ്ചിമഞ്ഞകതിരുകൾ നല്ലനെല്ല്

കളരിയഭ്യാസം

ഏണും കോണും ഞാണഞ്ചും
ചതുരം ചെന്താമരപുഷ്പം
മകടമണിപീഠം
പീഠത്തിന്മേൽ താൻ വന്നങ്ങിരുന്നേ
മകുടമണിപീഠത്തിൽ
താൻതന്നെ നിരൂപിക്കുന്നു
ചുറ്റിനുംമതിലുകൾ കിടങ്ങുകൾതീർത്ത്
കോട്ടകൾ മതിലുകെട്ടി സൂക്ഷിച്ചിടുന്നു

വചനം, വേദം, വ്യവസ്ഥ എന്നീ മൂന്നുതത്ത്വങ്ങൾ അവിടെ പഠിപ്പിക്കുന്നു.

ആദിനാഥനെ നിന്നോടിരക്കുന്നു തരത്തിനായ്
കലിക്കും ബാലർ ചുവടുതാളം ചിലമ്പോശവളകളും
വിളക്കാഞ്ഞുകളിക്കുന്നേരം ഗുരുക്കന്മാരുടെ തുണവേണം
ഗുരുവചനങ്ങൾ സഭയിൽച്ചെന്നു സ്തുതിച്ചുകളിക്കേണം
സഭയിൽവിളങ്ങും പന്തലിൽ കളിയാടുന്ന ചെറുബാലരെ
നീട്ടിച്ചവുട്ടി കുറുക്കിച്ചാടും കാട്ടിലിളമാൻമറിയുന്നപോലെ
മാൻകിടപ്പതു ചോലയിൽ മയിലാടിനില്പതു കൊമ്പിന്മേൽ
തേനിരിപ്പതു നാവുന്മേൽ ചെറുതേനിരിപ്പതു നെഞ്ചിന്മേൽ
വട്ടപലകതന്നൊരു പട്ടും വിരിച്ചിരുത്തി
കൽവലിച്ചൊരു കണ്ണാടി തിരുമുമ്പിൽ കൊണ്ടുവച്ചു

കൊല്ലംമതുരയും-പാണ്ടിമതുരയും

കൊല്ലം പെണ്ണ്

കൊല്ലംമതുരേലെ-
പെണ്ണും ജനിച്ചേ-ഇന്നു
പാണ്ടിമതുരേലെ-
ഇരുമ്പും ജനിച്ചേ.

തെക്കുംമേലുണ്ണി - പാണ്ടിയിൽ പടപൊരുതാൻ പോകുന്നത്

മധുരക്കണ്മണി മുത്തിനാൽ
പാണ്ടിരാജൻ കോട്ടയ്ക്കൽ
മതിവിളങ്ങും പന്തലിൽ
കളിയാടുക ചെറുബാലരെ
ആടമേടകളാകവെ
കളിവാതിലിൽ കളിയാടണെ
കെട്ടിയപന്തലും പന്തിയും
നല്ലവീടും കൂടിവിളങ്ങേണം

ചെങ്ങന്നൂകുഞ്ഞാതിയുടെ അവസാനനിമിഷങ്ങൾ

"ഒരു പന്തിമേലും - തിന്താര
ഒരു കളരിമേലും തിന്താര"

എന്നു തുടങ്ങുന്ന പാട്ടിൽ കുഞ്ഞാതിയുടെ അന്ത്യം വിവരിക്കുന്നുവെന്ന് പറയാറുണ്ടെങ്കിലും ആ പാട്ട് കൃത്യമായി ആർക്കും അറിയില്ലത്രെ. അതിനാൽ പാട്ടിന്റെ സമ്പാദകരിൽ ചിലർ സ്വകപോലകല്പിതമായി കുഞ്ഞാതിയുടെ അന്ത്യം ഗദ്യത്തിൽ വിവരിക്കുന്നു. അതുപ്രകാരം ശത്രുസംഹാരം വരുത്തിയ (കരിയാപ്പണിക്കനെ കൊന്നാ എരിയാപ്പണിക്കന്റെ വാളിനിരയാകുകയായിരുന്നു, കുഞ്ഞാതിയും ഭാര്യയായ പാലുവം പെണ്ണും. കുഞ്ഞാതിയുടെ വെട്ടേറ്റ് എരിയാപ്പണിക്കനും മൃതിപ്പെടുന്നു ഇങ്ങനെ പാട്ടുകഥ അവസാനിക്കുന്നു.

"ഒരു പന്തിമേലും തിന്താര
ഒരു കളരിമേലും തിന്താര
നമ്മളു രണ്ടുപേരും - തിന്താര
കച്ചകെട്ടിയവരെ - തിന്താരാ."

(ഈ പാട്ടിന്റെ മുഴുവൻ ഭാഗങ്ങളും അറിയാവുന്നവർ ആരുംതന്നെ ജീവിച്ചിരിപ്പില്ല).

www.ingramcontent.com/pod-product-compliance
Lightning Source LLC
LaVergne TN
LVHW090334051026
849518LV00005B/1954